கன்னிகள்
ஏழு பேர்

கன்னிகள் ஏழு பேர்

இந்திரா சௌந்தர்ராஜன்

Pustaka
EBooks | Audiobooks | Paperback

முதற்பதிப்பு: 2023

First Edition: 2023

Kannigal Ezhu Per

கன்னிகள் ஏழு பேர்

Indira Soundarajan

இந்திரா செளந்தர்ராஜன்

ISBN: 978-93-5695-649-0

Pustaka
EBooks | Audiobooks | Paperback

Pustaka Digital Media Pvt. Ltd.
#7-002, Mantri Residency,
Bannerghatta Main Road, Bengaluru - 560 076
Karnataka, India
+91 7418555884

பொருளடக்கம்

ஏழாம் கன்னி

என்னுரை

எனது நாவல் முயற்சிகளில் நான் முற்றிலும் எதிர்பாராத ஒரு மாற்றம் பல வருடங்களுக்கு முன்பே நிகழ்ந்துவிட்டது. ஆன்மிக மர்மம் என்கிற ஒரு புதிய தளத்தைக் கண்டறிந்து அதில் நாவல்கள் எழுதும் ஒரு எழுத்தாளனாக அனேகமாக நான் ஒருவன் மட்டுமே இருக்கிறேன் என்று கருதுகிறேன்.

ஆனந்த விகடனில் 1995ஆம் ஆண்டில் நான் எழுதிய 'ரகசியமாக ஒரு ரகசியம்' நாவல்தான் இது போன்ற முயற்சிகளுக்கு எனக்கு முன்மாதிரியாக அமைந்தது. அதன்பின் பல நாவல்கள்...! அதில் தினமலர் - வாரமலரில் நான் எழுதிய சிவம், மற்றும் சக்தி என்கிற நாவல்கள் பிரமாதமான வரவேற்பைப் பெற்றன. தொலைக்காட்சித் தொடர்களிலும் மர்மதேசம், விடாது கருப்பு, ருத்ர வீணை, சிவமயம் என்று எனது ஆன்மிக மர்ம முயற்சிகள் தொடர்ந்தபடி இருக்கின்றன.

அபரிமிதமாய்க் கிடைக்கும் வரவேற்பு, அடுத்து இன்றைய நாவல்கள் நடுவில் மிகவே மாறுபடுகிறோம் என்கிற அந்த வித்யாச உணர்வு இதுதான். ஆன்மிக மர்ம நாவல்கள் என்னிடையே உருவாகக் காரணம்.

இந்தக் கன்னிகள் ஏழு பேரும் கூட அப்படி ஒரு முயற்சியே... சப்தகன்னிகள் பற்றி நிறையவே கேள்விப்பட்டிருப்போம். ஆனால் அவர்களைப் பற்றி புராண ரீதியாக நமக்கு எவ்வளவு தெரியும் என்று கேட்டால் மௌனம்தான் பதிலாகக் கிடைக்கும்.

புராண ரீதியாக அவர்கள் யாவர் என்பதை நன்கு தெரிந்து கொண்டு பின் அவர்களை மையமாக வைத்து இந்த நாவலை நான் எழுதினேன்... நான் புரிந்து கொண்டதை வாசக உலகமும் தெள்ளத் தெளிவாகப் புரிந்து கொள்ள வேண்டும் என்பதற்காகவே பாண்டித்யமான தமிழில் அவர்களை அணுகாமல், நமது மொழிவழக்கில் கேள்விகள் பல கேட்டு பின் அவர்களை விளங்கிக்

கொள்ள முயன்றுள்ளேன். இம்மாதிரி முயற்சிகளில் ஈடுபடும் போது கவனமாக இருக்க வேண்டும். ஏன் என்றால் நமது இந்து மதம் நமக்கு அளித்திருக்கும் ஒப்பற்ற சுதந்திரம் காரணமாக நானே சில இடங்களில் தவறாக விளங்கிக் கொண்டு பிறகு அதை உங்களுக்கும் சொல்லிவிடும் ஒரு சிக்கலும் இதில் வந்துவிட வாய்ப்புள்ளது. இதனால் அந்தத் தெய்வம் ஒன்றும் கோபித்துக் கொண்டு சபித்துவிடப் போவதில்லை. ஆனால் நான் செய்த தவறு ஒரு தொடர்கதையாகித் தொடர்வது நான் ஆன்மிக நெறியாளர்களுக்கு செய்த ஒரு துரோகம் போல ஆகிவிடும். ஏனென்றால் தவறாக ஒரு விஷயத்தை விளங்கிக் கொண்டு அதை சொல்லிவிட்டுப் போன பலரால் இன்றும் பல தவறான நடைமுறைகளை நான் நமது மதத்துக்குள் பார்த்து வருகிறேன்... அதே தவறை நான் செய்துவிடக்கூடாது என்பதால் மிகுந்த கவனத்துடன் பல நூல்களைப் படித்து சப்த மாதாக்களை பற்றி விளங்கிக் கொண்டே நான் இந்த நாவலை எழுதினேன். இப்படி கவனமாக முயன்றும் பிழை வந்திருப்பின் சுட்டிக்காட்டுங்கள் - திருத்திக் கொள்கிறேன்.

ஒரு வகையில் இந்த முயற்சியை நான் செய்ய அந்த சப்த மாதாக்களின் அருளே காரணம். அவர்கள் ஆசியில்லாவிட்டால் என்னால் இவ்வளவு பெரிய நாவலை நிச்சயம் எழுதியிருக்க முடியாது.

பொதுவாக நமது தெய்வ வழிபாட்டு முறை மிகுந்த ஆராய்ச்சிக்கும் ஆச்சரியத்திற்கும் உரியது. உலகமே வியந்து பார்க்கும் ஆழமான அர்த்தங்களைக் கொண்டது. நமது மதம்தான் சமயத்திலும் இரு கூறாக காட்டுச்சமயமாக ஒருபுறமும், நாட்டுச்சமயமாக மறுபுறமும் தழைத்துள்ளது.

ஆற்றங்கரைகள், மலைக்குகைகள், தெருமுக்குகள், மலைஉச்சிகள் கிணற்றுமேடுகள் என்று முக்கியமான நிலப்பரப்பில் எல்லாம்கூட கோயில் கண்டவர்கள் நாம். நாள் முழுக்க யாகம், ஹோமம் செய்தும் கடவுளை வழிபடலாம். போகிற போக்கில் ஒரு பார்வை பார்த்துவிட்டு கன்னத்தில போட்டுக் கொண்டும் போகலாம்... இருசாராருக்குமே இறைவன் பாரபட்சமின்றி இன்னருளைத் தந்து வருகிறான்.

சப்த கன்னிமாதாக்கள்கூட ஆகம ரீதியான ஆலயத்துக்குள்ளும் இருக்கிறார்கள். ஆற்றங்கரை, மலைக் குகை, ஓடைக் கரை என்று பிற பாகங்களிலும் இருக்கிறார்கள். மனதால் பக்தியுடன் நினைத்தால் போதும், ஓடிவந்து விடுகிறார்கள்.

ஒன்றே கடவுள்; ஒருவனே தேவன் என்கிற உலகப் பொதுவான சிந்தனையின்கீழ் நின்று பார்த்தால் இவ்வளவு இறை அம்சங்கள் எதற்கு என்னும் கேள்வி எழும். இவ்வளவு பேரெல்லாம் இருக்க முடியுமா என்று தோன்றும். ஆனால் அர்த்தமில்லாத ஒரு சிறு சங்கதிகூட நம்மிடம் இல்லை. உண்மையில் எவ்வளவோ விஞ்ஞான சாதனைகளுடன் வாழும் நம்மைவிட நமது முன்னோர்களே எனக்கு மிக மேலானவர்களாகத் தெரிகின்றனர்.

இப்படி பல கேள்விகள், பல சிந்தனைகளுக்கு இந்த நாவலில் இடமளித்து செயல்பட்டுள்ளேன்.

ஒரு எழுத்தாளன் தனது காலத்திற்குப் பிறகும் தான் பேசப்பட வேண்டும் என்று விரும்புவான். அப்படி ஒரு விருப்பத்தின் பேரில் பார்த்தால் இந்த நாவலின் மூலம் நான் பேசப்படக் கூடும். அந்தப் பாக்கியத்தை சப்த கன்னிமாதாக்களே எனக்குத் தரட்டும்.

ஒரு மிகப்பெரிய இலக்கிய முயற்சியாகக் கருதி இதை நான் எழுதவில்லை. பார்க்கும் சமுதாயத்தைப் படிக்கும் சமுதாயமாக மாற்ற வேண்டி விறுவிறுப்புக்கும் பரபரப்புக்கும் முதல் இடம் கொடுத்தே எழுதியுள்ளேன். வாசிப்பவர் நெஞ்சில் நிரம்பிய தாக்கங்களை இது நிச்சயமாக ஏற்படுத்தும். அதில் எனக்கு சந்தேகமில்லை. அருமையான நிலையில் புத்தகமாகக் கொண்டு வந்திருக்கும் புஸ்தகா நிறுவனத்தாருக்கு என் நன்றிகள் என்றும் உரியது.

பணிவன்புடன்,

இந்திரா சௌந்தர்ராஜன்.

முதல் கன்னி

— 1 —

பிரபலமான சிவாலயங்களில் எல்லாம் தெற்குப் பக்கத்தில் தட்சிணாமூர்த்தி சன்னதியைக் காணலாம்.

சிவாலயத்தில் கருவறைக்குள் லிங்க சொரூபத்தோடு ஈசன் இருக்கும்பொழுது அந்தக் கருவறையைச் சுற்றியுள்ள சுவரில் வெளிப்பக்கமாக தெற்குப் பார்த்து தெட்சிணாமூர்த்தி என்கிற பெயரில் இறைவன் சிவன் அமர்ந்திருக்க வேண்டிய அவசியம் என்ன என்கிற கேள்வி எழலாம்.

அப்படியே நேர்பின்னால் திருமாலாலும், பிரம்மனாலும் அடிமுடி காணமாட்டாத நிலையில் லிங்கோத்பவராகவும், வடக்குப்பக்கம் துர்க்கையாகவும் அதே ஈசனின் அருள் வெளிப்படுவதையும் பார்க்கலாம். இங்கே இந்த தட்சிணாமூர்த்தி கோலம் என்பது குருவின் கோலம். அதாவது ஞானமளிப்பது. வடதிசை என்பது குபேரதிசை... வாழ்க்கைக்குத் தேவையான செல்வங்களில் பொருட்செல்வமும் ஒன்றல்லவா? அதை நல்கும் திசை... அந்தத் திசையில்தான் குபேரபுரி இருக்கிறது. தெற்குத் திசையில் அதை நோக்கி தட்சிணா (தென்பகுதி) மூர்த்தியாக ஈசன் அமர்ந்திருப்பதன் நோக்கம் அருட்செல்வத்தை வாரி வழங்குவதற்காக...

அது மட்டுமல்ல... ஒருவர் ஜாதகத்தில் குரு என்கிற கோளின் பங்கு மிக முக்கியம். 'குரு பார்க்க கோடி நன்மை' என்றெல்லாம் கேள்விப்பட்டிருக்கிறோம். ஆண்டிற்கு ஒருமுறை ஒவ்வொரு ராசியாக சஞ்சாரம் செய்யும் குருவானவர் சாதகமாகவும்; பாதகமாகவும் தான் செல்லும் ராசி வீட்டிற்கு ஏற்பவும், ஒருவர்

பிறக்கும்போது இருந்த கால நிலைகளுக்கு ஏற்பவும் துணை செய்பவர்.

அப்படிப்பட்ட குரு மிக பாதகமாக சிலர் ஜாதகத்தில் இருந்துவிடும் அமைப்பும் உண்டு. அப்படி பாதகமாக அமையப் பெற்றவர் பிற கோள்கள் ஒத்துழைத்தாலும் மிகவும் சங்கடங்களை அனுபவித்துக் கொண்டிருப்பார்.

சில நேரங்களில் தற்கொலை எண்ணமெல்லாம் தலையெடுக்கும். இப்படிப்பட்ட ஜாதக அமைப்பு கொண்டவர்களுக்கு உதவவே ஈசன் குருவாய் - தட்சிணாமூர்த்தி கோலம் கொண்டு சிவாலயங்களில் தென்திசை நோக்கி அமர்ந்திருக்கிறார்.

ஒரு விதத்தில் தட்சிணாமூர்த்தி மூர்த்தமானது பரிகார மூர்த்தம், ஞான மூர்த்தம், அருள் மூர்த்தம், மருந்து போன்ற மூர்த்தமாகும். சிவாலயம் செல்பவர்கள் இந்த மூர்த்தியை மிகுந்த மன அடக்கத்தோடு வணங்கி குரு காயத்ரி கூறி தங்களைப் பலப்படுத்திக் கொள்ள வேண்டும்.

இப்படி எல்லா வகையிலும் வல்லமையும் தனிக் கருணையும் கொண்டு பிரத்யேகமாக குருவின் குணத்தோடு அமர்ந்திருக்கும் ஈசனுக்கு எதிர் சாரியில்தான் பெரும்பாலான ஆலயங்களில் அறுபத்திமூன்று நாயன்மார்களும், ருத்ரர், வீரபத்ரர், பைரவர் போன்ற சிவகணங்களும் அமர்ந்து சாதிப்பார்கள்.

(விதிவிலக்காக சில ஆலயங்கள் இருக்கலாம்)

இந்த வரிசையில் ஏழு கன்னிகள் ப்ராஹ்மி, மாஹேஸ்வரி, கௌமாரி, வைஷ்ணவி, வராஹி, இந்திராணி, சாமுண்டி என்கிற பெயர்களில் அமர்ந்திருப்பார்கள்.

இவர்கள்தான் சப்த கன்னியர்களாவர்.

அதாவது ஏழு கன்னிகள்!

குருவாகிய தட்சிணாமூர்த்தியை வணங்கிவிட்டு பின் இவர்களையும் வணங்க வேண்டும்.

அது சரி... சக்தி அம்சமான இவர்களை கன்னிகள் என்று ஏன் கூறுகின்றனர்? இவர்கள் ஏன் தட்சிணாமூர்த்தியாகிய குருவைப் பார்த்து அமர்ந்திருக்கின்றனர்? ஏன் ஒருசேர வரிசையாக அமர்ந்துள்ளனர்?

இவர்கள் யார்?

இந்த தேவதேவியர்கள் சக்திதான் எப்படிப்பட்டது?

அந்த மினிபஸ் வடிவத்தில் தான் சிறியதாக இருந்தது. மற்றபடி உள்ளுக்குள் ஒரு பெரிய பஸ்ஸில்கூட அத்தனை பேரை ஏற்றமாட்டார்கள்.

அப்படி ஒரு வழிசல்!

இதில் மேடு பள்ளங்களில் அது ஓடி வரும் விதத்தைப் பார்த்தால் எப்பொழுது எங்கே கவிழும் என்றே கூற முடியாத படி இருந்தது.

பஸ்ஸே தெரியாதபடி கூரைமேல் பக்கவாட்டில் எல்லாம் மக்கள் கூட்டம்.

தேன் கூட்டில் தேனீக்கள் எப்படி மொய்த்துக் கொண்டிருக்குமோ அப்படி இருந்தார்கள்; என்ன செய்வது?

கன்னிப்பட்டி கிராமத்துக்கு என்று இருப்பது இந்த ஒரு பஸ்தான். அதுவும் ஒரு நாளைக்கு நாலு வேளைதான் ட்ரிப் அடிக்கிறார்கள். அந்த ட்ரிப்பில் போய் வந்தால்தான் உண்டு. விட்டால் இருபத்தியோரு மைல் தூரத்துக்கு நடக்க வேண்டும்.

இப்பொழுதும் நடக்க வேண்டும்... இருபத்தியோரு மைல் இல்லை. மூன்று மைல் தூரத்துக்கு இடையில் கன்னிமார் ஆறு என்று ஒன்று குறுக்கிடும். அதில் நல்ல கத்தரி வெய்யிலின் போதும் முழங்கால் தண்ணீர் ஓடும். அந்த ஆற்றுக்குள்ளெல்லாம் இறங்கிச் செல்ல வேண்டும்.

எல்லாம் கன்னிப்பட்டியின் தலையெழுத்து.

கன்னிமார் ஆற்றங்கரையில் ராட்சஸனின் தலையாட்டம் ஒரு புளிய மரம் இருக்கிறது. அங்கேதான் அதன்பின் மினி

பஸ் இறுதியாக வந்து இளைப்பாறும். அதன்பின் எல்லோரும் உதிருவார்கள். பிறகு உதிர்ந்தவர்கள் ஒன்றாக தலைச்சுமை, கைச்சுமைகளோடு அப்படியே கன்னிப்பட்டி நோக்கி நடக்க ஆரம்பித்தால் அதிகபட்சம் முப்பது நிமிடத்தில் ஊர் போய்ச் சேர்ந்து விடுவார்கள்.

பெரும்பாலும் அவர்கள் கைகளில் அவர்கள் பக்கத்து டவுனில் வாங்கிய கோழியும் பலாப்பழமும் ஆட்டுக் குட்டிகளும்தான் இருக்கும்.

சிலர் பேரிட்சம்பழம், திராட்சை, ஆரஞ்சு இவற்றைக் கூடையாக வாங்கி எடுத்து வருவார்கள். அவற்றைக் கொண்டு ஊருக்குள் கடை போட்டால் ஏதோ ஐந்தோ, பத்தோ தேரும்.

கன்னிப்பட்டியில் பெரும்பாலும் காய்கறிப் பயிர்தான். அதிலும் கத்தரியும், வெண்டையும் காய்த்துக் கொழிக்கும் மண் அது.

நாயக்கர் தோட்டத்தில் தக்காளியும் தளதளவென்று வளர்ந்து கிடக்கிறது. அவற்றைப் பிடுங்கிப் போட்டுக் கொண்டு பக்கத்தில் உள்ள தேனி, பெரியகுளம் டவுன்பக்கம் போய் வந்தால் ஒரு ஐம்பது நூறு தேறும்.

அன்றைக்கும் அந்த மினிபஸ் புளிய மரத்தடியில் ஊர்க்காரரர்கள் அவ்வளவு பேரையும் உதிர்த்துத் தள்ளியது. கூடவே தாடியும் மீசையுமாய் சாமியாரைப் போன்ற ஒருவனையும்!

அந்த நபரைப் பார்க்கும்போது யாரோ ஒரு பிச்சைக்காரப் பக்கிரியைப் பார்க்கிற மாதிரிதான் இருந்தது. ஆனால், கண்ணில் ஒரு குரூரம். அவ்வளவாக வயதான மாதிரியும் தெரியவில்லை. தலைமுடியில் சடை பிடித்திருந்தாலும் ஒரு நரைமுடிகூட இல்லை. இடுப்பில் சாமிமலைக்கு மாலை போட்டவர்கள் போல ஒரு கறுப்பு வேட்டி, தோளில் ஒரு ஜோல்னா பை!

பஸ்ஸில் பயணம் செய்யும் போதுகூட யாருடனும் ஒரு வார்த்தை பேசவில்லை. எப்படியோ இடம் பிடித்து ஒரு மூலையாகப் பார்த்து உட்கார்ந்துவிட்டான். சலனமேயில்லாமல்,

கண்களையும் இமைக்காமல் வெளியே பார்த்துக் கொண்டே வந்தான். பஸ்சுக்குள் இரண்டு கோழியுடன் அமர்ந்திருந்தாள் ஊர் மணியக்காரரர் மகள் மலர்விழி. அந்த மனிதனது தலைமுடியைப் பார்த்துப் பார்த்து மாய்ந்து போயிருந்தாள். பக்கத்தில் ஒரு இனிப்பு சேவையை சப்பிக் கொண்டே வந்த ஊர் கண்காணியின் மகள் முத்துப் பேச்சியிடம்கூட சொல்லி ஆதங்கப்பட்டுக் கொண்டிருந்தாள்.

"முத்தா... பாத்தியா புள்ள... இந்த ஆளுக்கு எம்புட்டு முடி. இங்க பாரு... பிஞ்ச விளக்குமார் கணக்கா ஏதோ நாலு முடிதான் இருக்குது," என்று தன் தலைமுடியையும் தொட்டுப் பார்த்து வருத்தப்பட்டுக் கொண்டிருந்தாள்.

அந்த சமயம் அவன் யார், எந்த ஊர் என்று தெரியவில்லை; தெரிந்து கொள்ளவும் தோன்றவில்லை. ஆனால் புளியமரத்தடியில் பஸ் நிற்கவும், அதில் இருந்து இறங்கி அவனும் கன்னிப்பட்டி நோக்கி நடக்கவும் - மலர்விழிக்கு ஒரே நைப்பாகிவிட்டது.

ஒரு கையில் கோழி, தலைமேல் கூடை, கூடவே முத்துப்பேச்சி.

பேச்சி இரண்டு ஆட்டுக்குட்டிகளைப் பிடித்து இழுத்துக் கொண்டே நடந்து கொண்டிருந்தாள்.

"எலே புள்ள... என்னாடி இந்த சடையாண்டியும் நம்ம ஊருக்கு தான் வர்றான் போல தெரியுது."

"அக்காம்... நானும் அதான் யோசிக்கிறேன். யார் ஊட்டுக்கு இவன் வர்றானாம்?"

"அவன் பாட்டும் தனியா வர்றான். யாரோடையும் பேச மாட்டேங்கறான். பாத்தா பிச்சைக்காரன் மாதிரியும் தெரியறான்; சாமியார் மாதிரியும் தெரியறான்."

"போய்வேணா கேட்டுப் பார்ப்போமா?"

இருவரும் அவனைப் பற்றிய கவலையில் மூழ்கிப் போனார்கள். ஆர்வம் அவர்களைத் துளைத்து எடுக்க ஆரம்பித்தது.

அதற்குள் கன்னிமார் ஆறு வந்துவிட்டது. கரையோரமாய் அம்பாரமாய் மந்தாரைப்புதர். வேலிக்காத்தானுக்கும் பழுதில்லை.

அவற்றுக்கு நடுவில் ஒரு ஒற்றையடிப்பாதை போல ஆற்றுக்குள் செல்லும் பாதை சென்றது.

அந்தப் பாதை முடிவில் ஆறு குறுக்கிட்டது.

தொளக், புளக் என்று அதில் தான் இறங்கி நடக்க வேண்டும். முழங்காலுக்கு தண்ணீர் ஓடியபடி இருந்தது.

கொடைக்கானல் மலைமேல் மழை பெய்தால் கன்னிமார் ஆற்றில் தண்ணீர் கூடும். சமயங்களில் மஞ்சளைக் குழைத்து விட்டதுபோல குழம்பாகவும் ஓடும். அதேசமயம் ஊருக்குள் மழை எவ்வளவுதான் பெரிதாகப் பெய்தாலும் பலனில்லை.

அதன் ஓட்டத்தைத் தீர்மானிப்பதெல்லாம் மலைதான். அதையும்கூட ஆற்றில் கால் வைக்கும் முன் பக்கவாட்டில் திரும்பிப் பார்க்கலாம்.

பச்சை பொசிந்த ராட்சஸமான மலைத் தொடர் அது. அவனும் நீரில் கால்வைத்த நொடி நிமிர்ந்து அந்த மலையைப் பார்த்தான். அங்கங்கே மேக மூட்டைகள். பார்க்கவே ரம்யமாக இருந்தது. ஆனால் அவன் அதை ரசித்த மாதிரியெல்லாம் தெரியவில்லை.

தண்ணீரில் எல்லோரையும் போல நடந்தான்.

தனது ஜோல்னா பை அப்பொழுது நனையும் போல தோன்றியது. உடனே அதை சற்று தூக்கிப் பிடித்துக் கொண்டான். அப்பொழுது உள்ளே இருக்கும் பனை ஏட்டுக்கட்டு ஒன்று கொஞ்சம்போல வெளியே தெரிந்தது. அவனுக்கு பின்னால் சில அடி இடைவெளியில் நடக்கும் மலர்விழியும் அதைப் பார்த்தாள்.

உடனே பேச்சி காதில் கிசுகிசுத்தாள்.

"ஏ புள்ள... அந்தாளு பையில பாத்தியா... ஏதோ ஏட்டுக்கட்டு. ஜோசியக்காரன் போல..." என்றாள்.

“இருக்கலாம்... அதான் நம்ம ஊர்லயே ஒரு பண்ணாடியும் கோடாங்கியும் இருக்காங்களே... இவன் வந்து என்னாத்த சொல்லப் போறான்...” பேச்சியும் சடைத்துக் கொண்டாள்.

ஒரு வழியாக ஆற்றைவிட்டு மேலேறினார்கள் அத்தனை பேரும்.

அந்தக் கூட்டத்தில் பொம்மிக் கிழவியும் இருந்தாள். அவள் தலையில் ஒரு பலாப்பழம் இருந்தது. அந்தப் பலாப்பழத்தை அவள் சுமக்கமாட்டாமல் சுமந்தபடி நடந்து கொண்டிருந்தாள். அதுவும் அவனுக்கு மிக மிக சமீபத்தில். ஒரு கட்டத்தில் கல் ஒன்று தடுக்கி, அவன்மேல் விழவே செய்தாள். அவனும் அப்படியே பக்கவாட்டில் பசலைக் கொடிப் புதரில் சரிந்து விழுந்தான்.

பின் சுதாரித்து எழுந்தவன் அந்தக் கிழவியை முறைத்துப் பார்த்தான். கிழவியோ கீழே கிடந்தாள்.

மலர்விழியும், பேச்சியும் ஓடிச்சென்று கிழவியை தூக்கி நிறுத்தினர். கிழவிக்கு காதருகே கிழிந்து ரத்தமே வர ஆரம்பித்துவிட்டது.

அவள் உடம்பே துவண்ட உடம்பு. அதில் ரத்தமும் ஏதோ உள்ளங்கை கொள்ளும் அவ்வளவுதான். அதுவும் வெளியில் வந்தால் அவள் என்னாவாள்?

“அடக்கெழவி... பாத்து நடக்கமாட்டே?”

“நீ இருக்கற இருப்புக்கு உன் தலைல ஒரு பலாக்காயி வேற. நீயும் உன் மூஞ்சியும்.”

மலர்விழி எழுப்பி உட்கார்த்தி வைத்து கிழவியிடம் அலுத்துக் கொண்டாள். அவனும் கவனித்தான். அருகில் வந்தான்.

ரத்தப் பெருக்கைக் கவனித்தவன். அப்படியே அருகில் மண்டியிட்டு அமர்ந்தான். கிழவியின் காதுப் பக்கத்தைப் பார்த்தான்.

மலர்விழிக்கும், பேச்சிக்கும் அவன் பார்வையும் அருகாமையும் என்னவோ செய்தது. அவனோ சட்டென்று தன் ஜோல்னாவுக்குள் கையை விட்டான். ஒரு விபூதிச் சம்படம் ஒன்று அவன் கையில் வந்தது. அதைத் திறந்து அதில் இருந்து விபூதியை எடுத்து கிழவியின் காதோரம் ரத்தம் பாயும் இடத்தில் தூவினான். பின் கண்களை மூடிக் கொண்டு ஏதோ ஜெபித்தான். மலர்விழிக்கு அவன் செய்கை மிகவும் ஆச்சரியத்தைத் தந்தது.

“அய்ய யாரு சாமீ நீ?” ஆர்வத்தை அடக்க முடியாமல் கேட்டாள்.

ஆனால் அவன் பதில் கூறவில்லை. அவளை உற்று ஒரு பார்வை பார்த்தான். பின் “இன்னும் பத்து நிமிஷத்துல இந்தக் காயம் துப்புரவா ஆறிடும். நான் வரேன்” என்று திரும்பவும் எழுந்து நடக்க ஆரம்பித்துவிட்டான்.

“அது சரி... எங்க ஊருக்கு யார் வீட்டுக்கு வந்திருக்கீங்க?” அவள் திரும்பவும் துடிப்போடு கேட்டாள்.

ஆனால் அவனிடம் பதிலில்லை. நடையிலோ ஒரு புது வேகம். அவள் அவன் போவதையே பார்த்துக் கொண்டிருந்துவிட்டு, கிழவியிடம் வந்தாள்.

அவள் காதில் நிஜமாலுமே ரத்தப்பெருக்கு நின்று விட்டிருந்தது.

“அடி ஆத்தி... அந்த ஆள் போட்ட விபூதில ரத்தம் வர்றது நின்னு போச்சு...” என்றாள். கூடவே இருந்த முத்துப்பேச்சியும் ஆமோதித்தாள். அப்பொழுதுதான் அவள் பார்வையில் அந்த ஏட்டுக்கட்டு பட்டது.

பசலைப்புதரில் அவன் பையோடு விழுந்த போது, பையிலிருந்து நழுவி விழுந்திருக்க வேண்டும் போல தோன்றியது. ஓடிச்சென்று எடுத்தாள். மலர்விழியும் அதைப் பார்த்துவிட்டு அவள் கையில் இருந்து தட்டிப்பறித்தாள்.

“என்ன புள்ள இது... நம்ம மலையாளத்துக்காரங்க நூல் போட்டு ஏட்டு படிப்பாகளே... அப்படியா?”

“இரு பாக்கேன்... எதாச்சும் ஜோசியமாத்தான் இருக்கணும்” என்றபடியே மலர்விழி கட்டைப் பிரித்தாள். முதல் பக்கத்து ஏட்டில் பச்சையாய் புழு நெளிவது போல பொடிப்பொடியாக எழுத்துக்கள். படிப்பதற்கே சங்கடமாக இருந்தது.

இருந்தும் எட்டாம் வகுப்புவரை படித்த படிப்பு அவளுக்கு கை கொடுத்தது.

“சப்த மாதா புராணம் என்னும் கன்னியர் கதை!”

மெல்ல எழுத்துக் கூட்டிக்கூட்டி படிக்கத் தொடங்கினாள்.

சப்த மாதாக்கள் புராணம் என்னும் எழுவராம் கன்னியரின் கதை. இதை தேவப்பிரசன்னத்தில் அக்கன்னியரில் ஒரு ஒருத்தியான இந்திராணியே வந்து நாவில் சொல்லச் சொல்ல எழுதிய கதையாம் இது.

முப்பத்து முக்கோடி தேவ தேவியரில் சப்த மாதாக்கள் என்னும் சப்த கன்னியர்கள் ஆதிமாதாவான அந்த புவனேஸ்வரியின் திருமேனியில் இருந்து அவதரித்தவர்களாவர். அவர்கள் எழுவருக்கும் யந்திர மந்திர தந்திர வித்தகன் ஒருவன் கோயில் எழுப்பினான். அவர்களைத் தன் அடிமைகளாக ஆக்கிக் கொள்ளவும் முயன்றான். அவையனைத்தும் கன்னிபுரம் என்னும் கன்னிப்பட்டி கிராமத்தில் நடந்தேறியது.

இன்னும் அவர்களுக்கான ஆலயம் கன்னிப்பட்டியில் உள்ளது.

ஏட்டை சிரமப்பட்டுப் படித்துக் கொண்டே சென்றவள் அதற்குமேல் ஏட்டில் எந்த வரியும் எழுதப்படாத நிலையில் பக்கத்துக்கு பக்கம் சில சின்னச்சின்ன வரைபடங்களைப் பார்த்தாள்.

ஒரு பக்கத்தில் ஒரு மரம் வரையப்பட்டிருந்தது.

அடுத்த பக்கத்தில் சுமைதாங்கிக் கல் ஒன்று இருந்தது. அதற்கும் அடுத்த பக்கத்தில் ஒரு சிறு பாம்புப்புற்று ஒன்று.

மலர்விழிக்கு ஒன்றும் விளங்கவில்லை. இதற்குள் பாட்டியின் காதுப் பக்கத்தில் சுத்தமாக ரத்தம் காய்ந்து, காயம்பட்ட அறிகுறியை அங்கு பார்க்க முடியவில்லை.

முத்துப்பேச்சி அதைப் பார்த்து மிக வியந்தாள். "ஆத்தி... மலரு! கிழவி காதைப்பாரு. காயம்பட்ட தடயத்தையே காணோம். அந்த சடையாண்டி ஏதோ மந்திரம்தான் பண்ணியிருக்கான். ஆமாம் இதுல என்ன போட்டுருக்குது...?" என்று ஏட்டைப் பற்றிக் கேட்டாள்.

"என்னென்னவோ போட்டுருக்குது... நம்ப ஊர்ல கன்னிமார்களுக்குக் கோயில் இருக்குதுன்னு சொல்வாங்கல்ல..."

"ஆமாம்..."

"அதைப் பத்திதான் எழுதியிருக்குது... ஆனா ஒண்ணும் விளங்கலை. ஏடெழுத்துங்களே எப்பவும் இப்படித்தான். அதை எழுதறவங்களுக்கே விளங்காது."

"சரி என்னா பண்ணப்போறே?"

"வரட்டும். தொலைச்சிட்டுப் போனவன் தேடி வருவானில்ல. அப்ப அவனாண்டையே கேப்போம். இப்போதைக்கு கிழவி நீ எழுந்திருச்சி நட..." என்று அவளை உசுப்பி எழுப்பிவிட்டு நடக்கத் தொடங்கினர்.

அவர்களோடு பஸ்ஸில் வந்தவர்கள் எல்லாம் நெடுந்தூரம் போய்விட்டனர். பாதையோரமாய் அரைநெல்லி மரம் ஒன்று அணில் ஏறிக் குதித்ததில் உலுங்கிப் போய் கிடந்தது. அதில் ஐந்தாறு நெல்லியை எடுத்து வாயில் போட்டு சுவைத்தபடியே நடக்க ஆரம்பித்தாள் மலர்!

— 2 —

இந்த உலகில் எப்பொழுதும் எந்த ஒன்றுக்கும் இரண்டு பக்கம் உண்டு... இரண்டு ஆக அது இருந்தாலே அந்த ஒன்றை நாம் விளங்கிக் கொள்ள முடியும்.

இந்த உலகம் ஒன்றுதான். ஆனால் அதில் மேல், கீழ், இடம், வலம் என்று நான்கு பக்கங்கள் இருக்கின்றன. அவற்றைக் கொண்டே உலகில் நாம் இருக்கும் இடத்தை நாம் அறிய முடியும்.

அதைப் போன்றதே சக்தியின் மானுட வடிவமும், மானுட சக்தியின் ஆக்க வடிவம் தேவ சக்தியாகும்.

மானுட சக்தியின் அழிவு வடிவம் அசுர சக்தியாகும்.

தேவசக்தி என்பது தன்னைப் போல பிறரை எண்ணுவது; அசுர சக்தியோ தன்னலத்திற்குப் பிறகே மற்றதெல்லாம் என எண்ணுவது.

தேவசக்தியின் குணம் கருணை; அசுர சக்தியின் குணமோ கோபம். இப்படி எல்லா வகையிலும் ஒன்றுக்கு ஒன்று நேர்மாறானது.

இப்படி நேர்மாறானது மோதிக் கொள்ளத்தானே செய்யும்?

அப்படி மோதிக் கொள்ளும்போதுதான் தேவசக்தியின் பலமும் உலகுக்கு விளங்கும். ஒரு வகையில் பார்க்கப் போனால் தேவசக்தியின் பெருமை விளங்குவதே அசுரசக்தியால்தான்... ஏனென்றால் தேவசக்தி எப்பொழுதும் தன் பெருமையை தானே

பேசாது. தனது வீரத்தையோ தீரத்தையோகூட அது தானே காட்டிக் கொள்ளாது.

அசுர சக்தி ஒன்று அதோடு மோதும் போதுகூட அது அடங்கி ஒடுங்கி செல்லவே முதலில் முயலும். பிறகே அது சீறிக் கிளம்பும்.

அப்படி அது சீறத் தொடங்கிவிட்டால், அதன்பின் அதை அடக்க யாராலும் முடியாது.

அப்படித்தான் ஜெகன் மாதா புவனேஸ்வரி வரையிலும்கூட ஒரு சம்பவம் நடைபெற்றது.

மாதா அழகின் சொரூபம். ஒளிமயமானவள். அவள் புன்னகை ஒன்று போதும்... புவனமெல்லாம் அதன் எதிரொலியாக எல்லோர் மனதிலும் மகிழ்ச்சித் ததும்பி வழியும்.

அவள் கண் அசைந்தாலோ மேகக்கூட்டங்கள் அணி திரண்டு மழையைப் பொழிவிக்கும். அவள் கையசைவில் ஒரு புயலே உருவாகும். மொத்தத்தில் அவளது ஒவ்வொரு அசைவுமே இந்தப் பிரபஞ்சத்தின் அதிர்வாய் அசைவாய் இருந்ததை சண்டன், முண்டன் என்கிற இரு அசுரர்கள் நோக்குகின்றனர்; வியக்கின்றனர்.

ஆஹா என்ன ஒரு சக்தி என்று நல்லெண்ணத்துடன் வியக்காமல், அது எப்படி என்கிற காரணகாரியங்களை ஆராயாமல், அது எப்படி ஒரு பெண்ணிடம் இப்படி ஒரு யவ்வனமும் சக்தி அம்சங்களும் இருக்கலாம் என்று இறுமாப்புடன் கேட்டு, அன்னை புவனேஸ்வரியை அடைந்து அவளை அடிமை செய்ய எண்ணுகின்றனர்.

மாதாவோ அவர்களின் அறியாமையை எண்ணி சிரிக்கிறாள். நீங்கள் என்னைத் தீண்டுவது நெருப்பைத் தீண்டுவது போல... எரிந்து சாம்பலாகி விடுவீர்கள் என்று எச்சரிக்கிறாள்.

அதையும் பார்த்து விடுவோம் என்று அண்ட முண்டர்கள் சவால் விடுகின்றனர்.

மாதா பொறுமை காக்கிறாள். 'மௌனமாய் இருப்போம். சண்டனும் முண்டனும் கூட அமைதியாகித் திரும்பிவிடுவர்' என்று கருதுகின்றாள்.

ஆனால் அவர்களோ மாதாவின் பொறுமையை அச்சம் என்று பொருள் கொள்கின்றனர். மீண்டும் சீற்றம் மாதாவிடம்.

அவளது சீற்றத்தில் அவள் உடம்பெல்லாம் நடுங்குகிறது. கோபாக்கினி மாதாவின் முகத்தில் சுடர்விடுகிறது.

அம்பிகையின் ஆனந்தத்துக்கு ஒரு விளைவு உண்டென்றால் கோபத்திற்கும் ஒரு விளைவு உண்டு. அவளது நெற்றியிலிருக்கும் புருவ ஆக்கினையில் இருந்து காளி தோன்றுகிறாள்.

அதைக் கண்ட அண்ட முண்டர்களும் தங்கள் பங்குக்கு கம்பன், நிசும்பன் முதலான அரக்கர்களையும் பலவித ஆற்றல் படைத்தவர்களையும் ஏவிவிடுகின்றனர். ஒரு யுத்தம் ஆரம்பமாகிறது.

யுத்தம் என்று வந்துவிட்டாலே தந்திரங்களும் வந்துவிடும்... அசுரர்கள் தரப்பில் ரக்த பீஜன் என்று ஒருவன் இருக்கிறான். அவனை யாராவது அழிக்க நினைத்தால்தான் ஆபத்து. அவனது ரத்தத்தின் ஒவ்வொரு துளியில் இருந்தும் புதிதாக ஒரு ரக்த பீஜன் தோன்றத் தொடங்கிவிடுவான்.

அவன் வாங்கியிருக்கும் வரம் அப்படி.

இப்படிப்பட்ட அசுரர்களை எல்லாம் எப்படித்தான் அழிப்பது?

எப்பொழுதும் இடர்ப்பாடு நேரிடும் போதுதான் புத்தியும் அதை வெல்ல எல்லா முயற்சியும் செய்யும். அம்பிகையும் அசுரர்களின் சாதுர்யங்களுக்கு ஏற்ப அவர்களை அழிக்கும் வல்லமையுள்ள சக்தி அம்சங்களை தன்னுள் இருந்து உருவாக்கத் தொடங்குகிறாள்.

ஒவ்வொரு சொட்டு ரத்தத்திலும் ரக்த பீஜன் உருவானால் அந்த ரத்தத்தையே குடித்து மகிழும் அம்சம் கொண்ட

சாமுண்டியை - அதாவது காளியை தன் நெற்றிப் பரப்பிலிருந்தே உருவாக்கி அளிக்கிறாள்.

அதன்பின் அவள் மேனியில் முக்கிய அங்கங்களில் உள்ள சக்தியெல்லாம் அந்தந்த சக்திக்கு உரிய தேவியாக வடிவம் கொண்டு பிறக்கின்றன.

முகத்தில் இருந்து பிராஹ்மி அவதரிக்கிறாள். ஒருவரின் உடம்பில் சிரசே பிரதானம். ஏன் என்றால் சிரசில்தான் மூளை இருக்கிறது. மூளையில்தான் எண்ணங்கள் தோன்றுகின்றன. அதாவது மூளைதான் பார்ப்பது, படிப்பது, உணர்வது போன்றவற்றின் மொத்த அவயம்.

அதே குணநலன்கள் பிராஹ்மியிடம் இருக்கின்றது. கைகளில் இருந்து வைஷ்ணவிதேவி தோன்றுகிறாள்.

கையிருந்தால்தான் எதையும் காத்து ரட்சிக்க முடியும். அதற்குத் துணைபுரிவது கரங்களே. கைதான் கட்டி அணைக்கவும், வெட்டி வீழ்த்தவும், உண்டு வாழவும், செயல்கள் புரியவும் விளங்கும் மொத்த அவயம். அதன் அம்சமாக வைஷ்ணவி.

பிருஷ்டபாகத்தில் இருந்து வராஹி.

பிருஷ்டம் கழிவுகளை வெளியேற்றுவதோடு உடம்பையும் தாங்குவது. ஓய்வு தருவது. இதன் சக்தியாக பன்றி முகத்தோடு கூடிய வராஹி தோன்றுகிறாள்.

ஸ்தனத்திலிருந்து இந்திராணி தோன்றுகிறாள். ஸ்தனம்தான் உயிர் உருவாக காரணமான மூலம். ஒன்றிலிருந்து ஒன்று என்று உயிர்க்கன்னிகள் தோன்றுவது ஸ்தனத்தில் இருந்து... இந்திராணியும் உயிரை மகிழ்வோடு பேணவும் நித்ய உச்சபட்ச இன்பமும் தரும் குணம் கொண்டவர்.

தோளில் இருந்து மாஹேஸ்வரி.

தாங்கும் கால்களில் இருந்து கௌமாரி என்று அம்பிகையின் மொத்த உடல் பாகங்களின் ஒவ்வொரு சக்தியும் ஒவ்வொரு

தேவியாகத் தோன்றி அவர்களுக்குத் தாயாக அன்னை புவனேஸ்வரி திகழ...

பிறர் கருவில் வளராமல், ஆண் பெண் சேர்க்கையில் இருவரது கர்மத்தால் பிறக்காமல் அம்பிகையின் தேக அம்சத்தில் இருந்து அவையே தேவவடிவங்களாக தோன்றி சப்த சக்திகள் என்று ஆயின.

இவர்களை ஏன் கன்னிகள் என்கிறோம்?

சாமிநாத குருக்களைப் பார்த்தபோது பஞ்சத்தில் அடிபட்டு வந்தவரைப் போலத்தான் தெரிந்தார்.

முகத்தில் வெள்ளிக் கம்பிகளை சிறுசிறு துண்டுகளாய் வெட்டி குத்திக் கொண்டது போல நரைத்த தாடி. பஞ்சடைத்த கண்கள்... இரண்டுமே அவர் ஒரு பரம தரித்திரத்தில் இருக்கும் பிராமணர் என்று சொல்லாமல் சொல்லின.

ஆனாலும் அவரைப் பார்க்கின்றவர்களுக்கு ஏனோ துளியும் அனுதாபமே ஏற்பட மாட்டேன் என்கிறது.

சிவன் கோயிலில் குருக்களாக ஊழியம் பார்க்கிறார். அது ஒரு தனியாருக்குச் சொந்தமான கோயில். மாதம் பத்துபடி அரிசி தந்து ஆயிரம் ரூபாய் கையில் தருகிறார்கள். போதாதற்கு தட்டு வரும்படி வேறு.

அது ஒரு இரண்டாயிரம் வரை வரும்.

இதுதான் அவர் மொத்த வருமானம்.

ஆனால் அதைப் பங்கு போட்டுக் கொள்ள அவர் வீட்டிலோ எட்டுப் பேர்!

எட்டுப் பேருமே பெண்கள் என்பது முக்கியச் செய்தி. இதில் அவர் மனைவி நீங்கலாக ஏழு பேரும் அவரது பெண்கள்.

பெரியவளுக்கு இப்பொழுது முப்பது வயதாகிறது. அடுத்தடுத்து இருபத்தி ஒன்பதில் ஒருத்தி, இருபத்தி எட்டில் ஒருத்தி என்று வரிசையாக ஏழு பெண்கள்.

திரும்பின பக்கமெல்லாம் சிகப்பு முக்கோணம் கண்ணில் படும் இந்த நாளில்தான் சாமிநாத குருக்கள் இப்படி பெற்றுப் போட்டிருக்கிறார்.

அரசன்கூட ஒரு பெண்ணுக்கு அடுத்து இரண்டாவதும் பெண்ணாகப் பிறந்துவிட்டால் அரண்டு போவான். போதுமடா சாமி என்று வாலைச் சுருட்டிக் கொள்வான்.

ஆனால் சாமிநாத குருக்கள் அசரவில்லை.

அதற்காக அவரை காமாந்தகாரன் என்றும் கூறிவிட முடியாது.

அப்படியானால் ஏழுபேர் எப்படி வந்தார்கள் என்று கேள்வி எழுகிறதாக்கும்? அங்கேதான் சாமிநாத குருக்களை நாம் சரியாகப் புரிந்து கொள்ள வேண்டியுள்ளது. தனக்குப் பிறகு தன்னைப் போலவே சிவத்தொண்டாற்றுவதற்கு ஒரு ஆண் வாரிசு தேவை என்று அவர் ஆசைப்பட்டார். ஆனால் முதல் குழந்தை பெண்ணாகிவிட்டது. போகிறது, அடுத்தாவது ஆணாகப் பிறக்கும் என்று நினைத்தால் அதுவும் பெண்... மூன்றாவது முனைப்பும் ஏமாற்றமே... இறுதியில் யாரோ ஒரு ஜோதிடர் உமக்கு ஏழு பெண் பிறக்க வேண்டும். அப்படி ஏழு பெண் பிறந்த பிறகே எட்டாவதாக ஆண் வாரிசு தோன்றும் என்று கூறிவிட்டார்.

அதை அப்படியே நம்பிய சாமிநாத குருக்களும் அசரவில்லை. ஏழு பெண்களை ஒருவர் பின் ஒருவராக பெற்று முடித்து எட்டாவதற்கு ஆசைப்பட்டபோது அவரது மனைவியே போய்ச் சேர்ந்துவிட்டாள். அதன்பிறகு கிட்டதட்ட இருபத்தைந்து வருடம் ஆகிவிட்டது.

அவரது பெண்கள்தான் அவருக்கு ஆணுக்கு ஆணாய், பெண்ணுக்குப் பெண்ணாய் இருந்து தாங்கி வருகிறார்கள்.

அவர்களுக்கும் கல்யாண காலம் எப்பொழுதோ வந்துவிட்டது. ஆனால் கோயில் குருக்களிடம் பெரிதாக என்ன இருக்க முடியும்?

மூத்தவள் ரம்யா. நல்ல புத்திசாலி. கவிதை, கதை, கட்டுரை என்று எழுதுவதில் கெட்டிக்காரி. அவளுக்குத்தான் இப்பொழுது ஒரு வரன் வந்திருக்கிறது. ரம்யா பார்ப்பதற்கு நல்ல அழகி. வெள்ளைவெளேர் என்று இருப்பாள். நன்கு அகண்ட நெற்றி. நீண்ட கூந்தல். நடந்தால் அன்னம் தோற்கும். அப்படி ஒரு நடையழகு. ஒருநாள் அவள் நடந்து கடைத் தெருவுக்குப் போன போது பார்த்தவன்தான் பிரதாப். சொக்கிப் போய்விட்டான்.

பொதுவாக பெண்கள் விஷயத்தில் பெரிய தாக்கங்கள் எதுவும் இல்லாதவன் பிரதாப். ஆனால் அவனே அவளைப் பின்தொடர்ந்து போய் அவள் யார், எங்கே இருக்கிறாள் என்பதை எல்லாம் தெரிந்து கொண்டுதான் திரும்பினான்.

இத்தனைக்கும் பிரதாப் அமெரிக்காவில் ஒரு பெரிய வெள்ளைக்கார நிறுவனத்தில் இன்ஜினியராக இருப்பவன். அவன் அம்மாவும் கல்யாணத்திற்காக அவனை தினமும் போட்டு அனத்திக் கொண்டிருக்கிறாள்.

அப்படிப்பட்டவளுக்கு அவனாக வந்து ரம்யா பற்றி கூறவும், பழம் நழுவி பாலில் விழுந்தது போல் ஆகிவிட்டது. அவளும் புறப்பட்டுப் போய் சாமிநாத குருக்களையே பார்த்தாள்.

அப்பொழுதுதான் மீதி உள்ள ஆறு பெண்களையும் ஒரு சேரப் பார்த்தாள். அவர்கள் ரம்யாவின் சகோதரிகள், தாயில்லாத பெண்கள் என்று தெரியவும் அவளுக்கு 'பொக்'கென்றாகிவிட்டது. போன வேகத்தில் திரும்பி வந்து பிரதாப்பிடம், "உனக்கு அந்தப் பெண்ணும் வேண்டாம், அந்தக் குடும்பமும் வேண்டாம்" என்று முகத்திலடித்த மாதிரி கூறிவிட்டாள்.

பிரதாப் காரணம் கேட்டபோது விஷயத்தைச் சொன்னவள், மீதி உள்ள ஆறு பெண்களுக்கும் அப்புறம் நீதான் மாப்பிள்ளை பார்க்க வேண்டிவரும் என்று கூறிவிட்டாள்.

பிரதாப் அதற்கெல்லாம் அசரவில்லை.

சாமிநாத குருக்களைப் போய் பார்த்தான்.

“நீங்கள் உங்கள் ஆறு பெண்களுக்கும்கூட மாப்பிள்ளை பாருங்கள். நான் பண உதவி செய்கிறேன். என் லைனும் கிளியர் ஆகிவிடும்” என்றான்.

ஆனால் குறைந்தது பதினைந்து பவுன்கூட இல்லாமல் யாரும் குருக்களின் பெண்கள் கழுத்தில் தாலிகட்டத் தயாரில்லை.

அதனால்தான் குருக்கள் சோர்ந்துவிட்டார்.

மூத்தவளுக்கு நல்ல வரன் வந்தும், மற்றவர்களுக்கு ஒரு வரன்கூட அமையவில்லையே என்று ஒரு புறம் கவலை. அமைந்தாலும் கிட்டதட்ட நூறு பவுன் நகை தேவை. அது போக கல்யாணச் செலவு வேறு! இதற்கெல்லாம் என்ன செய்வதென்று தெரியவில்லை. அப்படியே சோர்ந்து போய் உட்கார்ந்துவிட்டார். அவரை அந்தக் கோலத்தில் பார்த்த அவரது நண்பர் ஒருவர் குத்தாலம் நஞ்சுண்டா பிள்ளையைப் போய்ப் பார்க்கச் சொன்னார்.

எதற்குத் தெரியுமா?

நாடி ஜோசியம் பார்க்க!

“எனக்குப் பார்த்து என்னவே பிரயோஜனம்?”

“உங்களுக்குப் பார்த்தாதான் நாங்க நல்லா இருப்போம்.”

“போதும்யா... இந்த மாதிரி குல்லாயை எல்லாம் நான் எம்புட்டு பார்த்துருக்கேன் தெரியுமா?” சாமிநாத குருக்கள் ஏளனமாகப் பேசியும், அந்த நண்பர் ஜோதிடரிடம் இழுத்துக் கொண்டு போயே போய்விட்டார்.

அவருக்கான நாடி ஏடும் வந்தது!

அதில் வந்த செய்தியை சொன்னவருக்கு முகமெல்லாம் வெளிரிவிட்டது.

“சாமி...”

“என்ன ஜோதிடரே?”

“என்ன சாமி இப்படி வந்துருக்கு?”

“எப்படி?”

“உம்ம பொண்ணுங்க பொண்ணுங்களே இல்லை சாமி...”

“பிறகு?”

“அந்த சப்த கன்னிங்கதான் உங்க வயித்துல வந்து பொறந்துருக்காங்களாம்.”

“என்ன இது உளறல்?”

“உளறல் இல்ல சாமி... உங்க ஏட்டை எழுதின அகத்தியர் சொல்ற உண்மை இது.”

“ஏழு பொண்ணுங்கங்கறதால உடனே சப்த கன்னின்னு அடிச்சு உட்றீங்களாக்கும்?”

“அப்படி எல்லாம் இல்ல சாமி. ஏடு என்ன சொல்லுதோ அதை நான் சொல்லுதேன்.”

“சரிய்யா... அவங்க சப்த கன்னிங்க! இப்ப அதுக்கு என்ன?”

“என்ன சாமி அப்படி சொல்லிட்டீங்க. இவங்களுக்கு நீங்க விரும்பினாகூட கல்யாணம் பண்ணி வைக்க முடியாதுங்க சாமி. இவங்க ஏழு பேரும் எப்பவும் இப்படித்தான் இருப்பாங்க. அதுமட்டுமில்ல... இவங்க ஒவ்வொருத்தர்கிட்டேயும் ஒரு சக்தி இருக்கு. அது இனி போகப் போகத் தெரியும். இவங்களைக் கும்பிட்டு வணங்கினா எவ்வளவு வேணுமானாலும் உதவி செய்வாங்க.

இவங்களால நிறைய அதிசயமெல்லாம் நடக்கப் போகுதுங்க சாமி” என்றார் அந்த ஜோதிடர்.

சாமிநாத சர்மா கிட்டதட்ட வெலவெலத்துப் போய்விட்டார்.

‘ஒரு பெண்ணை வைத்திருந்தாலே ஊர் ஒரு மாதிரி பேசும். ஏழு பெண்களை வைத்துக் கொண்டிருந்தால் எதுதான் பேசாது.

யார் கையிலாவது பிடித்துக் கொடுத்துவிட்டால் நிம்மதி என்று பார்த்தால், அவர்கள் விஷயம் இப்படி வருகிறதே’ என்று குருக்களுக்கு ஒரே கவலை.

அந்த ஏட்டில் இன்னொரு தகவலும் வந்தது.

“இந்த ஏழு பேரும் நீங்கள் விரும்பியபடி ஆளுக்கு ஒருவரை திருமணம் செய்து கொண்டு வாழ வேண்டும் என்று விரும்பினால் கன்னிப்பட்டி கிராமத்திற்குச் சென்று, அங்கு எங்கே இருக்கிறது என்பதே தெரியாதபடி உள்ள சப்த கன்னியர்களுக்கு கோயில் எழுப்ப வேண்டும். அப்படி எழுப்பப்படும் சப்த கன்னியர்களுக்கு இவர்கள் விரதம் இருந்து பூஜை செய்தால், அரசர்களே மணமகனாகத் தேடி வருவார்கள். வாக்கு இதுவும் சத்தியம்” என்று தொடர்ந்து அந்த தகவல் சாமிநாத குருக்களை அப்படியே திக்குமுக்காட வைத்துவிட்டது.

ஏடு பார்த்த கையோடு மனதில் ஏறிக்கொண்ட அந்த சப்த கன்னியர்கள் பற்றிய தகவல்களுடன் வீடு நோக்கி திரும்பத் தொடங்கினார் குருக்கள். வழியில் எதிர்பட்டார் பஞ்சாபகேச சாஸ்திரிகள்.

தொண்ணூறு வயதாகிறது.

தொண்டு கிழம். அதீதமான சாஸ்திர ஞானம் உடையவர். நல்ல பிராம்மண லட்சணம் வேறு. கண்கள்தான் சற்று பூஞ்சை பூத்துவிட்டது. இருந்தாலும் ஞாபக சக்தியில் பிசகில்லை.

ஏழு பெண்களுக்குத் தகப்பன் என்பதால் சாமிநாத குருக்களின்மேல் ஒரு தனிப் பற்றுதல். கண்களுக்கு மேல் கையை கூரையாக்கிக் கொண்டு சாமிநாத குருக்களைப் பார்த்தவர், “சாமி... எங்கடா இந்தப்பக்கம்?” என்று ஆரம்பித்தார்.

“அட என்னன்னு சொல்வேன் மாமா... நான் ஒரு பாழாப்போன பொறப்பா போய்ட்டேன்.” சாமிநாத குருக்களின் குரல் உடைந்து தொண்டை கமறியது.

“என்னடா சிக்கல்... எதனால இப்படி மனசு தளர்ந்து போய் பேசறே?”

“உசுரோட இருக்கேனே... அதுவே பெருசு.”

“உளறாம விஷயத்தைச் சொல். என்ன... உன் பொண்ணுங்களுக்கு ஒரு வழி பொறக்கலையேங்கற விசாரமா?”

“எனக்கு வேற என்ன கவலை இருக்க முடியும்? ஒரு பொண்ணு இருந்தாலே தள்றது கஷ்டம். இதுல எனக்கு ஏழு பொண்ணு.”

“பைத்தியக்காரா... ஏதோ உனக்குத் தெரியாமலே ஏழு பேரும் பொறந்துட்ட மாதிரின்னா இருக்கே உன் பேச்சு. பையன் வேணும், பையன் வேணும்னு நீ பண்ண தப்புக்கு அவா என்னடா பண்ணுவா?”

“ஏ மாமா... பிள்ளைக் குழந்தை வேணும்னு ஆசைப்பட்டது ஒரு தப்பா?”

“அது தப்புல்லடா... அப்படி பொறக்காத நிலைல வந்து பொறந்துட்ட இந்த பெண்களை ஒரு பாரமா நீ நினைக்கறே பாரு... அங்கதான் இருக்கு உன் தப்பு...”

“நான் என்ன ஏழு பேருக்கும் சோறு போடலையா... இல்ல துணிமணிதான் வாங்கித் தரலையா... அவாளையும் காப்பாத்தத்தானே செய்யறேன்.”

“இதோ பார், ஆசையா ஈடுபாட்டோட ஒரு விஷயத்தை செய்யறதுக்கும், தலையெழுத்தேன்னு நினைச்சுண்டு செய்யறதுக்கும் நிறைய வித்தியாசம் இருக்குடா சாமி.”

“புரியறது மாமா... ஆனா நம்ம சாஸ்திரமும் சரி, சம்பிரதாயமும் சரி பெண் குழந்தைகளை ஒரு பாரப்பொருளான்னா ஆக்கி வெச்சுருக்கு.

பெண்ணுக்கு ஒரு அப்பா பண்ற கல்யாணத்தைக்கூட சுபச்செலவுன்னுதானே சொல்றது...?

ஒருத்தன் கைல ஒப்படைக்கிற நிகழ்வை கன்னிகாதானம்னு சொன்னாலும் தானம் வாங்கிக்கறவா சும்மாவா வாங்கிக்கறா? எத்தனை பவுன் போடுவேன், எவ்வளவு வரதட்சணை தருவேன்னுதானே பாக்கறா...”

“எனக்கு தெரியாத எந்த ஒரு விஷயத்தையும் நீ இப்ப சொல்லிடலை. தினம் கோயில்ல சுவாமிக்கு ஆறுகால பூஜை பண்ணியும் உனக்கு இன்னும் ஞானம் சித்திக்கலைன்னுதான் சொல்வேன். ஒண்ணு மட்டும் சொல்றேன் கேட்டுக்கோ... மனசுங்கறது பாரபட்சமில்லாம இருக்கணும். அப்ப அங்க சுலபமா பகவான் வந்து தங்குவார். அவன் வந்து தங்கிட்டா சாஸ்திரமாவது, சம்பிரதாயமாவது... வழிகள் தானா பொறக்கும்.

அப்படி ஒரு பாரபட்சமில்லாத மனசு உடையவா சொன்னது நடக்கும், கேட்டது கிடைக்கும். அதை நீ தெரிஞ்சுக்கோ.”

“ஏன் மாமா... இப்படி சும்மா போயிண்டிருந்த என்னைக் கூப்பிட்டு வாயைப் பிடுங்கறேள், சரி... நான்தான் பாரபட்சமானவன், ஞானமில்லாதவன். நீங்கதான் பாரபட்சமில்லாதவர் ஆச்சே. நீங்க சொன்னாதான் எல்லாம் நடக்குமே... எங்க சொல்லுங்களேன் பார்ப்போம். என் ஏழு பெண்களுக்கும் இந்த ஜென்மத்துல கல்யாணம் இல்லைன்னு நாடில வந்துடுத்து. அதை மீறி அவாளுக்கு கல்யாணம் நடக்கணும்னா, எங்கேயோ ஒரு ஊர்ல் சப்த கன்னியர்களுக்கு ஏழு கோயில் இருந்து அது இப்ப மறைஞ்சுடுத்தாம். அதை நான் கண்டுபிடிச்சு கோயிலும் கட்டி, அந்தக் கன்னியர்களுக்கு என் பெண்கள் பூஜை செய்து, விரதமும் இருந்தா ராஜா மாதிரி மாப்பிள்ளை வருவானாம். அதுவும் நான் தேட வேண்டாமாம். அவாளாவே வருவானாம்.”

சாமிநாத குருக்கள் மன அழுத்தம் தாங்காமல் படபடவென்று பொரிந்து தள்ளிவிட்டார். அதை எல்லாம் கேட்ட பஞ்சு சாஸ்திரிகளிடமும் ஒருவித மெல்லிய அதிர்ச்சி. மௌனமாகிவிட்டார்.

“மாமா... என்ன பதிலைக் காணோம்.”

“இல்ல... நாடில உனக்கு வந்ததா சொன்ன தகவல்களை நினைச்சேன்... அதான்.”

“இப்பல்லாம் நாடில இப்படி நம்ப முடியாத தகவல்தானே வர்றது.”

“அப்படி சொல்லாதே... எப்பவோ யாருக்கோ நீ செய்த ஒரு உபகாரம்தான் இப்ப நாடி ரூபத்துல ஒரு தகவலா உனக்கு வந்து சேர்ந்துருக்கு.”

“நீங்க என்ன சொல்றேள்?”

“சப்த கன்னியர்களுக்கு கோயில் கட்டணும்னுதானே செய்தி வந்தது...”

“ஆமாம்.”

“அது ஒரு அற்புதமான பரிகாரம். சாமி... அதை நீ செய்துட்டா நிஜமாலுமே உன் ஏழு பொண்களுக்கும் விடிஞ்சுடுண்டா.”

“என்ன மாமா நீங்க... நான் என்ன புதை பொருள் இலாகாவுலயா வேலை பாக்கறேன். அந்த காணாம போன கோயில்களை எல்லாம் கண்டுபிடிக்க?”

“பைத்தியக்காரா... எதையும் நேரா சிந்திக்க பழகு... ஏழு பெண்கள் உன் வயித்துலதான் பொறந்துருக்கா. ஏழு கன்னிகளுக்கான கோயிலையும் நீ கண்டுபிடிக்கணும்னுதான் நாடில தகவல் வந்துருக்கு. ஒண்ணுக்கொண்ணு தொடர்பு இருக்குடா.”

“இங்கேயும் ஏழு, அங்கேயும் ஏழு! இதுக்குமேல என்ன மாமா இருக்கு தொடர்பு...”

“எப்பவும் வெறும் புத்தியோடதான் யோசிப்பியா... ஞானத்தோட எதையும் சிந்திச்சே பார்க்க மாட்டியா?”

“இதுல ஞானத்தோட சிந்திக்க என்ன மாமா இருக்கு?”

“என்ன இல்லை... உனக்கு ஏண்டா புருஷ குழந்தைமேல ஆசை வரணும். அதுக்காக அலுத்துக்காம ஏழு பெண் குழந்தைவரை ஏன் நீ பெத்துக்கணும்? சரியா ஏழு பெண் பிறந்த நிலைல ஏன் உன் பொண்டாட்டி போய் சேரணும்? அவ இந்த ஏழாவதுக்கு முந்தியோ, இல்லை ஆறாவதுக்கு பிந்தியோ போய் சேர்ந்துருக்கலாம்தானே?”

“ஒரு வார்த்தைல இதுக்கு பதில் இருக்கு... எல்லாம் விதி. அவ்வளோதான்.”

“மண்ணாங்கட்டி. இதோ பாருடா... நான் சித்த முன்ன காசிக்கு கிளம்பி போய்ண்டிருந்தேன். ரயில் ஏறப்போன போது ஒரு தகவல். என் பெரியப்பா பிள்ளை கும்பகோணத்துல கையிலாது பிராப்தி அடைஞ்சுட்டானாம். நான் பத்து நாள் பங்காளி தீட்டு வந்து அண்டவும், அதோட காசிக்குப் போகக் கூடாதுன்னு திரும்பினேன். ஒரு அஞ்சு நிமிஷம் முந்தி அந்த ரயில் கிளம்பியிருந்தாலும் எனக்கு என் பங்காளி செத்துப் போய்ட்ட தகவல் தெரியாமலே போயிருக்கும். நான் அங்க போய் எனக்கு தகவல் தெரியும்போது, இங்க எல்லாம் முடிஞ்சு தீட்டும் கழிஞ்சிருக்கும். ஆனா அப்படி நடக்காம தகவல் முன்னால கிடைச்சு என் யாத்திரை நடக்காம போயிடுத்து. அட ஈஸ்வரா, இப்படி பண்ணிட்டியேன்னு நினைச்சேன். இப்ப உன்னைச் சந்திக்கும் போதுதான் காரணம் புரிகிறது.

உனக்கு வழிகாட்டத்தான் அந்த பகவான் என்னை போகவிடலைங்கறது எனக்கு இப்பதான் புரியறது. இப்படி உள்ள பிளந்துப் பார்த்துப் புரிஞ்சுக்கறதுக்கு பேர்தான் ஞானம்.”

“என்னென்னவோ சொல்றேளே மாமா... இப்ப என்னை என்ன பண்ணச் சொல்றேள்?”

“அப்படிக் கேள். உன்னால ஏழு கன்னித் தெய்வங்களும் வெளிப்பட இருக்காடா, இதுக்கு நீ எவ்வளவு புண்ணியம் செய்துருக்கணும் தெரியுமா?”

“ஏழு பெண்களை சுமந்துண்டு வழி தெரியாம நிக்கற பாவி நான். உங்களுக்கு புண்ணியவானா தெரியறேனா?”

“நீ புண்ணியவான் தாண்டா!

உன் ஏழு பெண்களும்கூட சாதாரண பெண்களா இருக்க வாய்ப்பில்ல. அவா பேர் என்ன... வரிசையா சொல் பார்ப்போம்.”

“பெரியவ பேர் ரம்யா.”

"ரம்யா... பிரம்யா... பிராம்ஹி... அடடா முதல் கன்னியோட இந்த பேர் அப்படியே ஒத்துப்போறதே... ம்... அடுத்தவ பேர்?"

"மஹேஸ்வரி."

"அடடா... இரண்டாவது கன்னி பேர்தான் அது. ம்... வரிசையா மத்தவா பேர் சொல் பார்ப்போம்."

"மூணாவதவ கௌரி, நாலாவதவ வைஷ்ணவி, அஞ்சாவதவ வரலட்சுமி, ஆறாவதவ இந்திரா, ஏழாவதவ சாமுண்டீஸ்வரி."

"ஆஹா... ஆஹா... என்ன ஒரு ஆச்சரியம். ஏண்டா நீ ஒரு கோயில் ஊழியம் பாக்கற பிராம்மணன்தானே... உனக்கு அந்தக் கன்னியர் பேர் இவாளுக்கு வரிசையா அமைஞ்சுருக்கறது தெரியலியா?"

"ஆமாம் மாமா... இப்ப நீங்க சொல்லும்போதுதான் நானே யோசிச்சு பாக்கறேன். எப்படி இப்படி நடந்தது?"

"அதாண்டா தெய்வ சித்தம்கறது. ஏழு தெய்வங்களைப் பெண்ணா பெத்துட்டு அலுத்துக்கறியேடா முட்டாளே."

பஞ்சு சாஸ்திரிகள் சொல்லச் சொல்ல சாமிநாத குருக்களின் கண்களிலும் ஒருவித பரவசக் கண்ணீர் அலையடிக்கத் தொடங்கியது.

அடுத்து பஞ்சு சாஸ்திரிகள் சொன்னதுதான் ஒரு அஸ்திரம் போல் நின்றது.

"சாமி... இனி நீ எதுவும் பண்ண வேண்டாம். எல்லாம் தானா நடக்கும் பார். ஆமா நாடில வந்த அந்த ஊர் பேர் என்ன?"

"கன்னிப்பட்டிங்கற கன்னிபுரம்."

"ஓ... பெரியகுளம் பக்கத்துல மலையடிவாரத்துல இருக்கற அந்தக் கிராமமா?"

"ஓ... உமக்கு அந்த ஊர் எங்க இருக்குன்னு தெரியுமா?"

“இனிமே அது உலகுக்கே தெரியப்போற ஊர் ஆகப்போறது பார்...”

பஞ்சு சாஸ்திரிகள் சொல்லும்போது அவர் உடம்பிலும் ஒரு ஆனந்தப் பரவசம்!

✦ ——— ✦

— 3 —

அன்னை பராசக்தியும் ஜகன்நாயகியுமான அந்த லலிதாவின் ஸ்தூலதேகத்தில் இருந்து ஸ்தூலம் எடுத்து வந்தவர்கள் சப்த கன்னியர்கள்.

இவர்களின் ஸ்தூலம் ஒரு குறிப்பிட்ட சக்தியால் ஆனது. அதற்கேற்பவே அவர்களுக்குப் பெயரும் அமைந்தது. அந்தப் பெயர்களைக் கொண்டே அவர்களின் சக்தியையும் நாம் அறியலாம்.

பிராம்ஹி என்றால் பிரம்மாவின் படைப்புத் திறம் உடையவள். அதை அருளுபவள். மஹேஸ்வரி என்றால் அந்த ஈஸ்வரனாகிய சிவனின் சக்தியை உடையவள். அழிக்க வேண்டியதை அழிப்பது இவள் செயல். மூன்றாமவள் சௌமாரி. இவள் சௌமாரம் என்னும் முருக சக்தியைக் கொண்டவள். ஈசனும் உமையும் கூட அழிக்க இயலாதவர்களை அழிக்க அவதாரம் எடுத்தவனே கந்தன். அந்த கந்தனின் அம்சம் இவள்.

நான்காமவள் வைஷ்ணவி. பெயரிலேயே இவள் விஷ்ணு அம்சம் கொண்டவள் என்பது விளங்கியிருக்கும். அழிக்க வேண்டியதை அழித்து ரட்சிப்பது ஈசன் செயல் என்றால் காக்க வேண்டியதை காத்து ரட்சிப்பது விஷ்ணுவின் செயல். அதனாலேயே அந்த மூர்த்தி பலப்பல அவதாரங்கள் எடுக்க நேர்ந்தது. இவளும் காத்து அருளுபவள்.

அடுத்தவள் வராஹி... பன்றிமுகம் கொண்ட இவள் சப்த கன்னியரில் வித்தியாச குணநலன் உடையவள். மிருகங்களின் வராகம் எனப்படும் பன்றியானது பசுவின் குணம், புலியின்

வேகம், யானை போல் தாங்கும் திறன் என்று மற்ற மிருகங்களின் கலவையான சக்திகளை உடையது. தாவரப் பட்சிணியாக இருந்தாலும் மாமிச பட்சிணிகளுக்கு இணையான பலம் கொண்டது.

இவளும் மிருக பலமும் தேவ குணமும் கொண்டவள். பக்தர்களின் துன்பங்களைத் தாங்கிச் சுமப்பவள் இவள்.

அடுத்தவள் இந்திராணி. இறை சக்தியோடு அமுதம் உண்ட தேவர்கள் அனைவரின் சக்தியையும் ஒருமுகமாகப் பெற்றவள். சப்த மாதாக்களில் இவள் மகாலட்சுமியின் குணத்தைக் கொண்டவள். பாக்கியங்களைத் தருவது இவள் செயல்.

அடுத்தவள் சாமுண்டி. இவள் அந்தப் பராசக்தியின் அம்சத்தைக் கொண்டிருப்பவள். வீரம் இவளது மகா குணம். வராஹி மாந்தர்க்கு அருளுபவள் என்றால், இவள் தேவர்களுக்கே அருளுபவள். இன்னும் சொல்லப்போனால் பத்ரகாளியே சாமுண்டியாக வந்தவள் எனலாம்.

சப்த கன்னியர்களில் இவளே முதலாமவள் என்பதும் முக்கியம்.

எல்லாம் சரி... இவர்கள் ஏன் கன்னியர்கள் என்று அழைக்கப்படுகிறார்கள் என்பது முக்கியம்.

கன்னிமை என்பது உயிர்களை உருவாக்கி அளிக்கும் தாய்மைக்கு முந்தைய பவித்ரமான நிலை. அது மட்டுமல்ல, மிக தூய்மையான ஒன்று என்பதும் இதன் பொருள்.

கன்னிமையை மட்டும் களங்கப்படுத்தவே கூடாது. கன்னிமையைத் தாய்மைக்கு இட்டுச் செல்லலாம். அந்த மாற்றம் அனுமதிக்கப்படுகிறது. களங்கப்படுத்துவது என்பது மட்டும் கூடவே கூடாது. அதுமட்டுமல்ல... இவர்களின் அவதார நோக்கமும் தங்களுக்குரிய முழுமையான சக்தியோடு விளங்கிடுதல் என்பதும், ஆண்தன்மை என்னும் சிவ மூலத்தைத் துணையாகக் கொள்ளாததும் ஆகும்.

அதாவது ஒரு ஆணின் (சிவ மூலம்) துணையின்றி பெண்ணிடம் (சக்தி) பெண்ணாக ஜனித்தவர்கள்.

உலக உயிர்களில் ஆணாயினும் சரி... பெண்ணாயினும் சரி... அவர்களிடம் ஆண் அம்சம், பெண் அம்சம் இரண்டும் கலந்தே இருக்கும். ஆனால் இவர்களிடம் பெண் அம்சம் மட்டுமே இருப்பது இவர்களின் அவதாரச் சிறப்பாகும்.

இவர்கள் போல ஒரு தேவ அம்சம் வேறு எவரிடமும் இல்லை.

சக்தியால் அவதரித்த இவர்கள் சப்த மாதர்கள் ஆனது போல சிவத்தால் சக்தியம்சம் சாராமல் அவதரித்தவர்கள் ருத்ரர்கள். அவர்களும் கன்னிச்சாமிகளே!

எனவே, கன்னிமை என்பது பிறப்பை அடிப்படையாகக் கொண்டும் அமைவது. அது ஒருவித பலம்!

கன்னிப்பட்டிக்குள் மலர்விழி நுழைந்தபோது இருட்டிக் கொண்டு வந்தது. அவளது தாயும், தந்தையும் வீட்டு வாசலிலேயே நின்று கொண்டு அவளை எதிர்பார்த்துக் கொண்டிருந்தனர்.

கோழியும் கையுமாக கூடவே அந்த ஏட்டுக்கட்டோடு அவள் வரவும் ஆச்சரியமாகப் பார்த்தனர்.

“ஏம்புள்ள இவ்வளவு நேரம்?” என்று அவளது அப்பா மணியக்காரர் மகாலிங்கம் வாயைத் திறந்தார்.

“வர்ற வழியில நம்ம கெழவி கீழ விழுந்து காது கிழிஞ்சிப் போச்சுப்பா...” என்று ஆரம்பித்தவள், நடந்தது முழுவதையும் சொல்லி நிறுத்தினாள்.

மகாலிங்கம் முகத்தில் ஈசல் பறக்கத் தொடங்கிவிட்டது.

“ஆமா... அந்த ஆள் எப்படி இருந்தான்...?”

“அதான் சொன்னேனே. சாமியாராட்டமும் தெரியுது. கோடாங்கியாட்டமும் தெரியுது. ஒண்ணும் புரியல. அதுகிட்டதான்

இந்த ஏட்டுகட்டு இருந்துச்சு...” என்றபடியே அந்த ஏட்டுக்கட்டை எடுத்து நீட்டினாள்.

மகாலிங்கம் அதைப் பார்த்தவிதமே சரியில்லை. அவர் பயப்படுகிறார் என்பது தெரிந்தது.

“ஏம்ப்பா... உனக்கே பயமா இருக்குதா?”

“ஆமா புள்ள... இப்பதான் கொஞ்சநாளா நம்ம ஊர் நிம்மதியா இருக்குது. திரும்பவும் பழையபடி ஆயிடும் போல் தெரியுது.”

“என்னப்பா சொல்றே?”

“அட என்னத்த நான் சொல்வேன். சரி, நீ இரு. நான் போய் நம்ம ஆளுகளைப் பார்த்துட்டு வர்றேன்.”

மகாலிங்கம் ஏதோ சொல்ல வந்து, பிறகு சொல்லியபடி நழுவுவதை மலர்விழிகளால் உணர முடிந்தது. மகாலிங்கம் விலகவும் கொல்லைப் பக்கமாக கந்தனின் தலை தெரிந்தது.

அவளது மாமன் மகன். முறைப்பையன்!

கையில் ஒரு கோலுடன் தலையில் உருமாவுடன் நின்று கொண்டிருந்தான். கண்களில் ஒருவித ஏக்கம். அவனைப் பார்க்கவும் மலர்விழிக்குக் கொஞ்சம் பதைத்தது. அவள் தாயும் அவனைப் பார்த்தாள். அவளிடமும் பதைப்பு. கந்தன் சற்று நெருங்கி வந்தான். வந்தவன் கைகளில் நிறைய மனோரஞ்சித மலர்களும், ஒரு தேன் குடுவையும் இருந்தன. அவற்றைக் கீழே வைத்தான். அவளுக்குப் புரிந்துவிட்டது.

கன்னிப்பட்டியில் மனோரஞ்சிதம் அபூர்வமாக விளையும் ஒரு பூ. ஐம்பதடி தூரத்திலேயே கமகமவென்று மணக்கும். அந்த வாசத்திற்காகவே அதன்மேல் நிறைய நல்ல பாம்புகள் படுத்துக்கிடக்கும். அதற்குப் பயந்து கொண்டே யாரும் அந்த மலர்ச் செடியருகில் செல்ல மாட்டார்கள். அதே போலதான் தேன் பிழிந்து எடுத்து வருவதும் - உச்சாணிக் கொம்பில் சடைசடையாக தொங்கிக் கொண்டிருக்கும் தேன்கூட்டை நெருங்கி, தேனீக்களை விரட்டிவிட்டு தேன் பிழிவது என்பது

சாதாரணமானதல்ல. அந்தச் சிரமங்கள், அதற்குப் பின்னால் உள்ள காயங்கள் பற்றி எல்லாம் ஊருக்கே தெரியும்.

கந்தனும் அவற்றோடு வந்து நிற்கவும் மலர்விழிக்குப் புரிந்துவிட்டது.

“எலேய்... எதுக்குடா இப்படி சிரமப்பட்டு இதை எல்லாம் கொண்டுகிட்டு வர்றே? இவர் பார்த்தா என்ன நடக்கும்னு தெரியும்ல?” மலரின் அம்மா வள்ளிக்கண்ணு அழுத்தம் கொடுத்து கேட்டாள்.

அவன் பதில் கூறாமல் திரும்பி நடந்தான்.

கூறவும் முடியாது. பத்து வயதில் அம்மை வந்தபோது ஜன்னி கண்டதில் என்னவாயிற்று என்றே தெரியவில்லை. அவனால் பேச முடியாமல் போயிற்று.

அதன்பின் அவனை கந்தன் என்றால் யாருக்கும் தெரியாது. ஊமையன் என்றால்தான் தெரியும். ஆரம்பத்தில் அவனுக்குத்தான் மலர்விழி என்று சொல்லிச் சொல்லி வளர்த்திருந்தனர்.

கந்தன் ஊமையன் ஆகவும் அந்த உறவு அப்படியே முறிந்துவிட்டது.

அவன் தாயான சண்முகத்தாயிடம் மகாலிங்கம் ஒரு நாள் ஆவேசமாக கூறிவிட்டார்.

“சம்முகம்... இனி உம்மவனை சொந்தம் கொண்டாடிகிட்டு என் வீட்டுப் பக்கமெல்லாம் அனுப்பாதே. எம்மவளை நான் நல்லா படிச்சவனுக்கோ, இல்லாட்டி நிலம் நீச்சு கொண்டவனுக்கோதான் கட்டிக் கொடுக்க விரும்பறேன். உன் மவன் மாதிரி ஊமையனுக்கில்ல” என்று கறாராகக் கூறிவிட்டார்.

மலர்விழிக்கு அது வருத்தமாகத்தான் இருந்தது. அன்று யாருக்கும் தெரியாமல் கந்தனைப் போய்ச் சந்தித்தவள், “மாமா... கவலைப்படாதே. நான் கட்டுனா உன்னைத்தான் கட்டுவேன். அதை யாராலயும் மாத்த முடியாது. என் அப்பா எனக்கு நல்லது செய்யறதா நினைச்சுக்கிட்டு கெடுதல் பண்ணிகிட்டு இருக்குறார்.

கவலைப்படாதே. எல்லாம் காலத்தால் மாறிடும்" என்று ஆறுதல் எல்லாம் கூறியிருந்தாள். அதெல்லாம்தான் அவனை இப்படி பூப்பறிக்கவும் தேன் எடுக்கவும் வைத்து நடமாட விட்டுக் கொண்டிருக்கிறது.

அவனுக்காகப் பெரிதும் வருத்தப்பட்ட மலர்விழி அவன் தலை மறையும்வரை பார்த்துக் கொண்டிருந்துவிட்டு பின் அவன் கொண்டு வந்த மனோரஞ்சித பூக்களில் ஒன்றை எடுத்து தலையில் சூடிக் கொண்டாள். தேனையும் எடுத்து - உள்ளே வைத்தாள்.

கன்னிப்பட்டிக்கு இன்னும் மின்சாரம் வந்திருக்கவில்லை. ஆற்றுக்கு அப்பால் மலையடிவாரத்தில் உள்ள ஒரு பின்தங்கிய ஊர் என்பதால் அரசாங்கம் பெரிதாகக் கண்டு கொள்ளவில்லை.

எனவே எல்லார் வீடுகளிலும் தீப்பந்தம்தான். தீப்பந்தத்துக்கு ஆமணக்கெண்ணெயையும், விளக்குக்குக் கர்பஜோதி இலையையும்தான் பயன்படுத்தினர். கர்பஜோதி மரம் ஒரு அபூர்வமான மரம். அதன் இலையைச் சுருட்டித் திரியாகப் போட்டு தீபம் ஏற்றினால் ஒரு இலை எந்தவித எண்ணெயும் இன்றி மூன்று நான்கு மணி நேரம் எரியும்.

ஊரிலேயே மொத்தமும் ஏழு மரங்கள்தான் இருக்கின்றன. அந்த மரத்தில் இருந்து உதிர்ந்து விழும் இலைகளைத்தான் விளக்குக்குப் பயன்படுத்தலாம். இதெல்லாம் காலகாலமாகவே ஊருக்குள் நடைமுறையில் இருந்துவரும் விஷயங்கள். அதை யாரும் மீறியதும் இல்லை.

மகாலிங்கம் ஊரின் நாட்டாமையான நாராயண சிவம் என்பவரைத் தேடிச் சென்ற போதும் தீப்பந்தங்கள்தான் வெளிச்சம் சிந்தி வழியைக் காட்டின. நாராயண சிவமும் ஒரு பெரிய கருத்த போர்வையை உடம்பின்மேல் போர்த்திக் கொண்டு வெளியே கட்டில் ஒன்றில் அமர்ந்து கொண்டிருந்தார். அவரைச் சுற்றி அவரது நட்பு வட்டம் அமர்ந்திருக்க, ஆடு புலி ஆட்டம் ஆட அவர்கள் தயாராகிக் கொண்டிருந்தனர். சற்றுத்தள்ளி அடுப்பு

மூட்டி அதில் சோளக்கதிர்களைச் சுட்டுக் கொண்டிருந்தான் ஒருவன்.

ஆடுபுலி ஆட்டத்தின் போது தேய்த்துத் தேய்த்து சாப்பிட தோதாக இருக்கும். நடுநடுவே கடித்துக் கொள்ள வெல்லக்கட்டி வேறு.

கரண்ட் இல்லாத அந்த ஊரில் வேறு பொழுதுபோக்குதான் ஏது?

மகாலிங்கம் வந்து சேரவும் நாட்டாமை நாராயண சிவம், "அடடே வாலே... நீயும் இன்னிக்கு ஆட்டமாட வந்துட்டியா?" என்றார்.

"இல்ல நாட்டாமை. நான் வந்த விஷயமே வேற" என்று மகாலிங்கமும் பீடிகை போட்டார்.

"வேறென்னா... என்னவே சொல்றே?"

"என்னத்த சொல்ல... ஆமா உங்காளுக யாரும் இன்னிக்கு டவுனு பக்கம் போகலியாக்கும்?"

"ஏன் கேக்குற?"

"என் கேள்விக்கு நீங்க பதில் சொல்லுங்க."

"போனாக. தா, சாத்தப்பன்கூட டவுனுக்குப் போய் மிச்சரு காராசேவெல்லாம் வாங்கியாந்தானே. அப்படியே கிழிஞ்சு போன குடையையும்ல தெச்சு வாங்கிட்டு வந்திருக்கான்."

"எலே சாத்தப்பா... நீ எந்த வண்டில வந்தே?"

"கடைசி வண்டிலதான்."

"கூட யாரெல்லாம் வந்தா?"

"அது நான் கவனிக்கலையே?"

"அப்புறம் எதுக்கு நீ இருக்கே?"

"ஆமா... யாரு வர்றா, யார் போறாங்கறதுதான் இப்ப ரொம்ப முக்கியமாக்கும்."

"நாட்டாமை... நான் இப்ப சொல்லப் போறத கேட்டா அரண்டு போவீக..."

"அப்படி என்னாத்த சொல்லப் போறே?"

"எவனோ ஒருத்தன்... கொஞ்சம் சித்து வேலை எல்லாம் தெரிஞ்சவனாட்டம் இருக்குது. அவன் இப்ப ஊருக்குள்ளதான் இருக்கான். தெரியுமா?"

மகாலிங்கம் கூறவும் அனைவருக்கும் 'பகீர்' என்றது.

"மாயக்காரனா?" நாட்டாமை வாயைப் பிளந்தார்.

"ஆமாம்... பழையபடி ஆரம்பிச்சுட்டாங்க போல இருக்கு."

"பழையபடின்னா...?" ஒரு இளவயதுக்காரன் நடுவில் புகுந்தான்.

"உங்களுக்கெல்லாம் எதுவும் தெரியாது. நம்ம கன்னிப்பட்டியே ஒரு மாயக்கார ஊர்தான்... தெரியும்ல?"

நாட்டாமை தயங்கித் தயங்கித்தான் சொன்னார்.

"என்னப்பு சொல்றீங்க... இத ஒரு இருட்டு ஊருன்னு சொல்லுங்க ஒத்துக்கறோம். மாயக்கார ஊருன்னா என்னவே அர்த்தம்?"

அவன் அடுத்தபடியாக கேட்க, மகாலிங்கம் தன்வசம் இருந்த ஏட்டுக்கட்டை எடுத்து நீட்டியவராக, "இது அந்த ஆள் கைல இருந்துச்சாம். என் மக பார்த்துருக்கா... அவன் நம்ம கிழவி ஒருத்திமேல தடுக்கி விழவும் அவனுக்கே தெரியாம இந்த ஏடும் கீழே உழுந்துடுச்சு. அதை அவன் மறந்துட்டு போயிட்டான். இதை என் மக எடுத்துக்கிட்டு வந்து தந்தா. இதுலயும் நம்ம ஊரைப் பத்திதான் எழுதியிருக்கு. குறிப்பா நம்ம ஊர் கன்னிமார் சாமிங்க பத்தி இதுல குறிப்பு இருக்குது. அவங்களுக்குக் கோயில் இருந்துச்சாம்ல..."

"மகாலிங்கம் பேசப் பேச நாராயண சிவத்துக்கு உடம்பெல்லாம் நடுங்கத் தொடங்கியது."

“நாட்டாமை என்னாச்சு... ஏன் உங்க உடம்பு இப்படி நடுங்குது?”

“நடுங்காம என்ன செய்யும். நான் சிறு பிள்ளையா இருந்தப்பா என் கண்ணால பார்த்த ஒரு சம்பவம்தான் இப்ப ஞாபகத்துக்கு வருது...”

“என்ன நாட்டாமை அது?”

“வேண்டாம். இப்ப அதை நானே நினைச்சுப் பார்க்க விரும்பலை. நீங்கல்லாம் முதல்ல வந்துருக்கற அந்த ஆளைத் தேடுங்க. அவனை அவனுக்கே தெரியாம கண்காணிச்சுட்டு வந்து சொல்லுங்க.”

“எதுக்கு நாட்டாமை... அவனைக் கட்டித் தூக்கிட்டு வாங்கன்னு சொல்லாம, கவனின்னு சொல்லுறிங்களே.”

“காரணமாத்தான் சொல்லுறேன். அவசரப்பட்டு எகணைக்கு மொகணையா எதாச்சும் பண்ணிப்படாதீங்க, போங்க.”

நாட்டாமை தன் சகாக்களை விரட்டி அடிக்கத் தொடங்கினார். அவர் ஏன் அப்படி நடந்து கொள்ளுகிறார் என்பது மகாலிங்கத்துக்குத் தெரியவில்லை.

அவர்களும் ஆளுக்கொரு தீப்பந்தத்துடன் கிளம்பிவிட்டனர்.

மகாலிங்கம்தான் மீதமிருந்தார்.

“மகாலிங்கம், நீயும்தான் போ.”

“எதுக்கு நாட்டாமை அவனைக் கவனிக்க சொல்றீக?”

“காரணம் இருக்குது... நான் சின்ன பிள்ளையா இருந்தப்ப ஒரு மாயக்காரன் இப்படித்தான் ஊருக்குள்ளாற வந்தான். அப்ப நம்ம ஊர்ல கன்னிமார்களுக்குன்னு கோயில் இருந்துச்சு. அந்த சாமிகளுக்கெல்லாம் சக்தி ஜாஸ்தி. வந்த அந்த மாயக்காரன் நம்ம ஊர் சாமிங்களை எல்லாம் தூக்கி கிணத்தில போடப் பார்த்தான். கோயிலை இடிக்க முயற்சி பண்ணுனான். ஊர்ல எல்லாருமா அவனைப் பிடிச்சு தீப கம்பத்துலையே கட்டிப்

போட்டாங்க. அப்பல்லாம் மொத்தமே நாப்பது ஐம்பது ஊடுங்க இருந்தா ஜாஸ்தி. ஒரு இருநூறு பேர்தான் இங்க இருந்தோம்... எல்லாரும் ஒண்ணா கூடிட்டோம்."

"அவன் உடனே எல்லார்கிட்டயும் மன்னிப்பு கேட்டுகிட்டான். இனி இந்தப் பக்கமே வரலைன்னு சொல்லி கெஞ்சிக் கதறினான். போனா போகுதுன்னு அவனை ஊர்க்காரவுகளும் மன்னிச்சு விட்டுட்டாங்க. ஆனா அவன் உண்மைல மன்னிப்பு கேக்கலைன்னு பிறகுதான் தெரிஞ்சிச்சு. அவன் இந்த ஊருக்கே செய்வினை வெச்சுட்டான். அதனால வீட்டுக்கு வீடு எல்லாரும் சீக்குல படுத்துட்டாங்க. மாடு கன்னு எல்லாமும் செத்து செத்து விழுந்துடுச்சு. சிலருக்குப் புத்தி சுவாதீனம்கூட இல்லாம போச்சு."

"இதெல்லாம் அவன் வேலைன்னு தெரியவே நாளாச்சு... இதுக்கு நடுவுல ஊர்ப் பொண்ணுங்க அவ்வளவு பேரும் கன்னிமார் கோயிலுக்குப் போய் கன்னிமாரை வேண்டிக்கிட்டாங்க... எங்க ஊரையும், எங்களையும் தாயே நீதான் காப்பாத்தணுமின்னு."

"அப்பதான் அவுங்களே ஒரு விஷயத்தைக் கவனிச்சாங்க. அவ்வளவு சாமிங்களுக்கும் கண்ணு கட்டப்பட்டிருந்துச்சு. அது மட்டுமில்ல, அவங்க இருந்த பீடத்தை சிதைச்சு, கீழ இருந்த யந்திரத்தை எல்லாம் இங்க வந்த அந்த மாயக்காரன் எடுத்துகிட்டுப் போயிருந்துருக்கான். அதனாலதான் அருள் அற்றுப் போய், ஊரே ஒரே சீக்கும் சிக்கலுமா ஆச்சு. அதுல இருந்து மீளவும் வழி தெரியல... என்ன பண்றதுன்னு தெரியல. எடுத்துச் சொல்லவும் ஆளில்ல."

"அப்பதான் உச்சிமலைக் காட்டுல இருக்கிற ஒரு சாமியார் ஞாபகம் என் அப்பாவுக்கு வந்துச்சு. உடனே என் அப்பா அவரைப் போய் பார்த்தாரு. அப்ப நானும் போனேன். அந்த சாமியார்கிட்ட விவரத்தைச் சொன்னோம்.

அவரும் எல்லாத்தையும் கேட்டுட்டு எங்கப்பா காதுல ரகசியமா என்னவோ சொன்னார். அதுக்கப்புறம் எங்கப்பா எங்ககூடல்லாம் சகஜமா பேசவே இல்லை. ஒரு மஞ்ச

வேட்டியை கட்டிகிட்டு ஒருநாள் ராத்திரி வெளியப்போனார். மறுநாள் காலைல ஊருக்குள்ளாற அந்த கன்னிமார் சாமிங்க கோயில் இடிஞ்சு கிடந்துச்சு. அந்த சாமிங்க போன இடமும் தெரியலை. எங்கப்பாவும் என்ன ஆனாருன்னே தெரியலை..."

நாட்டாமை நாராயண சிவம் சொன்ன விஷயங்களில் நம்பியும், நம்பமுடியாமலும் ஏகப்பட்ட விஷயங்கள்!

"சரி நாட்டாமை... அப்புறம் ஊர்ல எல்லாருக்கும் நல்லாயிடுச்சா?"

"மெல்ல மெல்ல எல்லாம் சரியாச்சு. ஆனா அதுக்கப்புறமும் அப்பப்ப இந்த மாதிரி மாயக்காரங்க வருவாங்க. அந்தக் கன்னிமார் கோயில் எங்கன்னு தேடுவாங்க. ஒரு தடவை அப்படித்தான் நம்ம ஊர் பொண்ணு ஒருத்தியைக் கடத்திகிட்டு போய்ட்டாங்க. அவளைப் பலி கொடுத்து பூஜையெல்லாம் செய்தாங்க. அதுல இருந்து எல்லாரும் உஷாராகி அந்நிய மனுஷங்க யாரா இருந்தாலும் ஊருக்குள்ள வரக்கூடாதுன்னு தீர்மானம் போட்டோம்.

இன்னிக்கெல்லாம் அம்பது அறுபது வருஷம் ஓடிப் போயிடிச்சு. அப்படி தீர்மானம் போட்டதே முக்காவாசிப் பேருக்கு ஞாபகம் இல்ல.

மினி பஸ் அது இதுன்னு வரவும், இப்ப ஊருக்குள்ள வெளியாளுங்களும் வர ஆரம்பிச்சுட்டாங்க. பாரெஸ்ட்டு ஆபீஸ்காரங்களா இருக்கும்னு நினைச்சு சில சமயம் அசந்தது தப்பா போச்சு."

நாட்டாமை சொன்னதில் திரும்பவும் பிடிபடாத மர்மங்கள். மகாலிங்கத்துக்கு என்ன சொல்வது செய்வதென்றே தெரியவில்லை. அப்பொழுது அங்கேயே அவரைத் தேடிக் கொண்டு வந்தாள் அவர் மனைவி வள்ளிக்கண்ணு.

"என்ன புள்ள... எங்க வந்தே?"

“என்னாத்தய்யா சொல்வேன். நானும் மலர்விழியும் வீட்டுக்குள்ளாற உக்காந்து பேசிக்கிட்டிருந்தோம். அப்ப ஒரு எலுமிச்சம் பழம் எங்க முன்னால உருண்டு வந்துச்சு.

யாரோ உருட்டி விட்ருக்கணும்னு நினைச்சு அதை எடுக்கப்போனா மலர்விழி, அது குடுகுடுன்னு படியெல்லாம் ஏறி வாசப்பக்கம் போனிச்சு. அவளும் பின்னாடியே போனா... போனாக்கா அங்க ஒருத்தன் நின்னுக்கிட்டிருந்தான். அவனைப் பாக்கவும், ‘அம்மாம்மா இவன்தான் நம்ம ஊருக்கு இன்னிக்கு எங்ககூட பஸ்ல வந்தவன்னு’ மலர் கத்தினா... அவனோ என்னையே முறைச்சுப் பாத்தான். அதுல எனக்கு அப்படியே மயக்கமா வந்துடுச்சு. கண்ணு முழிச்சுப் பார்த்தா அவனையும் காணலை; நம்ம மகளையும் காணலை. அதான் ஓடி வந்தேன்.”

வள்ளிக்கண்ணு மூச்சிறைக்கச் சொன்னதுதான் தாமதம், மகாலிங்கத்துக்கு கண்ணில் முள் ஏறின மாதிரி இருந்தது.

“நாட்டாமை... இப்பத்தான் ஒரு கதையைச் சொல்லி முடிச்சீங்க, அதுக்குள்ளாற என் வீட்லையே இடி விழுந்துடிச்சே...” என்று ஓங்கி அலற ஆரம்பித்துவிட்டார்.

கச்சிதமாக அவரது சகாக்களும் திரும்பி வந்தனர்.

“நாட்டாமை... எல்லா இடத்துலையும் தேடிட்டோம். புதுசா யாரும் வந்த மாதிரியே தெரியலை.” என்றனர்.

“என்னது... யாரும் வந்த மாதிரியே தெரியலியா? சரிதான்... இப்பதான்யா என் மகளே என் வீட்டுல காணாம போயிருக்குறா. என்னத்தய்யா பார்த்தீங்க...”

மகாலிங்கம் அலறிய அலறலில் அவருக்கு மயக்கமே வந்துவிட்டது!

✦ ——— ✦

— 4 —

கடவுள் ஒருவரே என்பதே உலகில் பலரும் ஒப்புக் கொண்டிருக்கும் ஒரு கருத்தாகும். எல்லா மதத்தவர்களும் அந்தக் கருத்தை மறுக்கவில்லை. ஆனாலும் இந்து மதத்தில் மட்டுமே ஏராளமான கடவுளர்கள், தேவ தேவியர்கள் உள்ளனர். அவர்களுக்கெல்லாமும் தனித்தனியே கதைகள், மந்திரங்கள் என்றும் உள்ளன. வேறு எந்த மதத்திலும் இப்படி இத்தனை கடவுளர்கள் இல்லை.

தெய்வம் ஒன்று என்பதில் கிறிஸ்தவம் முதல் இஸ்லாமியம் வரை எல்லா மதங்களும் உறுதியாக உள்ளன. அது தனக்கு இணை சொல்வதையும் அனுமதிப்பதில்லை.

உண்மையான கிறிஸ்தவன் யேசுவை அன்றி பிற மத தெய்வங்களை வணங்கவோ, அவர்கள் பிரசாதங்களை உண்பதோ கூடாது என்று கட்டுப்பாடு விதித்திருக்கிறது கிறிஸ்தவம்.

இஸ்லாமியமும் இப்படித்தான். அது மதத்துறவிகளை வணங்குவதுகூட தவறு என்கிறது. 'எல்லா புகழும் இறைவன் ஒருவனுக்கே!' என்பதும் இவர்கள் கொள்கை.

பௌத்தம் கடவுள் என்று தனியாக ஒருவரைச் சுட்டிக்காட்டவில்லை. உணர்வுகளை அடக்கி ஆசையை வென்றுவிட்டால் நீயேகூட கடவுளாகிவிடலாம் என்கிறது அது.

இதிலிருந்து சற்று வேறுபட்டு அதேசமயம் பிரம்மதேவனைக் கடவுளாக கருதி வழிபாடு செய்கிறது சமணம். இதிலும் தேவ, தேவியர்கள் பலர் உண்டு. ஆனாலும் மனிதப் பிறப்பை ஒரு பாரமாகவும் கூடாத ஒன்றாகவும் கருதுகிறது இது.

இப்படி ஒவ்வொரு மதம் ஒவ்வொரு விதமாக இருப்பதற்கு பல காரணங்கள் உண்டு. அதே சமயம் இந்து மதத்தில் சிவன், நாராயணன், பிரம்மா, சக்தி, முருகன், விநாயகன் என்றெல்லாம் பற்பல தெய்வங்களை... அவர்களுக்கான வழிபாட்டு முறைகளில் சைவம், வைணவம், கௌமாரம், சாணாபத்யம், சாக்தம் என்றும் பிரிவுகள்.

ஒன்றாகிய இறைவனுக்கு எதற்கு இத்தனை பிரிவுகள்?

பிரிவுகளை விடுங்கள். முதலில் இத்தனை தெய்வங்கள் இருக்க முடியுமா? இல்லை ஒரே தெய்வத்தைத்தான் நாம் இத்தனை பெயர்களில் அழைக்கிறோமா? ஏன் ஒரே பெயரில் அழைத்து வணங்கக்கூடாது? இதெல்லாம் புத்தி நம்முள் எழுப்பும் வினாக்கள்.

ஒரு இறைவன் ஏன் பல வடிவாக விளங்கக்கூடாது? அப்படி இருந்தால் என்ன தவறு? இதுவும் ஒரு கேள்விதான்.

உண்மையில் இதற்கு விடை நமது வாழ்க்கையில் உள்ளது. மனித வாழ்க்கை என்பது கர்மவிளைவுகளால் ஆனது. ஏற்றத்தாழ்வுகள் மிகுந்தது. ஒரு குழந்தை பிறக்கும் போதே ஒன்று பணக்காரன் வயிற்றில் பிறக்கிறது. ஒன்று ஏழை வயிற்றில் பிறக்கிறது. அதற்கேற்ப அதற்கு நன்மை தீமைகள் ஏற்படுகின்றன.

ஒவ்வொரு மனிதனையும் பசியும், தாகமும் பிடித்து ஆட்டுகிறது. அதை வெல்ல அவன் உழைக்கிறான். அந்த உழைப்பிலும் பலவிதமான பிழைப்பு. அந்தப் பிழைப்புகளில் தவிர்க்க முடியாதபடி ஏற்ற இறக்கங்கள்.

ஒருவர் ஆயிரம் ரூபாய் சம்பாதித்தால் ஒருவரால் வெறும் ஐம்பது ரூபாய்கூட சம்பாதிக்க முடியவில்லை. எவ்வளவு சம்பாதித்தாலும், சம்பாதிக்காவிட்டாலும் எல்லோரும் தன் வயிற்றுக்கு வஞ்சனை செய்வதில்லை. உடம்பை சுமந்து கொண்டு வாழ்வதில், வியாதியாலும் பிரச்சினைகள், உபாதைகள், மொத்தத்தில் மனித வாழ்க்கை என்பதே வாழ்பவர் கரத்தில்

இல்லாமல் போகின்ற போக்கில் போகின்ற ஒன்றாகவே இருக்கிறது. இதற்கு நடுவில் நான் யார்? எதற்காக பிறந்தேன்? ஏன் பிறந்தேன்? பிறந்ததன் நோக்கம் என்ன? வாழ்க்கையில் ஏன் இவ்வளவு ஏற்றத்தாழ்வுகள்? என்று மனதில் கேள்விகள் எழுப்பும் போது அதற்குத் தெளிவான பதிலை யாராலும் கூற முடியவில்லை.

யாருக்குத் தெரியும்...?

'பிறந்து விட்டோம்... அதனால் வாழ வேண்டியிருக்கிறது.' என்று சிலரும், 'வாழ்வதற்காகத்தான் பிறந்திருக்கிறோம். அதற்காகவே சந்தோஷமாக வாழ்வோம்.' என்று சிலரும் வாழ்க்கையை பல்வேறு கோணங்களில் பார்க்கின்றனர்.

இப்படி வாழும் வாழ்க்கையும் இன்பமானதாகவா இருக்கிறது? இதில் விதம்விதமான இன்பதுன்பங்கள் இன்பத்தை விடவும் துன்பம் அதிகமாக உள்ளதைப் போலவும் ஒரு தோற்றம். இதனால் வாழத் தொடங்கிய மனிதன் அவ்வப்போது களைத்துப் போகிறான்.

உண்மையில் வாழ்க்கை என்பது ஒரு விளையாட்டைப் போன்றது. இன்பம் என்கிற வெற்றிக்காகவே மனிதன் விளையாடுகிறான். விளையாட்டு என்று வந்துவிட்டாலோ இப்படித்தான் விளையாட வேண்டும் என்று நெறிகள் இருக்கின்றன. ஆனால் அந்த நெறிப்படி விளையாடினால் எங்கே வெற்றி கிடைக்காமல் போய்விடுமோ என்று பலரும் தப்புத்தப்பாய் விளையாடும் ஒரு போக்கும் ஏற்படுகிறது. தப்பாக விளையாடுவதற்காகத் தண்டனையும் கிடைக்கிறது. மொத்தத்தில் வாழத் தொடங்கிய வாழ்க்கை நேராக ஆரம்பித்து, பிறகு அப்படியே வளைந்து சுருண்டு சிக்கல் விழுந்த நூல்கண்டுபோல் ஆகிவிடுகிறது.

இதை வாழத் தெரியாததன் விளைவு என்று கூறுவதா... இல்லை பேராசைப் பட்டதன் எதிரொலி என்று வர்ணிப்பதா? எது சரி?

எது எப்படியிருப்பினும் இப்படி சிக்கலான நிலையில் மீண்டும் சீராக வழி இருக்கிறதா... இந்த ஒருமுறை இந்த சிக்கலில் இருந்து என்னை எதாவது ஒரு சக்தி மீட்டு எடுக்கட்டும்... நான் பிறகு ஒழுங்காக வாழ்ந்து பிறவிப் பெருங்கடலை அழகாக நீந்திக் கடந்துவிடுவேன் என்று கூறுகின்றவர்கள் எத்தனை பேர்? எத்தனை பேர்?

இப்படி கேட்பவர்களுக்கும் அதேசமயம் கேட்காதவர்களுக்கும் கூட வழிகாட்டுவதே ஆன்மீகம். ஆஸ்திகம் என்றும் கூறுவர். அதாவது மனிதனின் உண்மையான ஆஸ்தி அவனைக் கடைத்தேற்றும் ஞானம்தான். அது அகத்துக்குள் (நமக்குள்) இருத்தல் வேண்டும். அதாவது ஞான ஆஸ்தி நமது அகத்துக்குள் இருந்தால் நாம் கடைத்தேறி விடுவது நிச்சயம். அதைத்தான் ஆஸ்தி அகம் உடையவன்... ஆஸ்திகம் உடையவன் என்றார்கள். இதற்கு எதிரானது நாஸ்திகம். நாஸ்தி என்பதற்கு அழிப்பது என்று ஒரு பொருள் உண்டு. 'நா + ஆஸ்தி' என்றும் சிலர் பிரித்துக் கூறுவர்... அதாவது மனிதனுக்கு அவனது நாவாகிய நாக்குதான் ஆஸ்தி. அதைக் கொண்டு கேள்விகள் கேட்டு விடைகளை அறிந்து தெளிதல் வேண்டும் என்பது அதன் மறைபொருள். அதாவது நாவாகிய ஆஸ்தியை... அதாவது கேள்விகளைச் சொத்தாக உடையவன் என்பதே நாஸ்திகம் என்று ஆனது.

நாஸ்திகமோ, ஆஸ்திகமோ இரண்டும் செயல்படுவது மனிதர்களின் வாழ்க்கையில். மனித வாழ்க்கையோ முன்பு கண்டது போல இன்பதுன்பங்களால் சூழப்பட்ட ஒரு சிக்கலான நூல்கண்டு.

இதிலிருந்து மீள நாஸ்திகம் ஒருவிதமாக உதவுகிறது; ஆஸ்திகம் ஒரு விதமாக உதவுகிறது. கண்களால் பார்ப்பதை வைத்து, காதால் கேட்பதை வைத்து, பிறக்கும் போதிலிருந்து அமைந்த அடிப்படையாக சிந்திக்கும் திறத்தால் எல்லாவற்றையும் எடையிட்டுப் பார்ப்பது நாஸ்திகத்தின் செயல்.

அதற்கு அப்பால் உள்ளதையும் உணர வைக்க முயல்வது ஆஸ்திகத்தின் செயல்.

இது பூமி - அது வானம்... அதில் உள்ள நட்சத்திரங்கள் எல்லாம் பூமியைப் போலவே கோள்கள். அதற்குமேல் ஒரு மண்ணாங்கட்டியும் கிடையாது. மொத்தமாக நீ, நான், இந்த உலகம், அந்த வானம், நட்சத்திரம், சூரியன், சந்திரன் எல்லாமே வெறும் இயற்கை... இயற்கை... இயற்கையைத் தவிர வேறொன்றுமில்லை என்பது நாஸ்திகம்.

அட மடையா... ஒரு நாற்காலி இருக்கிறது என்றால் அதை செய்த தச்சன் ஒருவன் இருக்க வேண்டும். ஒரு மாளிகை இருக்கிறது என்றால் அதைக் கட்டிய கொத்தன் ஒருவன் எப்படி இருந்தாக வேண்டுமோ அப்படி இந்த உலகம். நீ, நான், சூரிய சந்திரர்கள் எல்லாம் இருக்கின்றன என்றால் இதை எல்லாம் படைத்த ஒருவனும் இருக்க வேண்டும் அல்லவா? என்று பதில் அளிப்பது ஆஸ்திகம்.

நாஸ்திகம் இப்படி கேள்வி எழுப்பி எல்லாமே இயற்கை என்பதும். இல்லையில்லை எல்லாமே கடவுள் செயல் என்று ஆஸ்திகம் பதில் தருவதும் இன்று நேற்றல்ல. திருவள்ளுவருக்கும் முந்தைய காலத்தில் இருந்தே நிலவும் ஒரு நிலைப்பாடு.

அவ்வளவு எதற்கு?

புராண காலத்திலேயே இருந்திருக்கிறது. "நான்தான் நாராயணன்... பரம்பொருள்... மகாசக்தி... எல்லாமே நான்தான்" என்று மார்தட்டி ஆட்சி செய்தவன் ஹிரண்யன்.

ஆக நாஸ்திகமும் ஆஸ்திகமும் எப்பொழுதும் ஒன்றாக இருந்து வந்திருக்கின்றன.

இதில் நுட்பமான இன்னொரு உண்மையும் ஒளிந்துள்ளது!

அது...?

அந்த மினிபஸ் கன்னியாற்றின் கரையில் உள்ள புளிய மரத்தடியில் எல்லோரையும் உதிர்த்து விட்டபோது மாலை ஐந்து மணி இருக்கும்.

வழக்கம்போலவே ஒரு நூறு பேருக்கு பக்கமாக அதிலிருந்து வெளிப்பட்டனர். ஆடு, மாடு, கோழி, பலாப்பழம், தர்ப்பூஸ் என்று ஒவ்வொருவரிடம் ஒவ்வொரு பொருள்.

ஆற்றில் சற்று கூடுதலாக தண்ணீர் ஓடிக் கொண்டிருந்தது. மேலே மலையில் பெய்த மழையின் எதிரொலி. கிட்டத்தட்ட இடுப்பளவு தண்ணீர்.

ஆனால் ஊர்க்காரர்கள் அதை எல்லாம் பார்த்து மிரண்டுவிடவில்லை; சகஜமாக ஆற்றுக்குள் இறங்கினார்கள்.

இரண்டு பேர் மட்டும் அப்படியே கரையிலேயே நின்றுவிட்டனர்.

ஒருவர் சாமிநாத குருக்கள்; இன்னொருவர் பஞ்சாபகேச சாஸ்திரிகள்!

அந்த இருவரையும் பார்த்துக் கொண்டே ஒருவன் அருகில் நின்று கொண்டிருந்தான். அவன் வாய் பேச முடியாத கந்தன். அவன் கையில் ஒரு பெரிய கழி இருந்தது. தோளைச் சுற்றி கறுப்புப் போர்வையால் போர்த்திக் கொண்டிருந்தான்.

கந்தனின் கண்களில் லேசான கனல்.

யார் இவர்கள்? எதற்காக இப்படி கன்னிப்பட்டிக்குள் புதிது புதிதாக ஆட்கள் வருகிறார்கள் என்றெல்லாம் அவனுக்குள் கேள்விகள்.

அதிலும் மலர்விழியை புதிதாக வந்து ஒருவன் அபகரித்துக் கொண்டு போனதில் இருந்து ஊரே தலைகீழாக மாறிவிட்டது.

நாட்டாமை நாராயண சிவம் ஊர்க்கூட்டம் போட்டு எல்லாரையும் எச்சரிக்கைப்படுத்திவிட்டார். புதிதாக யார் தெரிந்தாலும் தன் முன்னால் கொண்டு வந்து நிறுத்திவிட வேண்டும். எனக்கென்ன என்று இருந்துவிடக்கூடாது. இதெல்லாம் அவர் போட்ட உத்தரவு.

அது கந்தனையும் இயக்கிக் கொண்டிருந்தது. சாமிநாத குருக்களையும், பஞ்சாபகேச சாஸ்திரிகளையும் பார்த்தான். கையை ஆட்டி "யார் நீங்கள்?" என்று கேட்டான்.

"நாங்க இரண்டு பேருமே வேத பிராம்மணா அம்பி. கன்னிப்பட்டிக்கு ஒரு நல்ல காரியத்துக்காக வந்துருக்கோம்."

அவர்கள் பதில் அவன் புருவத்தைச் சுருக்கியது.

'சரி வாங்க...' என்கிற மாதிரி சைகை கொடுத்தவன், ஆற்றில் இறங்கினான்.

"என்னப்பா நீ... வான்னுட்டு ஆத்துல இறங்கறே... எங்களுக்குப் பயமா இருக்கு."

பஞ்சாபகேச சாஸ்திரிகளின் பயத்தைப் புரிந்து கொண்ட கந்தன் திரும்பி வந்தான். உடம்பில் சுற்றிக் கொண்டிருந்த போர்வையைக் கழற்றிக் கரையோரமாகப் போட்டவன், ஒருமுறை புஜத்தை மடக்கி முறுக்கு ஏற்றிக் கொண்டான். கைகளையும் பரபரவென்று தேய்த்துச் சூடேற்றிக் கொண்டான். அவன் செயலைப் பார்த்த இருவருக்கும் சற்று திகைப்பாக இருந்தது. மல்யுத்தம் செய்யப் போகிறவர்கள்தான் இப்படி எல்லாம் நடந்து கொள்வார்கள். இவன் என்ன செய்யப் போகிறானோ என்று பயந்தபோது முட்டிபோட்டு கீழே அமர்ந்தவன் சாமிநாத சர்மாவை தன் தோளைக் காட்டி அதில் அமரச் சொன்னான். அவருக்குப் புரிந்துவிட்டது.

"வேண்டாம்ப்பா... நேக்கு பயமா இருக்கு..." என்று மறுத்துப் பார்த்தார். அவன் விடவில்லை. அவரது இருகால்களுக்கு இடையே தலையை நுழைத்து ஒரே தூக்காகத் தூக்கிக்கொண்டு ஆற்றில் இறங்கினான்.

பஞ்சாபகேச சாஸ்திரிக்குப் புரிந்துவிட்டது.

'அந்தக் கன்னிகள் இவன் மூலம் தங்களுக்கு உதவிடத் தொடங்கிவிட்டார்கள்' என்று நினைத்துக் கொண்டவர் அங்கே

கரையோரமாக கிடந்த ஏழு கூழாங்கற்களைப் பொறுக்கினார். ஏழும் ஏழு வண்ணங்கள்!

வரிசையாக அவற்றைக் கரையில் வைத்தவர், ஓடும் ஆற்றில் நீரைக் கையில் அள்ளி வந்து அந்தக் கற்களுக்கு அபிஷேகமும் செய்து முடித்தார். பக்கத்தில் ஒரு காட்டுச் செடியில் பேர் தெரியாத பூக்கள் பூத்துக் குலுங்கிக் கொண்டிருந்தன. அவற்றை நெருங்கிச் சென்றுப் பறித்தவர் அவ்வளவு பூக்களையும் அந்தக் கற்கள்மேல் சாற்றி கைகளைக் கூப்பினார். அதற்குள் கந்தன் சாமிநாத குருக்களை அக்கரையில் விட்டுவிட்டு வந்துவிட்டான். அவன் வந்து நிற்கும்போது சாஸ்திரிகள் கண்மூடி தியானத்தில் இருந்தார். அவனுக்கு அவரது கோலம் சலனத்தை உண்டு பண்ணியது.

ஈர உடம்பை ஒரு உதறு உதறிக்கொண்டு கனைத்தான். அவரும் கண் திறந்தார்.

அவனைப் பார்த்தார். அவனோ அந்த ஏழு கற்களைப் பார்த்தான்.

“என்ன பாக்கறே... என்ன பண்றேன்னா? ஜபம் பண்றேன். சப்த கன்னியர்களுக்கான ஜபம். அவர்தான் உன் ரூபத்துல உதவி செய்ய வந்துட்டாளே... நன்றி சொல்ல வேண்டாமா?”

அவர் பதில் அவனைக் குழப்பியது. “ஆமா, நீ என்ன வாயைத் திறந்தே பேசமாட்டேங்கற. உனக்கு பேச வராதா?”

அவர் எழுந்தபடியே கேட்ட கேள்விக்கு அவன் சிரம் நிதானமாக ஆடி ஆமோதித்தது. சாஸ்திரிகளுக்குப் பரிதாபமாகிவிட்டது.

“அடப்பாவமே! உனக்கு இப்படி ஒரு நிலைமையா? அதனால் பாதகமில்ல... இந்த உலகத்துல பேசி வாழறது பெரிய விஷயமில்ல. பேசாம சப்தத்தைத் தவிர்த்துட்டு மனசுக்குள்ள எண்ணங்களால் வாழறதுதான் ரொம்ப பெரிய விஷயம். அதனாலதானே பல மகரிஷிகள் காட்டுப்பக்கமா தவம் பண்ண போய்ட்றா.”

“விரதத்துலயும், மௌனவிரதத்துக்கு சக்தி அதிகம். ஒரு மனுஷன் பேசும்போது அவன் உடம்போட சக்தியில் சரிபாதி அதுக்கே போய்டறது. பேசாதப்ப அது சேமிப்பாறது. அந்த சக்தி அதிகரிக்க அதிகரிக்க மூளைக்கு பாயற ரத்தத்துலயும் ஒரு தினுசா வேகமும் சூடும் ஏறும். அப்ப நம்ம மூளைல நாம பயன்படுத்தாத நிலைல கிடக்கிற செல்கள் எல்லாம் அப்ப வேலை செய்ய ஆரம்பிக்கும். அப்பதான் ஒரு மனுஷனுக்கு நிஜமா தன்னோட சக்தி என்னன்னே தெரியவரும்.

உன்கிட்டயும் இப்ப அந்த மாதிரி சக்தி நிறையவே இருக்கும். ஆனா அதை நீ சரியாப் பயன்படுத்திக்கணும்.”

சாஸ்திரிகள் சொன்னது அவனுக்கு மிகப் பிடித்துவிட்டது. மனதில் பட்டதை அவர் அப்படியே பேசுவதாக தோன்றியது. இவர் நிச்சயம் முன்பு வந்தவன் போல தீயவனாக இருக்க வாய்ப்பில்லை என்று நம்பியவன், அந்த நினைப்போடு அவரையும் தோளில் ஏற்றிக் கொண்டு ஆற்றில் இறங்கினான்.

பின் ஊருக்குள் அவர்களோடு நடந்தவனை ஒவ்வொரு குடிசைக்குள் இருப்பவர்களும் எட்டி எட்டிப் பார்த்தார்கள்.

“சாஸ்திரி மாமா... ஆனாலும் ரொம்ப புராதன கிராமமா தெரியறதே...” என்று இழுத்தார் குருக்கள்.

“அப்ப இங்க ரொம்ப பவித்ரம் இருக்கும்னு நம்பலாம்.” என்றார் சாஸ்திரிகள்!

“என்ன மாமா சொல்றேள்?”

“நாகரீகம்கற வேகம் இங்க இன்னும் நுழையல. அப்ப இங்க எல்லாம் இயல்பான மனுஷவேகத்துக்குள்ள இருக்கும். அப்ப அதுக்குண்டான சக்தியும் இருக்கத்தானே செய்யும்?”

“அது சரி... இந்த ஊர்லயா... அந்த சப்த மாதர்களுக்கு கோயில் இருக்கும்னு நினைக்கறேள்.”

“ஏன் சந்தேகமா இருக்கா?”

“அந்த சப்தமாதர்கள் என்ன... இப்படியா ஒரு கண்காணாத தொலைவுல பூஜிக்கத் தெரியாத மக்களுக்கு நடுவுல கோயில் கொண்டுண்டு இருப்பா?”

குருக்களின் குரலில் சந்தேகமும் கேலியும் சம அளவில் இருந்தன. சாஸ்திரிகள் சட்டென்று நின்று அவரை ஒரு பேய்ப் பார்வை பார்த்தார்.

“என்ன மாமா?”

“என்னடா நீ... எப்பவும் புத்தியோட புத்தியோட நின்னுடறே. அதுக்குமேலே ஏறவே மாட்டேங்கறியே...”

“நீங்க என்ன மாமா சொல்றேள்? எனக்கு புரியல...”

“ஒரு உண்மை உனக்குத் தெரியல... இத்தனைக்கும் நீ கோயில்ல ஊழியம் பார்க்கற ஒரு கோவில் பிராம்மணன்.”

“ஐயோ நீங்கதான் புரியும்படியா சொல்லுங்களேன்.”

“இதோ பார்... கோயில்ங்கறது மனுஷன் தன் சௌகர்யத்துக்காக கட்டிண்டது. அதுல தெய்வத்தை இழுத்து உட்காத்தி வைக்கறதும் அவன்தான். எந்த தெய்வமும் தனக்குத்தானே கோயில் கட்டிண்டது கிடையாது. ஜனங்களை பூஜை செய்... அபிஷேகம் செய்; அப்பத்தான் அனுக்ரகம் பண்ணுவேன்னு சொன்னதும் கிடையாது. அப்படி சொன்னா அது சாமி கிடையாது; புரிஞ்சுக்கோ.”

“இது க்ஷேத்ரங்களுக்கும் பொருந்துமா?”

“அந்த மானஸரோவர்க்கே இது பொருந்தும்... பசுவோட உடம்பு பூரா அதோட பால் இருந்தாலும், அது வெளிப்படற இடம் அதோட மடி... அந்த மாதிரி உலகத்துல எல்லா இடத்துலயும் கடவுள் இருக்கார். ஆனா அவர் வெளிப்படற இடம் இருக்கே, அதுக்கு பேர்தான் கோயில்...”

“அப்ப நீங்க சொல்ற கணக்குப்படி பார்த்தா இந்த ஊர்ல யார் கோயில் கட்டியிருப்பா?”

"நிச்சயம் நம்மளை மாதிரி ஆசை உள்ள, தேவை உள்ள மனுஷர்கள் யாரும் இங்க கோயில் கட்டியிருக்க முடியாது."

"அப்படின்னா?"

"மக்கள் நடமாட்டமில்லாத, ஜனசந்தடியில்லாத இயற்கையான இந்த மலையடிவாரத்துல, எப்பவும் தண்ணி ஓடிண்டு இருக்கற ஆத்துக்குப் பக்கத்துல சப்த மாதர்களுக்கு சன்னதி எழுப்பினது நிச்சயமா ரிஷிகளாத்தான் இருக்கணும்."

"ரிஷிகளா...?"

"ஆமாம்... அவாளுக்கு சப்த மாதர்கள் அனுக்ரகம் தேவைப்பட்டிருக்கும். அதனால் அவா நடமாடற இந்த மலைக்குக் கீழ, இந்தக் கிராமத்துல அவா கோயிலை எழுப்பியிருக்கணும்."

"எவ்வளவோ ஸ்வாமிகள் இருக்கும்போது அவன் ஏன் சப்த மாதர்களுக்கு மட்டும் கோயில் கட்டியிருக்கணும்?"

"ஒரு ராஜாவைப் பார்க்கப் போறவன் அவ்வளவு சுலபத்துல ராஜாவைப் பார்க்க முடியாது. ஆனா வாசல்ல நிக்கற சேவகனை ஈசியா பார்த்துடலாம்தானே..."

"அப்ப இந்த சப்த மாதாக்கள் அந்த சேவகன் மாதிரியா?"

"அதுல என்ன சந்தேகம். இந்த ஏழு பேரும் உருவான விதமே ரொம்ப அலாதியானது. இவா ஏழு பேரும் அம்பாளோட உடம்புல இருந்து உதிர்ந்தவா. என் உடம்புல இருந்து உதிர்ந்தவர்களுக்கு முதல்ல நீ பதில் சொல். பிறகு எனக்கு பதில் சொல்லலாம்னு ஒரு அசுரனுக்கு எதிரா அவதான் இவாளைப் படைச்சது."

"அப்ப இவ சும்மா வேலைக்காரா மாதிரிதான். எந்த பவரும் கிடையாதுன்னு சொல்லுங்கோ."

"பைத்தியக்காரா... நம்ம மதத்துல ஒரு முக்கியமான கருத்து என்ன தெரியுமா? ஸ்வாமி தன்னைப் பழிக்கறவனைக்கூட மன்னிச்சிடுவார். ஆனா தன் பக்தனை ஒருத்தன் பழிக்கறதை அவர் மன்னிக்கிறதே கிடையாது. உலகத்துலயே ரொம்ப

உயர்ந்தவன் யார்னா பக்தன்தான். அதனாலதான் சுவாமிகிட்ட தப்பா நடந்துக்கறவாகூட, பக்தர்கள் கிட்ட நடந்துக்க பயப்படுவா. அப்ப பக்தர்கள் பெருமை எவ்வளவு இருக்கணும்?"

"உண்மைதான். அதுக்கும் சப்த மாதர்களுக்கும் என்ன சம்பந்தம்?"

"இங்க இவா விஷயமும் அப்படித்தான். ஒரு கோணத்துல பார்த்தா அந்தப் பராசக்தியை விட இவாளுக்குதான் சக்தி அதிகம். இவாளோட கோபமும் அதிக அழிவைத் தரும். இவாளோட அன்பும் அதிக அருளைத் தரும். சுருக்கமா சொல்லப்போனா இந்த மாய வாழ்க்கைல மனுஷா கஷ்டத்துலயும் நஷ்டத்துலயும், பகையிலயும், பொறாமையிலயும் மூழ்கி அழிஞ்சு போய்டக்கூடாது. அவாளை அந்த சமயத்துல காப்பாத்த அதுஅதுக்கு ஒரு ஆள் வேணும்னுதான் இவாளையே அந்தப் பராசக்தி படைச்சா..."

"அப்படியா?"

"ஆமாம், பிராஹ்மியை நமஸ்காரம் பண்ணினா கல்வி கைகூடும். கற்பனா சக்தி பெருகும். மஹேஸ்வரியை நமஸ்காரம் பண்ணினா கேட்ட வரம் கிடைக்கும். கௌமாரியை நமஸ்காரம் பண்ணினா பயமில்லாம இருக்கும் மனசு. வைஷ்ணவியை நமஸ்காரம் பண்ணினா நம்மகிட்ட இருக்கற நல்லதெல்லாம் பலமடங்கு அதிகரிக்கும். வராஹியை நமஸ்காரம் பண்ணினா எதிரியே நமக்கு இருக்க மாட்டா. இந்திராணியை நமஸ்காரம் பண்ணினா கடன் அடைபடும்; காசு சேரும். சாமுண்டியை நமஸ்காரம் பண்ணினா தீராத பிரச்சனையும் தீரும். இப்படி நம்ம வாழ்க்கைல நமக்கு மகா உபகாரம் பண்றவா இவா."

சாஸ்திரிகள் சப்த கன்னியர்களுக்கு அளித்த விளக்கம் பொறுமையாக நடந்து கொண்டிருந்த கந்தனையே சிலிர்க்க வைத்தது. குருக்களோ, "நம்ம மதத்துலதான் எவ்வளவு இருக்கு, இதெல்லாம் பெருசா எதுவும் தெரிஞ்சுக்காமலேயே நான் இவ்வளவு நாள் கடத்திட்டேனே..." என்று பல்லிபோல செருமினார்.

“அதனாலதான் உனக்கா பார்த்து கோயில் கட்டுன்னு வந்துருக்கு. உன் மக்களாவே அந்த ஏழு பேரும் வந்து பொறந்துருக்கா...”

“அது எப்படி மாமா? எதுவும் தெரியாத எனக்கு போய் சப்த மாதாக்களா ஏழு பொண்ணும் பொறந்தா? உங்க வயித்துல பொறந்துருந்தா நீங்க கொண்டாடியிருப்பேளே...”

“இப்ப மட்டும் என்னடா... அவாளை நான் கொண்டாடலையா... இன்னொரு விஷயம் சொல்றேன், கேட்டுக்கோ... அந்த சக்தி தேவதைகள் வந்து பொறக்கறதும், கோயில் கொள்றதும் நம்ம கைல இல்ல. அதுக்கு அவா அனுக்ரகம் வேணும். வேறு பல காரணங்களும் இருக்கணும்.”

“என்ன மாமா நீங்கோ... கொஞ்சம் முந்திதான் சுவாமி தான் ஒண்ணும் கோவில் கட்டிக்கறதில்ல... மனுஷாதான் தன் தேவைக்காக பண்ணிண்டான்னேள். இப்ப அதெல்லாம் அவா விருப்பம்கறேளே...”

“என்னை மடக்கிட்டதா நினைக்காதே... இப்பவும் சொல்றேன், அவா நினைச்சாதான் நாம் நினைப்போம். அவா விரும்பலைன்னா நமக்கும் தோணாது.”

“குழப்பறேளே... சரி இதுக்காவது பதில் சொல்லுங்கோ... ரிஷிகள் இந்த ஊர்ல கோயில் கட்டியிருக்கணும்னு சொன்னேள். அவா எதுக்கு இவாளுக்குக் கட்டியிருக்கணும்?”

“சில சித்திகளுக்காகத்தான்... ஏன்னா ரொம்ப வேகமாக ஓடிவந்து அனுக்ரகம் பண்ற தேவதைகள் ஆச்சே இவா...”

மாறி மாறி இப்படி இருவரும் பேசிக் கொண்டே நடந்ததில் அலுப்பே தெரியவில்லை. சரியாக நாட்டாமை நாராயண சிவம் வீடும் வந்தது.

வாசலில் நாட்டாமை, அவரைச் சுற்றி ஊர் இளைஞர்கள், பெரியவர்கள்.

கந்தன் குருக்களையும், சாஸ்திரிகளையும் அழைத்து வருவதைப் பார்த்து நிமிர்ந்தனர்.

இருவரும் நெருங்கவும் கூட்டத்தில் ஒருவன் கேட்டான்.

“யாருங்க நீங்க?”

“பார்த்தா தெரியலையாப்பா... நாங்க இரண்டு பேரும் தஞ்சாவூர் பக்கம் இருந்து வரோம். வேதம் படிச்ச பிராம்மணர்கள் நாங்க.”

“இந்த ஊர்ல உங்களுக்கு என்ன வேலை?”

“அதுக்கு முந்தி உன்னை நான் ஒரு கேள்வி கேட்கலாமா?”

“என்ன?”

“நீ யார்... பெரிய நாட்டாமை மாதிரி என்னை நீ கேள்வி கேக்கறியே... உன்னை நான் தெரிஞ்சுக்கலாமா?” அவர் நாட்டாமை மாதிரி என்று கூறவும் நாட்டாமையே திரும்பினார்.

“சாமிங்களா... சொன்னாலும் சொல்லாட்டியும் நான் நாட்டாமைதான். என் பேர் நாராயண சிவம். இப்ப சொல்றீங்களா நீங்க யார்னு...?”

“அதான் சொன்னேனே... நாங்க பிராம்மணா. இந்த ஊருக்கு சில நல்ல காரியம் பண்ண வந்துருக்கோம்.”

“என்ன, யாராவது நல்ல கன்னிப் பொண்ணா பார்த்து கடத்திகிட்டு போகப் போறீங்களா?”

அவர்களில் ஒருவன் அப்படிக் கேட்டதுதான் தாமதம் சாஸ்திரிகளுக்கு திக்கென்றது.

“என்னப்பா நீ... கன்னிப் பொண்ணுங்கறவ எங்க வரைல எங்க தாய்க்கும் மேல... நாங்க எதுக்கு அவாளைக் கடத்தணும்?”

“இப்பல்லாம் எங்க ஊருக்கு வர்றவங்க அதைத்தானே செய்யறாங்க.”

“அப்படியா?”

“என்ன அப்படியா... எதுவும் தெரியாத மாதிரி நடிக்கிறீங்களாக்கும். நாலு நாளைக்கு முந்தி இப்படித்தான் ஒருத்தன் வந்தான். இதோ உங்களைக் கூட்டிகிட்டு வந்தானே இந்த கந்தன்... இவனோட முறைப்பொண்ணு அது. பேர் மலர்விழி. நல்ல லட்சணமான புள்ள... இப்ப அதைக் காணோம். எங்க இருக்குதோ... எப்படி இருக்குதோ?”

“ஆ... அதான் எங்கமேலயும் உங்களுக்கு சந்தேகமா?”

“உங்களன்னு இல்ல, இந்த ஊருக்குள்ற யார் நுழைஞ்சாலும் நாங்க இனி சந்தேகப்படுவோம். அவர்களை அடிச்சுத் துரத்துவோம்.”

“குதிரை ஓடின பின்னே லாயத்தைப் பூட்டி வைக்கறதுல பிரயோஜனம் உண்டா?”

சாஸ்திரி அப்படி கேட்கவும் நாட்டாமைக்குக் கன்னத்தில் அறை விழுந்த மாதிரி இருந்தது. இடையில் கந்தனும் அவரிடம் தன் சைகை பாஷையில், ‘இவங்க நாம நினைக்கற மாதிரி கெட்டவங்க இல்ல; நல்லவங்களாத்தான் தெரியுது,’ என்று சொல்லவும் நாட்டாமை யோசிக்கத் தொடங்கினார்.

“ஐயா நாங்க எதுக்கு வந்துருக்கோம்னு சொல்லிடறோம். இதோ இவர் பேர் சாமிநாத குருக்கள். தஞ்சாவூர்க்கு பக்கத்துல அழகியநல்லூர் கிராமத்து சிவன் கோயில்ல குருக்களா இருக்கறவர். இவருக்கு ஏழு பெண்கள்.”

சாஸ்திரிகள் கொஞ்சம் இடைவெளி விட்டார். எல்லோரும் ‘ஏழு பெண்களா?’ என்கிற மாதிரி பார்த்தனர்.

“என்ன பாக்கறேள். இவர் ஒண்ணும் காமாந்தகாரனா கட்டுப்பாடில்லாம நடந்துண்டு பிள்ளைகளைப் பெத்துக்கலை. தனக்குப் பிறகு தன் பேர் சொல்ல ஒரு பிள்ளை வேணும்னு இவருக்கு ஆசை. எங்க சம்பிரதாயத்துல பிள்ளை கையால கொள்ளி வாங்கலைன்னா பித்ரு நரகம் கிடைக்கும்னு ஒரு பயம் உண்டு. அந்த பயமும் ஒரு காரணம். ஆனா அந்த

பகவான் இவருக்கு புருஷக் குழந்தையைத் தரலை. ஏழு பெண் குழந்தைகளைதான் கொடுத்தான். எட்டாவதுக்கு இவர் மனைவி உயிரோட இல்ல.

என்னமோ பேர் வெச்சிண்டு செய்த மாதிரி, அழகா ஏழு பெண்கள் ஏழு பேருக்கும் இவருக்கே தெரியாம அந்த சப்த கன்னியர்கள் பேரைத்தான் இவர் வெச்சுருக்கார்ங்கறது அடுத்த ஆச்சரியம்...” சாஸ்திரிகள் கொஞ்சம் இடைவெளிவிட்டார். மூச்சும் வாங்கிற்று. தொண்டை கமறியது. நாட்டாமை புரிந்து கொண்டு தன் வீட்டுப் பெண் ஒருத்தியைப் பார்க்க, அவள் ஓடிச் சென்று ஒரு பித்தளை செம்பில் பச்சைத் தண்ணீரை எடுத்து வந்து கொடுத்தாள்.

“இதை நான் குடிக்கறேன்... நீங்க என்னை நம்பறதா இருந்தா...” என்றார். நாட்டாமைக்கு தர்ம சங்கடமாகிவிட்டது. “நாம் ஒருவருக்கு தண்ணீர் தந்து அதை அவர் குடிக்காவிட்டால் அது ஒரு வகையில் தோஷம். குடித்தாலோ பெரும் புண்யம்.”

“நம்பறோம் சாமி... நீங்க குடிங்க” என்றார். ஜில்லென்ற அந்தத் தண்ணீரில் மலை மூலிகைகளின் வாசம்.

“ஆஹா ரொம்ப அற்புதமா இருக்கு இந்த ஜலம். இவ்வளவு சுத்தமா காவேரிலகூட தண்ணி வரதுல்ல” என்றபடி செம்பைத் திருப்பித் தந்தார்.

“சரி சாமி, நீங்க சொல்லி முடிங்க.”

“நல்லது... நானும் விஷயத்தை சொல்லி முடிச்சுடறேன். ஏழு பெண்ணைப் பெத்துட்டா ஆச்சா, அவாளுக்குக் கல்யாணம் பண்ண வேண்டாமா...” மீண்டும் இடைவெளி எல்லோரும் அவரையே வெறித்தனர்.

“என்ன அப்படி பாக்கறேள்...?”

“சாஸ்திரம் சொல்ற ஒரு உண்மையை இப்ப நான் உங்களுக்கு சொல்லப் போறேன். ஒரு பெண் தன் தகப்பனார் வீட்டுல வயசுக்கு வந்து ஒரு தூரம்தான் குளிக்கலாம். அதுக்குள்ள

அவளை அந்தத் தகப்பன் ஒரு நல்ல வரனுக்கு கன்னிகாதானம் பண்ணி கொடுத்துடணும். அதாவது கல்யாணம் பண்ணிக் கொடுத்துடணும். இல்லைன்னா அவ குளிக்கற ஒவ்வொரு தூரத்துக்கும் (மாதவிலக்கு) அவ அப்பன் கணக்குலதான் பாவம் சேரும். அதனாலதான் அந்தக் காலத்துல மனசும் உடம்பும் கெட்டு குட்டிச்சுவர் ஆகறதுக்கு முந்தியே கல்யாணத்தைப் பண்ணினா... ஆனா அதை ஒரு பெரிய தப்பா இன்னிக்கு அரசாங்கம் சொல்றது..."

சாஸ்திரிகள் சொன்னது நாட்டாமையையே உலுக்கிவிட்டிருந்தது.

"என்ன சாமி நீங்க... நல்ல பசங்க கிடைக்க வேண்டாமா... கல்யாணத்துக்குக் காசு வேண்டாமா. இது எதுவும் இல்லாம பிஞ்சிலையே அதுகளை கல்யாணப் பந்தத்துல சிக்கவெச்சா உருப்படுமா? அதுவும் இப்ப காலம் இருக்கற இருப்புல..." என்று எதிர் கேள்வி கேட்டார்.

"சரிதான்... நான் சொல்ற விஷயத்தை குறை சொல்ற நீங்க அதுக்குப் பதில் சொல்ற மாதிரி ஒரு சரியான விஷயத்தைன்னா வெச்சிண்டிருக்கணும்."

"நீங்க என்ன சொல்றீங்க...?"

"என்னத்த சொல்ல... நமக்கு இப்ப சௌகர்யங்கள் பெருசா போச்சு. அதனால யாருக்கு எப்ப கல்யாணம் நடக்கும்னு தெரியல... அது தெரியாததால் கல்யாணத்துக்கு முந்தியே கெட்டுக் குட்டிச் சுவரா போறவங்க எத்தனை பேர்?"

"சாமி... நீங்க இவரோட ஏழு பொண்ணுங்க பத்தி சொல்லுங்க. அவங்களுக்குக் கல்யாணம் பண்ணணும்னு சொன்னீங்க. ரொம்ப சரி. பண்ணத்தான் வேணும். அதுக்கும் இந்த ஊருக்கும் என்ன சம்பந்தம்?"

ஒருவன் பஞ்சாபகேச சாஸ்திரிகளை சரியாக பிரச்சினையின் மையத்திற்கு இழுத்தான்.

"சரியாத்தான் கேட்டே... பொதுவுல கல்யாணம் பண்ண நினைக்கற ஒரு தகப்பன் தன் பெண்களுக்குக் கல்யாணம் நடக்கலைன்னா என்ன பண்ணுவான்?"

"நானே சொல்றேன் மாமா... நீங்க கொஞ்சம் ரெஸ்ட் எடுங்கோ... ஐயா நான் சொல்றேன். என்ன பண்ணேன்னு சொல்றேன். என் பெரிய பொண்ணுக்கு வயசு முப்பது ஆகுது. வாஸ்தவத்துல பதினெட்டு வயசுல கல்யாணம் பண்ணி வெச்சிருக்கணும். ஆனா என்னால முடியலை. என் பெண்கள் அழகா இருப்பாங்க. இருந்தும் நான் கோயில்ல மணி ஆட்டறவன்கறதால என்னால நகை நட்டெல்லாம் பண்ணிப் போட முடியாததால் எனக்கு சரியான மாப்ளையே கிடைக்கல. சிலர் கிடைச்சாங்க. அவ்வளவு பேரும் கேரக்டரே இல்லாதவா... நான் என்னதான் பண்ணுவேன். என் பெண்ணோட ஜாதகத்தை எடுத்துண்டு போய் நாடி ஜோசியம் பார்த்தேன். அந்த ஜோசியத்துலதான் உங்க ஊரான இந்தக் கன்னிப்பட்டி பத்தி குறிப்பு வந்தது. இங்க ஏழு கன்னிகளான சப்த மாதாக்களுக்கு கோயில் கட்டி நானும் என் பெண்களும் பூஜை செய்தா, அவங்களுக்கு மாப்பிள்ளைகள் வந்து கல்யாணமும் நடக்குமாம். இல்லேன்னா அவங்களுக்கு இந்த ஜென்மத்துல கல்யாணம் கிடையாதுன்னு வந்துடுச்சி."

சாமிநாத குருக்கள் அப்படி சொன்னதுதான் தாமதம், எல்லோர் முகங்களிலும் வருத்தம் பரவுவது தெரிந்தது. நாட்டாமை முகத்தில் மட்டும் கூடவே வேறு சில எண்ணங்கள்.

உடனே ஒருவர் அவரைப் பிளந்தார்.

"என்ன நாட்டாமை... சாமி சொல்றத கேட்டா பரிதாபமா இருக்குல்ல?"

"பரிதாபமா மட்டும் இல்ல... இவருக்கு ஏதாச்சும் செய்யணும்னு தோணுது. ஆனா இவர் எங்க கோயில் கட்டுவாரு, எப்படி கட்டுவாரு? இது என் முதல் கேள்வி. அடுத்து காணாம போய்ட்ட நம்ம மணியக்காரன் மகாலிங்கம் பொண்ணு மலர்விழியும் ஒரு

பொண்ணுதான். அவளே இன்னும் அம்புடலை... அதான் யோசிக்கறேன்," என்றார்.

பார்த்துக் கொண்டேயிருந்த பஞ்சாபகேச சாஸ்திரிகள், "நான் உங்களை ஒண்ணு கேட்கவா?" என்று இடையிட்டார்.

"என்ன சாமி?"

"ஒரு பொண்ணு காணாம போய்ட்டதா சொன்னேள். அவளை ஒருத்தன் கடத்திட்டதாவும் சொன்னேள். அவன் அவளைக் கல்யாணம் பண்ணிக்கற ஆசைல கடத்தினானா... இல்லை வேறு காரணமா?"

"அட நீங்க வேற... அவன் என்னவோ மாந்திரீகன். எங்க ஊருக்கு இந்த மாயம் மோடி பண்றவங்க அப்பப்ப வர்றது சகஜங்க. பல கன்னிப் பெண்ணுங்களைக் கடத்திகிட்டுப் போய் பலி எல்லாம் கொடுத்துருக்காங்க."

"அப்ப அதுக்குப் பின்னால் இந்த சப்த கன்னியர் விஷயம்தான் இருக்கணும்."

"அட என்னங்க சாமி நீங்க... இந்தக் கோயிலைத்தான் இடிச்சு தரைமட்டமாக்கி சாமியையும் தூக்கி என் அப்பா எங்கேயோ போட்டுட்டு போயிட்டாரே."

நாட்டாமை சொன்னது ஒரு ஊசி போல சாஸ்திரிகளைக் குத்தியது.

"என்ன சொன்னேள்... என்ன சொன்னேள்?"

"அந்த சாமிங்க கோயில் முன்ன இருந்துச்சு... அதாவது எனக்கு அஞ்சு ஆறு வயசு இருக்கும்போது... இப்ப எனக்கு எண்பது வயசாகுது."

"சரி இருந்த கோயிலை ஏன் இடிச்சீங்க?"

"ஊர் முழுக்க சீக்கு வந்து காலரா, வாந்தி, பேதின்னு செத்துப்போனாங்க. கேட்டதுக்கு அந்த சப்த கன்னிகளுக்கு

ஊர்மேல கோபம்னு மலைமேல இருந்த ஒரு சாமியார்தான் சொன்னார்..."

"கோபம்னா நீங்க பூஜை புனஸ்காரம் பண்ணாம இருந்திருப்பீங்க."

"அது எனக்குத் தெரியாது... ஆனா நீங்க சொல்றதுதான் உண்மை. எப்பவாச்சும் கோயிலைத் திறந்து விளக்கேத்துவோம். மத்தபடி பெரும்பாலான நேரம் பூட்டிதான் வெச்சிருப்போம். ஆனா ஆறுகால பூஜை பண்ணாதான் நல்லதுன்னு பேசிகிட்டது எனக்கு ஞாபகம் இருக்கு..."

"பரவால்ல... இப்பவாவது இதை எல்லாம் சொல்றேளே... அந்த மட்டுல சந்தோஷம். எப்ப கோயில்னு கட்டி விக்ரகங்களைக் கொண்டு வந்து வெச்சுட்டோமோ, அப்பவே அந்த விக்ரகத்துக்கும் பசி; தாகம் உண்டுங்கறதத் தெரிஞ்சுக்கணும் நீங்க. அது எப்படி அது கல்லாச்சேன்னுல்லாம் கேட்கக்கூடாது. அந்த டாபிக்ல போனா நான் உங்களுக்கு விடிய விடிய பாடம் நடத்த வேண்டியிருக்கும்."

"சரி சாமி... இப்ப நீங்க முடிவா என்ன சொல்ல வர்றீங்க? அதைச் சொல்லுங்க."

"சொல்றேன்... இதுக்கு முந்தி எங்கே அந்த ஏழு கோயில்களும் இருந்ததோ அங்கேயே திரும்பவும் அந்த சப்த மாதாக்களுக்குக் கோயில் எழுப்புவோம். அப்ப இந்த விக்ரகங்களையும் தேடிக் கண்டுபிடிப்போம்..."

"அது எப்படி சாமி... எழுபது வருஷம் முந்தி தூக்கி வீசினது. இப்ப எங்க இருக்குதோ... எப்படி இருக்குதோ?"

"ஒரு விஷயம் நீங்க தெரிஞ்சுக்கணும்... சப்த மாதாக்கள் சர்வ சக்திவாய்ந்தவா. அவா என்ன நினைக்கிறாளோ அதன்படிதான் எல்லாம் நடக்கும். இந்த மண்ணுல இவ்வளவு நாளா கோயில் இல்லாம இருக்குன்னா அதுக்கும் அவர்தான் காரணமா இருக்கணும். இப்ப கட்டணும்னு சாமிநாதனுக்கு உத்தரவு

வந்துருக்குன்னா அதுக்கும் அவா சித்தம்தான் காரணமா இருக்கணும். எப்ப இங்க கோயில் கட்டறதுன்னு நாம கூடி பேசிட்டோமோ, அப்ப நிச்சயம் தானா ஒரு வழி பொறக்கும். நீங்க யாரும் கவலைப்பட வேண்டாம்."

"எப்படி சாமி... ஒரு வயசுப்பொண்ணு காணாம வேற போயிருக்குறா..."

"வாஸ்தவம்தான். நாங்க இங்க வரும்போது இப்படி ஒரு சம்பவம் நடந்துருக்குன்னா நிச்சயமா அதுக்கும் ஒரு காரணம் இருக்கும்..."

சாஸ்திரிகள் தீர்க்கமா சொல்லிவிட்டு வானத்தைப் பார்த்தார்.

சூரியன் முற்றிலுமாக மறைந்து இருட்டு சூழத் தொடங்கியிருந்தது. அருகிலேயே மலை என்பதால் ஓங்கி உயர்ந்து வளர்ந்திருந்த மரங்களெல்லாம் வேறு சேர்ந்து இருளை ஆதரித்துக் கொண்டிருந்தன. ஜில்லென்ற காற்று வேறு... காது மடலில் குளிர் தெரிந்தது. ஒரு மப்ளர் இருந்தால் எடுத்து சுற்றிக் கொள்ளத் தோன்றும்; அந்த அளவுக்கு குளிர்!

சாமிநாத குருக்களின் உடம்பில் அதன் எதிரொலியாக நடுக்கம். ஆனால் நாட்டாமையோ, ஊர்க்காரர்களோ கொஞ்சமும் அசந்த மாதிரி தெரியவில்லை. அவர்களுக்குச் சரியான காட்டு உடம்பு.

இந்த உடம்பு எப்பொழுதும் சூழலுக்குத் தகுந்த மாதிரி வாழப்பழகிக் கொள்ளும் ஒரு விசித்திரம்.

அதனால்தான் பனிமலையிலும் மனிதனால் வாழ முடிகிறது. பாதாளத்திலும் கிடக்க முடிகிறது.

"சாமி... என்ன செய்யலாம்னு நீங்களே சொல்லுங்க."

"சொல்றேன். முதல்ல அந்தப் பொண்ணைக் கண்டுபிடிக்கணும். அதுக்கு எனக்கு தெரிஞ்சு ஒரே வழிதான்..."

“நாங்க இந்த ஊர் பூரா தேடிட்டோம். மலைப்பக்கமும் போய் பார்த்துட்டோம் சாமி. அவங்க இங்க இல்லை.”

“வந்துருக்கறவன் ஒரு மாயாவி. அப்படிப்பட்டவன் இங்க இந்தக் கூட்டத்துலகூட இருக்கலாம். எப்படின்னு விலாவாரியா பேச இது நேரமில்ல. ஆனா ஒண்ணு உறுதி...

எந்த சப்த மாதாக்களுக்கு நாங்க கோயில் கட்ட ஆசைப்படறோமோ, அந்த சப்த மாதாக்கள்கிட்ட உதவி கேட்கறதுதான் புத்திசாலித்தனம்.”

“எப்படி?”

“அதை நான் பார்த்துக்கறேன். முதல்ல நான் குளிக்கணும். என்கூட இதோ இந்த வாய் பேச முடியாத கந்தனும் குளிக்கணும்” என்றார்.

“என்ன சாமி... அவங்களைத் தேடணும்னு சொல்லிட்டு குளிக்கணும்னு சொல்றீங்களே...”

“என்னை செத்த நம்புங்கோ... நான் சொல்றபடி செத்த கேளுங்கோ... எல்லாம் தானா நடக்கும்.”

“சரி இப்ப நீங்க இரண்டு பேரும் குளிக்கணும், அவ்வளவுதானே?”

“ஆமாம்... நீங்கள்லாம் இங்கேயே இருங்கோ. சாமிநாதா நீயும்தான். அப்பா கந்தா, செத்த என்கூட வர்றியா?”

பஞ்சாபகேச சாஸ்திரிகள் அவனை அழைத்துக் கொண்டு ஆற்றங்கரை நோக்கி நடக்கத் தொடங்கினார்.

— 5 —

கேள்வி எழுப்புவது நாத்திகம்... அதிலும் புலன்களை நம்பி கேள்வி எழுப்புவது நாத்திகம். ஆனால் ஆத்திகமோ இந்த புலன்களின் சக்தி ஒரு வரையறைக்கு உட்பட்டது என்று எண்ணி இந்தப் புலன்களைக் கொண்டு தன்னைப் படைத்த சக்தியை நம்பி வழிபாடு செய்யும் தன்மை கொண்டது. இது வழிபாடு செய்வதால் உயர்ந்தது என்றோ, கேள்விகள் கேட்டு நம்பிக்கை கொள்ளாததால் நாத்திகம் பேசுபவர்கள் தவறானவர்கள் என்றோ பொருள் கொண்டுவிடக்கூடாது.

உண்மையில் பரிபூரணமான ஆத்திகனோ, பரிபூரணமான நாத்திகனோ உலகில் இருக்க வாய்ப்பே இல்லை.

ஆம்...

கடவுள் நம்பிக்கையோடு ஆலயம் செல்வோரின் அடிமனதில்கூட அவ்வப்போது இறை தொடர்பான சந்தேகங்கள் வரத்தான் செய்யும்.

நாம் வெறும் கல்லை கடவுள் என்று நம்பி ஏமாந்து கொண்டிருப்போமோ என்று ஒரு நாள் ஒருபொழுதாவது சந்தேகப்பட்டிருப்பார்கள். ஒரு நாத்திகனும்கூட நிச்சயம் நமக்குமேல் ஒரு சக்தி இருக்கத்தான் வேண்டும், இல்லாவிட்டால் நான் எப்படி வந்திருக்க முடியும் என்று துளி நம்பிக்கை வைத்து சிந்திக்கவே செய்திருப்பான். இந்த நம்பிக்கை அவ நம்பிக்கை. இரண்டும் இல்லாமல் ஒரு மனிதன் இருக்கவே முடியாது... அதற்கு சரியான காரணமும் உண்டு.

நம்பிக்கையின் அளவு அதிகரித்தால் ஆத்திகம், குறைந்தால் நாத்திகம் என்கிற நிலைப்பாடுதான் உண்மையில் மனித நிலைப்பாடு.

இந்த அளவு கூடுவது குறைவது என்பது பார்வையைப் பொருத்தது... அனுபவங்களைப் பொருத்தது. பழகும் மனிதர்கள், படிக்கும் புத்தகங்கள், கற்ற கல்வி என்று பலப்பல விஷயங்களைச் சார்ந்தது.

சுருக்கமாகச் சொல்லப்போனால், ஒரு விதை எங்கு விழுகிறதோ, அந்த இடத்தின் செறிவுக்கு ஏற்ப மரமாகிக் காய்ப்பதை போன்றது இது... இதைப் பிழை என்றோ, சரி என்றோ கூறக்கூடாது. நிலைப்பாடு என்பதே சரியான வார்த்தை. இந்த நிலைப்பாட்டிற்கு உண்மையில் எது காரணம் என்று சிந்தித்தால் அதற்கும் பல விதங்களில் நமக்கு விடை கிட்டும்.

ஆதி மனிதர்களின் காலமாக இருந்தால் அனுபவித்து அனுபவித்தே விடைகளைப் பெற்றிருப்போம். இப்பொழுதோ நன்கு முதிர்ந்த வளர்ந்த செறிந்த காலகட்டத்தில் நாம் இருக்கிறோம். நமக்கு முன்னால் பல கோடி மனிதர்கள் வாழ்ந்து மடிந்தும் போயிருக்கிறார்கள். அவர்கள் வாழ்க்கையிலும் ஆயிரமாயிரம் இன்ப துன்பங்கள், போராட்டங்கள், தேடல்கள் எல்லாம் இருந்திருக்கும். அதன் அடிப்படையில் அவர்கள் தங்கள் அனுபவங்களை எல்லாம் எழுதி வைத்துவிட்டுப் போயிருக்கின்றனர். அதை வாசித்தாலே போதும். நமக்கு வேகமாகத் தெளிவு ஏற்படும்.

அந்தத் தெளிவின் களத்தில் இருந்து பார்க்கும்போது, நமக்குமேல் உள்ள நம்மை ஆட்டுவிக்கும் சக்தியை கோள்கள் என்றும் தேவதைகள் என்றும், இறைவன் என்றும் மூன்று கூறுகளாக நமது முன்னோர்கள் பிரித்து அளித்துள்ளனர் என்பது புலப்படும்.

கோள்கள் பற்றி அறிய ஜோதிடம் துணை செய்கிறது. இறைவன் பற்றி அறிய புராண வரலாறுகள் துணை செய்கின்றன.

தேவ, தேவியர் பற்றியறிய கதைகளும் சம்பவங்களும் துணை செய்கின்றன.

அவற்றை எடுத்த எடுப்பில் எல்லாம் கற்பனை என்று புறந்தள்ளிவிட்டு செயல்படுவது ஒருவிதம். ஆஹா, இப்படியெல்லாம் வழிவகைகள் இருக்கிறதா என்று மகிழ்ந்து நம்பிக்கையோடு அவற்றைப் பின்பற்றுவது ஒருவிதம். அந்த வகையில் இருந்து பார்க்கும் போது நமது மதம் உண்மையில் மிக மிக தொன்மையானது. மிக மிக வன்மையானது. ஏராளமான அனுபவச் செறிவு கொண்டது. வாழ்வின் இன்ப துன்பங்களுக்கு நாம் புரியும் கர்மங்களே (செயல்கள்) காரணம் என்று கண்டறிந்து கூறியது அதுதான். அதை சரிசெய்து கொள்ள மார்கங்களையும் அது காட்டியுள்ளது. கூடவே இறை சக்தியின் பல்வேறு வடிவங்களை நமக்கு அதுவே அறிமுகம் செய்து வைத்திருக்கிறது.

அதில் ஒன்றுதான் சப்த மாதர்கள் எனப்படும் சப்த கன்னியர்!

ஆற்றில் நீர்மட்டம் உயர்ந்திருந்தது. 'திபுதிபு'வென்று வெள்ளம். நொப்பும் நுரையுமாய் தண்ணீரிலும் சீற்றம். சாஸ்திரிகள் அதையெல்லாம் பார்த்து அஞ்சவில்லை. கரையோரமாக முழங்கால் அளவு தண்ணீருக்குள் சென்று நின்றார். மிக மிக மெல்லிய அளவில் வெளிச்சம்.

ஜிகினாத் தூவியது போல நட்சத்திரக் கூட்டம் வானில். அண்ணாந்து பார்த்தவர் கன்னத்தில் போட்டுக் கொண்டார். கந்தன் அவர் செய்தை எல்லாம் ஒரு வினோதம் போலக் கருதி பார்த்துக் கொண்டே இருந்தான்.

அவனை சைகை காட்டி அருகில் அழைத்தார்.

நெருங்கினான்.

நீரில் மூழ்கச் சொன்னார்.

மூழ்கி எழுந்தான். ஈரம் உடம்பில் சொட்டியது. அப்படியே கரைக்கு நடந்தார். அங்கே அவர் ஏழு கற்களை வைத்து வழிபாடு

செய்திருந்த அந்த வண்ணக்கற்கள், பூக்கள் மணக்கக் கிடந்தன. அதன் முன்னால் சாஸ்திரிகள் அமர்ந்தார். கந்தனையும் அமரச் சொன்னார். ஈரவேட்டியுடன் அவனும் அமர்ந்தான்.

“இதோ பார்... நான் இப்ப உனக்கு சப்த கன்னியர்ல பிரதானமான ஒருத்தியான வராஹியோட காயத்ரியை உபதேசிக்கப் போறேன். நீ வாய் பேச முடியாத ஊமை; ஏராளமான மனோசக்தி உடையவன்.”

“கொஞ்சம் நான் சொல்றதைக் கேட்டு மனசுக்குள்ள சொல்லிக்க. சங்கடமா இருந்தாலும் பரவாயில்லை. வராஹியோட இந்த காயத்ரியை நீ விடாது ஜெபி. மனசுக்குள்ளதான்! நானும் ஒரு பக்கமா உக்காந்து ஜெபிக்கிறேன். நம்ம உருக்கமான ஜெபம்கற அழைப்பு அவ காதுல விழுந்து அவ நமக்கு உதவி செய்ய ஓடி வருவா.”

“எதிரியை அழிக்கணும், நாம ஜெயிக்கணும்னா அதுக்கு வராஹியை சரணடையணும். வாழ்க்கைல வீட்ல திருட்டு நடந்துட்டா எப்படி போலீஸ் ஸ்டேஷனுக்குப் போய் சப்-இன்ஸ்பெக்டர்கிட்ட புகார் எழுதிக் கொடுக்கிறோம்; இது அந்த மாதிரி!”

“இங்க இந்த விஷயத்துக்கு வராஹிதான் சப்-இன்ஸ்பெக்டர். நம்பிக்கையோட அவளைக் கூப்பிடணும். ஒரு அணுத்துகள் அளவுகூட அவநம்பிக்கை இருக்கக் கூடாது. கூப்பிட்டுப் பார்ப்போம். வர்றாளா பார்ப்போம். வந்தா நம்புவோம். அப்படிங்கற மாதிரி மனநிலையே கூடாது.

‘வருவா... வந்தே தீருவாங்’கற நம்பிக்கை நமக்கு முக்கியம். இங்க நம்ம சக்தியை எல்லாம் பிரயோகப்படுத்தித் தேடியாச்சு. நம்ம புலன்களைக் கொண்டு அவளைக் கண்டுபிடிக்க முடியல. ஆகையாலதான் வராஹியைக் கூப்பிடறோம். இது ரொம்ப முக்கியம்.”

“இது புரியாம ஒரு மணி பர்ஸைத் தொலைச்சுட்டு சும்மா தாயே நீ போலீஸ்காரி மாதிரியாமேன்னு போய் நிக்கக்கூடாது.

தேவதைகள் உதவிங்கறது தெய்வத்தோட உதவியை விட பெரியது."

"தெய்வம், நாம அதுகிட்ட விளையாடினா நம்ம குழந்தைதானே விளையாடறான்னு நினைச்சு நம்மை மன்னிக்கும். ஆனா தேவதைகள் அப்படி கிடையாது. அவர்கள் உதவியும் ரொம்பப் பெரிசு; கோபமும் நம்மை அழிச்சிடும். ஆகையால நான் சொல்றதைப் புரிஞ்சுக்கோ... மந்திரங்களை பிராம்மணர்கள்தான் சொல்லணும்னு இல்ல. யார் வேணும்னாலும் சொல்லலாம். சொல்றவன்லாம் பிராம்மணன். நீயும் இப்ப என் பேச்சை கேட்டா ஒரு பிராம்மணன். கேப்பியா?"

சாஸ்திரிகள் கேட்கவும் கந்தன் வேகமாகத் தலையை அசைத்தான்.

"இப்படித்தான் இருக்கணும். எனக்கு இப்ப ரொம்ப சந்தோஷமா இருக்கு. சரி கை கூப்பு."

சாஸ்திரிகள் கட்டளை பிறப்பிக்கத் தொடங்கினார்.

கந்தன் கையைக் கூப்பி வணங்க ஆரம்பித்தான். பிறகு அவர் வராஹியின் காயத்ரியை அவனுக்கு காதருகே உபதேசிக்கத் தொடங்கினார்.

'ஓம் சியாமளாயை வித்மஹே...
ஹல ஹஸ்தாய தீமஹி
தன்னோ வராஹிப் ப்ரசோதயாத்!'

அவர் உபதேசித்தது அப்படியே அவன் காதில் விழுந்து மனதுக்குள் போய்ச் சேர்ந்தது. இருந்தும் திரும்பவும் சொன்னார்.

'ஓம் சியாமளாயை வித்மஹே...
ஹல ஹஸ்தாய தீமஹி
தன்னோ வராஹிப் ப்ரசோதயாத்!'

அவனும் கவனமாகக் கேட்டுக் கொண்டான். திரும்பத் திரும்பச் சொல்லத் தொடங்கினார். அவனும் மனதுக்குள் திரும்பத் திரும்ப அதைச் சொல்ல ஆரம்பித்தான்.

அவனுக்குத் தெளிவாகக் கேட்க வேண்டும். மனதில் பதிய வேண்டும் என்பதற்காக அவன் எதிரில் அமர்ந்து கொண்டு கைகளைக் கூப்பிக் கொண்டு அவர் பலமாக உச்சரிக்க ஆரம்பித்தார்.

அவனும் திரும்பத் திரும்ப மனதுக்குள் சொல்லத் தொடங்கினான். அற்புதமான காட்சி.

அந்தி நேரத்தில் ஒரு ஆற்றோரத்தில் பழுத்த ஒரு வேதபிராம்மணனும், ஒரு உழைப்பாளியும் வராஹி என்னும் தேவதேவியின் பேரருளுக்காக ஜெபம் செய்வது என்பது ஒரு காணக்கிடைக்காத காட்சியாகத்தான் இருந்தது.

அதேசமயம் ஊருக்குள்...

நாட்டாமை நாராயண சிவம் வீட்டு வாயிலில் உள்ள கட்டிலில் அமர்ந்திருந்த சாமிநாத குருக்களுக்கு தேனையும், தினைமாவையும் முறையே ஒரு கிண்ணத்திலும், இலையிலும் வைத்து நீட்டிக் கொண்டிருந்தாள் நாட்டாமையின் மனைவி.

குருக்களுக்கும் நல்ல பசி.

அந்த நேரத்தில் அந்த உணவு அவருக்கு அமுதம் போல கண்ணுக்குத் தெரிந்தது. ஆசைஆசையாகச் சாப்பிடத் தொடங்கினார். மிகமிக ருசியாக இருந்தது.

“சாமி... அந்த சாமி ஆத்தங்கரைக்குப் போனாரே எதுக்குன்னு சொல்வீங்களா?” நாராயண சிவம்தான் கேட்டார்.

“தெரியாது... சாஸ்திரிகள் என்னைவிட நாப்பத்தைஞ்சு வயசு பெரியவர். அஞ்சு வயசுல அவர் பாடசாலைல சேர்ந்து வேதம் கத்துக்கத் தொடங்கினவர். அவரோடு புத்தியும், ஞானமும் ரொம்பப் பெரிசு. ஒண்ணு மட்டும் நிச்சயம். அவர் எதை செய்தாலும் அதுல நிச்சயம் அர்த்தம் இருக்கும்.”

“நீங்க சொல்றது சரி... எங்களுக்கு வேற மாதிரி எண்ணம்.”

“என்ன?”

“அந்த மாயக்காரன் எங்க ஊர் பொண்ணைக் கடத்திகிட்டுப் போனான். இவர் சாமர்த்தியமா எங்க ஊர் பையனைக் கடத்திக்கிட்டுப் போயிருப்பாரோன்னு சிலர் நினைக்கறாங்க.”

நாராயண சிவம் அப்படி கேட்டதுதான் தாமதம், குருக்களுக்கு புரை ஏறியது; கண்கள் விரிந்தன.

“அடடா... என்ன இது இவ்வளவு அபத்தமா நினைக்கறேளே. அவர் அப்படிப்பட்டவர் கிடையாது. எங்கள் நோக்கம் நிச்சயமா உங்களுக்கு உதவறதுதான்...”

“அப்ப வாங்க... ஆயிரம் வார்த்தைல சொல்ல முடியாததை ஒரு சம்பவம் சொல்லிடும். அவரை நாங்க கண்ணால் பாத்தா போதும்...”

“எங்க... ஆத்தங்கரைக்குப் போகணும்கறேளா...”

“நிச்சயமா.”

நாராயண சிவம் சொல்லிக் கொண்டிருக்கும்போது அருகாமையில் மலைச்சரிவில் இரண்டு வெளிச்சப் புள்ளிகள் தெரிந்தன. அதைப் பார்த்தவர்கள் ஊன்றிக் கவனித்தனர். அந்த வெளிச்சம் பெரிதாகிக் கொண்டே போனது. ஒருவன் அதைத் தெரிந்து கொண்டதுபோல கத்தினான்.

“நாட்டாமைக்காரய்யா... பாரெஸ்டு போலீசுக்காரய்யா ஜீப்புல வர்ற மாதிரி தெரியுது.”

“ஆமாம்... அவுகளாத்தான் இருக்கணும். அவங்களாலதான் அந்த மலைப்பாதைல வர முடியும்.”

“இன்னேரம் எதுக்கு வர்றாங்கன்னு தெரியலியே.”

ஆளுக்கு ஆள் பேசிக் கொள்ள அந்த வெளிச்சம் அடிவாரத்தைத் தொட்டு பெரிய அளவில் அவர்களை

நோக்கி அவர்கள்மேல் விழுந்த நிலையில் உருண்டு புரண்டு வரத்தொடங்கியது.

கிட்டே வரவர அது ஒரு ஜீப் என்பது தெரிந்துவிட்டது. அவர்கள் எல்லோரும் ஊகித்தது போல ஃபாரெஸ்டர் ஜீப்தான்.

உள்ளே ஒரு இளைஞன்... பார்க்க லட்சணமாக படு சுறுசுறுப்புடன்... அனேகமாக அவன்தான் வாட்சர் ஆக இருக்க வேண்டும்.

அவனும் ஜீப்பை விட்டு குதித்தபடி இறங்கினான். கூடவே இரண்டு வாட்சர்களும் இறங்கினார்கள். அந்த வாட்சர்களில் ஒருவனை நாராயண சிவத்துக்குத் தெரிந்திருந்தது.

“என்ன நாராயண சிவம்... நல்லா இருக்கீங்களா?”

வாட்சர்தான் வாத்சல்யமாக விசாரித்தான்.

“அட ஐய்யாங்களா... வாங்க! வாங்க!”

“நான் வர்றது இருக்கட்டும். சார்தான் புதுசா வந்துருக்கற ஃபாரெஸ்டர். அய்யா பேர் விஸ்வநாதன்... இன்னிக்குதான் ட்யூட்டில ஜாய்ன் பண்ணியிருக்காரு...”

வாட்சர் அறிமுகத்தை ஆரம்பிக்க, ஃபாரெஸ்டர் விஸ்வநாதன் எனப்பட்டவரும் நாராயண சிவத்தைப் பார்த்து கை கூப்பினார். நாராயண சிவத்துக்கு அது பலத்த ஆச்சரியம். இதற்குமுன் வந்த எந்த ஃபாரெஸ்டரும் இப்படி மரியாதையாக வணங்கியதில்லை. கிராமத்து ஜனங்கள் என்றாலே ஒரு அதிகாரத் தோரணை...

‘என்னய்யா... எப்படி இருக்கே?’ என்று எகத்தாளமாகத்தான் கேட்டுப் பழக்கம். விஸ்வநாதன் விதி விலக்கானவனோ? அப்படித்தான் இருந்தது.

நாராயண சிவமும், “வணக்கம் சார்...” என்றார் பதிலுக்கு.

“சார்னு எதுக்கு கூப்பிடறீங்க? உரிமையா தம்பின்னு சொல்லுங்க... நான் உங்களை எல்லாம் என் சகோதரனாத்தான் நினைக்கறேன்,” என்றார் ஃபாரெஸ்டரும்.

கையில் தினைமாவுடன் நின்று கொண்டிருந்த சாமிநாத குருக்களுக்கும் அந்தக் காட்சி வியப்பாக இருந்தது. அதே சமயம் அந்த ஃபாரெஸ்டரின் சட்டை பட்டன்களுக்கு பின்னால் பூணூல் தெரிந்து, அவர் அனேகமாக பிராம்மணராய் இருக்கலாம் என்பது போல தோன்றியது. அப்பொழுது விஸ்வநாதன் என்கிற அவரின் பார்வையும் சாமிநாத குருக்கள்மேல் பரவியது.

"என்ன சார் பாக்கறீங்க... சாமி தஞ்சாவூர் பக்கம். நம்ம ஊருக்கு இன்னிக்குத்தான் வந்திருக்காரு..."

"அப்படியா... வணக்கம். எந்த ஊர்?"

"நான்... நான் அழகியநல்லூர்ங்கற கிராமத்து சிவன் கோயில் குருக்கள்."

"அப்படியா... நானும் தஞ்சாவூர் பக்கம்தான். என் ஊர் வடுவூர்."

"ஓ... வடுவூரா...? ரொம்ப சந்தோஷம். வடுவூர் ராமர் ரொம்பப் பிரசித்தியாச்சே."

"உண்மைதான். உங்களுக்கு இந்த ஊர்ல யாராவது உறவுக்காரா இருக்காளா?"

"இல்ல... நான் வேற விஷயமா வந்துருக்கேன்."

குருக்கள் சற்று நெளிந்தார்.

"சார் எதுக்கு வந்துருக்கீங்கன்னு தெரிஞ்சுக்கலாமா?"

நாட்டாமை தன் பக்கம் அவர் கவனத்தை இழுத்தார்.

"ஒண்ணுமில்ல நாட்டாமை. இந்த மலைப்பகுதியில ஜோதிகர்ப மரம்னு ஒரு ஏழு மரங்கள் இருக்குதுல்ல..."

"ஆமாம்... அதுங்களுக்கு என்ன?"

"இல்ல அந்த மரங்களைப் பத்தி சார்கிட்ட சொன்னேன். அதான் பார்க்க வந்துருக்கார்."

"ஐய்யோ அதை வெட்டிகிட்டி ஏதாவது பண்ணிடாதீங்க."

நாராயண சிவம் உடனடியாகப் பதறினார்.

“சேச்சே... அதைப் பாதுகாக்கணும். அதில இருந்து விதை கிடைச்சா இன்னும் பல இடங்கள்ள அதை வளர்க்கணும். அதுதான் என் நோக்கம்...”

விஸ்வநாதன் வேகமாக பதில் அளித்தார்.

“என் வரைல நான் நாலைஞ்சு மலைக்காட்டுல சர்வீஸ்ல இருந்துருக்கேன். வால்பாறை பக்கம் கருப்புப் புலியைப் பார்த்துருக்கேன். பொதிகை மலை பக்கம் இரட்டைத் தலை நாகம் பார்த்துருக்கேன். அகத்தியர் அருவிகிட்ட அன்னம் போல பறவைகள் பார்த்துருக்கேன். ஆனா ஜோதிகர்ப மரத்தை எங்கேயும் பார்த்தது கிடையாது. ரொம்ப அபூர்வமான மரம் அதுன்னு கேள்விப்பட்டுருக்கேன். அபூர்வமானவற்றைப் பாதுகாக்கணும். அதுதான் என் நோக்கம்.”

அந்த இளைஞரான விஸ்வநாதனின் பொறுப்பான பதில் நாட்டாமை மனசுக்குள் கொஞ்சம் திருப்தியைப் பரப்பியது.

“இப்பவே உடனே போய்ப் பாக்கணுமா?” என்று கேட்டார்.

“ஏன் உங்களுக்கு ஏதாவது வேலை இருக்குதா?”

“ஆமாம்... கொஞ்சம் ஆத்தங்கரைவரை போயிட்டு வரவேண்டியிருக்கு...”

“போய்ட்டு வாங்களேன். நான் காத்திருக்கேன்.”

விஸ்வநாதன் துளியும் பந்தா இல்லாமல் சொல்லவும், குருக்களுக்குப் பிடித்துவிட்டது.

“நீங்க போலீஸ்காரா மாதிரிதானே?” என்று ஆரம்பித்தார்.

“ஆமாம் காட்டைப் பொறுத்தவரை நாங்க போலீஸ்காராதான். ஏன் கேக்கறேள்?”

“இல்ல... இந்த ஊர்ல இரண்டு நாளைக்கு முந்தி ஒரு அசம்பாவிதம் நடந்துடுத்து...”

“அப்படியா... என்ன நாட்டாமை, என்ன விஷயம்?”

“அட என்னன்னுங்க சொல்வேன். அது ஒரு கொடுமைங்க.”

“விஷயத்தைச் சொல்லாம கொடுமை அது இதுன்னா என்ன அர்த்தம்?”

“எங்க ஊர் பொண்ணு ஒண்ணு காணாம போயிடுச்சுங்க.” தொண்டை கமற நாட்டாமை கூறவும், விஸ்வநாதனின் புருவங்களில் வில் போல வளைவுகள் எழுந்தன.

“எப்படி? அதுவா வழி தவறி எங்கயாவது...”

“இல்லீங்க... ஒரு மந்திரம் பண்றவன் வந்து மயக்கி இழுத்துகிட்டுப் போய்ட்டான்ங்க.”

விஸ்வநாதனுக்குப் ‘பகீர்’ என்றது. பதிலுக்கு வாட்சர்களைப் பார்த்தார்.

“ஆமா நீங்க போலீஸ் கம்ப்ளைண்டெல்லாம் பண்ணலியா?”

“எங்கங்க... அவங்க கண்ட கேள்வி கேப்பாங்க. எங்க ஊருக்குன்னு ஸ்டேசனும் இல்லீங்களே!”

நாட்டாமை வருந்தினார். விஸ்வநாதன் முகத்தில் மளமளவென்று சலனங்கள்.

“சரி... பொண்ணு எப்படி இருப்பா?” வாட்சர் கேட்டான்.

“நல்லா லட்சணமா இருக்குங்க. காணாமப் போனப்ப பச்சை ஜாக்கெட், மஞ்ச தாவணி போட்டுருந்துச்சாம்.”

மஞ்சள் தாவணி என்றவுடன் ஒரு வாட்சர் முகம் குபீர் என்று இருண்டது. விஸ்வநாதனும் அதை நோட்டீங் செய்தார்.

“என்னய்யா... நீ எங்கயாவது பார்த்தியா?”

“ஆமாங்க... சந்தனக் கடத்தல்காரன் சாரங்கன்னு ஒருத்தன். மாயமந்திர வேலையெல்லாம் கத்துகிட்டவன்னு சொல்வாங்க. புருவத்துல மை பூசிகிட்டு காட்டுக்குள்ள அவன் நுழைஞ்சா அவன் யார் கண்ணுக்கும் தெரியமாட்டான்னுல்லாம் சொல்வாங்க.”

“அவனுக்கென்ன இப்போ...?”

“அவன் ஒரு பெண்ணோட நம்ம வடக்கு காட்டுப் பக்கம் போனதா சில மலைப் பளியங்க சொன்னாங்க. அந்தப் பொண்ணும் மஞ்ச தாவணிதான் போட்ருந்தாளாம்.”

வாட்சர் அப்படி சொன்ன மறுநொடியே நாட்டாமைக்கும், மற்றவர்களுக்கும் முகமே இருண்டுவிட்டது. விஸ்வநாதனும் அடுத்து என்ன செய்யலாம் என்கிற மாதிரி யோசித்தார்.

“எதுவா இருந்தாலும், யாரா இருந்தாலும் கவலைப் படவேண்டாம். பஞ்சு சாஸ்திரி நிச்சயமா இப்ப அதுக்கு ஒரு வழி பண்ணிண்டு இருப்பார்,” என்றார் குருக்கள்.

“அது யார் சாஸ்திரிகள்?”

“என்கூட வந்தவர். இந்தச் சிக்கலைக் கேள்விப்பட்டு அதுக்கு ஒரு மார்கம் கண்டுபிடிக்க ஆத்தங்கரைக்குப் போயிருக்கார்.”

“ஓ... இப்ப அவரைப் பார்க்கத்தான் போகணுமா?”

“ஆமாம்.”

“அப்ப முதல்ல ஜீப்ல ஏறுங்க... நானும் அவரைப் பார்க்கணும்” என்று விஸ்வநாதனும் ஜீப்பில் தாவி ஏறினார்.

நாட்டாமை கொஞ்சம் தயங்கியபடி நிற்கவும், “ஏறுங்க நாட்டாமை... ஒருத்தர்க்கு இரண்டு பேர் இப்ப உதவறதுக்கு வந்தாச்சு,” என்ற குருக்களும் நாட்டாமையோடு ஜீப்பில் ஏறினார்.

ஜீப்பும் சீறிக்கொண்டு கன்னிப்பட்டித் தெருக்களில் ஓட ஆரம்பித்தது. அதன்பின்னே திபுதிபுவென்று ஊர்க்காரர்கள் அரக்க பரக்க ஓடினர்.

ஆற்றங்கரை!

உதிர்ந்து விழுந்த ஜோதிகர்ப மரத்து இலைகளில் திரி போட்டு விளக்கேற்றி வைத்த நிலையில் சாஸ்திரிகளும், கந்தனும் வராஹிக்கான காயத்ரி ஜெபத்தில் மூழ்கியிருந்தனர். பார்க்கவே வித்தியாசமான காட்சி. காற்று விறுவிறுவென்று வீசிக் கொண்டிருந்தது. ஆனாலும் விளக்குகள் அணையவில்லை.

மிகமிக மாறுபட்ட ஒரு காட்சி அது. விஸ்வநாதனுக்கு மிகமிக ஆச்சரியமான ஒரு காட்சியாக தோன்றியது. அவர்கள் இருவரிடம் அசைவில்லை; சலனமில்லை. நாட்டாமைக்கும் அந்தக் காட்சி புதிது. குருக்களிடம் கேட்டார்.

"என்ன பண்றாங்க?"

"மந்திரம் ஜெபிக்கறாங்கன்னு நினைக்கறேன்."

"மந்திரமா... காதுலயே விழுவலையே."

"சில மந்திரங்களை மனசுக்குள்ளதான் சொல்லிக்க முடியும். இப்பவும் அப்படித்தான் சொல்லிக்கிட்டிருக்காங்க."

"எங்க கந்தனுக்கு எந்த மந்திரமும் தெரியாதுங்களே...?"

நாராயண சிவத்துக்கு நம்பிக்கையே வரவில்லை. குருக்களுக்கும் அதற்குமேல் என்ன சொல்வது என்று தெரியவில்லை. ஆனால் ஃபாரெஸ்டர் விஸ்வநாதன் அதைப் புரிந்து கொண்டது போல வாய் திறந்தார்.

"சாஸ்திரிகள் சிம்ப்பிளா ஒரு வரில ஏதாவது சொல்லிக் கொடுத்திருப்பார்... ராமா, கிருஷ்ணான்னா அதுகூட மந்திரம்தான் மிஸ்டர் நாட்டாமை."

எடுத்துக் கொடுப்பது போல் பேசிய விஸ்வநாதனின் விளக்கம் குருக்களுக்கு ஆதரவுக்கரம் கொடுக்கிறாற் போல் இருந்தது.

"நாம இவ்வளவு பேசறோம்... அவங்க கண்ணு தொறந்து பார்க்கலீங்களே..." இதுவும் நாட்டாமைதான்.

"அப்படி திறந்து பார்த்தா அதுக்கு பேர் ஜெபம் இல்லை. வழிபாடுன்னா அதுல ஒரு உறுதி இருக்கணும். தியானமும் ஜபமும் பண்ணும்போது உடம்புல பாம்பு ஏறினாலும் தெரியாது."

இதுவும் விஸ்வநாதன்தான். குருக்களுக்குள் திரும்பவும் நெகிழ்வு. அவரை ஒரு ஆதரவுப் பார்வை பார்த்தவர், "நாம இனியும் இங்க இருக்க வேண்டாம். அவங்க ஜெபத் தியானம்

பண்ணட்டும். நிச்சயமா அதுல ஒரு நல்ல வழி பிறக்கும்," என்றார்.

அப்படியே அனைவரும் சற்றுத்தள்ளிச் சென்று ஊருக்குச் செல்லும் ஒத்தையடிப்பாதையின் அருகில் கல் பிள்ளையாரோடு காட்சி தரும் அரச மரத்தடிக்குப் போய் நின்றனர். விஸ்வநாதன் முகத்தில் ஒரு இனம்புரியாத கவலை.

"என்ன சார்... இந்த காலத்துல அதுவும் போலீஸ் பக்கத்துல இருக்கும்போது ஜெபம் தியானம்னு பண்ணி டயத்தை வேஸ்ட் பண்றோமேன்னு தோணுதா?" குருக்கள் விஸ்வநாதனை அப்படி கேட்டதுதான் தாமதம். விஸ்வநாதன் அதெல்லாம் இல்லை என்கிற மாதிரி வேகமாக மறுத்துத் தலையை அசைத்தார்.

"அப்ப என்ன சிந்தனை...?"

"இந்த இருண்ட சூழல்ல நம்பிக்கையோட ஜெபம் பண்ற இவங்க நம்பிக்கைக்குக் குந்தகம் வந்துடக் கூடாதுன்னு நினைக்கிறேன்."

"அப்ப வந்துடுமோன்னு சந்தேகம் இருக்கா?"

"நான் பொய் சொல்ல விரும்பலை. நிறையவே சந்தேகம் இருக்கு. கடந்த மூன்று வருஷமாக நம்ம நாட்டுல மழை கிடையாது. செய்யாத ஜபதபங்கள் இல்லை. கழுதைக்குக் கல்யாணம், அரசமரத்துக்குக் கல்யாணம்னு எவ்வளவோ நடந்தது. ஆனாலும் மழை வந்த மாதிரி தெரியல... அதனால வந்த சந்தேகம் இது."

"மழை இனியும் வரது சந்தேகம்தான். வராம இருக்கறதுதான் ஒரு வகைல நல்லதும் கூட. ஒரு மனுஷன் தான் ஒரு நாளைக்கு குடிக்கற தண்ணியின் அளவைவிட கூடுதலா பெட்ரோலை செலவு பண்றான். தண்ணின்னா ஆவி... ஆனா பெட்ரோல்னா புகையாச்சே? அதேமாதிரி எங்கபார் வீடுகள்... ஏகப்பட்ட டெய்லி மேகஸின்ஸ், வீக்லி மேகஸின்ஸ். மரத்துக்கும், பேப்பருக்கும் எங்கே போவான்? காட்டுக்குள்றதானே?"

“அதே போல் முந்தைய வானத்துல மேகம் மட்டும்தான் இருந்தது. போனா போறதுன்னு சில ரேடியோ நிலையங்களோட ஒளி அலைவரிசை இருந்தது. ஆனா இப்ப இருக்கறது அதே பழைய வானம்தான்... ஆனா முன்னூறு டிவி சேனல்கள், நூத்துக்கணக்கான ரேடியோ அலைவரிசைகள், போதாதற்கு செல்போன், டெலிபோன் அலைவரிசைகள் வேற... இந்த வானம் எவ்வளவுதான் தாங்கும்? அதான் ஓசோன் படலத்துல ஓட்டை, மழை மேகங்கள் ஒண்ணு திரள்றதுலயும் கோளாறு. எப்படி பெய்யும் மழை?”

“அப்ப எப்படி உயிர் வாழ முடியும் குருக்களே?”

“இயற்கையைக் கெடுத்து அதற்கு எதிராக ஒருநாளும் வாழவே முடியாது. மனுஷன் நெருக்கடி வரும்போதுதான் பிரமாதமா செயல்படுவான். கடல் நீரைக் குடிநீராக்கற முயற்சிகள் இனி நடக்கும். ஆறு, ஏரிகள் அரசாங்கச் சொத்தாகி மக்களுக்கு அன்னியமாயிடும்.”

“ஒரு அதிசயம் நடந்தாலும் நடக்கலாம்.”

“என்ன சாமி அது?”

“கங்கை, காவிரி இணைப்புதான் அது. வேற என்ன?”

“அது வருமா... இங்க கர்னாடகாவுல காவிரில இருந்தே தண்ணி வரலை. கங்கைல இருந்துதானா வரும்?”

“வந்தாகணும். கடலுக்கு ஒரு சொட்டு தண்ணி போகாது. போகவிட மாட்டாங்க. அடிவயித்துல அடிவிழும் போது ஏற்படுற மனுஷ எழுச்சி, மழையைக்கூட புரட்டிப்போடக் கூடியதாக இருக்கும். வரலாற்றைப் புரட்டிப் பார்த்தா தெரியுமே... அப்படித்தானே எல்லா காலகட்டத்துலயும் இருந்து வந்துருக்கு...” குருக்களின் கருத்து விஸ்வநாதனுக்கும் பிடித்துவிட்டது.

“சாமிங்களா... உங்க அரட்டை பெறவு... முதல்ல நம்ம ஊர் விசயத்துக்கு வாங்க.” இடையில் நாராயண சிவம் கட்டையைப் போட்டார். குருக்களும், விஸ்வநாதனும் ஒருவரை ஒருவர்

பார்த்துக் கொண்டனர். பின் கழுத்தைத் திருப்பி, ஆற்றின் கரையில் அமர்ந்திருக்கும் சாஸ்திரிகளையும், கந்தனையும் பார்த்தனர். அவர்களிடம்தான் விடை இருப்பது போல தோன்றவே அவர்களையே வெறித்தனர். அந்த நேரம் பார்த்து காணாமல் போன மலர்விழியின் அப்பா மணியக்காரர் மகாலிங்கமும் அங்கே வந்தார். கந்தனை அமைதியான தவக் கோலத்தில் பார்த்தவருக்கு மனசு நெகிழ்ந்து போனது.

நாராயண சிவம் பதிலுக்கு, "பார்த்தியா மகாலிங்கம், உன் மகளுக்காகத்தான் கந்தன் அவரோட சேர்ந்து சாமி கும்புட்டுகிட்டு இருக்கான்," என்றார்.

மகாலிங்கத்துக்குக் கண்ணில் நீர் கோர்த்துக் கொண்டுவிட்டது.

"ஆமாம் இவங்களோட ஊர் பிரச்சினை உங்களுக்கு எப்படி தெரியும்?" என்று காதோரமாய் கேள்வி கேட்டார் விஸ்வநாதன். குருக்களும் தன் ஏழு பெண்கள் பற்றி, அவர்கள் நிமித்தம் நாடி ஜோதிடம் பார்த்தபோது வந்த குறிப்பு பற்றியெல்லாம் கூறி முடித்தார்.

"அப்ப இந்த ஊர்ல சப்த கன்னியர்களுக்குக் கோயில் இருந்துருக்கா?"

விஸ்வநாதன் கேட்ட வேகத்தைப் பார்த்தால் அவர் அதற்காகவே காத்துக் கொண்டிருக்கின்றவர் போலத்தான் இருந்தது.

"இருந்துச்சாவா? அது இருந்தவரை இந்த ஊர் இருந்த விதமே வேற மாதிரி தம்பி. எப்ப அந்த கோயிலுங்க மண்ணோட மண்ணாச்சோ அப்பருந்தே இந்த ஊருக்கு பேரும் கிடையாது. ஒரு புண்ணாக்கும் கிடையாது" என்று மூக்கைச் சிந்தினார் நாராயண சிவம்.

ஆற்றங்கரையோரமாய் எரிந்தபடி இருக்கும் ஜோதிகர்ப மரத்து விளக்குகள் அணையும்போல ஆகி அங்கே இருள் கூடு கட்டும்போல இருந்தது.

அதைக் கவனித்தவர்கள் திரும்பவும் விளக்கேற்றலாம் என்று எண்ணி அதற்காக இலை எடுக்க ஜோதிகர்ப மரம் இருக்கும் இடம் நோக்கி கிளம்பினர்.

விஸ்வநாதனிடமும் அதிசயமான அந்த மரத்தைக் காணும் அதீத ஆவல்! உற்சாகமாகப் புறப்பட்டபோது அவர்களை ஒரு மிருகம் கடந்து போனது. இருளில் சரியாகத் தெரியவில்லை. அது நேராக ஆற்றங்கரைப் பக்கம்தான் போனது.

அவ்வளவு பேரும் நின்று திரும்பிப் பார்த்தனர். அதன் உயரமும் ஓட்டமும் அது ஒரு காட்டுப்பன்றி என்று சொல்லாமல் சொல்ல, நாட்டாமை நாராயண சிவத்துக்கும், மணியக்கார மகாலிங்கத்துக்கும் ஒரு வினாடி தூக்கியடித்தது.

சமயங்களில் காட்டுப்பன்றிகள் ஊருக்குள் வயல்களில் புகுந்து பயிர்களை நாசம் செய்வது உண்டு. அவற்றைத் துரத்திக் கொண்டு ஊரே ஓடும். இப்பொழுது அப்படிச் செய்ய வேண்டி இருக்குமோ எனும்போது அந்தப் பன்றி கரையோரமாக அமர்ந்து ஜெபித்துக் கொண்டிருந்த அவர்கள் முன்னால் போய் நின்றது. அது நின்று அவர்களைப் பார்ப்பது ஒரு கரும் பிம்பமாய்த் தெரிந்தது. பின் கிடுகிடுவென்று ஓடி ஆற்றில் விழுந்து எழுந்த அந்தப் பன்றி திரும்பவும் கரை ஏறி - பார்த்துக் கொண்டேயிருந்த அவ்வளவு பேருக்கும் ஆச்சரியத்தை அளித்தது. கரை ஏறிய அந்த பன்றி அந்த இரண்டு பேரையும் வலம் வருவதுபோல வந்து கந்தனின்மேல் உரசியது. அடுத்த நொடி கந்தனின் ஜெப தியானம் கலைந்து போனது. திடுக்கிட்டுப் போன கந்தனும் அந்தப் பன்றியைத் துரத்துவதற்காக கோபத்துடன் எழுந்திருந்தான்.

அதுவும் ஆற்றோரமாகவே ஓடத்தொடங்கியது. கந்தனும் விடுவதாக இல்லை. நாராயண சிவமும், மகாலிங்கமும்கூட கந்தன் ஓடுவதைப் பார்த்தனர்.

விஸ்வநாதனும் சட்டென்று வெகுவேகமாக ஒரு முடிவிற்கு வந்து ஓடிப்போய் தன் டிபார்ட்மென்ட் ஜீப்பில் ஏறினார். நாராயண சிவத்தையும், குருக்களையும், மகாலிங்கத்தையும் ஜீப்பில் ஏறச்

சொன்னவர், அதே ஆற்றோரமாக ஜீப்பை வெகுவேகமாகச் செலுத்தினார். ஜீப்பின் ஹெட்லைட் வெளிச்சத்தில் பன்றி ஓடுவதும், அதைக் கந்தன் துரத்துவதும் துல்லியமாகவே தெரிந்தது.

புதருக்குள் ஜீப் புகுந்து செல்வதுதான் சிரமமாக இருந்தது. அதிலும் ஒரு அளவுக்குமேல் செல்ல முடியவில்லை. ஜீப் தேங்கி நிற்க, ஹெட்லைட் வெளிச்சம் மட்டும் வெகுதூரத்திற்குப் பாய்ந்தது. அதன் முடிவில் கந்தனும் துரத்திக் கொண்டே ஓடி ஒரு கட்டத்தில் ஒரு மலைப்பாறைமேல் தேங்கி நின்று மூச்சிறைக்க ஆரம்பித்தான்.

அந்தப் பன்றி இருபெரும் பாறைகளுக்கு நடுவில் ஒரு மனிதன் நுழையலாம் என்னும் அளவுக்கு உள்ள பாறை இடுக்கில் புகுவதையும் பார்த்தான். இனி அதைப் பிடிப்பது சிரமம் என்று நினைக்கும்போதே போன வேகத்தில் அந்தப் பன்றி கத்திக் கொண்டு வெளியே வரும் சப்தம் கேட்டது. அந்த நொடி திரும்பிப் பார்த்தவன் கண்களில் அந்தப் பாறை இடுக்கில் ஒரு வெளிச்சம் தோன்றி மறைந்தது போலவும் இருந்தது. தான் பார்த்தது உண்மையா இல்லை பிரமையா என்று ஒரு வினாடி யோசித்துத் தடுமாறி நின்ற கந்தனை விஸ்வநாதன் நெருங்கிச் சென்றார். இருளில் அவரை அவனுக்கு அடையாளம் தெரியவில்லை.

“மிஸ்டர் கந்தன் உங்களைப் பத்தி இப்பதான் கேள்விப்பட்டேன். நாட்டாமை சொன்னார். நான் இந்த மலைக் காட்டோட ஃபாரெஸ்டர். ஆமாம், எதுக்காக ஒரு பன்றியைத் துரத்திகிட்டு இவ்வளவு தூரம் வந்தீங்க?” என்று அவர் கேட்க, அதே நொடி அந்தப் பாறை இடுக்கில் திரும்பவும் வெளிச்சம் தெரிந்து அடங்கியது.

‘நான் எங்கங்க துரத்தினேன். ஒரு சக்தி என்னை இழுத்துகிட்டு ஓடினுச்சுன்னுதான் சொல்லணும்’ என்பது போல பார்த்தவன் திரும்ப அந்தப் பாறை இடுக்கைப் பார்த்தான்.

“ஆமா அங்க என்ன இருக்குன்னு பாக்கறீங்க?” என்கிற கேள்வியோடு விஸ்வநாதனும் அந்தப் பாறை இடுக்கைப் பார்த்தார். அப்பொழுது அங்கே ஒரு மனிதன் எட்டிப்பார்ப்பது போலத் தோன்றியது. விஸ்வநாதனுக்கும் ‘சுரீர்’ என்றாகிவிட்டது. பேண்ட் பாக்கெட்டைத் தொட்டுக் கொண்டார். துப்பாக்கி தயாராக இருந்தது. அதைக் கையில் எடுக்கும் போது அவர்களை நோக்கி நாராயண சிவமும், மகாலிங்கமும், குருக்களும் கூட வந்து சேர்ந்துவிட்டனர்.

ஹெட்லைட் வெளிச்சம் அவர்களுக்குச் சற்றுத் தள்ளி ஒரு வெளிச்ச வீதிபோல நீண்டிருந்தது.

“எல்லோரும் வந்துட்டீங்களா... நல்லது... சத்தம் போடாம அப்படியே என் பின்னால் வாங்க,” என்று ஓசைபடாமல் பூனைபோல அந்தப் பாறை இடுக்கை நோக்கி குனிந்த நிலையில் நடந்தார் விஸ்வநாதன். அப்பட்டமான தொழில் சாமர்த்தியம். மற்றவர்களும் அதையே பின்பற்றினார்கள். கந்தன் மட்டும் சற்று முரட்டுத்தனத்தோடு வேகமாகச் சென்று அந்தப் பாறையை சமீபித்து உள்ளே இடுக்கின் வழியாக பார்த்தான்.

அடுத்த நொடியே அவன் கண்களில் ஒருவித தீ ஜ்வாலை. பகீர் உணர்வுகளுடன் திரும்பினான். மெல்ல சமீபித்த விஸ்வநாதனும் எட்டிப் பார்த்துவிட்டு அப்படியே விக்கித்துப் போனார்.

உள்ளே மலர்விழியோடு சேர்ந்து கன்னிப்பட்டிக்கு வந்த அந்த மாயக்காரன்... வாட்சர்களால் சந்தனக்கட்டை கடத்தும் சாரங்கன் என்று வர்ணிக்கப்பட்டான்.

உள்ளே குகைபோல நிலப்பரப்பு. அங்கங்கே ஜோதி கர்ப இலையால் ஏற்றப்பட்ட அகல்விளக்குகள். நடுநாயகமாக இல்லாமல் ஒரு பாறைமேல் உடம்பில் பொட்டுத்துணிகூட இல்லாமல் மலர்விழி தன்னிலை மறந்து ஒரு சிலைபோல உட்கார்ந்து கொண்டிருந்தாள்.

அவள் முன்னாலே ஒரு காட்டு எருமை வெட்டி பலி போடப்பட்டிருந்தது. அந்த சாரங்கன் அவள்மேல் குங்குமத்தைத் தூவித்தூவி பூஜை செய்து கொண்டிருந்தான்.

கந்தனுக்கு நரம்பெல்லாம் முறுக்கேறியது. உள்ளே புகுந்து அவனை ஒரே வெட்டாக வெட்ட வேண்டும் போலவும் கொந்தளிப்பு ஏற்பட்டது. அதற்காக ‘ஆ’வென்ற அலறலுடன் பாயப் பார்த்தவனை விஸ்வநாதன்தான் தடுத்தார்.

சப்தம் உள்ளிருந்த அவனையும் கலைத்து திரும்பிப் பார்க்க வைத்தது.

அப்படிப் பார்த்தவன் எதிரில் தன் துப்பாக்கியை நீட்டிக் கொண்டு நின்றார் விஸ்வநாதன்.

அவனுக்கு சற்றே பெரிய விழிகள்.

அதைக் கொண்டு ஒரு உருட்டல் பார்வை பார்த்தவன், ‘இந்த இடத்தைக் கண்டுபிடித்து எப்படி வர முடிந்தது?’ என்கிற அதிர்ச்சியை அப்பட்டமாகக் கண்களில் காட்டினான். சற்றுத் தள்ளி அவன் எருமையைப் போட்டுத் தள்ளிய அரிவாள் ஒன்றும் கிடந்தது. அதைப் பார்க்கும்போதே விஸ்வநாதனுக்குப் புரிந்துவிட்டது.

“அரிவாளை எடுத்து பூச்சி காட்ற வேலை எல்லாம் வேண்டாம். இது ஒண்ணும் பொம்மைத் துப்பாக்கி இல்லை.” என்றவர் அந்த அரிவாளைப் பார்த்துச் சுட்டார். அது ஒரு எகிறு எகிறியது. சப்தமும் உள்ளுக்குள் மோதி எதிரொலித்தது. அதன் எதிரொலியோ என்னவோ மலர்விழியும் பிரக்ஞை மீண்டு விஸ்வநாதனைப் பார்த்தாள். கந்தன் தன் வேட்டியை அவிழ்த்து அவள்மேல் வீசி எறிந்தான். அது அவள் உடம்பை மூடியபடியே விழுந்தது. சாரங்கனிடம் எந்த எதிர்ப்பும் இல்லை.

நல்ல பகல்பொழுது!

வெட்கத்தில் சிவந்துவிட்ட முகத்தோடு கண்ணைக் கசக்கிக் கொண்டிருந்தாள் மலர்விழி. மகாலிங்கம் சமாதானம் சொல்லிப் பார்த்து அலுத்தவராக வெளியே வந்தார்.

சாஸ்திரியும், குருக்களும், நாராயண சிவத்தோடு வந்தபடியே இருந்தனர்.

"என்னவே... மலர் என்ன சொல்லுது?" நாராயண சிவம்தான் விசாரித்தார்.

"என்னத்த சொல்லுவேன் நாட்டாமை. ஒருத்தன் தன்னை அம்மணமா ஆக்கி பூஜையெல்லாம் பண்ணியிருக்கான்கறதை அதால ஜீரணிக்கவே முடியலை. குமுறிக் குமுறி அழுவறா. அவளுக்குமேல என் சம்சாரம் இனி இவளை யார் கட்டுவான்னு ஒரே ஒப்பாரி..."

அப்பொழுது கச்சிதமாக கந்தனும் வந்து நின்றான்.

"ஏலேய்... கந்தன் இருக்கும்பொழுது என்னவே கவலை" என்று வக்காலத்து வாங்கினார் நாராயண சிவம்.

"ஆமாம்ப்பா இப்படியெல்லாம் நடக்கணும்கறது விதி. எது எப்படி இருந்தா என்ன... நாங்க தியானிச்ச வராஹி, பன்றி சொரூபிதான். அவதானே காட்டுப்பன்றியா வந்து அந்த சண்டாளன் அடைஞ்சு கிடந்த குகையைக் காட்டினவ. தன்னை நம்பினவாளை அவ கைவிடமாட்டாங்கறது நிரூபணமாயிடுத்து பார்த்தேளா..." என்றார் சாஸ்திரிகள்.

"ஆமாம் சுவாமி, சமயம் பார்த்து ஃபாரெஸ்டர் வந்து, அவர் பங்குக்கு அவரும் உதவி செய்யாட்டி, அந்த சண்டாளன் தன்னோட வித்தையை நம்மகிட்டயும் காட்டியிருப்பான்" என்ற மகாலிங்கம் அப்படியே சாஷ்டாங்கமாக சாஸ்திரிகள் காலிலும் விழுந்தார்.

"எழுந்திரு... எழுந்திரு... இந்த ஊர்ல அந்த சப்த கன்னியர்கள் ஆட்சியும் சக்தியும் இன்னும் இருக்குங்கறதுல உங்களுக்கு இப்ப எந்த சந்தேகமோ ஆட்சேபனையோ இல்லையே."

"இல்ல சுவாமி... உங்கள பரிபூரணமா நம்புறோம். நீங்க கலந்து தாராளமாக கோயில் கட்டலாம். ஆனா அந்த சாமிங்க எங்க

இருக்குதுன்னு தெரியாத நிலையில் எப்படி சுவாமி கோயில் கட்டுவீங்க?"

மகாலிங்கத்தின் கேள்வியிலும் நியாயம் இருக்கத்தான் செய்தது. பொருத்தமாக அப்பொழுது விஸ்வநாதனும் ஜீப்பில் வந்து இறங்கினார். கையில் சாரங்கனிடம் இருந்து கைப்பற்றிய அந்த ஏட்டுக்கட்டு.

"வாங்க சார்!"

"வந்துகிட்டுதானே இருக்கோம். நல்லவேளை எல்லோரும் ஒண்ணா ஒரே இடத்தில இருக்கீங்க."

"ஏன் சார்... ஏதாவது முக்கிய விஷயமா?"

"ஆமாம்... அந்த சாரங்கனை நான் கைது பண்ணிட்டேங்கற விஷயத்தை என் டிப்பார்ட்மெண்டால நம்பவே முடியல. அதுலயும் நான் ட்யூட்டியில ஜாய்ன் பண்ண முதல் நாளே... அதான் சொல்லிட்டு போக வந்தேன். அடுத்து அவன்கிட்ட இந்த ஏடு இருந்தது. இதுல இந்த ஊர் சப்த கன்னியருக்கு எங்க கோயில் இருந்ததுங்கற குறிப்பு இருக்கு. அந்த சாரங்கனுக்கு இது இந்த மலைலதான் கிடைச்சிருக்கு. மரம் வெட்டி கடத்த வந்த ஒரு ராத்திரியில, ஒரு குகைல தங்கியிருந்திருக்கான். அங்க ஒரு சாமியார் இருந்து அவர்கிட்ட இது இருந்ததாம். அவர்தான் அவனுக்கு மாயமந்திரமெல்லாம் கத்துக் கொடுத்தாராம்..."

"அவரே கன்னிப்பட்டில சப்த கன்னியருங்க இருக்காங்க. அவங்களைத் தேடி கண்டுபிடிச்சு வழிபட்டா எல்லாவிதமான வரமும் சித்திக்கும்னு சொல்லியிருக்காரு. அதுக்காக ஒரு கன்னிப் பொண்ணை அந்த அம்பாளா நினைச்சுத் துளியும் காம உணர்ச்சியில்லாம வழிபடணும்னுல்லாம் தனக்குத் தெரிஞ்சதை அவர்தான் சொல்லியிருந்துருக்கார்."

"அதான் சங்கரன் மலர்விழியைக் கடத்திகிட்டுப் போயிருக்கான். இப்ப எல்லாத்தையும் ஒத்துகிட்டான். இது அந்த சாமியார் எழுதி வெச்சிருந்த ஏடு. இது உங்களுக்குப்

பயன்படுமா பாருங்க...” என்றபடியே நீட்டினார். சாஸ்திரிகள் அதை வாங்கிக் கொண்ட வேகத்தில் கண்ணில் ஒற்றிக் கொண்டார். உடம்பெல்லாம் சிலிர்த்துவிட்டிருந்தது. அப்படியே பக்கங்களைப் புரட்டினார். கண்களில் ஆச்சரியமும், ஆனந்த அதிர்வும் மாறி மாறித் தெறித்தன.

“என்ன சாமி... இதுல என்ன எழுதியிருக்குது?”

“என்னன்னு சொல்வேன். அந்த வராஹிக்கு ரொம்பவும் கருணையுள்ள மனசு. அதான் தான் இருக்கற இடத்தை இந்த ஏடு மூலமாகவே காட்டிக் கொடுத்துட்டா. வடக்க இருந்து தெற்க போற திசைல பெருசா இருக்கற கேணிக்குள்ற அவ திருமேனி கிடக்காம். அதை எடுத்து அஞ்சாவதா உள்ள ஜோதிகர்ப மரத்துக்கு பக்கத்துல வைச்சா. அதுதான் அவ கோயில் முன்பு இருந்த இடமாம்.

அனேகமா இந்த ஏட்டை எழுதின சாமியார்தான் வராஹியையும் தூக்கி அந்தக் கிணத்துல போட்டுருக்கணும்னு நான் யூகிக்கிறேன்.” என்றார்.

“சாஸ்திரிகளே, அப்ப முதலில் இப்பவே அந்த கிணத்துக்குப் போய்ப் பார்ப்போமா?” குருக்களிடம் வேகம் வந்து தொற்றிக் கொண்ட போது, ‘அப்பா’ என்று ஒரு குரல்! திரும்பினார். ஊருக்குள் மினிபஸ் மூலமாக வந்த பலரில் அவரது மூத்த மகளான ரம்யா. குருக்களுக்குத் தூக்கிவாரிப் போட்டது.

“அம்மாடி, நீயா... நீ எங்க இங்க?” என்று பாய்ந்து முன்னால் வந்தார்.

“காரணமாத்தான்ப்பா வந்தேன். நம்ம இந்திராவுக்கு அம்மை போட்டு ரொம்ப மோசமா இருக்கு உடம்பு. ஆஸ்பத்திரில காட்னதுக்கு ஊசி போட்டு வேப்பலைத் தண்ணியும் விடச் சொன்னா. உடம்பு பூரா வாரிக்கொட்டியிருக்கு. பார்க்கவே பயமா இருக்கு. அதான் உன்னைக் கூட்டிண்டுப் போக வந்தேன்,” என்றாள்.

“பகவானே... இது என்ன சோதனை?” குருக்கள் உடம்பு நடுங்கியது.

“சாமிநாதா பதட்டப்படாதே... காரணம் இல்லாம காரியமில்லை. நீ கிளம்பு. நான் இங்க இருந்து மற்ற காரியங்களைப் பார்த்துக்கறேன்,” என்றார் சாஸ்திரிகள்.

“ஆமாம்ப்பா... உன்னைக் கூட்டிண்டுப் போகத்தான் வந்தேன். இங்க யாருக்காவது போன் பண்ணி தகவல் தரலாம்னா அதுக்கு வழி இல்லாமதான் நேர்ல வந்தேன். உடனே கிளம்பு...” அவளும் துடித்தாள்.

அதுவரை பட்டும்படாமல் நின்று கொண்டிருந்த விஸ்வநாதனும் குருக்களைப் பார்த்து, “சாமி நீங்க புறப்படுங்கோ... நீங்க திரும்பி வரும்போது வராஹி வெளியே வந்துருப்பா...” என்றார்.

“இப்ப திரும்பிப் போக பஸ் இருக்கா...?”

“பெரிய பஸ்... வாங்க என் ஜீப்ல கொண்டு போய் விடறேன்...” என்ற விஸ்வநாதன் ஜீப்புக்குத் தாவினார்.

“உங்களுக்கு எதுக்கு சார் வீண் சிரமம்?”

“இதெல்லாம் சிரமம் இல்ல... பரஸ்பர உபகாரம். வாங்கோ, ஏறுங்கோ...” என்று ஜீப்பையும் கிளப்பினார்.

நடுநடுவே ரம்யாவையும் ஒரு பார்வை பார்த்தார். துருதுருவென்று நீண்ட கூந்தலுடன் ஒரு தேவதையைப் பார்ப்பது போல இருந்தது.

தயங்கித் தயங்கி அவளும், குருக்களும் ஜீப்பில் ஏறினர்.

ஜீப்பும் ஆற்றங்கரைவரை வந்து நின்றது.

தண்ணீர் குறைந்திருந்தது.

கரையில் அந்த ஏழு கற்களுடன் கூடிய விளக்குகள் ஒரு சின்ன கோயிலைப் போல அவள் கண்ணில் பட, கன்னத்தில் போட்டுக் கொண்டாள்.

அந்த இடைவெளியில் சட்டென்று ஜீப்பில் இருந்து இறங்கிய குருக்கள், "ஆபீசர் சார்... ஒரு நிமிஷம். என் பொடி டப்பியை மறந்து வெச்சுட்டு வந்துட்டேன். நான் சோறு தண்ணி இல்லாமகூட இருப்பேன். ஆனா பொடி டப்பி இல்லாம இருக்கமாட்டேன்," என்றவர் திரும்பி ஓடினார்.

ஜீப்புக்குள் ரம்யா மட்டும் இருந்தாள்.

தனியா அமர்ந்திருப்பது என்னவோ போல் இருந்தது. விஸ்வநாதன் பார்வை வேறு அவளை அளந்தபடியே இருந்தது. கூச்சமாக உணர்ந்தவள் ஜீப்பைவிட்டு இறங்கினாள்.

விஸ்வநாதனும் இறங்கினார்.

தொண்டையைக் கனைத்துக் கொண்டார். பின், "உங்க பேர்?" என்று ஆரம்பித்தார்.

"ரம்யா..."

"குருக்களோட மூத்த பொண்ணோ..."

"அ... ஆமாம்!"

"என்ன படிச்சிருக்கீங்க...?"

"ப்... ப்ளஸ் டூ..."

"ஏன் டிகிரி படிக்கலையா?"

"இதுக்கே அப்பாக்கு நுரை தள்ளிடுத்து."

"அவ்வளவு கஷ்ட ஜீவனமா என்ன?"

"நாங்க ஏழு பொண்கள், இப்ப உங்களுக்குப் புரிஞ்சிருக்கும்னு நினைக்கறேன்."

"கேள்விப்பட்டேன்... ஆமா உங்களுக்குக் கல்யாணம் ஆயிடித்தா?" அவர் குறும்பாகக் கேட்ட கேள்விக்கு ஒரு முறைப்பைப் பதிலாக வைத்தாள்.

"எதுக்கு முறைக்கறேள்..."

"முறைக்காம... கல்யாணம் ஆகியிருந்தா நான் புக்காத்துக்குன்னா போயிருப்பேன். இங்க ஏன் இவரண்ட இருக்கேன். அடுத்து கழுத்தைப் பார்த்தா தெரியாதாக்கும்."

"அது எப்படி... இப்பல்லாம் தாலி தெரியாதபடி பிளவுஸ்ல பதுக்கிக்கறதுதானே பேஷன்..."

"போறும்... நான் அப்படிப்பட்டவ கிடையாது. அதேசமயம் எனக்கு அதுக்கு அவசியமும் கிடையாது."

"அவசியம் கிடையாதா... எதனால்?"

"ஆமாம். அப்பா கோயில் பிராம்மணர். நாங்களோ ஏழுபேர். யார் தைரியமா கல்யாணம் பண்ணிப்பா? ஆகையால நாங்க ஏழு பேரும் நித்ய கன்னிகளா இருக்கத் தீர்மானிச்சுட்டோம்."

அவர் உடனே அதைக் கேட்டுச் சிரித்தார்.

"எங்க நிலை உங்களுக்கே சிரிப்பா இருக்குல்ல?"

அவள் உடனேயே அப்படி திருப்பிக் கேட்பாள் என்று விஸ்வநாதன் எதிர்பார்க்கவேயில்லை.

"சேச்சே... நான் உங்க நிலையைப் பார்த்து சிரிக்கலை. அப்படி சிரிச்சா நான் மனுஷனேயில்லை. நான் நினைச்சு சிரிச்சது உங்க சுயபச்சாதாபத்தைப் பார்த்து..."

அவள் திகைத்துப் போனாள்.

அவரை வெறித்துப் பார்த்தாள்.

"ஆமாம்... நாளைக்கு என்ன நடக்கும்னு யாராலயும் சொல்ல முடியாது. அப்படி இருக்க கல்யாணமே நடக்கப் போறதில்லைன்னு நீங்களா நினைக்கறதும், அதுக்காக வருத்தப்பட்டுக்கறதும்தான் சுயபச்சாதாபம்."

"சரி... இருந்துட்டுப் போகட்டும். இப்படி எங்களை விமர்சனம் செய்ய நிறைய பேர் இருக்கா. ஆனா அப்பாவுக்குக் கை கொடுக்கத்தான் ஒருத்தர்கூட இல்லை. பாவம் அப்பா... ஜோசியம்,

ஜாதகம்னு பார்த்துட்டு இப்ப இந்த கன்னிப்பட்டிக்கு வந்து கோயில் கட்றேன், குளம் வெட்றேன்னு உக்காந்துண்டுருக்கார்.”

“அவ்வளவு விரக்தியா வாழ்க்கை மேல?”

“இது விரக்தி இல்ல... பரிகாரார்த்தமாம்... சப்த கன்னி மாதாக்களுக்கு அப்பா கோயில் கட்டணுமாம். நாங்க ஆளுக்கொரு கன்னிமாதாவுக்கு பூஜை செய்து விரதம் இருந்தா கல்யாணம் நடந்துடுமாம். நாங்க இல்லாத விரதமா... இல்லை அப்பா பண்ணாத பூஜையா... எல்லாமே ஒரே வேடிக்கையா இருக்கு...” என்று அம்பாரமாய் அலுத்துக் கொண்டாள்.

ஊன்றிப் பார்த்தபடி இருந்த விஸ்வநாதன் திரும்பவும் சிரித்தார். பின், “ஏன் இதுல எல்லாம் நம்பிக்கை இல்லையா?” என்று கேட்டார்.

“எனக்கு தெய்வத்துமேல நம்பிக்கை உண்டு. ஆனா இந்தக் கால இளைஞர்கள் மேலதான் இல்ல. அவா வரைல கல்யாணம்கறது ஒரு சொப்னம். உல்லாசம். மீறினா, இரண்டாம் தாரத்துக்கும், மூணாம் தாரத்துக்கும் எங்களை மாதிரி பெண்களைக் கேப்பா...”

அவள் குரல் உடைந்தபோது ஆற்றுக்குள் ‘சளபுள’ என்று சப்தம். முதல் நாள் வந்த அதே காட்டுப் பன்றி. முகத்தில் இரண்டு கொம்புகளுடன்... உலகில் முகத்தில் கொம்புடைய ஒரே ஜீவன். எவ்வளவு ஆழத்தில் எது புதைந்து கிடந்தாலும் அதைத் தோண்டி எடுத்துப் போடும் வல்லமை கொண்ட ஜீவனும்கூட. நல்ல பருத்த தோற்றத்தில் அது ஓடிவந்த வேகம் பார்த்து அலறிக் கொண்டு விஸ்வநாதன் பக்கம் வந்தவள் தன்னையும் மறந்து அவனை இறுக்க அணைத்துக் கொண்டாள்.

அந்த அணைப்பும் ஸ்பரிசமும் விஸ்வநாதனுக்கும் புதிது... அவர் உடம்பில் மின்சாரம் பரவுவது போல இருந்தது.

பன்றி ஓடிவிட்டது. ஆனால் விஸ்வநாதனோ ரம்யாவோ ஒருவரை விட்டு ஒருவர் விலகவில்லை. விஸ்வநாதன் மட்டும் அவள் காதருகில் கிசுகிசுத்தார்.

"எனக்கு அஞ்சு அக்கா... கல்யாணம் பண்ணிக் கொடுக்க பட்டபாடு எனக்குத் தெரியும். ஆகையால..."

அவர் என்ன சொல்ல வருகிறார் என்பது அவளுக்குப் புரிந்தது. பதிலுக்கு எதுவும் பேசவில்லை. கண்களில் ஈரம் கசிய இறுக்க அணைத்துக் கொண்டாள்.

அதைப் பார்த்துக் கொண்டே வந்த குருக்களுக்கும் உடம்பெல்லாம் சிலிர்த்துவிட்டது.

ஒருபுறம் அம்பாள் இருக்குமிடம் தெரிய, மறுபுறமே மாப்பிள்ளையும் கண்ணில் பட்டுவிட்ட இன்ப அதிர்ச்சி அவரை அப்படியே சிலையாக நிறுத்திவிட்டது.

முதல் கன்னிக்கு வழி தெரியத் தொடங்கிவிட்டது.

இரண்டாம் கன்னி

— 1 —

சப்த கன்னியர்களில் உள்ள சப்த என்ற வார்த்தைக்கு பொருள் ஏழு என்பதாகும். அதாவது ஏழு கன்னிகள் என்பது பொருள்.

எண்களில் ஏழுக்கு ஒரு தனித்தன்மை உள்ளது. அதைப்பற்றி அறியும் முன் ஒன்று, இரண்டு, மூன்று. நான்கு, ஐந்து, ஆறு, பின் எட்டு, ஒன்பது என்று உள்ள எண்கள் பற்றி நாம் அறிந்தாக வேண்டும்.

எண்கள் என்று ஒன்றே இல்லாவிட்டால் என்னாகும் என்றும் சற்று சிந்தித்துப் பார்க்க வேண்டும். எண்கள் இல்லாவிட்டால் நாம் செயல்படவே முடியாது. அதிலும் நியாயமாக செயல்படுதல் என்பது அறவே சாத்தியமில்லை. வாழ்க்கையிலும், குழப்பத்திற்குமேல் குழப்பம் ஏற்பட்டு எல்லாமே ஸ்தம்பித்துவிடும்.

ஒரு சிறு கற்பனை செய்து பாருங்கள். எண்கள் இல்லாத பட்சத்தில் வியாபாரம் என்பதே நடக்க முடியாது. வியாபாரம் என்பது என்ன? நாம் ஒன்றை வாங்குவது கடைக்காரருக்கோ கொடுப்பது என்றாகிறது... இந்த மாற்றம் எண்களின் அடிப்படையில்தானே நடக்கிறது?

ஒரு கிலோ சர்க்கரை என்று நாம் கேட்பதில் ஒன்று வந்துவிடுகிறது. பதிலுக்கு அவர் அதற்கு பதினெட்டு ரூபாய் கொடுங்கள் என்பதில் பதினெட்டு வந்து விடுகிறது. போகிறது என்று அவர் படியிலோ, இல்லை ஏதோ ஒரு பாத்திரத்திலோ சர்க்கரை கொடுக்க, நாம் பதிலுக்கு அவருக்கு அந்தக்கால பண்டமாற்று முறையில் பணத்துக்குப் பதிலாக அரிசியோ,

பருப்போ கொடுப்பதாக வைத்துக் கொண்டாலும்கூட, அதை எவ்வளவு கொடுப்பது என்று இருக்கிறதல்லவா?

இதனால் ஒரு அளவு தெரியாமல் கூடுதல், குறைவாகவே ஒன்றைக் கொடுத்து வாங்க நேர்ந்தால், அதை யாராவது விரும்புவார்களா?

ஒன்று முதல் ஒன்பது வரை உள்ள எண்கள் இந்த மாதிரி இடங்களில் நமக்கு எவ்வளவுதூரம் பயன்படுகின்றன என்று எண்ணிப் பாருங்கள்.

இதே நிலைதான் எல்லா இடங்களிலும்... நாம் யார் என்று பிறருக்குக் கூறுவதில்கூட எண் தேவைப்படுகிறது. நான் இன்னார் மகன்... ஒரே பிள்ளை அல்லது இரண்டாவது பிள்ளை என்று விளக்க, எண் என்ற ஒன்று இல்லாவிட்டால் நாம் நம்மை எப்படி பிறருக்கு அறிமுகப்படுத்திக் கொள்ள முடியும்? வீட்டு முகவரியில் இருந்து, பரிட்சை ஹாலில்கூட நமக்கான தனி எண்ணே, நாம் தேர்வு எழுத வழிகாட்டுகிறது. நமது பெயர் கொண்டவர்கள், நமது இனிஷியலையும் அப்படியே சேர்த்து கொண்டவர்கள் பல நூறு பேர் இருக்கலாம். இதில் நமது பேப்பர் எது என்று எப்படி அறிவது? நமக்கான தனி எண்களின் மூலம்தானே அறிய முடியும்?

ஒரு இடத்தில் வேலை செய்கிறோம். நமக்கு அவர் ஊதியம் தருவது எண்களை வைத்துத்தானே? இப்படி பேசிக் கொண்டே போகலாம்.

சுருக்கமாகச் சொல்வதானால் ஒருவன் மொழி தெரியாது, காது கேளாத ஊமையாகக்கூட இருந்து இந்த உலகில் வாழ்ந்து விடலாம். ஆனால் எண்களைப் பயன்படுத்தாமல் வாழவே முடியாது.

இதனால்தான் ‘எண்ணும் எழுத்தும் கண் எனத் தகும்’ என்றனர். பாருங்கள்... இதில்கூட மொழியாகிய எழுத்து பின்னால்தான் உள்ளது; எண்ணே முன்னால் உள்ளது.

எண்ணே ஒரு மனிதனின் இயக்கத்துக்கு ஆதாரமாகும். அதுவே உயிர்சக்தி. மனிதர்களாகிய ஒவ்வொருவரும் பிறக்கும்போதே எண்களோடு தொடர்பு கொண்டே பிறக்கிறோம். பிறந்த நிலையில் தாய்கூட இல்லாமல் போகலாம். தந்தை யார் என்பதும் தெரியாமல் போகலாம். ஆனால் நமக்கான பிறந்த தேதி என்பது மட்டும் நம்வரையில் இல்லாமல் போகாது; அதேபோல பிறந்த நேரம் என்பது இல்லாமல் போகாது.

உடல் உறுப்புகளில்கூட சிலருக்குக் குறைபாடு இருக்கும். ஆனால், எண்ணோடு கூடிய தொடர்பில் மட்டும் குறைபாடு என்று ஒன்று இருக்கவே இருக்காது; இருக்கவும் முடியாது.

இப்பொழுது எண்களுக்குள் பிரதான தன்மையும், சக்தியும், ஆற்றலும் தெரியவந்திருக்கும். இனி அந்த எண்கள் பற்றி நுட்பமாகச் சிந்திப்போம்.

எண்கள் ஏன் ஒன்று முதல் ஒன்பதோடு நின்றுவிட்டன? அதன்பின் வரும் பத்து, பதினொன்று என்கிற கோடிக்கணக்கான எண்கள் அவ்வளவும் இந்த ஒன்பதுக்குள் உள்ள எண்களை வைத்தே பெருக்கமடைவதைச் சற்று எண்ணிப் பாருங்கள்.

வியப்பாக இருக்கும். மலைப்பாக இருக்கும். பிரமிப்பாக இருக்கும். பள்ளிக்குச் சென்றோம்; அங்கே கணக்குப் பாடத்தின் போது எண்கள் கற்பிக்கப்பட்டன. பிறகு கூட்டச் சொல்லித் தந்தார்கள்; பெருக்கச் சொல்லித் தந்தார்கள்; வகுக்கச் சொல்லித் தந்தார்கள். அப்படி எல்லாம் செய்வதுதான் கணக்குப் பாடம் என்பதாக நினைத்துப் படித்தோம். இதற்குமேல் கணக்கு பற்றி சிந்திக்க என்ன இருக்கிறது என்பதுதான் இன்று நம் அனைவரின் நிலைப்பாடு.

ஆனால், இதைவிட ஒரு முட்டாள்தனமான நிலைப்பாடு இருக்கவே முடியாது.

கன்னிப்பட்டி ஆற்றங்கரை!

பன்றி ஒன்றின் திடீர் வரவினால் ஃபாரெஸ்டர் விஸ்வநாதனும், குருக்களின் மூத்த மகளான ரம்யாவும் ஒருவரை ஒருவர்

கட்டிக்கொள்ள, அந்தக் காட்சியை குருக்களாகிய சாமிநாதனும் பார்த்துவிட, அவர் மனதில் ஒரு இனம்புரியாத சிலிர்ப்பு. விஸ்வநாதனும் குருக்கள் பார்ப்பதையறிந்து வேகமாக ரம்யாவை விட்டு விலகினான். ரம்யாவுக்கு மிகமிகக் கூச்சமாகிவிட்டது. கூடவே மனமும் பதறத் தொடங்கியது.

'இது என்ன கண்றாவி... சந்திச்சு முழுசா சில மணி நேரங்கள் ஆகலை. அதுக்குள்ள காதலா?' என்று அவர் கத்திக் கூப்பாடு போடுவதற்கு எல்லா நியாயமும் இருந்தது.

ஆனால் சாமிநாத குருக்கள் அப்படி எல்லாம் கூப்பாடு போடவில்லை. விஸ்வநாதனோ சமாளித்தான்.

"மன்னிக்கணும் மாமா, காட்டுப்பன்றி ஒண்ணு வரவும் ரம்யா பயத்துல என்ன கட்டிப்பிடிச்சுட்டா. நீங்க தப்பா எடுத்துக்க வேண்டாம்."

"பரவால்ல விஸ்வநான். நானும் பாத்துண்டுதானே இருந்தேன். பயத்துக்கு வெட்கம் கிடையாதுங்கறது எனக்கு தெரியும்" என்றவர் அப்படியே ரம்யாவைப் பார்த்தார். அவள் முகத்தில் பயம் தெரியவில்லை; வெட்கம்தான் தெரிந்தது.

தான்தான் வேண்டுமென்றே தவறாகச் சொல்லிவிட்டோம் என்பது அவருக்கு விளங்கியது. அதேசமயம் விஸ்வநாதன் அவரை 'மாமா' என்று ஒரு புது உறவுமுறையில் அழைத்ததில் கொஞ்சம் ஆச்சரியமும், அதிர்ச்சியும்கூட...

முழங்காலளவு ஆற்று நீரில் 'தளக் புளக்' என்று நடந்து சென்று கரை ஏறி புளிய மரத்தடியில் நின்று கொண்டிருந்த வன இலாகா ஜீப்பில் இருவரும் ஏறிக் கொண்டனர்.

விஸ்வநாதன் ஒயிலாக ஜீப்பைக் கிளப்பினான்.

எதிரில் உள்ள மண் பாதையில் அந்த ஜீப் விரைந்து ஓடத் தொடங்கியது. எதனாலோ மூவரிடமும் ஒருவித அழுத்தமான மௌனம்.

குறிப்பாக ரம்யாவிடம், அவன் ஸ்பரிசம் பட்டதால் உண்டான ஒருவிதமான பரவச உணர்வு. முப்பத்தியோரு வயதாகிறது. இதுநாள்வரை உடம்பின் உணர்ச்சிகளைக் கட்டுப்பாட்டில் வைத்திருந்து அடக்கி வைத்திருந்ததே மிகப்பெரிது என்றுகூட அவளுக்குத் தோன்றியது. கிட்டதட்ட விஸ்வநாதனும் அந்த மனநிலையில்தான் இருந்தான். ஒரு பெண்ணின் ஸ்பரிசத்திற்குத்தான் எத்தனை சக்தி என்று அவனுக்குள்ளும் பரவச உணர்வுகள்.

குருக்கள் மட்டும் மாறுபட்ட எண்ணத்தில் இருந்தார். கன்னிப்பட்டியில் தொடர்ந்து தங்க முடியாதபடி ஒரு சூழ்நிலை உருவாகி, ஊரில் மகள்களில் ஒருத்திக்கு அம்மை என்பது அவர்வரையில் கவலையை உருவாக்கியிருந்தது.

"மாமா..." அவன்தான் அழைத்தான்.

"ம்..."

"என்ன, எதுவும் பேசாம வரேள்."

"என்ன பேசறது... இந்திராவுக்கு அம்மை போட்ருக்குன்னு கேள்விப்பட்டதுல இருந்து மனசே சரியில்லை."

"இந்திரா உங்க எத்தனாவது பொண்ணு?"

"அவ ஆறாவதவ..."

"மொத்தம் ஏழு பொண்களோ."

"ஆமாம்."

"ஒருத்தருக்குக்கூட கல்யாணம் ஆகலைன்னும் கேள்விப்பட்டேன்."

"ஆமாம். ஏழு பேரை நினைச்சாலே எனக்கு தூக்கமும் போயிடறது."

"அதுக்காக விட்டுட முடியுமா? எப்படியும் கல்யாணம் பண்ணிக் கொடுத்துத்தானே தீரணும்?"

“ஆமாம், மிஸ்டர் விஸ்வநாதன்... என் நிலை தெரிஞ்சு யார் வரப்போறாளோ தெரியல...”

“ஏன் வராம... நிச்சயம் வருவா. தைரியமா இருங்கோ.” விஸ்வநாதன் அந்தப் பதிலுடன் ரம்யாவைப் பார்த்தான். அவள் முகத்தில் அதன் எதிரொலியாக வெட்கத்தின் பரவல்.

“தைரியமாத்தான் இருக்கேன். கன்னிப்பட்டிக்கு எப்ப வந்தேனோ அப்பவே நம்பிக்கை வந்துடுத்து. போயிட்டு என் அவ்வளவு பொண்களையும் கூட்டிண்டு நான் கன்னிப்பட்டிக்கே வந்துடப்போறேன்.”

“அப்படியா... அப்ப இனி அழகியநல்லூர் உங்க கிராமம் இல்லையா?”

“இனி என் கிராமம் கன்னிப்பட்டிதான். இங்கதானே அவர்கள் சேவிக்க வேண்டிய சப்த மாதாக்களும் இருக்கா?”

“புரியலையே.”

“உங்களுக்குப் புரியாது. ஏன்னா நாடி பார்த்தவன் நான்னா.”

“அப்ப நாடி ஜோசியத்தை நம்பறேன்னு சொல்லுங்கோ.”

“நடந்தா நம்பித்தானே தீரணும்.”

“நான் தெரியாமத்தான் கேக்கறேன். சப்த மாதாக்கள் என்ன அவ்வளவு விசேஷமானவாளா?”

“இது என்ன கேள்வி. அவாளோட கருணைக்கு ஒரு எல்லை ஏது? அவதானே எனக்கு பொண்களாவும் வந்து பொறந்துருக்கா...”

“இது உங்க நம்பிக்கையா?”

“அப்படி இல்ல... நாடி சொன்னதை சொல்றேன். இவ ரம்யா... பிராம்ஹியோட அம்சம்னு நாடி சொல்லித்து.”

“பிராம்ஹியா?”

“ஆமாம். சப்த மாதாக்களில் முதலாமவ!”

குருக்கள் கூறவும், விஸ்வநாதன் ரம்யாவை ஒருவிதமாகப் பார்த்தான். அவளுக்கும் புரிந்தது. அவரோ பிராம்ஹிக்கு விளக்கமளிக்கத் தொடங்கிவிட்டிருந்தார்.

"அந்த அம்பாள்தான் இந்த சர்வ லோகங்களுக்கும் நாயகி. அதனாலதான் காத்து வீசறது, மழை பெய்யறது, நெருப்பு எரியறது, பூமி சுத்தறது. அவளோட நெற்றியில் இருந்து வந்தவதான் பிராம்ஹி."

அவர் பேச்சை ஜீப் டிரைவிங்குக்கு நடுவில் கத்தரித்தான் விஸ்வநாதன்.

"மன்னிக்கணும்... இந்த மாதிரி நெற்றியில இருந்து வந்தவ, வாய்ல இருந்து வந்தவ, மூக்குல இருந்து வந்தவன்னு புராணங்கள்ல சொல்லப்படறதை எப்படி உங்களால ஏத்துக்க முடியறது?"

அவன் கேள்வியில் கொஞ்சம் போல நாத்திக வாசனை.

"ஏன் விஸ்வநாதன்... உங்களால இதை எல்லாம் நம்ப முடியலையா?"

"எப்படி நம்பறது... எதை வெச்சு நம்பறது?"

"இதுக்கு என்ன பதில் நான் சொல்ல முடியும். புராணங்களை நான் நம்பறேன். அவற்றைக் குதர்க்கமாப் பார்த்துக் கேள்வி கேட்க நான் தயாரில்லை."

"இப்படி சொன்னா எப்படி? ஒரு கத்தரிக்கா, வெண்டக்காயைக்கூட கையால் அமுக்கிப் பார்த்து, நல்லதா இருந்தாதான் வாங்கறோம். அப்படி இருக்க இந்த மாதிரி விஷயங்களை எப்படி அப்படியே ஏத்துக்கறது?"

விஸ்வநாதனின் பேச்சு ரம்யாவையும் சற்று திரும்பிப் பார்க்க வைத்தது. அதுவரை அவளிடம் நிலவிக் கொண்டிருந்த பரவசம் ஆவியாகி, அவள் இப்போது அவனைச் சற்று அதிர்ச்சியோடும் பார்த்தாள்.

சாமிநாத குருக்களும் அவனுக்குப் பதில் சொல்லத் தெரியாமல் தவித்தார். அதற்குள் பஸ் ஸ்டாப் வந்துவிடவே விஸ்வநாதனும் ஜீப்பை ஓரம்கட்டி நிறுத்தினான். இருவரும் இறங்கினர். குருக்கள் விஸ்வநாதனிடம், "ரொம்ப நன்றி உங்களுக்கு..." என்றார்.

"பரவால்ல... ஆனா என் கேள்விக்கு நீங்க சரியான பதிலைச் சொல்லலையே..." என்றான் விடாமல்.

"உங்க மாதிரி எல்லாம் எனக்கு யோசிக்கத் தெரியலை. இந்த விஷயத்துல என்னைவிட உங்களுக்கு சரியான பதிலைச் சொல்ல முடிஞ்சவர் பஞ்சு சாஸ்திரிகள்."

"யாரு... இப்ப கன்னிப்பட்டில நாட்டாமை வீட்ல குடி இருக்காரே அவரா?"

"அவரேதான். மாமாக்கு நல்ல சாஸ்திர ஞானம். அவரோட ஜெபத்தால்தான் வராஹி பிரசன்னமானா... அந்த மலைல வழியும் கட்டினா... நீங்களும் கூடதானே இருந்தேள். மலர்விழிங்கற அந்தப் பொண்ணைக்கூட நாமல்லாம் சேர்ந்துதானே அந்த குகைல இருந்து மீட்டுண்டு வந்தோம்?"

"ஒரு பன்னி வந்து வழிகாட்டினதா சொல்றத என்னால ஒப்புக்க முடியாது. அது தற்செயலா அந்தப் பக்கமா ஓடி, நாம் பின்தொடர்ந்து போய்ப் பார்த்து, கண்டுபிடிச்சிருக்கலாம் இல்லயா?"

விஸ்வநாதன் தொட்டுத் தொட்டு நம்பிக்கை இல்லாமலே பேசினது ரம்யாவை. ஆனாலும், அதிர வைத்துவிட்டது.

"தெரியல... நீங்க என்னென்னவோ சொல்றேள் பரவால்ல. இப்படி யோசிக்கறது உங்க விருப்பம். அதைக் குத்தம் சொல்ல நான் நினைக்கறது பெரிய தப்பு..." குருக்கள் சொல்லும் போதே திண்டுக்கல் செல்லும் பஸ் வந்து நின்றது.

"அப்ப நான் உத்தரவு வாங்கிக்கறேன்..." என்றபடியே பஸ்ஸை நோக்கி ஓடினார் குருக்கள். மெல்ல பின்தொடர ஆரம்பித்த ரம்யாவை, "ஒரு நிமிஷம்... என்று தடுத்தவன் திரும்பிப் பார்த்த

அவளிடம் இப்படி எல்லாம் நான் கேள்வி கேட்டதால் நான் கெட்டவனோ, நாத்திகனோ இல்ல... அதை நீ புரிஞ்சுக்கணும். எதையும் கேட்டு புரிஞ்சுக்க முயல்றதுதான் என் வழக்கம். சீக்கிரமா உன்னை நான் கன்னிப்பட்டியில எதிர்பார்க்கறேன்," என்றபடியே ஜீப்பில் ஏறினான்.

அவளுக்குச் சற்று குழப்பமாகக்கூட இருந்தது. 'விஸ்வநாதன் உண்மையில் எப்படிப்பட்டவன்?'

நாட்டாமை நாராயண சிவத்தின் வீடு அந்தக்காலத்திய வீடு. நடுவில் திறப்பு... நாலு பக்கமும் வராண்டா. அந்த வராண்டா சுவர்களில் கதவு வைத்து அதன்வழியாக நுழைய முடிந்த அளவு வெளிச்சம் நுழைந்து எல்லா அறைகளிலும் வெளிச்சப் பந்தல் போட்டிருந்தது.

அந்தக் காலத்து வீடு என்பதால் காரை பூசிய தரை. அதில் ஈசான்ய மூலையாகப் பார்த்து நின்று கொண்டு சந்தியா வந்தனம் செய்து கொண்டிருந்தார் பஞ்சாபகேச சாஸ்திரி.

செம்பு நிறைய ஜலம் எடுத்துக் கொண்டு அவர் சந்தி செய்யும் அழகை நாட்டாமை நாராயண சிவமும், அவர் மனைவியும் ஏதோ ஒரு அதிசயக் காட்சியை பார்க்கின்ற மாதிரிதான் பார்த்துக் கொண்டிருந்தார்கள்.

நெற்றியில் உடம்பில் என்று விபூதிப் பட்டை போட்டு ஒருவித பொலிவோடு அவர் சந்தி செய்து முடித்துவிட்டு திரும்பவும், வாத்சல்யத்துடன் ஒரு சிரிப்பு சிரித்தார் நாராயண சிவம்.

"என்ன... நான் சந்தி பண்ணதைப் பார்த்து சிரிப்பா இருக்கா?"

"இது கேலிச்சிரிப்பு இல்லை. சந்தோஷச் சிரிப்பு."

"இதுல சந்தோஷப்பட என்ன இருக்கு?"

"என்ன சாமி அப்படி சொல்லிட்டீங்க... ஒரு ஐயர் என் வீட்ல தங்கி இருந்துகிட்டு இப்படி சாமி கும்பிடறது எவ்வளவு பெரிய விஷயம்."

“என் வரைல இது என் கடமை. நான் மூச்சு விடற மாதிரி, தினமும் பசிக்கு சாப்பிடற மாதிரி, இதையும் தவறாம செய்யணும். செய்தாதான் பிராம்மணன்.”

“ஆனா. இப்பல்லாம் யாரும் இப்படி பெருசா சாமி கும்பிடறதே இல்லீங்களே...”

“இதோட அருமை தெரிஞ்சவா இதை விடறதேயில்லை.”

“இப்படி செய்யாட்டி சாமி கோவிச்சுக்குமா சாமி...?”

நாராயண சிவத்தின் கேள்வி பஞ்சு சாஸ்திரிகளுக்கு சிரிப்பைத்தான் வரவழைத்தது.

“இதுக்கும் சாமிக்கும் துளிகூட சம்பந்தமில்லை நாட்டாமை.” என்றார் சாஸ்திரிகள்.

“என்ன சாமி சொல்றீங்க... நீங்க இப்ப சாமியதானே கும்புட்டீங்க?”

“இது ஒருவித வழிபாடுதான். ஆனா இதால நன்மை இந்த உடம்புக்குத்தான். சந்தி பண்ணும்போது இதுல மூச்சுப் பயிற்சி வந்துடறது. அடுத்து உட்கார்ந்து எழுந்து நின்று சூரியதரிசனம் செய்யறதுல எல்லாம் யோகாசன முத்திரைகள் இருக்கு. அதனால உடம்புல ரத்த ஓட்டம் சீராகிறது. சுருக்கமா சொல்லப்போனா கடவுள் பேரால உடம்பு, மனசுக்கு நாம கொடுக்கற ஒரு நித்ய பயிற்சிதான் சந்தியாவந்தனம். இதை நான் பண்ணினா என் உடம்பு, என் மனசு இரண்டும் ஆரோக்கியமா இருக்கப் போறது. இல்லேன்னா அதுக்குத் தகுந்த நிலைப்பாடுதான். இது எப்படி கடவுளுக்குக் கோபம் தரும்?”

சாஸ்திரிகள் விளக்கத்தைக் கேட்டு நாட்டாமை வியந்து போனார். அப்படியே...

“எங்க வீட்ல நீங்க இன்னிக்கு போஜனம் பண்றீங்க.” என்றார்.

“தப்பா எடுத்துக்காதீங்க. நான் வானப்ரஸ்தம் வாங்கிண்ட ஒரு பிராம்மணன். கட்டின மனைவி கையால் தவிர, வேற

யார் கையாலயும் நான் சாப்பிடக் கூடாது. அதேபோல ஓடற ஜலம், அப்புறம் கிணற்று ஜலம் இதுலதான் குளிக்கலாம். உங்களைப் போல பாத்ரூம்ல சௌகர்யமா குளிக்கறதுகூட கூடாது. இதெல்லாம் ஒருவிதமான ஆச்சாரங்கள்," என்றவரை சற்று சோர்வோடு பார்த்தார் நாட்டாமை.

"என்ன... மனுஷ அன்பைவிட ஆச்சாரம் பெருசா சாமின்னுதானே கேக்கறீங்க..."

"ஆமாம் சாமி..."

"உங்க அன்புதான் பெருசு. உங்க அன்பை நீங்க வேற விதமா காட்டலாம். அப்படி காட்டினா என் ஆச்சாரமும் நிக்கும், உங்க அன்பும் நிக்கும்," என்றவரை எப்படி என்பதுபோல பார்த்தார் நாட்டாமை.

"எனக்கு தனியா ஒரு வீடு... அப்படியே சாப்பிட அரிசி, பருப்பு கொடுத்துடுங்கோ. நான் என் கையால சமைச்சு சாப்ட்டுக்கறேன். இதை மட்டும் நீங்க செய்தா போதும். நான் ரொம்ப நன்றியுள்ளவனா இருப்பேன்."

"அப்ப நீங்க இனி இங்கேயே தங்கப் போறீங்களா சாமி?"

"நிச்சயமா... தங்கினாதானே அந்த சப்த மாதாக்களைக் கண்டுபிடிக்க முடியும், கோயிலும் கட்ட முடியும்."

சாஸ்திரிகள் பதிலைத் தொடர்ந்து நாட்டாமை முகத்தில் ஒரு உற்சாகம் தனியாக ஓடியது.

"எப்ப சாமி நாம அந்தக் கிணத்துக்குப் போய் அம்பாளை வெளியே எடுக்கப்போறோம்?"

நாட்டாமை உற்சாகத்தைக் குறைத்துக் கொள்ளாதபடி கேட்டார்.

"இப்பவேகூட போகலாம். இன்னிக்கு வெள்ளிக்கிழமை. அம்பாளுக்கு உகந்த நாள்."

"அப்ப கிளம்புங்க சாமி."

“யார் கிணத்துல இறங்கப்போறது?”

“அதுக்கா ஆள் இல்ல... இந்தக் கன்னிப்பட்டில இல்லாத வாலிபப் பசங்களா?”

நாட்டாமை கேட்டபடியே ஓடிச்சென்று ஆணிக் காதில் தொங்கிக் கொண்டிருந்த குடையை எடுத்துக் கொண்டு வந்தார்.

அவர் மனைவி ‘நானும் வருகிறேன்’ என்கிற மாதிரி பார்த்தாள்.

“வரட்டும் நாட்டாமை... அம்பாள் வெளிப்படற காட்சிங்கறது எவ்வளவு அபூர்வம்.”

“சரி புள்ள வா...” நாட்டாமை அவளையும் அழைத்துக் கொண்டு நடந்தார். வீட்டை விட்டு வெளியே வரவும் - மணியக்காரர் மகாலிங்கம், மலர்விழி என்று ஒரு கூட்டமே எதிரில் வந்தது. சில இளைஞர்களும் இருந்தனர்.

“வா மகாலிங்கம், நல்ல நேரத்துக்குத்தான் வந்துருக்கே... அந்த வடக்க இருந்து தெக்க போற பாதைல இருக்கற கிணத்துக்குதான் நாங்க போய்க்கிட்டு இருக்கோம். நீயும் வா. அதுக்குள்ள ஒரு ஆத்தா சிலை இருக்கறதா ஏட்டுல வந்திருக்குதுல்ல...?”

“நானே அது பத்தி பேசத்தான் வந்தேன். நீங்களே புறப்பட்டுட்டீங்க. வாங்க போகலாம்.”

அனைவரும் கூட்டாகப் புறப்பட்டனர். பார்ப்பதற்கே ஒரு வித்தியாசமான காட்சியாக இருந்தது. அந்தக் கிராமத்திற்கென்று சீரான தெருக்கள் கிடையாது. மேடும் பள்ளமுமான பாதைகளைத்தான் அந்தக் கிராமத்தில் பார்க்கலாம். இதில் பள்ளங்களில் வீட்டுக்கு வீடு புழங்கும் கழிவு நீர் வேறு வந்து தேங்கி நிற்கும். அதைத் தாண்டிக் கொண்டுதான் நடக்க வேண்டும்.

அதிலும் கூட்டமாக நடக்கும்போது மிக வேடிக்கையாககூட இருக்கும். மலை ஆடுகள் கூட்டமாக மேயும்போது, சில ஆடுகள்

ஒரு ஆள் உயரத்துக்கு எகிறிக் குதிக்கும். ஒன்று குதிப்பதைப் பார்த்து அடுத்தது குதிக்கும். பார்க்க ரசமாக இருக்கும்.

நாட்டாமையோடு, பஞ்சாபகேச சாஸ்திரிகளும், ஊர் இளைஞர்களும் மற்றும் அங்கங்கே வாசலில் நின்றபடி இருப்பவர்களும் சேர்ந்து கொள்ள, ஒரு ஊர்வலம் போவது போல போயினர். நடுநடுவே குறுக்கிடும் சாக்கடையைத் தாண்டும்போது, அந்த மலை ஆடுகள் குதிக்கிறாற் போலத்தான் இருந்தது.

கிழவி ஒருத்தியும் வீட்டுத்திண்ணையில் இருந்து கண்களுக்குமேல் கையை கூரையாகக் கொடுத்து, கூட்டத்தைக். கவனித்தாள்.

"என்னடா... கூட்டமா எங்க போறாங்க எல்லோரும்?"

"அதுவா... தெக்க போற பாதைல ஒரு கிணத்துல நம்ம கன்னி சாமிங்கள்ல ஒரு சாமியோட சிலை இருக்குதாம். அதை எடுக்கத்தான் போய்கிட்டு இருக்காங்க."

"ஐய்யோடா... கோயிலே வேணாமுனு தூக்கிப் போட்ட சாமிங்களையா திரும்ப எடுக்கப் போறாங்க?"

"ஆமாம் கிழவி, ரெண்டு அய்யிருங்க நம்ம ஊருக்கு வந்திருக்கிறதே அதுக்குத்தானே?"

"இத்தினி வருஷமா இல்லாம இப்ப ஏண்டா இவங்க இப்படி பண்றாங்க? அந்த நாட்டாமை இதுக்கு ஒத்துக்கிட்டானா?"

"அவருதானே முன்னால வழிநடத்தியே கூட்டிக்கிட்டு போய்கிட்டிருக்கார்..."

"இதெல்லாம் நல்லதுக்கா தெரியலியே..." அந்தக் கிழவி திடீரென்று அங்கலாய்க்கத் தொடங்கினாள்.

"ஏங் கிழவி அப்படி சொல்றே... சாமிங்க வெளிய வந்து, கோயிலும் கட்டினா நமக்குத்தானே நல்லது... நம்ம ஊரு வேகமாக வளரும் இல்லியா?"

“போடா கூறுகெட்டவனே... அந்தக் கோயிலுங்க இந்த ஊர்ல வந்தா, வர்றவன் போறவன்தாண்டா நல்லா இருப்பான். இந்த ஊருக்காரன் நாசமாய்ப் போய்டுவாண்டா...”

பாட்டி புதிதாக ஒரு கோணத்தைக் காட்டினாள். கேட்ட இளைஞனுக்கு கொஞ்சம் ‘பகீர்’ என்றது.

“எதை வெச்சு பாட்டி இப்படி சொல்றே?”

“எதை வெச்சா... அது...” பாட்டி எதையோ சொல்லவந்து, சொல்லாமல் நிறுத்திக் கொண்டவள், தன் கூன் விழுந்த முதுகோடு எழுந்து நின்றாள். வீட்டு வாசல்படி தாண்டி வீதியில் நின்று போய்க் கொண்டிருந்த கூட்டத்தைப் பார்த்தாள். கூட்டம் அந்த மேடும் பள்ளமுமான தெருவின் முடிவில் திரும்பிக் கொண்டிருந்தது.

கையைக் கண்களுக்குமேல் வைத்து, அப்படியே அண்ணாந்து பார்த்தாள். பின், “சாமி... நீதான் இந்த ஊரைக் காப்பாத்தணும்.” என்றபடியே வீட்டுக்குள் நுழைந்தாள். அந்த இளைஞனுக்கோ எல்லாமே புதிராக இருந்தது. அந்தக் கிழவியை ‘மானாப்பாட்டி’ என்றுதான் ஊரே குறிப்பிடும்.

இந்த மானாப்பாட்டியிடம் ஏதோ இருக்கிறது என்று மட்டும் அவன் நினைத்தான்!

— 2 —

எண்கள் கல்வியோடு சேர்ந்ததுதான். ஆனால் அதைப் புரிந்து கொள்ள முயலும்போது கூடவே ஞானமும் நமக்குள் மெல்ல விரிவடையும்.

கல்வி வேறு... ஞானம் வேறா? இரண்டும் ஒன்றுதானே... என்று சிலர் நினைக்கக்கூடும். கல்வி என்பது ஒரு மனிதன் தனக்கான மொழிகளை, பின் தன்னைச் சுற்றியுள்ள விஷயங்களை விளங்கிக் கொள்ளும் ஒரு முயற்சி. அறிவியல் என்பது பௌதிகம் என்றால் என்ன என்று கூறுகிறது. வரலாறு கடந்த காலத்தை எடுத்துக்காட்டுகிறது. பூகோளமோ நிலம், கடல், ஆறு, மலை பற்றி எல்லாம் உள்ளதை உள்ளபடி சொல்கிறது.

இவை எல்லாம் இந்த உலகில் நாம் பிறக்கும் முன்பே இருந்தது. நமக்குப் பிறகும் இருக்கும். நடுவில் புகுந்து நாம் இவற்றைத் தெரிந்து கொள்கிறோம். தெரிந்து கொள்வதைத்தான் கல்வி என்கிறோம். இதனால் சமுதாயத்தில் ஓரளவு குழப்பம் இன்றி நடமாட முடிகிறது. பணியாற்றி பணம் சம்பாதிக்க முடிகிறது.

சுருக்கமாகச் சொல்வதானால் கல்வி என்பது கண்ணுக்குத் தெரிந்த, கருத்துக்குப் புலப்படுகிற, வாழும் வாழ்க்கைக்கு உதவி செய்வதற்காக உள்ள உலகின் பலதரப்பட்ட விஷயங்களை உள்ளடக்கியது. இந்த விஷயங்கள் உயர்நிலைப் பள்ளியில் ஒரு அளவிலும், கல்லூரியில் அதற்குமேற்பட்ட அளவிலும், பல்கலைக்கழகத்தில் அதற்குமேலும் என்று விரிவாகிக் கொண்டே போகிறது. இந்த கல்வி, மனிதன் தான் வாழும் உலகைப் பற்றிய பட்டறிவுக்குத்தான் துணை செய்யும். இதில் ஞானம் என்பது

முற்றிலும் வேறுபட்டது. ஞான சிந்தனை என்பது கல்வியையே கேள்விகள் கேட்கும். குறிப்பாக அது இந்த உலகை, அதைத் தொடர்ந்து உலகில் வாழும் உயிர்களைப் பார்க்கும் விதமே வேறு...

ஐந்தும் மூன்றும் எட்டு என்பது கல்விக் கணக்கு. ஐந்து எங்கிருந்து வந்தது? மூன்று எங்கிருந்தது வந்தது? அது எப்படி வந்தது... அதை ஏன் கூட்ட வேண்டும்? இதனால் ஆவது என்ன...? இப்படி அகத்துக்குள் பிளந்துப் பிளந்துப் பார்த்து தனக்குத்தானே கேள்விகள் எழுப்பிச் சிந்தித்துப் பார்ப்பது ஞானம்.

இருதுளி விந்துக்கலப்பில் உருவானவர்கள்தான் நாம் என்பது விஞ்ஞானம் கூறும் உண்மை. அதைக் கடந்து அந்த விந்துத் துளிக்குள் நாம் எப்படி புதைந்து கிடந்தோம்... பின் காலத்தால் எப்படி வளர்ச்சி கண்டு, உடல் உறுப்புகளைப் பெற்றோம்... அதற்குப்பின் ஒரு குறிப்பிட்ட நாளில், குறிப்பிட்ட நேரத்தில் நாம் அன்னை மடிவிட்டு வெளியே வர எது காரணம்... என்று நுட்பமாய் ஆராய்ந்து கொண்டே போவதுதான் ஞானம்.

இப்பொழுது ஓரளவு விளங்கியிருக்கும்... கல்விக்கும், ஞானத்துக்கும் உள்ள மெல்லிய வேற்றுமை. கல்வி ஒரு வகையில் ஏட்டுச்சுரைக்காய். இன்னொரு வகையில் எந்திரச் செயல்பாடு. ஞானம் அப்படியல்ல. அது அனுபவம், உணர்ச்சி, வலி, இன்பம், துன்பம் என்று பல நிலைகளில் முட்டி மோதிக் கொள்வதில் உருவாவது.

சரி, இப்போது எண்களிடம் வருவோம். எண்கள் இல்லாவிட்டால் இயக்கமே இல்லை என்று தெளிவாகப் புரிந்து கொண்டோமல்லவா? எண்கள் இல்லாவிட்டால் யாரும், எங்கும் நியாயமாகவும் நடந்து கொள்ள முடியாது என்றும் புலனானதல்லவா?

எழுத்தை விடவும் எண்ணுக்கு இருக்கும் சக்தியும் விளங்கியதல்லவா? எழுதப்படிக்கத் தெரியாதவன்கூட

விரல்விட்டு ஒன்று, இரண்டு என்று ஒன்பதுவரை அறிந்தவனாக இருப்பதையும் பார்க்கிறோமல்லவா?

இதிலிருந்து எண்ணே உலகின் சர்வ வல்லமை உள்ள இயக்க சக்தி என்பது புலனாகின்றது. நமக்கும்கூட தாய் தந்தையர்கள் பெயர் வைக்கும் முன் மறைமுகமாக ஒரு எண் தொடர்பு இருப்பதும் ஒரு தவிர்க்க முடியாத உண்மைதானே?

ஒரு ஆச்சரியம் பாருங்கள்... சராசரியாக நமது எடையில் இருபது சதம் உடம்பில் ரத்தம்தான் உள்ளது. அதாவது கிட்டதட்ட இருபது லிட்டர் ரத்தம். இது துளிகூட சிந்திச் சிதறாதபடி ஒரு தார்ச்சாலையில் காரானது படுவேகமாக ஓடுவது போல நமது உடலில் ஓடிக் கொண்டேயிருக்கிறது.

ஆனாலும் பாருங்கள்; நமது உடலில் ஒன்பது துவாரங்கள் இருக்கின்றன. அதன் வழியாக எதுவும் வெளியேறுவதில்லை. முற்றிலுமாக மூடித் தைத்தது போல் இருக்கும் இந்த உடம்பில் அதன் மூலமும் உணவானது உள் புகுவதும், மலமானது வெளியேறுவதும் நடக்கத்தான் செய்கிறது.

நாம் பிறக்கும் போதே நமக்கொரு எண் தொடர்பு. அடுத்து நம் உடலில்கூட ஒன்பது வாசல் என்கிற ஒன்று முதல் ஒன்பது வரையிலான அதே எண்ணுக்குள் அடங்கிய உறுப்பு அமைப்பு.

இதை கூட்டிக் கழித்துப் பார்க்கும் போது எண்களால் ஆனதே இவ்வுடம்பு என்றும் ஒரு எண்ணம் ஏற்படுகிறதல்லவா?

நிறைய இருக்கிறது.

ஒன்றே இறை. அதை இரண்டாக்கினால் அது சிவம், சக்தி என்று பொருள் கொள்ளப்படும். இதில் ஒன்று திடசக்தி. இன்னொன்று இயக்க சக்தி. நின்ற இடத்தில் ட்ரான்ஸ்ஃபார்மர் ஓடும் சக்தியான மின்சாரத்தைப் பகிர்ந்து தருகிறது. ட்ரான்ஸ்ஃபார்மர் திடசக்தி என்றால், மின்சாரம் இயக்க சக்தி.

இப்படி ஒன்று, இரண்டாகி, மொழியில் மூன்றாகி, வேதத்தில் நான்காகி, பஞ்ச பூதங்களில் ஐந்தாகி, சுவைகளில்

ஆறாகி, மொழியாகிய சப்தத்தில் ஏழாகி, திசைகளில் எட்டாகி, நவக்கிரகங்களில் ஒன்பதாகி மனித வாழ்க்கைத் தேவையை எண் வரிசையில், விரிவடைந்து பூர்த்தி செய்வதைப் பார்க்கிறோம்.

ஆக, ஒன்று முதல் ஒன்பதுக்குள் உள்ளத்தில்தான் எத்தனை விரிவு... எத்தனை விரிவு?

உலகின் ஒட்டுமொத்த விஷயமுமே இந்த ஒன்பதுகளின் விரிவுகளுக்குள் அடங்கிவிடுவதைப் பாருங்கள்.

இதைத்தான் சுருக்கமாக அனைத்துமே ப்ரணவத்துக்குள் அடக்கம் என்கிறோம். ப்ரணவம் என்பதைப் பிரியுங்கள் 'ப்ர' என்றால் பெரிய என்று பொருள். ப்ரணவம்... அதாவது பெரிய நவம்! பெரிய நவம் என்று யாரைச் சொல்கிறோம். 'ஓம்' என்கிற பிரணவ வடிவமாக உள்ள விநாயகப் பெருமானை...!

பெரியநவம் இவர். அதாவது இவரே ஒன்று முதல் ஒன்பது வரை சகலத்தையும் உள்ளடக்கியவர்.

கொஞ்சம் இவர் பற்றியும் சிந்திக்க வேண்டும். அப்பொழுதுதான் சப்த மாதாக்களிடம் நெருங்கும்போது ஒரு நல்ல தெளிவு நமக்கெல்லாம் ஏற்படும்.

அது மிகப்பெரிய கிணறு!

'ஆ'வென்று மலை போன்ற ஒரு ராட்சதன் கொட்டாவி விடும்போது, வாயைத் திறந்து கொண்டிருப்பது போல் இருந்தது. உள்ளே தளும்பத்தளும்ப தண்ணீர். இளம் பச்சை நிறத்தில் சுற்றி நின்று பார்ப்பவர்களின் முகங்கள் அத்தனையும் அதில் தெரிந்தன.

மெல்லிய காற்று வீச்சில் நீர் மட்டம்மேல் நாட்டியப் பெண்களின் கையசைவு போல ஒரு சிறிய அசைவு.

கெண்டை மீன்கள் அணி பிரித்துக் கொண்டு கபடி விளையாடுகிற மாதிரி தெரிந்தது.

சாஸ்திரிகளிடம், 'இதுதான் சாமி அந்தக் கிணறு' என்று அடையாளம் காட்டினார் நாட்டாமை நாராயண சிவம். மணியக்கார மகாலிங்கமும், மொத்தக் கூட்டமும் ஆவல் தாளாமல் கிணற்றைப் பார்த்துக் கொண்டு நின்றது. சாஸ்திரிகள் கிணற்றைப் பார்த்தவராக, கைகளைக் கூப்பி நமஸ்கரித்து முடித்தார். பின் நாட்டாமையைப் பார்த்து...

"நாட்டாமை... உள்ள இறங்கி அம்பாள் விக்ரகத்தைச் சுமந்துகிட்டு வரச் சொல்லுங்க. நல்ல திடமா, மூச்சுக் கட்டத் தெரிந்தவங்களா இருக்கணும். அது கல் விக்ரகம்... தனி ஒரு மனுஷனா சுமந்து வர முடியாது. ஆகையால கயிறு கட்டிதான் மேல இழுக்கணும். முதல்ல சிலை உள்ள இருக்கான்னு பார்த்து ஊர்ஜிதப்படுத்திக்குவோம்..." என்றார்.

அவர் அப்படி சொல்லவும் நாட்டாமை நாராயண சிவம் பார்வை, அந்த கூட்டத்தில் கந்தன் எங்கே என்றுதான் தேடியது. ஆனால் கந்தனை அங்கே பார்க்க முடியவில்லை. பதிலுக்கு வேங்கையன் என்பவன் தெரிந்தான்.

"வேங்கையா நீ குதிடா கிணத்துல..." என்றார். அவனும் கை காலை வீசிக்கொண்டு தயாரானான்.

"பாத்து... சாமி சொன்னதெல்லாம் மனசுல இருக்குல்ல..."

அவன் ஆமோதித்தான்.

"அப்ப இறங்கு... நல்லா சாமியைக் கும்பிட்டுகிட்டு இறங்கு."

அவனும் அப்படியே செய்தான். கிணற்றையே கடவுளாக நினைத்து வணங்கி முடித்தான். பின் ஒரு சொருவால் நீச்சலுக்குள் நீர்ப்பரப்பைத் திருகிக் கொண்டு உள்ளே புகுந்தான். எல்லோரும் பரபரப்பாகப் பார்த்தார்கள். வேங்கையன் நீருக்குள் அமுங்குவது சில அடிகள் வரைதான் தெரிந்தது. அதன்பின் நீர்ப்பரப்பின்மேல் நீர்க்குமிழிகள் தோன்றி வெடித்தன. உள்ளே அவன் இருக்கிறான் என்பதற்கான சான்று அது!

பேரமைதியோடு மொத்த கூட்டமும் பார்த்துக் கொண்டு நின்றது. நொடிகள் நிமிடத்தை நெருங்கின. சாதாரணமாக ஒரு மனிதனால் அதிகபட்சம் மூன்று நிமிடங்கள் மூச்சுக் கட்டலாம். பயிற்சியால் அதை பத்து நிமிடங்கள் வரை கொண்டு சென்றவர்கள் உண்டு.

வேங்கையன் எவ்வளவு நேரம் தாங்குவான் என்பது தெரியாதபோது, “யாரப்பு இங்க... எதுக்கு இவ்வளவு கூட்டம்?” என்றபடியே ஒரு வயதானவர் அந்தப் பக்கமாய் வந்தார். அவரை நாட்டாமை நாராயண சிவமும் பார்த்தார். அவர் அந்தக் கிணற்றுக்கும், கிணற்றையொட்டிய நிலத்துக்கும் சொந்தக்காரரான பிச்சைமணி என்பவர்தான்.

“எலே பிச்சுமணி... இங்க வாப்பா! நான்தான் உள்ள ஆளை இறக்கியிருக்கேன். இந்தக் கேணியில சாமி சிலை இருக்குதப்பா...” என்றார் நாராயண சிவம்.

“அது, சரி... அதை எத்தனை தடவை இறங்கித் தேடுவீங்க...” பிச்சு அப்படி திருப்பிக் கேட்டதுதான் தாமதம், நாராயண சிவத்துக்குப் பகீரென்றது.

“என்னவே சொல்லுறே?”

“என்ன சொல்றேனா... கொஞ்சம் முந்திதான் ஒருத்தன் வந்து கிணத்துல இறங்கி சாமி சிலையோட மேல வந்தான். நல்லா இரண்டடி உயரத்துக்கு மூணு முகத்தோட அம்சமா இருந்துச்சே அந்த சாமிகூட...”

பிச்சுமணி அப்படி சொல்லவும் உள்ளே எதுவும் இல்லை என்றபடியே வேங்கையன் மேலே எழும்பி வரவும் சரியாக இருந்தது. கையில் நிறைய சேற்றுத் திப்பிகளோடு பெரிதாக உதறியபடியே, “உள்ளே ஒரு கல்லும் இல்லை” என்றான்.

நரராயண சிவத்தின் முகத்தில் ஈயாட்டமில்லை. பஞ்சாபகேச சாஸ்திரிகளோ, பிச்சுமணி சொன்ன அந்த நிகர உயரத்திலும், மூன்று முகங்கள் என்பதிலும் குறியாகிவிட்டார்.

“ஏய் கிழடு... அப்படி அந்தச் சாமி சிலையை எடுத்தது யாரு?”

“யாருன்னா... நான் என்னத்த சொல்ல... பாக்க நல்லா திடகாத்திரமா இருந்தான்ப்பா... ஆனா முகத்தை நான் தெளிவா பாக்கல...”

“போய்யா கிறுக்கா... உன் கிணத்துல இறங்கி சிலையை எடுத்துகிட்டு ஒருத்தன் வெளியே போயிருக்கான். ஆளைத் தெரியாதுன்னு சொல்றியே.”

“வயசாயிடுச்சுல்ல... பார்வை தெளிவு இல்ல...”

“குரலை வெச்சு கூடவா கண்டுபிடிக்க முடியலை.”

“நான் என்னத்த சொல்ல... விறுவிறுன்னு சிலையோட ஓடியே போய்ட்டான்.”

“சரி, இதை உடனே வந்து என்கிட்ட ஏன் சொல்லலை?”

“அட அதுக்குத்தானே நாட்டாமை உங்க வீட்டுக்குப் போனேன். நான் அந்தப் பக்கமா போனப்ப, நீங்க இந்தப் பக்கமா வந்துருக்கீங்க.”

பிச்சுமணி சரியான பதிலைக் கூறிவிட்டார். ஆனால் நாட்டாமை முகத்தில் ஈசல் பறந்தது. பஞ்சாபகேச சாஸ்திரிகளோ வெகுவான ஆச்சரியத்தில் மூழ்கி விட்டிருந்தார்.

ஊர்க்காரர்கள் அவ்வளவு பேர் முகத்திலும் பலத்த ஏமாற்றம்.

கிணற்றுக்குள் சிலை இருப்பது தெரியாது. யார் வந்து முந்திக் கொண்டது? நாராயண சிவம் சுற்றியிருக்கும் அவ்வளவு பேரையும் துளைப்பது போல பார்த்தார். அவர் எதனால் அப்படி பார்க்கிறார் என்பது அவ்வளவு பேருக்கும் புரிந்தது.

“நாட்டாமை... எங்களை அப்படி பார்க்காதீங்க. எங்களுக்கெல்லாம் நீங்க இங்க கிளம்பி வரும்போதுதான் விஷயமே தெரியும்.”

“ஆமா... உங்களுக்கு எப்படி இந்த விஷயம் தெரியும்?”

“இந்த விஷயம்னா?”

“இந்த கேணிக்குள்றதான் சாமி சிலை இருக்குறங்கறது.”

“அது ஒரு ஏட்டு மூலமா தெரியவந்திச்சு.”

“போலீஸ்கார ஏட்டைய்யா மூலமாவா?”

“இடிச்சேன்ன... ஏட்டு மூலமான்னா... பனை ஏடுன்னு அர்த்தம்” ஒருத்தன் திருத்தினான்.

“அது எப்படி நாட்டாமை உங்க கைக்கு கிடைச்சிச்சு...?”

“ஆமா... ஒவ்வொரு கேள்வியா கேளு... இங்க சிலையைக் கிணத்துக்குள்ள இருந்து ஒருத்தன் தூக்கிட்டுப் போயிட்டான். அவன் யாருன்னு தெரியல... நீ... எப்படி தெரியும், யார் சொன்னான்னு கேளு.”

“நான் தெரியாமத்தான் கேக்கேன்... இப்ப இந்த சிலையை எடுத்து என்ன பண்ணப் போறாங்க. இம்புட்டு நாளா அது கேணிக்குள்ள இருந்த மாதிரி, இப்பவும் இருக்கறதா நினைச்சுகிட்டுப் போவட்டுமே.”

ஜனக்கூட்டம் ஆளாளுக்கு தங்களுக்குத் தெரிந்ததைப் பேசிக்கொண்டு நின்றார்கள். நாராயண சிவம் ஏமாந்த முகத்துடன் பஞ்சாபகேச சாஸ்திரிகளைத்தான் பார்த்தார்.

“சாமி...”

“புரியறது நாட்டாமை... இது என்னடா புதுசா ஒரு சோதனைன்னுதானே நினைக்கறேள்...”

“ஆமாம் சாமி... நம்பளையும் ஒருத்தன் முந்திக்கிட்டிருக்கானே சாமி...”

“கவலைப்படாதீங்க. அந்த வராஹி கைவிட மாட்டா... ஒரு பன்றி ரூபமா வந்து வழிய காட்டினவதானே அவ...”

“என்னவோ சாமி... நடக்கற ஒரு விஷயம்கூட நல்லதுக்கா தெரியல...”

"இல்ல... அவசரப்பட்டு வார்த்தைகளை விட்றாதீங்கோ... இந்தக் கிணத்துக்குள்ற பிராம்ஹி இருந்துருக்கறது ஊர்ஜிதமாயிடுத்து. இதே போல மத்த விக்கிரங்களையும் நாம தாமதமில்லாம தேடுவோம். அங்கயும் என்ன நடக்கறதுன்னு பார்ப்போம்."

சாஸ்திரிகள் தட்டிக் கொடுத்தார். "அந்த 'சப்த மாதா புராணம்' என்னும் கன்னியர் கதை என்கிற அந்த ஏட்டுக்கட்டு நாட்டாமை வீட்டில்தான் இருந்தது. தனது வீட்டு நைருதியில் மரபீரோவில் வைத்துவிட்டு வந்திருக்கிறார் நாட்டாமை." சாஸ்திரிகள் சொல்லவும் வேகமாகத் திரும்பிச் சென்று, அதை எடுத்து, அடுத்தடுத்து எல்லா சிலைகளையும் தேடி எடுக்க வேண்டும் என்பதில், ஒரு வேகம் அவரைத் தொற்றிக் கொண்டுவிட்டது!

✦ ——— ✦

— 3 —

'பிரணவம்' என்பதில் 'பெரிய நவம்' என்கிற ஒரு பொருள் ஒளிந்திருப்பதைப் பார்த்தோம். இந்த பெரிய நவமாய் 'ஓம்' என்கிற சொல்லும், அந்தச் சொல்லின் வடிவாக விநாயகப் பெருமான் திகழ்வதையும்கூடக் கண்டோம்.

நவம் என்பதற்கு பலவித பொருட்கள் உண்டு. ரசங்கள் ஒன்பது... அதே போல நம்மைக் கட்டி ஆளும் கிரகங்கள் ஒன்பது... சக்தியும்கூட ஒன்பதுதான். சிவசக்தி சொரூபமாகிய அர்த்தநாரீஸ்வர நிலைப்பாடும்கூட ஒன்பதுடன் தொடர்புடையது.

இந்த ஒன்பதற்கு சில விசேஷ குணமும் உண்டு. இத்துடன் எந்த எண்ணைக் கொண்டு பெருக்கினாலும் அந்த எண்ணின் கூட்டுத்தொகை ஒன்பதாக வரும். அதாவது எந்த எண்ணும் இதோடு கூடிப் பெருகினால் இதுவாக ஆகிவிடும். அதே இந்த எண்ணுடன் கூட மட்டும் செய்தாலோ தன்னிலையை துளியும் இழக்காது. உதாரணமாக ஒன்பதுடன் நான்கு கூடுகிறது... பதிமூன்று வரும், இதன் கூட்டலில் அது நான்காகவே இருக்கும். இப்படி ஒன்பதுக்கு, கூடும் மாறாத தன்மையும், பெருகும் போது அதுவாகவே ஆகும் தன்மையும் வந்துவிடுகிறது.

இப்படி பல்வேறு சிறப்புக் கொண்ட ஒன்பதாக - அதாவது நவமாக உள்ள விநாயகப் பெருமானும் நமக்கு உணர்த்துவது என்ன தெரியுமா?

நன்றாக விநாயகப் பெருமானைக் கவனித்துப் பாருங்கள். அவரது உறுப்புக்களிலேயே பெரியது காது. சிறியது கண். அதாவது கேட்பது என்பதே பிரதானம். பேசுவதைவிட கேட்பது

என்பதில்தான் ஞானம் உள்ளது. கேட்பது என்பது எதை? பிறர் கூறுவதை! பிறர் கூறுவது என்பது என்ன... பேச்சாகிய சப்தம். சப்தம் என்பது என்ன... ஏழு!

ஏழு என்பது என்ன? 'சரிகமபதநி' என்கிற ஸ்வரங்கள். உலகின் எந்த பாஷையும் அதில் அமைந்துள்ள வார்த்தைகளும், இந்த ஏழு எழுத்துக்குள் இருந்துதான் வந்திருக்கும். ஒரே ஒரு சொல்லை எடுத்துக் கொண்டு அதை ஆராய்ந்து பாருங்கள். இந்த உண்மை தெரியவரும். உதாரணமாக இந்த உதாரணம் என்கிற வார்த்தையையே எடுத்துக் கொள்வோம். 'உ' என்னும் எழுத்து, 'நி'யின் தொகுதிக்குள் இருந்தும், 'தா', 'த'வின் தொகுதிக்குள்ளும், 'ர'ரியின் தொகுதிக்குள் இருந்தும், 'ண' 'நி'யின் தொகுதிக்குள்ளும், 'ம்', 'ம'வின் தொகுதிக்குள் இருந்துமே உச்ச நீச்சங்களைக் கண்டு ஒரு சொல்லாகியிருக்கும்.

எந்தச் சொல்லாக இருந்தாலும், அது இந்த ஏழு ஸ்வரங்களுக்குள் இருந்துதான் பிறந்திருக்கும். சொல் என்பது சப்தம் சார்ந்ததுதானே... அதை எழுதிப் பார்க்கும் போதுகூட மனதுக்குள் சொல்லிப் பார்த்துக் கொள்கிறோம் அல்லவா?

'செல்' என்றால்... 'நட' என்றும், 'இயங்கு' என்றும் ஒரு பொருள். இந்த 'செல்'லுக்குள் ஒரு 'ர' முளைக்கும் போது அது 'சொல்' ஆகிறது. சொல் என்று ஆன உடனேயே அது சொல்லப்பட்டும் விடுகிறது.

இவை எல்லாம் வார்த்தைகளைக் கூர்ந்து கவனித்து, பிளந்துப் பார்க்கத் தெரிந்தாலே போதும்; விளங்கிவிடும்.

அப்படிப்பட்ட சொல்லாகிய சப்தம் ஏழு ஸ்வரங்களுக்குள் அடங்கிவிடுகிறது. சப்தங்கள் அவ்வளவுமே ஏழாகவும் இருக்கிறது.

இந்த ஸ்வரங்களின் சொரூபமாகவும் கன்னிகள் உள்ளனர். அதாவது சப்த மாதாக்களுக்கும், நமது மொழியாகிய சப்தத்துக்கும் தொடர்பு உள்ளது.

இப்படியும் சொல்லலாம்... சொல்லைக் கொண்டு அதாவது சொல்லாகிய சப்தம் கொண்டு ஆனதுதானே மந்திரங்கள்!

அப்படியானால் மந்திரங்களுக்கும், சப்த மாதாக்களுக்கும் ஏதாவது தொடர்பு இருக்கின்றதா?

அழகியநல்லூர் கிராமம்!

பட்டரின் வீட்டுக்குள் அந்த ஆறு பெண்களும், எப்பொழுது குருக்கள் வருவார் என்று வீதியையே பார்த்துக் கொண்டு வாசல் திண்ணையில் காத்திருந்தனர்.

அம்மை வார்த்திருக்கும் இந்திரா மட்டும் உள்ளே வேப்பிலைப் படுக்கைமேல் மரக்கட்டைப் போல படுத்திருந்தாள்.

மினி பஸ் சப்தம் கேட்கவும், இரண்டாமவள் மஹேஸ்வரியும், மூணாமவள் கௌரியும் வீதியிலேயே இறங்கிவிட்டனர். நான்காமவள் வைஷ்ணவியும், அஞ்சாமவளான வரலட்சுமியும், ஏழாமவளான சாமுண்டீஸ்வரியும் வீட்டு வாசலில் நின்று பட்டரையும், ரம்யாவையும் எதிர்பார்த்தனர்.

நல்லவேளை!

மினி பஸ்ஸில் இருந்து ரம்யாவும், குருக்களும்தான் இறங்கினர்.

"அப்பா வந்துவிட்டார்... அப்பா வந்துட்டார்..." என்று கத்திக் கொண்டே மஹேஸ்வரியும், கௌரியும் முன்னே ஓடினார்கள். அவர்கள் குரல் கொடுத்துக் கொண்டு ஓடியது பக்கத்துவீட்டு ருக்மணிப் பாட்டி காதிலும் விழுந்து, அவளும் எட்டிப் பார்த்தாள். அவள் முகத்திலும் ஒருவித மகிழ்ச்சி.

குருக்களும் நெருங்கிவிட்ட தன் மகள்களை வாஞ்சையுடன் பார்த்தார்.

"மாஹி... கௌரி... என்ன இது சின்னக்குழந்தை மாதிரி தெருவுக்கே வந்துட்டேளே."

"எப்ப வருவேன்னு பார்த்துண்டே இருந்தோம்."

"வாங்கோப்பா... அப்பா வாங்கோப்பா..."

மற்ற பெண்களும் ஆசைஆசையாக மிகமிகப் பாசமாக அவர்களை அழைத்துக் கொண்டு வீட்டுக்குள் நுழைய, பின்னாலேயே ருக்மணிப் பாட்டியும் நுழைந்தாள். குருக்கள் முதல் காரியமாக இந்திரா அருகில்தான் சென்றார்.

படுத்தபடுக்கையாக இருந்த ஆறாவது மகள் அருகில் அமர்ந்தார். தலையை வருடி தன் அன்பைக் காட்ட முனைந்தவரை ருக்மணிப் பாட்டியின் குரல் தடுத்தது.

"தொடாதே சாமிநாதா... அவமேல அந்த மாரியம்மன் இறங்கியிருக்கா... நீ வெளியே போய்ட்டு வந்துருக்கே. குளிச்சுட்டு சுத்தபத்தமா வந்து அவளைத் தொடு. அதான் அவளுக்கும் நல்லது; உனக்கும் நல்லது."

பாட்டியின் எச்சரிக்கையைச் செயல்படுத்த எழுந்தார்.

"ஆமா... போன காரியம் என்னாச்சு?"

"எதைக் கேக்கறேள்?"

"கன்னிப்பட்டின்னு ஒரு ஊரு... அங்க சப்த மாதாக்களுக்குக் கோயில் இருக்கு. அப்படி இப்படின்னு சொல்லிண்டு அந்த ஊரைத் தேடிண்டு போனியே அதைத்தான் சொல்றேன்."

"அது ஒரு கதைக்கா... அதைச் சொன்னா உங்களுக்கெல்லாம் ஆச்சரியமா இருக்கும். எது எப்படியோ எனக்கு இப்ப ஒரு நம்பிக்கைப் பொறந்துருக்கு. அந்த சப்த கன்னிகளே எனக்கு பெண்களா வந்து பிறந்திருக்கும்போது எனக்கு இனி என்ன கவலை?"

குருக்களின் குரலில் ஒரு புதுத்தெம்பு.

"என்ன சாமி சொல்றே... உன் பொண்களையே நீ அந்த சப்த கன்னிகளா நினைச்சுட்டியா? சரிதான்... வரிசையா ஏழு பேர்ங்கறதால உனக்கும் இப்படி சொல்லிக்க சௌகர்யமா இருக்காக்கும்?"

“அப்படி இல்லக்கா... எல்லாம் நாடி ஜோசியம் பார்த்ததுக்கு அப்புறம்தான் புரியவே வந்தது. பஞ்சு சாஸ்திரிகளும் எடுத்துக் கொடுத்தார். கூட்டிகழிச்சுப் பார்த்தா, அவர் சொன்னதுதான் உண்மை.

இவா என் குழந்தைகள் மட்டுமில்ல. அந்த சப்த கன்னிகளே இவாதான்...” சாஸ்திரிகளின் பேச்சைக் கேட்டு அந்தப் பெண்களே கொஞ்சம் நெளிந்தனர்.

“அப்பா போறும்... எங்களை சாமியாக்கி, அப்புறமா கோயில்ல கொண்டு போய் உக்காத்தி வெச்சுடாதேள்,” என்றாள் மஹேஸ்வரி.

“அப்பா... வந்த விஷயத்தைப் பாரு... இந்திராவுக்கு இப்ப என்ன பண்றதுன்னு யோசி. உடம்பெல்லாம் அனலா கொதிக்கறது. டாக்டர்கிட்ட காட்டி தடுப்பூசி போட்டுக்கலாமான்னுல்லாம் தெரியல...”

அடுத்தவள் கௌரி குருக்களை நிகழ்காலத்திற்கு இழுத்தாள்.

“போடா சாமிநாதா... போய் ஆக வேண்டியதப் பாரு... முதல்ல ஸ்னானம் பண்ணிட்டு வா. நான்தான் செத்த முந்த வேப்பிலைல இவளைப் படுக்க வெச்சேன்... இந்த சூழ்நிலைல வேப்பிலைதான் இவளுக்கு ஒரே மருந்து. அந்த மகமாயி மொள்ளத்தான் உடம்பை விட்டு விலகுவா. அவ்வளவும் உஷ்ணம். அதைத் தாங்கிட அவளாலதானே முடியும்.”

குருக்களைக் குளிக்கும்படி ருக்மணிப் பாட்டி இரண்டாவது முறையாகக் கூறியது அங்குள்ள பெண்களை சற்று எரிச்சல்படுத்தியது.

“பாட்டி... ஏன் சதா குளிகுளின்னு சொல்லிண்டு இருக்கே?”

“அப்பா என்ன அவ்வளவு அழுக்காவா இருக்கா? ஒரு நாளைக்கு ஒரு தடவை குளிச்சா போறாதா?”

சாமுண்டீஸ்வரியும், வரலட்சுமியும் சற்று எரிச்சலோடு பாட்டியைக் கேட்கவும் பாட்டி சிரித்தாள். குருக்கள் குளிப்பதற்காக கொல்லைப்பக்கம் போய்விட்டார்.

பாட்டி அந்தப் பெண்கள் ஐந்துபேரோடும் திண்ணைப் பக்கம் சென்றார். அவர்களை வரிசையாகத் திண்ணையில் உட்காரச் சொல்லிவிட்டு எதிரில் உட்கார்ந்தாள். உட்காரும் தோரணையே நான் நிறைய பேசப் போகிறேன் என்கிற மாதிரி இருந்தது.

"என்ன பாட்டி... எதானா கதை சொல்லப்போறியா?"

"கதைதான். ஏன் குளிக்கணும்கற கதை இது."

"போறுமே... குளிச்சாதான் அழுக்குப் போகும். புத்துணர்ச்சி கிடைக்கும்னு பள்ளிக்கூட வாத்தியார் மாதிரி ஏதாவது சொல்வே."

"அப்படி அவசரப்பட்டெல்லாம் இனிமே பேசக்கூடாது. நான் சொல்லப்போற விஷயமே வேற... இதை நீங்க கவனமா கேட்டுக்கணும்... பொதுவா எந்த ஒரு நல்ல காரியத்துல இறங்கறதுக்கு முந்தியும் குளிக்கறது விசேஷம். குளிக்கறது அழுக்குப் போறதுக்காக மட்டுமில்லை... நம்மை சதாசர்வ காலமும் ஆக்ரமிச்சுண்டுருக்கற காற்றோட பிடியில் இருந்து விலகிக்கவும்தான் நாம் குளிக்கறோம்."

பாட்டி புதிதாக ஒரு விஷயத்தைத் தொடுகிறாள் என்பது அந்தப் பெண்களை கூர்மையாக்கியது.

"என்ன பாட்டி சொல்றே... காற்றோட பிடியில் இருந்து விலகிக்கவா... எங்களுக்கு ஒண்ணும் புரியலியே..."

"எப்படி புரியும்? எதையும் மேலோட்டமாவே பார்த்தா புரியாதுதான்."

"சரி, நீதான் புரியும்படி சொல். காற்றோட பிடியில இருந்து விலக்கிக்கிறோம்னியே... எப்படி?"

"அப்படி கேளு... மீன் தண்ணிக்குள்ள இருக்கற மாதிரி. காத்துக்குள்ள இருக்கறவாதானே நாமல்லாம்?"

“பாட்டியின் கேள்வி அவர்களுக்குப் புதிது. அதன் பரிமாணமும் புதிது. மீனுக்குத் தண்ணீர், நமக்கெல்லாம் காற்று. ஆம்... உலகில் காற்று இல்லாத இடம் ஏது? அது சதாசர்வகாலமும் நம்மேல் உரசிக்கொண்டுதான் இருக்கிறது... பாட்டி சொன்னதன் பொருள் அவர்களுக்குள் மெல்ல விளங்க ஆரம்பித்தது. மீனுக்குத் தண்ணீர், நமக்குக் காற்று என்கிற அந்த மூழ்கிக்கிடக்கிற சங்கதி ஒரு புதிய சிந்தனையாகவும் தோன்றியது.

பாட்டி தொடர்ந்தாள்.

“ஒன்பது கிரகங்கள் சதாசர்வகாலமும் நம்மை வழி நடத்திண்டு இருக்கு... அதோட கதிர்கள் காத்தோட கலந்துதான் நம்ம உடம்புல பட்டுண்டு இருக்கு. நாம மூச்சுவிடறதுக்காக சுவாசிக்கும்போது அது நமக்குள்ளேயும் நுழையறது. ஒவ்வொரு நொடியும் இதுதான் நாம் எல்லோருக்கும் நடக்கிறது.”

“இதுல ஒவ்வொருத்தர் உடம்பும் ஒவ்வொருவிதம். ஏன்னா... ஒவ்வொருத்தரும் ஒரே நேரத்துல பிறந்தவா கிடையாது. எல்லாருக்கும் ஒரே திசை, ஒரே மாதிரி கிரக அமைப்பும் கிடையாது. அதேசமயம் மனுஷ உடம்பு தூசு துப்புங்கற அழுக்கால மட்டும் பாதிக்கப்படறதில்ல... அது இன்னொரு மனுஷனோட பார்வைங்கற திருஷ்டி, எண்ணங்களோட தாக்குதல், அவன் உடம்போட ஒட்டுமொத்த கதிர்களோட தாக்குதல்னு பலவிதமான பாதிப்புகளுக்கு உள்ளாகிண்டு இருக்கு.”

“இந்தப் பாதிப்புகள் இரண்டுவிதம்; ஒண்ணு நல்லவிதம்... இன்னொண்ணு கெட்டவிதம். ஒருத்தர் நம்மைப் பார்த்து சந்தோஷப்பட்டா அது நல்லவிதம். பொறாமைப்பட்டாலோ, இல்ல வருத்தப்பட்டாலோ அது கெட்டவிதம். இதுல எது நல்லது... எது கெட்டதுன்னு நாம ஒவ்வொரு நபரையும் பார்த்து கண்டுபிடிக்கவோ, இல்லை புரிஞ்சுக்கவோ முடியாது... அது சாத்தியமும் இல்லை. ஆனா இப்படிப்பட்ட பாதிப்புகள் இல்லாம, நான் இல்லை... நீ இல்லை. தெருவுல சுத்தி வர்றதே ஒருநாய்... அதுகூட அதோட அலைச்சலுக்கு ஏற்ப ஒரு பாதிப்புக்கு

உள்ளாகத்தான் செய்யறது... இந்தப் பாதிப்பு கூடிண்டே போகும்போது ஒரு கட்டத்துல உடம்பு வலி, மன அசதி, எரிச்சல் அப்படி இப்படின்னு நம்மை எல்லாமும் பாடாய்ப் படுத்திடறது... நாமளோ இதெல்லாம் உடம்போட தன்மைன்னு நினைச்சுக்கறோம்."

"குளிக்கும்போது, உடம்பு பூரா ஜலத்துல இருக்கும் போது காற்றுத் தொடர்பு சுவாசத்தோட நின்னுடறது. அப்பகூட ஒரு நொடி நாம மூச்சுவிடறதை நம்மையறியாம நிறுத்தறோம். மொத்தத்துல நாம்... ஜலத்துக்குள்ள மூழ்கி உலகத் தொடர்பை இழக்கறோம். நம்மைப் பாதிக்கற கதிர்கள் ஜலத்துல ஊடுருவ முடியாது."

"இந்த உலகத்துலயே தோஷம் தாக்க முடியாத ஒண்ணு ஜலம்தான். அதோட அது உச்சந்தலைல படும்போது, உடம்புல இருக்கற சர்வ நாடிகளும் ஒரு சிலிர்ப்பு சிலிர்ப்பி, உடம்புல ஒரு உதறல் ஏற்படறது. அதுல நம்மைப் பிடிச்சு ஆக்ரமிக்கப் பார்த்த கதிர்கள் அவ்வளவும் உதிர்ந்து தண்ணீயோட தண்ணீயா அடிச்சுண்டு போயிடறது."

"இதனால குளிச்சு முடிச்சபிறகு, ஒரு புது ஆரம்பம் நமக்கு இந்த உலகத்தோட ஏற்படறது... உற்சாகம் மனசுக்கு மட்டுமில்ல, உடம்புக்கும்... இதோட ஒருத்தரைத் தொடும் போது அவாளுக்கு நம்மால பாதிப்பு இல்லை... அவாளால வேணா நாம் பாதிக்கப்படலாம். இதுதான் சூட்சுமம். யாராவது இறந்துட்டா துக்கம் விசாரிச்சுட்டு வந்த உடனே குளிக்கக் காரணம் இதுதான். சவத்தீட்டுன்னு சொல்றதும், அந்தப் பிணம் கிடக்கற இடத்துல உள்ள கதிர்களைத்தான். எல்லார் மனசும் துக்கத்துல இருக்கற இடத்துல, அந்தச் சூழ்நிலையும் நல்லவிதமா நல்ல கதிர்களோட இருக்காது. வீட்டுக்கு வந்து குளிக்கும்போது அது குளிக்கற தண்ணியோட போயிடறது. கோயிலுக்குப் போய்ட்டு வந்தா குளிக்கக் கூடாதுன்னு சொல்ற காரணமும் முக்கியம், கோயில்ங்கறது பாசிடிவ் எனர்ஜி நடமாடற ஒரு இடம்.

அதை குளிச்சு தண்ணியோட கரைச்சிட வேண்டாம்னுதான் கோயிலுக்குப் போய்ட்டு வந்தா குளிக்கக் கூடாதுன்னு சொல்வா."

"குளிக்கறதுக்குப் பின்னால இவ்வளவு ஆழமான உண்மைகள் இருக்கு பொண்டுகளா... இது தெரியாம பாட்டி ஏதோ உளறுறேன்னு நினைச்சுட்டேளே."

ருக்மணிப் பாட்டி ஒரு பிடி பிடித்துவிட்டாள். அந்த ஐந்து பெண்களும் பதிலுக்கு பாட்டியை பேந்தப் பேந்தப் பார்த்தனர். 'அடேயப்பா... எவ்வளவு உள்ளர்த்தங்கள்!'

குருக்கள் துவட்டியபடியே வந்தார். அமைதியாக சிலை போல் அமர்ந்திருக்கும் தன் பெண்களையும் ஆச்சரியமாகப் பார்த்தார்.

"என்னதிது... எல்லாரும் ஏதோ திக்பிரமை பிடிச்ச மாதிரி இருக்கேளே... என்னாச்சு உங்களுக்கு?"

"அவாளுக்கு ஒண்ணும் ஆகலை சாமிநாதா... குளிக்கறதைப் பத்தி கொஞ்சம் கிண்டலா கேள்வி கேட்டா... அதுக்கு எனக்குத் தெரிஞ்ச பதிலைச் சொன்னேன். அதான் வாயைப் பொளந்துட்டா..."

குருக்கள் அதைக் கேட்டு சிரித்தார். அப்படியே இந்திரா அருகே சென்று அவள் நெற்றியில் கோயில் விபூதியையும், குங்குமத்தையும் வைத்தார். வைத்துவிட்டு அவளை அப்படியே விழுங்குவது போல பார்த்தார். அந்தப் பார்வையில் பாசம் பொங்கி வழிந்தது. பார்த்துக் கொண்டேயிருந்த ருக்மணிப் பாட்டியின் கண்களையும் கண்ணீர் வந்து நிரப்பியது.

"தாய்க்கு தாயா நீ இவாமேல காட்டற பாசத்துக்கு ஈடு இணையே இல்லடா சாமிநாதா. இவாளை எல்லாம் எப்படிதான் கரை ஏத்தப் போறயோ தெரியலடா..." என்றாள் பெருமூச்சுடன்.

"இல்லக்கா... இவா பத்தி எனக்கு எந்தக் கவலையும் இல்லக்கா... எப்ப கன்னிப்பட்டி போனேனோ அப்பவே எனக்குத் தெம்பு வந்துடுத்து... இப்பகூட இவாளை எல்லாம்

அங்க எப்படிக் கூட்டிண்டுப் போறது, அந்தக் கோயிலைப் எப்படி கட்றதுன்னுதான் யோசிச்சிண்டு இருக்கேன்."

குருக்கள் பேச்சு திரும்பவும் கன்னிப்பட்டிக்குள் செல்லவும் ருக்மணிப் பாட்டிக்கு கொஞ்சம் மனசைக் கரித்தது.

"சாமிநாதா... நானும் பாக்கறேன், நீ அந்தக் கன்னிப்பட்டியை விடவே மாட்டேங்கறியே. அந்த நாடி ஜோசியன் சொன்னது உன்னை அவ்வளவு தூரத்துக்குப் பாதிச்சிடுச்சா என்ன?"

"ஆமாங்க்கா... நான்கூட முதல்ல அந்த ஜோசியத்தைப் பெருசா எடுத்துக்கலை. ஆனா, கன்னிப்பட்டில தொட்டுத் தொட்டு நடந்த சம்பவங்கள் எனக்கு நம்பிக்கை தந்திருக்கு... வராஹி தரிசனம் கிடைச்சிதுன்னா பார்த்துக்கயேன்."

"எனக்கென்னமோ பயமா இருக்குடா சாமி. இப்பவே நீ இவாளை விட்டுட்டு இரண்டு மூணு நாள் ஊர்ல இல்லாம போனதும், ஒரு ஆம்பளை துணை இல்லாம இவா இங்க வெளியே போகவே பயந்துண்டு இருந்ததும் எனக்குத்தான் தெரியும். ஜோசியத்தை எல்லாம் ஒரு அளவுக்குதான் நம்பலாம். அதையே பிடிச்சிண்டு தொங்கக்கூடாது."

"இல்லக்கா இது அப்படியில்லை. எனக்கு பஞ்சு சாஸ்திரி பக்கபலமா இருக்கார். அவர் என்ன லேசுப்பட்டவரா?"

சாமிநாதன் விடாமல் பதில் கூறவும், பாட்டியும் அதற்குமேல் சாமிநாதனை சடைக்கவில்லை.

"சரி... எப்ப அந்தக் கன்னிப்பட்டிக்குத் திரும்பக் கிளம்பப் போறே?"

"இந்திராவுக்கு குணமாயிட்டா உடனே கிளம்ப வேண்டியதுதான். அங்க இத்தனை நாழிக்கு ஒரு அம்பாள் கிடைச்சிருப்பா. ஊரே அல்லோலகல்லோலப் பட்டுண்டிருக்கும்."

"இதோ பார் உன் பொண்களையே நீ அந்த சப்த கன்னிகளா சொல்றே... இவாளே தெய்வம்னா இவாமேல எதுக்குடா அம்மையும், காச்சலும் வரது? நன்னா யோசிச்சிக்கோ... அப்படியே

வந்தாலும் இதோ இந்த கௌரி... இவதான் உன் வரைல சப்த கன்னில மூணாவதான கௌமாரி. இவ போய் அவளைப் பார்த்து ஓடிப்போ அம்மையேன்னா ஓடிப் போயிடணும். ஏன்னா கௌமாரிக்குக் கட்டுப்பட்டதுதான் அம்மையும், காய்ச்சலும். நான் சொல்றதை எல்லாம் நன்னா கேட்டுக்கோ."

பாட்டி திரும்பவும் பாத்திரம் துலக்குவது போல் பேசிவிட்டு விலக ஆரம்பித்தாள். குருக்கள் பாட்டி பேச்சுக்காக வருந்துவதா, இல்லை அதைப் புறக்கணிப்பதா என்பது புரியாத சோகத்தில் அப்படியே போய் ஒரு ஓரமாக அமர்ந்துவிட்டார்.

பாட்டியும், குருக்களும் பேசிக்கொண்டது அந்த ஆறுபேர் மனதிலும் ஓடியபடி இருந்தது. ஆறு பேரும் மெல்ல நழுவி தோட்டத்து மகிழமரத்தடிப் பக்கம் சென்றனர். கன்னிப்பட்டி சென்று வந்த ரம்யாவைப் பிடித்துக் கொண்டனர்.

"ரம்யாக்கா... அந்தக் கன்னிப்பட்டில என்னக்கா நடந்தது?" அடுத்தவள் மகேஸ்வரிதான் கேட்டாள்.

"என்னமோ தெரியல மகேஸ்வரி, அந்த ஊருக்குப் போய்ட்டு வந்ததுல இருந்து அதே ஞாபகமாகவே இருக்கு. திரும்ப அந்த ஊருக்கு எப்ப போவோம்னுதான் மனசு நினைக்கிறது."

"ரொம்பவும் பட்டிக்காடா?"

"ஆமாம்... ஆனா பச்சைப்பசேல்னு இருக்கு. ஆத்துல சதா தண்ணீர் ஓடிண்டு இருக்கு... ஜனங்களும் ரொம்ப அன்பா பேசறா... பழகறா..."

"அக்ரஹாரம்லாம் இருக்கா?"

"இல்ல... நாம போனாதான் அந்த ஊர்லயே முதல் பிராம்ணா."

"பள்ளிக்கூடம், காலேஜெல்லாம் இருக்கா?"

"இல்ல... ஒழுங்கா ஒரு கிராம தேவதை கோயில்கூட இல்லை. ஆனாலும் என்னவோ தெரியல, அங்கேயே தங்கிடணும், காலமெல்லாம் அங்கேயே இருக்கணும்னு தோன்றது."

ரம்யா தன்னை மறந்தாள்.

"அது சரி... நீ ஊரை மெச்சிக்கறே. அப்பாவோ நம்மளை எல்லாம் அம்பாள்னு சொல்ல ஆரம்பிச்சுட்டா. நல்ல நாடி ஜோசியம்தான்போ..."

"அப்படி இல்லடி... நமக்கெல்லாம் அந்த ஊர்ல ஒரு கடமை இருக்கு. நாம இங்க இப்படி ஒண்ணா பொறந்ததுக்கும் ஒரு சரியான காரணம் இருக்குன்னு என் மனசு நினைக்கறது."

"சரிதான்... உன்னையும் அந்த நாடி ஜோசியம் நன்னா கெட்டியா பிடிச்சுண்டுடுத்தா."

"நீ எப்படி வேணா நினைச்சுக்கோ. நமக்கெல்லாம் நல்ல காலம் பொறந்தாச்சு. இதை என் உள் மனசு அழுத்தமா சொல்றது."

"என்னக்கா விட்டா நான்தான் சப்த கன்னில முதலாவதான ப்ராம்ஹி. அதாவது அந்த சரஸ்வதின்னுகூட சொல்வே போல இருக்கே."

"இவ சொன்னா ஆச்சா... அந்த சரஸ்வதி கைல வீணை இருந்தது. அதுல அவ வாசிச்சா. இந்த அண்ட சராசரமே மயங்கினது. இங்க நம்மாத்துலையும் வீணை இருக்கு. ஆனா அது காட்சிப் பொருளான்னா இருக்கு."

சாமுண்டீஸ்வரியின் கிண்டல் ரம்யாவை கொஞ்சம் அழுத்தமாகவே சீண்டிவிட்டது. விறுவிறுவென்று அந்த மரத்தடியை விட்டு உள்ளே சென்றவள், பூஜை அறையில் ஒரு மூலையில் சாய்த்துவைக்கப்பட்டிருந்த வீணையை எடுத்து வந்தாள்.

அதன் மேனிமேல் ஒரே தூசும் துப்புமாக இருந்தது. வாயால் ஊதியபோது புழுதி பறந்தது. குருக்கள்கூட ரம்யா வீணையை எதற்காக எடுத்தாள் என்பது தெரியாமல் பார்த்தபடியே இருந்தார்.

வீணையைச் சுத்தம் செய்தவள் அதன் தளர்ந்து கிடந்த நரம்புகளை இறுக்கி விரலால் சுண்டிப் பார்த்தாள். 'டொய்ங்ங்!' என்னும் நாதம் ஜிவ்வென்று கிளம்பியது.

அந்த வீணையை இதற்கு முன் அவள் ஒரு நாள்கூட வாசித்ததில்லை. அவள் அத்தைதான் அந்தக் குடும்பத்தில் வீணை வித்வானாக இருந்தவள். அத்தை காலமான பிறகு அவள் ஞாபகமாக அதைக் கொண்டு வந்துவிட்டார் குருக்கள். அப்போது வீணை வாசிக்கக் கற்றுக் கொள்ளும்படி பெண்களிடம் சொல்வார்.

ஆனால், அழகியநல்லூரில் வீணை சொல்லித்தர ஆள் இல்லாததால் கடைசிவரை அந்த வீணை பயன்படவேயில்லை. ஆனால் இன்று எந்த நம்பிக்கையில் வீணையை ரம்யா கையில் எடுக்கிறாள்.

குருக்கள் பார்த்துக் கொண்டேயிருக்க ரம்யா வீணையை ஒரு மாதிரி மடியில் வைத்துக்கொண்டு கையையும் வளைத்து வீணையை வாசிக்க ஆரம்பித்தாள். ஆரம்பத்தில் ஒருமாதிரி ‘டொய்ங்... டொய்ங்...’ என்றுதான் சப்தம் வந்தது. ஆனால் போகப் போக அப்படியே அற்புதமான மோகன ராகத்தில் ஒரு கீர்த்தனை உருவாகத் தொடங்கிவிட்டது. குருக்களால் நம்பவே முடியவில்லை. அப்படியே விக்கித்துப் போய் விட்டார். அந்த நாதம் பக்கத்து வீட்டுக்குள்ளும் கேட்டு ருக்மணிப் பாட்டியையும் இழுத்து வந்தது. ஓடி வந்த பாட்டி, அப்படியே வீட்டு வாசற்படியிலேயே நின்றுவிட்டாள். மற்ற சகோதரிகளும் வரிசையாக அவள் பக்கத்தில் போய் சம்மணம் போட்டு அமர்ந்தனர். ஒரு அதிசயம் போல இந்திராவும் எழுந்து வந்து அமர்ந்தாள். தங்களையும் அறியாமல் அவர்கள் ஒரு நேர்கோட்டில் அமர்ந்த விதத்தில் ரம்யா வீணை வாசித்தபடி இருக்க, அவளுக்கு அருகில் இரண்டாவதாக மகேஸ்வரி, மூன்றாவதாக கௌரி, நான்காவதாக வைஷ்ணவி, ஐந்தாவதாக வரலட்சுமி, ஆறாவதாக இந்திரா, ஏழாவதாக சாமுண்டீஸ்வரி என்கிற ஒரு வரிசை அப்படியே உருவாகிவிட்டது.

ருக்மணி பாட்டிக்கு அது ஒன்றும் தற்செயல் சம்பவமாகவே தெரியவில்லை. அதிலும் ரம்யா வீணை வாசிக்கும் விதமும்,

அதிலிருந்து வெளிப்படும் நாதமும் பாட்டியை அப்படியே உருக்கிவிட்டது. ரம்யா அமர்ந்திருந்த இடத்திற்கு நேர் மேலே சரஸ்வதி கேலண்டர். அதில் சரஸ்வதி அமர்ந்திருப்பது போலவே அதே கோலத்தில் ரம்யா.

குருக்கள் தன் மக்களை சப்த கன்னியர் என்று குறிப்பிட்டது ஒருவேளை உண்மைதானோ? பாட்டிக்குள் கேள்வி ஓடியது. தன்னையுமறியாமல் பரவசத்தில் கைகள் கூப்பின.

அப்பொழுது வாயில்புரத்தில் ஒரு பிராம்மணரும் அவர் மனைவியும் பஞ்சகச்சம், மடிசார் கோலத்தில் வந்து நின்றிருந்தார்கள். அவர்கள் கைகளில் ஒரு தட்டில் பெரிய ரோஜா மாலை. கூடவே எலுமிச்சம்பழ மாலையும்.

வீணை இசை அவர்களை மெய் மறக்க வைத்திருந்தது... அவர்கள் யார் எங்கிருந்து வருகிறார்கள் என்றெல்லாம் எதுவும் தெரியவில்லை. விறுவிறுவென்று உள்ளேயும் நுழைந்தவர்கள் குருக்களைப் பார்த்துவிட்டு அவரை நெருங்கினார்கள். ரம்யா வீணை வாசிப்பதைத் தொடர்ந்து கொண்டிருந்தாள். மற்ற அவள் சகோதரிகளும் அவளது கானத்தில் மயங்கியிருந்தனர். தங்களைச் சுற்றி என்ன நடக்கிறது என்று அவர்கள் கவனிக்கவில்லை.

குருக்களோ அந்தப் பிராம்மண தம்பதிகளால் கவனம் கலைந்திருந்தார்.

"நீங்கோ..."

"நாங்க கோயிலுக்கு ஸ்வாமி தரிசனம் பண்ண வந்தோம். இன்னிக்கு வெள்ளிக்கிழமை. ஒவ்வொரு வெள்ளிக்கிழமையும் ஒரு கன்னிப் பொண்ணுக்கு மாலை போட்டு அவாளை அம்பாளா நினைச்சு பூஜிக்கறது வழக்கம். இன்னிக்கு ஒரு பொண்ணுகூட கோயில்ல கண்ணுல படலை. அதேசமயம் உங்க ஆத்துல ஒரு பொண்ணுக்கு ஏழு பொண்ணு இருக்கறதா சொன்னா. அதான் வந்தோம். இங்கயோ அந்த சரஸ்வதியே வீணை வாசிக்கறா மாதிரிதான் இருக்கு. இந்த மாலையை உங்க வீணை

வாசிக்கற பொண்ணு கழுத்துல போட்டு சேவிக்க விரும்பறோம். உங்களுக்கு ஒண்ணும் ஆட்சேபனையில்லையே?”

அவர்கள் கேட்கவும் குருக்களுக்கு கண்களில் ஜலமே வந்துவிட்டது.

“பேஷா... இங்க நடக்கற எல்லாமே என்வரையிலும் தெய்வச் செயல்தான். முதல்ல வித்தை வந்தது. இப்ப மாலை வந்துருக்கு... இன்னும் என்னவெல்லாம் வரப்போறதோ?” குருக்கள் ஒடுக்கமாகக் கைகளைக் கூப்பி நெகிழ்ந்து போனார்.

மடிசார் உடுத்திய அந்தப் பிராம்மணப் பெண்மணி ரோஜா மாலையையும், எலுமிச்சை மாலையையும் எடுத்துக் கொண்டு சென்று வீணை வாசித்தபடி இருந்த ரம்யாவின் கழுத்தில் போட்டாள். அதனால் அவளது வாசிப்பு ஒரு வினாடி தடைபட்டது. அந்தப் பெண்மணியும் உடனே ஏதோ தப்பு செய்துவிட்டது போல் சற்று தயங்கினாள். ரம்யா உற்றுப் பார்த்தாள்.

அந்தப் பார்வையே அந்தப் பெண்மணியை என்னவோ செய்தது.

“அம்மா தாயே... அப்படி பார்க்காதே. உன்னை இப்ப பார்க்கும் போது சாட்சாத் அந்த சரஸ்வதியைப் பார்க்கற மாதிரியே இருக்கு. இந்த வீணா நாதமும் அப்படியே எங்களை மயக்கிடித்து.

இந்த நொடி நீ அந்த சரஸ்வதி மட்டுமில்ல, அவளோட அம்சமான கன்னித் தெய்வமான பிராம்ஹியாவும் என் கண்ணுக்குக் காட்சி தரே... உன்னை உனக்கான காயத்ரியைச் சொல்லி சேவிச்சுக்கறேன்.”

‘ஓம் ப்ரம்ஹ
சக்தியை வித்மஹே
பீதவர்ணாயை
தீமஹி
ப்ராம்ஹி
ப்ரசோதயாத்.’

“இந்தக் காயத்ரியை யார், எங்க, எப்ப சொன்னாலும் உன் அனுக்ரகம் அவாளுக்குள் இறங்கி, அவாளுக்கு எல்லா வித்தையும் சுலபமா வசப்படும். படிக்காத குழந்தை படிக்கும்... பார்க்க முடியாத வேலையை பார்த்து முடிக்கலாம். மனசுல குதூகலம் கொப்பளிக்கும். பாட்டும் தாளமும் ஓடிவந்து மனசைக் குஷிப்படுத்தும். இப்ப எனக்கு அப்படித்தான் இருக்கு. என்னை ஆசீர்வாதம் பண்ணு,” என்றவள் தன் கணவன் அருகே சென்று நின்று கொண்டவளாக, “வாங்க சேர்ந்து சேவிக்கலாம்,” என்றாள். அவரோ, “நீ பிராம்ஹியோட காயத்ரியை சொல்லிட்டே. நான் அவளோட தியான சுலோகத்தை சொல்லிடறேன் இரு...” என்றவர் தோளில் கிடந்த துண்டை எடுத்து இடுப்பில் அணிந்து கொண்டார்.

‘தண்டம் கமண்டலும்
சாச்சாத் அக்ஷஸீத்ரமதா பயம்
பிப்ரதி கனகச்யா ப்ராக்ஷீ
க்ருஷ்ணா ஜீனோஜ்வலா’

என்று பரவசமான பரவசமுடன் கூறிவிட்டு அப்படியே வீணை வாசித்தபடி அமர்ந்திருக்கும் ரம்யாவின் முன் சாஷ்டாங்கமாக விழுந்து எழுந்தார்கள்.

பார்த்துக் கொண்டேயிருந்த பாட்டி ருக்மணிக்கும் ஒரு சிலிர்ப்பு. அவர்கள் எழுந்து அப்படியே வரிசையில் அமர்ந்திருக்கும் ஏழுபேரையும் ஒருமுறை சுற்றி வந்தார்கள். பின்னர் அவர்களையும் தனித்தனியே விழுந்து வணங்கினார்கள்.

நடப்பதை எல்லாம் ஒரு கனவு போல கருதி பார்த்துக் கொண்டேயிருந்தார் குருக்கள். அந்த ஏழு பேரில் அம்மை போட்டிருந்த இந்திரா முகத்தில் இப்பொழுது ஒரு புதிய பொலிவு. அதுவரை அவளை ஆக்ரமித்துக் கொண்டிருந்த அம்மையும், காய்ச்சலும் அப்படியே இடம் பெயர்ந்து கௌரியின் முகத்திலும் உடம்பிலும் தெரிந்தன.

ருக்மணிப் பாட்டி அதைப் பார்த்துத்தான் மிரளவே ஆரம்பித்தாள். அந்தத் தம்பதிகள் வணங்கி முடித்துவிட்டு விடைபெற்றுக் கொண்டும் போய்விட, பாட்டி நேராக கௌரியிடம்தான் சென்றாள்.

"அம்மாடி... என்னடி இது அம்மை இப்ப உன் உடம்புலயும், முகத்துலையும் தெரியறது. இந்திராவைப் பார்... பளிச்சின்னு ஆயிட்டா..."

"ஆமாம் பாட்டி... நீதானே என்னை அந்த மாரியம்மான்னு சொன்னே. நானும் உடனே மனசுக்குள்ள நான் மாரியம்மான்னா... அந்த அம்மை எனக்குத்தானே வரணும்னு நினச்சேன். அது என்னடான்னா நிஜமாலுமே வந்துடுத்து..." என்று சொல்லிச் சிரித்தாள்.

பாட்டியால் அதற்குமேல் எதுவுமே பேச முடியவில்லை. கைகளைத்தான் கூப்ப முடிந்தது. அப்படியே குருக்கள் பக்கம் திரும்பியவர்...

"சாமிநாதா... அந்த நாடியை நான் இப்ப நம்பறேன். இவா இப்ப யார்னு தெரிஞ்சுபோயிடுத்து. உன் குடும்பம் மூலமா ஒரு தேவ நாடகம் நடக்கத் தொடங்கியிருக்கு. இதுக்கு நீ ரொம்பக் கொடுத்து வெச்சிருக்கணும்.

நீ இப்பவே கன்னிப்பட்டிக்குப் புறப்படு. அங்க நிறைய அதிசயம்லாம் நடக்கப் போறதுன்னு என் மனசுக்கும் தோன்றது."

ருக்மணிப் பாட்டி சொல்லச் சொல்ல குருக்களுக்கு ஆனந்தக் கண்ணீர் திரண்டு வரத் தொடங்கியது.

ரம்யாவோ தொடர்ந்து வீணை வாசித்தபடிதான் இருந்தாள்.

✦ ——— ✦

— 4 —

மந்திரங்களுக்கும் சப்த மாதர்களுக்கும் தொடர்பு இருக்கிறதா என்று ஒரு கேள்வி எழுகிறது. சப்த மாதாக்கள் என்பதை இன்னொருவிதமாக மந்திர மாதாக்கள் என்றும் கூறலாம். அதாவது சொல்லாகிய மந்திரத்துக்குள் கட்டுப்பட்டு நமக்கு துணைவரும் மாதாக்கள் என்றும் ஒரு உட்பெயர் இதனுள் உண்டு.

பொதுவாக எல்லா தெய்வங்களையுமே அர்ச்சனை, துதி என்று மந்திரங்களால் வணங்கி வழிபாடு செய்து அவர்கள் அருளை வேண்டுவது என்பதே நம் வழக்கம்.

எல்லா தெய்வங்களுக்கும் நம்மில் அஷ்டோத்திரங்களும், ஆராதனை மந்திரங்களும் த்ரிசதி, பலஸ்துதி என்று விவரமான சஹஸ்ர நாமங்களும் உண்டு. அவற்றை எங்கு, எப்போது எப்படி பாராயணம் செய்ய வேண்டும் என்ற விதிமுறைகளும் உண்டு.

உதாரணமாக அதிதேவதையான தேவதைகளுக்கெல்லாம் தேவையான காயத்ரியும் அவளது மந்திரமும் மனதுக்குள் ஜெபிக்கப்படும்போது அது முழுப்பலனையும், வாய்விட்டு பிறர் காதில் விழும்படி ஜெபிக்கும்போது அது பாதி பலனையுமே அளிக்கும் என்பது சான்றோர் வாக்கு.

சில மந்திரங்களை மாலையில்தான் கூற வேண்டும்; சில மந்திரங்களை காலையில்தான் கூற வேண்டும். அதே போல ஹோமம், யாகம் போன்றவை செய்யும் போது சஹஸ்ர நாமம் கூறுவதோ, அர்ச்சனை மந்திரங்கள் கூறுவதோ தவறு.

ஹோமத்திற்கு என்று உள்ள மூல மந்திரங்களையே அத்தருணத்தில் பயன்படுத்த வேண்டும். இப்படி மந்திரங்களைப் பயன்படுத்த கால நேரங்களும், சட்ட திட்டங்களும் உள்ளன.

ஆனால், சப்த மாதாக்களான சப்த கன்னியரை நினைத்தாலே அவர்களுக்கான காயத்ரிகளையும், தியான ஸ்லோகங்களையும் நாம் சொன்னவர்களாகிவிடுகிறோம் என்பதுதான் நாம் நுட்பமாக உணர வேண்டிய உண்மை.

எத்தனை பேருக்கு மந்திரங்கள் தெரியும்? பிராம்மணர்களிலேயே பலருக்கு மந்திரங்கள் இன்று தெரிந்திடாத ஒரு நிலை. அவற்றை முறைப்படி கற்கும் சூழல் இன்று மிக மாறிவிட்டது. முன்பு ஊருக்கு ஒரு வேதப் பள்ளிக்கூடம் இருந்தது. இப்பொழுது மாநிலத்திற்கு ஒன்று இருப்பதே அபூர்வமாகிவிட்டது. அத்துடன் எல்லாவித அஷ்டோத்ரங்கள், சகஸ்ர நாமங்கள், காயத்ரி மந்திரங்கள், துதிப் பாடல்கள் என்று சகலமும் டேப் ரிக்கார்டரில் பதியப்பட்டு கேசட்டுகளாக மாற்றப்பட்டு விற்பனைக்கே வந்துவிட்டன. இதனால் மந்திரங்களை தன் மனதில் நிறுத்தி, பின் அவற்றை உரிய முறையில் உச்சரித்து அதன்மூலம் தெய்வத்தை உணருவது என்பதில் இன்று பலருக்கு நாட்டமேயில்லை. எல்லாமே மின்மயமாகிவிட்டதால் யார் மனதிலும் தெளிவாக மந்திரங்கள் உரிய அளவில் இல்லை.

மந்திரங்களை எல்லாம் அறிந்தவர்களும் மிகக் குறைந்த அளவில் உள்ளனர். இதனால் சப்தமாகிய மொழி மூலம் இறைவனை அறிவது, புரிவது என்பது மாறி ஒரு பெரிய இடைவெளியும் ஏற்பட்டுவிட்டது.

கலியுகத்தில் இப்படிப்பட்ட சூழல்கள் காலத்தால் வரும் என்று தெரிந்த சப்த மாதாக்கள் கோயில்களில் உபசன்னதியில் குடி கொண்டார்களே என்றும் எண்ணிடத் தோன்றியது.

எப்படி?

நாட்டாமை நாராயண சிவம் வீட்டில் ஊர்க்கூட்டம் கூட்டப்பட்டிருந்தது. நாராயண சிவமும் எல்லார் முன்னாலும் செருமிக் கொண்டு பேசுவதற்காக வாயைத் திறந்தார்.

"எல்லாரையும் கும்பிட்டுக்கறேன்... பரவால்ல... ஊர்ல இருக்கற அம்புட்டு ஆம்பளைகளும் பொம்பளைகளும் வந்திருக்கீங்க... எதுக்கு இப்படி உங்களை எல்லாம் கூப்ட்டுருக்கேன்னு உங்களுக்கெல்லாமும் தெரியும். ஒரு காலத்துல சீரும் சிறப்புமா பேரும் புகழுமா இருந்த ஊர் நம்ம ஊர். எங்கேயுமே இல்லாதபடி கன்னிமார் சாமிங்களுக்கு இங்கதான் கோயில் இருந்துச்சு. அப்பால அது இடிபட்டு சாமிங்களும் காணாமப் போச்சு. இந்தக் கதை எல்லாம் உங்க எல்லாத்துக்கும் தெரிஞ்சிருக்கும்.

சாமிங்க போனதோட நம்ம ஊருக்குப் பிரச்சினை தீர்ந்துச்சான்னா அதான் இல்லை. அப்பப்ப எங்கிட்டு இருந்தாச்சும் ஒரு மந்திரவாதி வந்து நம்ம ஊர் பொட்டப் புள்ளைகளைக் கடத்திகிட்டுப் போறத ஒரு வழக்கமாக வெச்சிருக்கானுங்க."

"இந்த நிலைலதான் ஐயர் சாமிங்க வந்து கன்னிச் சாமிங்களத் திரும்பக் கண்டெடுத்து கோயில் கட்டுனா ஊர் பழையபடி நல்ல படியாயிடும். கோயில்ல இருக்கற சாமியை எந்த மந்திரவாதியும் திருடவும் முடியாதுன்னு சொல்லியிருக்காரு."

"அதன்படி சாமியைத் தேடி கிணத்துப் பக்கம் போனோம். ஆனா என்ன நடந்துச்சு? நமக்கு முந்தி யாரோ அந்தக் கிணத்துல இருந்த சாமியைக் கொண்டு போய்ட்டாங்க.

இதுல இருந்து என்ன தெரியுதுன்னா, நாம கோயில் கட்டி கன்னிமார் சாமிங்களைக் கும்புட ஆசைப்படறது யாருக்கோ புடிக்கல. அப்படிப் புடிக்காத ஆசாமிதான் நாம் முந்தறதுக்கு முந்தி, தான் முந்திப்போய் சாமி சிலையையும் எடுத்துக்கிட்டு போயிட்டான். அவன் யாருன்னு தெரியணும். அதேசமயம் அவன் எடுத்துகிட்டு போன சாமி சிலையும் வந்தாகணும்."

நாராயண சிவம் விஸ்தாரமாக பேசி தன் விருப்பத்தை ஒரு கட்டளை போல சொல்லியும் முடித்தார். அருகிலேயே அமைதியாக அமர்ந்து கேட்டுக் கொண்டிருந்தார் பஞ்சாபகேச சாஸ்திரிகள். அவர் முகத்தில் ஒரு மெல்லிய ஏமாற்றம் ஒட்டிக் கொண்டிருந்தது. கூட்டத்திலும் ஒருவர் எழுந்திருந்தார்.

“என்னய்யா... என்ன சொல்லப்போறே?”

“ஒரு கேள்வி கேக்கலாமா?”

“தாராளமா... என்ன கேக்க நினைக்கிறியோ கேள்.”

“கன்னிச்சாமிங்க கிணத்துக்குள்ளதான் இருந்திச்சுன்னு உங்களுக்கு எப்படி தெரியும் நாட்டாமை?”

“அட எடமொடக்கு பிடிச்சவனே... சாமி சிலைங்க எங்க இருக்குன்னு சொல்றதுக்குன்னே ஒரு ஏடு இருக்குதுடா.”

“அதை யார் எழுதினா?”

“இப்ப எதுக்குடா உனக்கு இந்தக் கேள்வி. அதுதான் உண்மைன்னு கிணத்துல சிலை இருந்தது மூலமா ஊர்ஜிதமாயிடிச்சு இல்ல...”

“அப்ப அந்த ஏட்டுல மத்த கன்னிமார் சிலைங்க இருக்கற இடமும் சொல்லப்பட்டிருக்கா?”

“ஆமாம்... ஆனா வார்த்தை இல்ல... அது என்ன ஏதுன்னு நான் இப்ப சொல்லப் போறதில்ல... நான் இந்த ஊர்க்கூட்டத்தைக் கூட்டினது அதுக்காகவும் இல்ல...”

“வேற எதுக்கு நாட்டாமை?”

“நம்மள்ல ஒருத்தன்தான் சிலையைக் கிணத்துல இருந்து எடுத்து எங்கியோ வெச்சுருக்கான்.”

“அது எப்படி அவ்வளவு உறுதியா சொல்றீங்க?”

“அது கிணத்துக்குள்ள இருக்குற விஷயமே இப்பதான் தெரியும். வெளிப்படையா நான் அதைப் பத்தி பேசிகிட்டிருந்ததை யாரோ கேட்ருக்காங்க. உடனே ஓடிப்போய் அதை எடுத்துகிட்டும் போய்ட்டாங்க. அப்படிப்பட்டவர்களுக்கு ஒரு விஷயத்தை சொல்லிக்கிறேன். நீங்க எடுத்துக்கிட்டு போய் வெச்சிருக்கற கன்னிமார் சாமி ஏழு சாமில முதல் சாமி. அதை யாருக்காவது நல்ல விலைக்கு வித்துப்புடலாம்னோ, இல்ல வேற ஏதாவது செய்யலாம்னோ நினைச்சா மனசை மாத்திக்குங்க.

நீங்க செஞ்சிருக்கிறது பெரிய பாவம்.

படிப்பையும், பாட்டையும் கொடுக்கற சாமி அது. இங்க இருக்கற ஐயர் சாமி மந்திரம் சொல்லி பூஜை பண்ண ஆரம்பிச்சா நீ தாங்க மாட்டே... நம்ம மணியக்காரரர் மகாலிங்கம் பொண்ணை ஒரு மந்திரவாதிப்பய கடத்தினப்போ அவன் இருக்கற இடத்தை கண்டுபிடிச்சது இந்த சாமியோட மந்திரம்தான். அந்தக் கன்னிச்சாமியே வந்து வழியைக் காட்னுச்சு. இப்பவும் சாமி அந்த மாதிரி நடந்துகிட்டா கிணத்துல இருந்து சாமி சிலையைக் களவாண்டுகிட்டுப் போனவனுக்குத்தான் ஆபத்து. ஆகையால..."

நாட்டாமை நாராயண சிவம் சற்று இடைவெளிவிட - பஞ்சாபகேச சாஸ்திரிகள் கைகளை உயர்த்தியபடியே எழுந்திருந்தார். அவர் ஏதோ பேசப் பிரியப்படுகிறார் என்பது அனைவருக்கும் விளங்கிவிட்டது. அந்த வேளை பார்த்து ஜீப் ஒன்று வரும் சப்தமும் கேட்டது. வன இலாகா அதிகாரியான விஸ்வநாதன்தான் வந்திருந்தான். எல்லோரும் திரும்பி அவனை ஒரு பார்வை பார்த்தனர். அவன் நாட்டாமையைப் பார்த்து ஒரு கும்பிடு போட, அவரும் பதில் கும்பிடு போட கிட்டே நெருங்கி வந்தான்.

"என்ன நாட்டாமை சார்... ஊர்க்கூட்டமா?" என்றும் கேட்டான்.

"ஆமாம் தம்பி. கன்னிச்சாமி சிலை களவு போயிடிச்சு. அது பத்திதான் பேசிகிட்டிருக்கோம்."

"நானும் அது சம்பந்தமா பேசத்தான் வந்தேன்."

விஸ்வநாதன் புதிர் போட்டான்.

"நீங்க என்ன பேசப்போறீங்க?"

"நான் சொல்லப் போறது ரொம்ப முக்கியமான விஷயம். உங்க ஊர் மலர்விழியைக் கடத்திகிட்டுப் போய் மாய மந்திரம்னு ஒண்ணா சேர்த்து பிடிச்சது உங்களுக்கெல்லாம் தெரியும், இல்லியா?"

ஊர் மக்கள் ஆமோதிப்பாக தலையை அசைத்தார்கள்.

“ஆனா, அவன் இப்ப ஜெயில்ல இல்லை. தப்பிச்சு ஓடிட்டான்.” விஸ்வநாதன் அப்படி சொன்னதுதான் தாமதம் - கூட்டம் அப்படியே அதிர்ந்தது. “அடக் கொடுமையே... இது தெரியாமப் போச்சே” என்று நாட்டாமை விஸ்வநாதனை வெறித்தார்.

“அவன் தன் மாய்மாலத்தை எங்க டிபார்ட்மெண்ட் ஆளுங்ககிட்டயும் காட்டிட்டான். கைல மாயமா பொடி மாதிரி ஏதோ ஒண்ணை வெச்சிருந்துருக்கான். அதைத் தூவி எல்லாரையும் மயக்கம் போட வெச்சுட்டுத் தப்பிச்சுப் போயிட்டான். அனேகமா இது அவன் வேலையாத்தான் இருக்கணும்.” விஸ்வநாதன் முடிக்கவும் நாட்டாமை தலையைக் கவிழ்த்துக் கொண்டார்.

சாஸ்திரிகளுக்கோ கத்தி போய் வாள் வந்த கதையாக இருந்தது.

“அதனால என்ன... அந்த சாமிங்களெல்லாம்தான் ரொம்ப சக்திவாஞ்ச சாமிங்களாச்சே? நாமளும் கோயில் கட்டிக் கும்புடத்தானே அதைத் தேடிகிட்டு இருக்கோம். முன்ன எப்படி, சாமி மந்திரம் சொல்லி அந்தத் திருட்டுப்பய இருக்கற இடம் தெரிஞ்சிச்சோ... அதேமாதிரி இப்பவும் நம்ம ஐயரே அந்த கன்னிமார் சிலை இருக்கற இடத்தையும் தன் மந்திரத்தாலேயே கண்டுபிடிப்பார். அப்படி அவர் கண்டுபிடிச்சாதான் அந்த சாமிங்களுக்கும் சக்தி இருக்குன்னு அர்த்தம்.”

விஸ்வநாதன் பேச்சை கூட்டமும் அப்படியே ஏற்றுக் கொண்டது.

“நம்ம ஆபிசரய்யா சொல்றதும் சரிதான். கைல வெண்ணைய வெச்சுகிட்டு யாராவது நெய்க்கு அலைவாங்களா, என்ன?” என்றார் கூட்டத்தில் இருந்த ஒருவர். சாஸ்திரிகளுக்குத் தர்மசங்கடமாகிவிட்டது. நாட்டாமை அதைக் கவனித்தார்.

“சாமி... நீங்க ஏதோ பேச நினைக்கறீங்க போல இருக்கே...”

"ஆமாம்... தெய்வத்தோட விளையாட வேண்டாம்னு சொல்லத்தான் எழுந்திருந்தேன். சப்த கன்னிமாதாக்கள் மற்ற கோயில் விக்ரகங்களைப் போல கிடையாது. அவா மந்திர ஸ்வரூபமானவா. அவா மொத்தம் ஏழு பேர், அந்த ஏழு பேரைப் பார்த்து யார் நமஸ்காரம் பண்றாளோ அவா கிட்டதட்ட விஷ்ணு சகஸ்ர நாமம், லலிதா சஹஸ்ர நாமம், சிவபுராணம், கந்தபுராணம், கணபதி ஸ்தோத்ரம்னு எல்லா மந்திரங்களையும் ஒருசேர பாராயணம் பண்ணினதுக்கு சமம்... எல்லாருக்கும் எல்லா மந்திரங்களும் தெரிய வந்துடாது. என்னைப் போல நேம நிஷ்டையோட இருக்கற பிராம்மணனுக்கே இந்தக் காலத்துல எல்லா மந்திரங்களும் தெரியாதுன்னுதான் சொல்லணும். அப்படி இருக்கறதால பாமரன்ல இருந்து படிப்பறிவு உள்ளவாவரைக்கும் எல்லோருக்கும் எல்லா மந்திரங்களையும் சொல்லி வழிபட்ட பலன் கிடைக்கணும்கறதுக்காகதான் சப்த கன்னியர்கள் தங்களோட பேர்லேயே சப்தங்கற ஏழாகவும், அந்த ஏழுக்குள்ள இருக்கற எழுத்தாகவும், அந்த எழுத்துக்குள்ள இருக்கற சப்தமாகவும் இருக்கா."

கைல ஒரு மாத்திரை இருக்கு. அதுக்குள்ள என்ன இருக்குன்னு தெரியாது. இருந்தாலும் அதை நாம் சாப்ட்டா அதுக்குள்ள இருக்கறதை எல்லாம் சாப்ட்டவாளா ஆயிடறோம். நம்ம வியாதியும் குணமாயிடறது. அப்படித்தான் சப்த மாதாக்களும்...

மத்த தெய்வங்கள் மாதிரி இல்ல இவா."

"எப்படி பிள்ளையாரையும், ஆஞ்சநேய சாமியையும் எங்கவேணா வெச்சு வழிபாடு செய்யலாமோ அப்படித்தான் இவாளும்... அந்த அம்பாளை நாம நெருங்க இவா அனுக்ரகம் ரொம்ப முக்கியம். இவகிட்ட போய் நின்னுட்டா போறும். இவா நம்மை எல்லாம் ரொம்ப சீக்கிரம், அந்த அம்பாள்கிட்ட கொண்டு போய் விட்டுடுவா..."

"ஏழு பேரும் ஏழு விதமான சக்திகள். ஏழு விதமான ஞானத்தை நமக்குத் தர்றவா! இந்த ஏழு பேரோட பீஜாட்சர

மந்திரங்களும், இவாளுக்கான காயத்ரியும் ரொம்ப ரொம்ப சக்திவாய்ந்தது. இதை ஜெபிச்சுண்டே இருந்தா அந்த மந்திர அலைகள் புறத்துல பெரிய வேலை செய்யும். நமக்கு இருக்கற தடைகளை நீக்கி வழிகாட்டும். அப்படித்தான் வராஹி ரூபத்துல வந்து வழிகாட்டினது... திரும்பவும் அது வழிகாட்டும்கறதுல எனக்கு எந்தவிதமான சந்தேகமும் இல்லை. ஆனா அப்படி அது வழிகாட்டும்போது சில தீய விளைவுகளும் ஏற்படலாம். ஏற்கனவே பல வருஷமா அவாளோட விக்ரகங்கள் பூஜை செய்யப்படாம எங்கெங்கியோ தூக்கிப் போடப்பட்டிருக்கு. இதுவே பெரிய தப்பு."

"நமக்கு மகா பெரிய உதவி செய்யத் தயாரா இருக்கற அந்தத் தேவதைகளை, யாரோ சில சுயநலமுள்ள மந்திரவாதிகளுக்குப் பயந்துண்டு எங்கெங்கோ தூக்கி வீசிட்டோம்.

'நல்லதோர் வீணை செய்தே அதை நலங்கெட புழுதியில் எறிவதுண்டோ'ன்னு பாரதி பாடின மாதிரி தப்பா நடந்துண்டுட்டோம். அந்தத் தப்பை இப்பவாவது சரி செய்யணும்."

"உங்களுக்கெல்லாம் இன்னொரு உண்மையையும் சொல்லப் போறேன். இங்க அப்படி காணாமப் போன அந்த ஏழு தேவிகளும் மனுஷாளாவே பிறந்திருக்கா. என்கூட வந்த கோயில் குருக்களான சாமிநாத குருக்களுக்கு ஏழு பொண்கள். அந்த ஏழு பொண்களும் சப்த மாதர் அம்சம்தான். அவாள்லாம் இந்த ஊருக்கு வரப்போறா. அவா இங்க வரப்போறதே தங்களோட இவா ரூபங்களை திரும்ப எடுத்து பிரதிஷ்டை பண்ணி பூஜை செய்யத்தான். அப்படி அந்த இவா ரூபங்களை எல்லாம் திரும்பக் கண்டுபிடிச்சு காலப் பிரதிஷ்டை பண்ணி ஆறுகாலப் பூஜைகளையும் செய்துண்டு வந்தா, இந்த ஊர் சுபிட்சமா இருக்கும். உங்க குழந்தைகள் அமோகமா படிப்பா... இங்கேயும் பல மேதைகள் உருவாவாங்க. விவசாயம் சிறக்கும். காசு பணம் நிறைய வரும். யார்கிட்டேயும் இல்லைங்கற வார்த்தையே இருக்காது."

“எனக்கு வயது தொண்ணூறு ஆறது. இன்னும் எவ்வளவு நாள் இருப்பேன்னு எனக்குத் தெரியாது. எனக்கு எந்த சுயநலமும் இல்லை. இந்த சப்த மாதா விஷயம் சாமிநாதன் மூலமா என் கவனத்துக்கு வந்தப்போ இதை ஒரு நல்ல காரியமா நினைச்சு நான் இதுல இறங்கினேன். உங்க கன்னிப்பட்டி சிறப்பா இருக்கணும்னுதான் பேசிண்டு இருக்கேன். அந்த சிலையை யார் எடுத்திருந்தாலும் சரி. அவாளுக்கு இப்படி ஒரு சந்தர்ப்பம் கொடுக்க விரும்பறேன்.”

“அதாவது இன்னிக்கு ராத்திரி ஊர் அடங்கின நிலைல அந்த விக்ரகத்தை ஓசைப்படாம கொண்டு வந்து வெச்சுடணும்.

நானும் இடைவிடாம அந்த அம்பாளோட காயத்ரியை ஜெபிக்கப் போறேன். நீயா யாரும் எடுக்கலை, அதை அந்த பழைய திருடன்தான் திருடினான்னாலும் அவன் அதை இங்க கொண்டு வந்து வெச்சுடணும். அந்த அம்பாள் கொண்டு வந்து வைக்கும்படி செய்வா. அதைத் தொடர்ந்து அடுத்தடுத்த சிலைகளையும் தேடிக் கண்டுபிடிக்கலாம். போனதெல்லாம் போகட்டும். இனியும் சப்த மாதாக்களோட விளையாடாம நல்லதை செய்யுங்கோ. அந்த ஏழு மாதாக்கள் கிடைக்கறவரை யாரும் ஊரை விட்டும் போகக்கூடாது. நாட்டாமை... ஊர்க்காவல் போடணும். ஊருக்குள்ளயும் நமக்குத் தெரியாம புதுசா யாரும் வரக்கூடாது. இதெல்லாம் என் அபிப்பிராயங்கள் இதோட என் பேச்சை முடிக்கறேன்.”

சாஸ்திரிகள் பேசி முடித்தார். விஸ்வநாதனுக்கு அவர் பேச்சை எந்தத் தினுசில் எடுத்துக் கொள்வது என்று தெரியவில்லை.

“சாமி சொன்னதை கேட்டீங்கல்ல... போங்க, போய் ஆக வேண்டியத பாருங்க, அவர் ஒரு நல்ல வழிகாட்டியிருக்கிறார். நம்மள்ல யாரும் எடுத்திருந்தா, அதைத் திரும்பக் கொண்டு வந்து வெச்சிடணும். என் வீட்டுத்திண்ணை அதுக்காகத் தயாரா இருக்கும். அட இங்க கொண்டுகிட்டு வர தயக்கமா இருக்குன்னா எந்தக் கிணத்துல இருந்து எடுத்தீங்களோ அந்தக்

கிணத்திலேயே வெச்சிடுங்க... இவ்வளவுதான் சங்கதி. எல்லாரும் போகலாம்."

நாட்டாமை பேச்சை முடித்துக் கொண்டு கூட்டத்தையும் கலைத்தார். விஸ்வநாதன் சிரித்தான். அவனுக்கு எல்லாமே வேடிக்கையாக இருந்தது. சாஸ்திரிகளும் கவனித்தார். "மாமா உங்களோட கொஞ்சம் தனியா பேசணும்." என்றான்.

"சொல்லுப்பா..." என்று அவனுடன் ஒதுங்கினார்.

"உங்களைப் பார்த்து சிரிக்கறதா, இல்லை என்ன பண்றதுன்னுதான் தெரியல." என்றுதான் ஆரம்பித்தான்.

"சௌகர்யம் போல செய்" என்று அவன் எதிர்பார்க்காத பதிலை சொன்னார் சாஸ்திரிகள்.

"இல்ல... நான் தெரியாமத்தான் கேக்கறேன். நாம எந்தக் காலத்துல இருக்கோம். சப்த மாதாக்கள்... அவா அந்த அம்பாளை அடைய வழிகாட்றவா... அவாளுக்கு கோயில்... அவா சொல்றதெல்லாம் ஹாரி பாட்டர் கதை மாதிரி இருக்கு."

"அது யாரு ஹாரி பாட்டர்?"

"இங்க அம்புலி மாமா... அமெரிக்காவுல ஹாரி பாட்டர். ஒரே மாயம் மந்திரம்னு சாகஸம் பண்ற ஒரு சின்ன பையனோட கதை அது."

"உனக்கு உதாரணம் சொல்லக்கூட அமெரிக்க விஷயம் தேவைப்படறதுபோல இருக்கே."

"அப்படி இல்ல. நம்பும்படியா எதுவும் இல்லை. அதைத்தான் சொல்ல வந்தேன்."

"இங்க எது உன் வரைல நம்பும்படியா இல்லை?"

"எல்லாம்தான்... ஒரு காலத்துல இங்க கோயில் இருந்துருக்கு. சரி! அதை அப்புறமா இடிச்சுட்டு யாரோ வெறுப்புல பண்ணின ஒரு விஷயம் போகட்டும்...

இப்ப அந்த ஏழு பேரும் திரும்ப பொறந்திருக்கா... அவா இங்க வந்து தங்களுக்கு தாங்களே பூஜை செய்யணும், கோயில் கட்டணும் அப்படி இப்படிங்கறதெல்லாம் பேத்தலா இல்லை."

அவன் கேள்வி முன் தன் நரைத்த புருவத்தை வளைத்து ஒரு தினுசாகப் பார்த்தார் சாஸ்திரி.

"பதில் சொல்லுங்கோ... பார்த்தா எப்படி?"

"நான் உன்னை பதிலுக்கு சில கேள்விகள் கேட்கவா?"

"தாராளமா கேளுங்கோ..."

"ஆதி காலத்துல கல்வி ஞானம், கேள்வி ஞானம்னு எதுவும் இல்லாத நிலைல மனுஷாள்லாம் ஒருத்தருக்கொருத்தர் அடிச்சுண்டா, செத்துப்போனா... இல்லயா...?"

"இப்ப எதுக்கு ஆதிகால கேள்வியெல்லாம்?"

"சும்மா சொல்லுப்பா."

"சரி... ஒத்துக்கறேன். அப்ப அடிச்சுண்டா, செத்தும் போனா..."

"இப்பவும் அப்படி அடிச்சுண்டு சாகறோமா, இல்லையா?"

"நீங்க என்ன சொல்ல வரேள்..."

"கேட்டதுக்கு மட்டும் பதில் சொல். இப்பவும் மனுஷன் நான்தான் ஒசத்தி... நீ தாழ்த்தின்னு சொல்லிண்டும் உன்னை, உன் நாட்டை அழிக்காம விட மாட்டேன்னும் சொல்லிண்டு அடிச்சுண்டு சாகறாளா இல்லையா?"

"நிறைய... ஈரான் அமெரிக்கா யுத்தம்லாம் அதோட சேர்த்ததுதானே?"

"அப்படி வா... ஈரான்காரனுக்கும் சரி, அமெரிக்காகாரனுக்கும் சரி அன்புதான் உயர்ந்தது, அடிச்சுண்டு செத்துப் போறதுங்கறது காட்டுமிராண்டித்தனம்கறது தெரியுமா... தெரியாதா?"

"அது... அது."

"பதிலை மட்டும் சொல்."

“நன்னாவே தெரியும். ஏன் தெரியாம? அந்தப் பக்கம் யேசுநாதர் ஒரு கன்னத்துல அறைஞ்சா மறு கன்னத்தைக் காட்டுன்னு சொன்னா… இந்த பக்கம் நபிகள் ஒரு குதிரைமேல உக்காந்துண்டு இருக்கறவன் தன் கை சவுக்கு கீழே விழுந்துடுத்துன்னா அதைகூட அடுத்தவாளை எடுத்துக் கொடுக்கச் சொல்லக்கூடாது. தான்தான் இறங்கி எடுத்துக்கணும். பிறத்தியாருக்கு சிரமமே கொடுக்கக்கூடாதுன்னு சொல்லியிருக்கார்.”

“இவாள்லாம் அவளை ஃபாலோ பண்றவாதானே?”

“ஆமா… இல்லேன்னா என் நாடும், என் மக்களும்தான் ஒசத்தி, நீ கீழானவன்னு ஏன் சொல்லணும். ஏன் சண்டை போட்டுக்கணும்.”

“இப்ப நான் உன்னை ஒண்ணு கேக்கறேன். மனித நேயம்தான் பெருசுங்கறது எல்லாருக்கும் தெரியும். எல்லா மதங்களும், மதத் தலைவர்களும் அன்பாதான் இருக்கச் சொல்லியிருக்கா… ஒத்துமையா இல்லேன்னாலும் சண்டை போட்டுக்கமலாவது இருக்கலாம். அப்படி இருக்கவும் முடியும். ஆனா, அப்படியெல்லாம் இருக்கோமோ?”

“அது… அது…”

“இதை நான் அமெரிக்கா, ஈரானுக்கு மட்டும் சொல்லல… இங்க இலங்கைல எடுத்துக்கோ. நம்ம ஊர்லயும் சாதிக் கலவரங்களை எடுத்துக்கோ. யார் என்ன சொல்லலை. பஸ்சுக்கு பஸ் திருக்குறள் எழுதிப் போடப்பட்டிருக்கு. பள்ளிக்கூடத்துக்குப் பள்ளிக்கூடம் அவ்வை சொன்னதும், நாலடியார் சொன்னதும் சொல்லித் தரப்பட்டிருக்கு.”

“தெருவுக்கு ஒரு கோயில் இருக்கு. க்ஷேத்ரங்களுக்கும் பஞ்சமில்லை. இருந்தும் நாம அடிச்சிக்கறோம். ஒத்துமை இல்ல நம்மகிட்ட… காட்டுமிராண்டிகளுக்குக் கல்வி அறிவு இல்ல… ஞானம் இல்ல… அடிச்சுண்டா… ஆனா எல்லாம் இருந்தும், எல்லா உண்மைகளும் தெரிஞ்சிருந்தும் நாம் அடிச்சிக்கிறோம்.

ஒருத்தருக்கொருத்தர் வானம் கொடுக்கற மழைத் துளியைப் பிரிச்சுக்கக்கூட மறுக்கறோம். பொதுவானது அது. அதையே எனக்குதான் வேணும். நீ எங்கேடோ கெட்டுப்போன்னு சொல்றோம்." சாஸ்திரிகள் எங்கு வருகிறார் என்பது விஸ்வநாதனுக்குத் தெரியவில்லை. ஆனாலும் தான் வசமாக மாட்டிக்கொண்டு விட்டோம் என்பது மட்டும் புரிந்தது.

"சரி மாமா... இப்ப இந்த உதாரணங்கள் எல்லாம் எதுக்கு...?"

"இல்ல... ஏழு பெண்களும் சப்த கன்னிகளா பிறந்து வந்துருக்கா... கோயில் கட்டி வழிபாடு செய்யப் போறாங்கங்கறதைப் பேத்தலா இருக்குன்னு சொன்னியே... நான் உன்னைப் பார்த்து கேள்வி கேட்ட விஷயங்கள்லாம் மட்டும் அற்புதமான விஷயங்களா? இது பேத்தல்னா அதை என்னன்னு சொல்றது?"

"இது என்ன பேச்சு மாமா... உலகம்னு ஒண்ணு மனுஷனுக்கு தெரிய வந்த நாள்ள இருந்து இதுதானே நிலைமை. யுத்தம் இல்லாத காலம் எது?"

"எல்லாம் சரி... பூஜை புனஸ்காரங்கள்னும், அமைதி கட்டுப்பாடுன்னும், நமக்குமேல ஒரு சக்தி இருக்கு, அதுக்குக் கட்டுப்பட்டு நடக்கணும்னும் சொல்லி ஆடியும் பாடியும் நடக்கற விஷயங்களும் தொடர்ந்துண்டுதானே இருக்கு?"

"நிச்சயமா?"

"இதை மட்டும் குதர்க்கமாப் பார்த்துக் கேள்வி கேட்டு நான் பெரிய புத்திசாலியாக்கும்னு காட்டிக்கறது எந்தவிதத்துல நியாயம்?"

"இதோ பாருங்கோ... மனுஷன் அடிச்சுக்க காரணம் சுயநலம், அறியாமை, சிலரோட தப்பான வழிகாட்டல்னு காரணங்கள் இருக்கு. அதைக் கண்டுபிடிச்சு தெரிஞ்சுக்கவும் முடியறது. ஆனா இந்த ஸ்வாமி விஷயங்கள்ல அப்படி என்ன இருக்கு? ஸ்வாமி இருக்கார்னா அவர் இப்படியா யுத்தம், சண்டைன்னு எல்லாரையும் அடிச்சுக்க விட்டுட்டு வேடிக்கை பார்த்துண்டு

உக்காந்துண்டுருப்பார். அவர் பெரிய சுப்ரீம் பவர்னா, ஒரு நொடில இந்த உலகத்தை மாத்திடலாமே."

"எங்கப்பா... சின்ன கிராமத்துல ஒரு நல்ல மாற்றத்தைக் கொண்டுவர ஆசைப்படறேன். முடியல... இத்தனை கேள்வி கேக்கறே. ஆனா உலகமே மாறணும்னு மட்டும் ஆசைப்படறியே."

"இல்ல மாமா... நாம எதுக்கு இவ்வளவு தூரம் கண்டதையும் பேசிக்கணும். ஸ்வாமி இருந்தா இங்க ஒரு நொடி நேர்ல வந்துட்டா எல்லாம் முடிஞ்சி போயிடறது."

விஸ்வநாதனின் பேச்சைக் கேட்டு அந்த நிலையிலும் சிரிப்பு வந்துவிட்டது சாஸ்திரிகளுக்கு...

"உங்கள மாதிரி ஆட்கள் ரொம்ப முக்கியமான கட்டத்துல இப்படி சிரிக்கறதுங்கறது ஒரு மேனரிஸமாகவே வெச்சுட்டிருக்கேள். பொட்டுல அடிச்ச மாதிரி பதில் சொல்லுங்கோ. நான் உங்களைப் பார்த்து இன்னொரு கேள்வி கேட்கறேன். நீங்க கடவுளை பார்த்துருக்கேளா?"

"உன் வயசுல இப்படி எல்லாம் கேள்வி கேட்டுண்டு அவரைப் பார்க்க நான் ரொம்ப ஆசைப்பட்டேன். ஆனா அப்புறமா போகப் போக எனக்கு ஏற்பட்ட ஞானத்துல நான் என்னைப் பார்த்துக்கவே எனக்கு ஒரு கண்ணாடி தேவைப்படறது. அப்படி இருக்க கடவுளைப் போய்ப் பார்க்க ஆசைப்படறேன்னு நினைச்சு விட்டுட்டேன்."

"அப்ப நீங்க கடவுளைப் பார்த்ததில்லை."

"எதுக்குப் பார்க்கணும்?"

"அவர் இருக்காரா, இல்லையான்னு தெரிஞ்சுக்க வேணாமா?"

"நீ இருக்கே, இல்லேங்கறத கண்ணாடில உன்னைப் பாத்ததுக்கு பிறகா ஒத்துக்கறே?"

"விதண்டாவாதம் பண்ணக்கூடாது. கண்ணாடில நான் என்னைப் பார்த்துக்கறது நான் இருக்கேனா, இல்லையாங்கறத தெரிஞ்சுக்க இல்லை, எப்படி இருக்கேன்றத தெரிஞ்சுக்க."

"அப்படி வா வழிக்கு... நான் இந்தக் கன்னிப்பட்டிக்கு வந்துருக்கறதே அப்படி கன்னிமார்கள் ஏழு பேரும் எப்படி இருக்காங்கங்கறத தெரிஞ்சுக்கத்தான்."

"குழப்பறேளே..."

"நான் குழப்பலே... நீதான் குழம்பறே..."

"சரி... தெளிவுபடுத்துங்கோ..."

"அப்ப முதல்ல கேள்வி கேட்கறத நிறுத்து."

"இது என்ன பேத்தல்... கேட்டாதானே விடை கிடைக்கும்."

"இங்க பார்... நீ கேள்விக்கு விடை கேட்கல. விடைக்கு கேள்வியை கேக்கறே... புரிஞ்சுக்கோ. நடக்கறத மௌனமா கவனி.

எல்லாத்துக்கும் காட்சியைத் தேடாதே."

"எவ்வளவு முயற்சி செய்தாலும் நீ உன் அப்பாவுக்குதான் பிள்ளைங்கறத நம்பிக்கை அடிப்படைலதான் ஒத்துண்டாகணும். மறுத்தா நஷ்டம் நம்ம மனசுக்குத்தான். இப்ப சொல்றேன், இங்க அந்த சப்த மாதாக்களோட சக்தி தன் வேலையைக் காட்ட ஆரம்பிச்சாச்சு. ஆறு, குளம் மாதிரி அவாளும் ஒரு சக்தி. அவாளை அண்டி நம்மை மேம்படுத்திக்க முயற்சி செய்யணும். புலன்களை நம்பிப் பேசறத விட்டுடணும். நீ எந்த புலனை நம்பறியோ, அதுவே எப்பவேணா ரிப்பேர் ஆகும். அதுவே ஒரு ஓட்ட உடசல்தான். ஓட்ட உடசலான ஒண்ணால எந்த பெரிய உண்மைகளையும் புரிஞ்சுக்க முடியாது. அறிவு வேற... ஞானம் வேற... நீ அறிவைத் தாண்டி வர மாட்டேங்கறே... வர உன்னால முடியல. ஆனா, காலப்போக்குல உனக்கு ஏற்படற அனுபவங்கள் உன்னை வரவைக்கும்."

"பொதுவுல கடவுள் விஷயம்கறது புரிஞ்சுண்டு இறங்கற விஷயம் கிடையாது. இறங்கினா தானே புரியற விஷயம். ஞாபகம் வெச்சுக்கோ."

சாஸ்திரிகள் ஒரு போடு போட்டுவிட்டு திரும்பினார். நாட்டாமை நாராயண சிவம் அவ்வளவையும் கேட்டுக் கொண்டுதானிருந்தார். கையெடுத்துக் கும்பிட்டார்.

"என்ன நாட்டாமை, எதுக்கு இந்தக் கும்பிடு?"

"அந்தப் பிள்ளைகிட்ட சொன்னதையெல்லாம் கேட்டுகிட்டுதானே இருந்தேன். எவ்வளவு ஞானமிருந்தா இப்படி பேச முடியும்னு நினைச்சேன். அதான் கும்பிட்டேன்."

"அதெல்லாம் பெரிய வார்த்தை. வாங்க, நாம ஆக வேண்டியதைப் பார்ப்போம்."

"நிச்சயமா... அதே சமயம் உங்கிட்ட எனக்கும் ஒரு கேள்வியிருக்கு."

"கேளுங்க... தெரிஞ்சா சொல்றேன்."

"ஒண்ணுமில்ல... அந்த சப்த கன்னிங்க பெரிய சக்திவாய்ந்த சாமிங்கதானே."

"அதுல என்ன சந்தேகம்..."

"அவங்களையே சிலரால திருட முடியுதே... எப்படி சாமி?"

"திருட்டை ஒரு சாகஸம்னு நினைச்சா இப்படிதான் கேப்பீங்க. நடந்துகிட்டிருக்கிறது ஒரு கண்ணாமூச்சி. அவங்க விளையாடிப் பாக்கறாங்க, நாட்டாமை."

"நம்மகிட்ட விளையாடி அவங்களுக்கு என்ன சாமி ஆகப்போறது?"

"நம்ம அம்மா நிலவைக் காட்டியும், நாய் பூனையைக் காட்டியும் நமக்கு சோறு ஊட்னாங்க இல்லையா?"

"ஆமா..."

"நாம பேசாம சாப்பிட வேண்டியதுதானே... ஏன் அவங்க நிலாவையும், பூனையையும் காட்னாதான் சாப்பிட்டோம்."

"அது... அது... அந்த வயசுக்கு சாப்பிடறதுல ஒரு சோம்பேறித்தனம். அதோட அருமையும் அப்ப தெரியாது."

"அதுக்காக அம்மா விட்டுடலையே... விளையாட்டு காட்டியாவது சாப்பிட வெச்சா, இல்லையா?"

"ஆமா..."

"அப்படி அம்மா விளையாட்டு காட்டினது அவங்களுக்காகவா... இல்லை நமக்காகவா?"

"இதுல என்ன சந்தேகம்... நமக்காகத்தான்."

"இங்கேயும் அதுதான் நடந்துகிட்டிருக்கு, நாட்டாமை."

சாஸ்திரிகள் அந்தப் பதிலைச் சொன்ன மறுநொடி, ஒரு திக்கு முக்காடல் நாட்டாமை நாராயண சிவத்திடம்... திரும்பவும் கைகளைக் கூப்பினார்... கண்களிலும் ஜலத்தாரை!

நாட்டாமைக்கு விளங்கிவிட்டது. ஆனாலும் விஸ்வநாதனுக்கு மனது நிறைவேறவில்லை. சாஸ்திரிகள் ஏதேதோ சொல்லி வாயை அடைப்பதாகத்தான் எண்ணினான். சரி... நடப்பதையும் கூர்ந்து கவனிப்போம் என்று இறுதியாக ஒரு முடிவுக்கும் வந்தான்.

✦ ——— ✦

— 5 —

'கடவுள் ஒருவர்தான்...' ஒரு கடவுள்தான் இருக்க முடியும். இந்த ஒரு உலகத்தை, இரண்டு, மூன்று கடவுளர்கள் படைத்திருக்க முடியாது என்பதெல்லாம் லாஜிக் பார்த்தே எதையும் யோசிக்கும் விஞ்ஞானிகள்கூட ஒப்புக்கொண்ட ஒரு விஷயம்.

இவர்கள் சூரியனின் தீப்பிழம்பில் இருந்து தெறித்து விழுந்த ஒரு தீப்பிழம்புதான் இந்த பூமி என்று கூறினாலும்கூட, அப்படி தெறித்து விழுந்த தீப்பிழம்பு மிகச் சரியாக ஒரு கோளமாகவும், பின் அச்சு சாய்ந்தும், அதற்குப்பின் தன்னைத்தானே சுற்றிக் கொள்ளவும் செய்வதை ஒரு தற்செயல் சம்பவமாகப் பார்க்கவில்லை. அதில் எல்லாம் ஒரு அற்புதமான திட்டமிடல் இருப்பதைப் பார்த்து வியக்காத மனிதர்களே இந்த உலகத்தில் இல்லை. கற்பனை செய்து பாருங்கள்... இந்த பூமிப் பந்துதான் எத்தனை அற்புதமான ஒரு விஷயம்? இது கோளமாக இருப்பதால்தானே இரவு பகல் என்கிற மாற்றங்கள். காலை, மதியம், மாலை என்றெல்லாம் பேதங்கள். பூமிக்குமேலே காற்றுப் போர்வை. அதற்கும்மேலே ஓசோன் போர்வை... பகலுக்கு ஒளி தர சூரியன். இரவுக்கு சந்திரன்... மனிதன் உயிர் வாழத் தேவையான எல்லாமும் இந்த பூமியிலேயே கிடக்கிற மாதிரி ஒரு மண் வளம்...

என்ன ஒரு திட்டமிடல்... மனித மூளையால் இதை எண்ணி வியக்கத்தான் முடியும். அந்த மூளைகூட ஒரு அதிசயம்தானே? ஒவ்வொரு மனிதனுமேகூட ஒரு அதிசயம்தானே? முதலில் குழந்தை... பிறகு பாலகன்... பிறகு இளைஞன்... பிறகு முதுமை என்று மனிதனிடமும் அவன் பிடியில் இல்லாத மாற்றங்கள்தான் எத்தனை எத்தனை.

சரி எதற்கு இத்தனை பீடிகை? இப்படி ஒரு உலகத்தை அதில் நம்மைப் படைத்த அந்தக் கடவுள் எவ்வளவு பெரியவராக இருக்க வேண்டும். அவரது ஆற்றலை, சாகத்தை நம்மால் கற்பனையாவது செய்து பார்க்க முடியுமா?

சரி... அப்படிப்பட்டவர் ஒருவர்தான் என்கிறோம். ஆனால் நமது மனத்தில் மட்டும்தான் ஏன் அவர் பலவாகக் காட்சி தருகிறார். ஒரு ஆலயத்துக்குள் நுழைந்தால் நமது ஆலய கோபுரங்களில் மட்டுமே லட்சக்கணக்கில் தேவதேவியர் சிலைகள். உள்ளேயோ மூலைக்கு மூலை சன்னதிகள், ஒன்றில் விநாயகர், ஒன்றில் முருகன், ஒன்றில் வீரபத்ரர், ஒன்றில் பைரவர், ஒரு இடத்தில் மகாலட்சுமி, ஒரு இடத்தில் துர்க்கை, ஒரு இடத்தில் சரஸ்வதி, ஒரு இடத்தில் தட்சிணா மூர்த்தி, போதாதற்கு இந்த சப்த கன்னியர்கள் வேறு.

ஒன்றாகிய இறைவனுக்கு எதற்கு இத்தனை தோற்றம்? இப்படி இறைவன் பலவாக இருந்தால், அவனை ஒன்றாக நினைப்பதும் எப்படி? ஒரு சாமி வீரம் தருகிறது என்றால், அந்த சாமிக்கே குறிப்பிட்ட அளவு சக்திதானா? குறிப்பிட்ட விஷயத்தில்தான் அது வல்லமை உடையதா?

கேள்விகள்... கேள்விகள்... கேள்விகள்...!

மாலை நேரம் வந்துவிட்டது! மலையடிவாரத்து ஊர் என்பதால் அஸ்தமன வேளை என்பது கிட்டத்தட்ட ஐந்தரை மணிக்கே கன்னிப்பட்டியில் தொடங்கிவிட்டது. மெல்லிய பனிப்பொழில் வேறு.

ஊர் ஜனங்களின் நடமாட்டமும் அப்படியே குறைந்து அடங்கத் தொடங்கியது. அங்கங்கே பட்டிகளில் அடைக்கப்பட்டிருக்கும் ஆடு மாடுகளின் கத்தல், கனைப்பு ஒலி தவிர பெரிய அரவமே எங்கும் இல்லை.

மொத்தத்தில் அமைதிக்கு இலக்கணம் சொல்லிற்று கன்னிப்பட்டி.

பேச வேண்டிய அவ்வளவையும்தான் பேசியாகிவிட்டதே? நாட்டாமை நாராயண சிவம் தன் வீட்டு முன்னால் கட்டில் போட்டுக் கொண்டு அதில் கருப்பண்ண சாமி மாதிரி காலை நீட்டிக் கொண்டு அமர்ந்திருந்தார். முகத்தில் ஒருவித கவலை... கலக்கம்.

இரவு என்ன நடக்குமோ என்று ஒரு எதிர்பார்ப்பு.

சிலையைக் கடத்திச் சென்றவன் கொண்டுவந்து வைப்பானா? இல்லை இதுதான் சாக்கு என்று இரவோடு இரவாக ஓடிவிடுவானா?

நாட்டாமைக்குக் குழப்பமாகக்கூட இருந்தது. இருந்தும் ஊர் முழுக்க காவல் போட்ட தெம்பு கொஞ்சம் போல அவரை நிமிர்த்தியது.

கையில் தீப்பந்தத்துடன் வடக்கு வெளி காவலாட்கள்...

“ஓஹேய்...” என்று கத்திக் கொண்டு அவர் முன்னால் கடந்து போனார்கள்.

“கவனம் டா... நிதானமா பார்த்து நடந்துக்கணும்” என்று அவரும் அவர்களை முடுக்கிவிட்டார். ஜீப் சப்தம் கேட்கவும் திரும்பிப் பார்த்தார். விஸ்வநாதன்!

“வாங்க தம்பி...”

விஸ்வநாதனும் அவரை நெருங்கி அமர்ந்தான். உள்ளே பார்த்தான்.

“யாரைப் பார்க்கறீங்க? ஐய்யர் சாமியையா?”

“ஆமாம்.”

“அவர் அப்பவே மந்திரம் சொல்றேன்னு ஆத்துப் பக்கம் போயிட்டார்.”

“அப்படியா?”

“ஆமா கூட காவலுக்குக் கந்தன்தான் போயிருக்கான்.”

“சரிதான். ஆமாம் ஊருக்குப் போன ஐயரும் அவர் மகளும் வந்துட்டாங்களா?”

“இல்லையே... அனேகமா கடைசி வண்டிக்கு அவங்க வரலாம்.”

நாட்டாமை பதிலைத் தொடர்ந்து ஜீப் நோக்கி நடந்தான் விஸ்வநாதன்.

“என்ன தம்பி... வந்தீங்க கிளம்பிட்டீங்க.”

“ஆத்தங்கரைக்குப் போறேன். வர்றீங்களா?”

“அதுவும் சரிதான். இங்க உக்காந்து என்ன பண்ணப் போறேன். சாமி மந்திரம் சொல்றதையாவது பார்க்கலாம், வாங்க.”

நாட்டாமையும் அவனுடன் ஜீப்பில் தொற்றிக் கொண்டார்.

ஜீப் சீற ஆரம்பித்தது.

“ஆமா நீங்களும் ஐயமார்தானே?” நாட்டாமை பேச ஆரம்பித்தார்.

“ஏன் கேக்கறீங்க?”

“இல்ல. கருப்புச் சட்டைக்காரங்க மாதிரி வளைச்சு வளைச்சு கேள்வி கேக்கறீங்களே, அதான்...”

“படிச்சிருக்கோம்ல... புத்தி கேள்வி கேக்குது. ஆனா பளிச்னுதான் யாராலயும் பதில் சொல்ல முடியல.”

“அதுவும் சரிதான்... அதுலயும் இப்ப நடக்கற விஷயங்களப் பார்த்தா எனக்கே கொஞ்சம் குழப்பமாத்தான் இருக்கு. இருந்தாலும் நம்பிக்கை இருக்கு. அவர் சொன்ன மாதிரி இங்க ஒரு கண்ணாமூச்சி விளையாட்டு நடக்கறதாதான் நான் நினைக்கறேன்.”

“நீங்க எப்படி நினைக்கறீங்களோ எனக்குத் தெரியாது. எனக்கு இந்த ஊரோட அமைதி போயிடுமோன்னு பயமா இருக்கு.”

“என்ன தம்பி சொல்றீங்க?”

"இப்போதைக்கு உங்க மக்கள் மட்டும்தான் இந்தக் காட்டுப்பக்கம் வந்து போறாங்க. இங்க கோயில் வந்து ஊர்க்கூட்டம் மொத்தமும் வந்தா, இந்த மலைக்காடு என்னாகும்னு யோசிச்சுப் பார்க்கறேன். சபரிமலைன்னு ஒரு மலை இருக்குது தெரியுங்களா...?"

"சாமி சரணம். அது தெரியாதுங்களா? நான்தான் வருஷாவருஷம் மாலை போட்டு அந்த மலைக்குப் போறேனே..."

"ஒரு காலத்துல அந்த மலைப்பக்கம் யாரும் போக முடியாது. அவ்வளவு மிருக நடமாட்டம் இருக்கும். இப்ப அங்க காடே கிடையாது. பம்பா நதியிலயும் மலமா மிதக்கறதா பேப்பர்ல படிச்சேன். மனுஷன் தன்னோட சுயநல ஆசைகளுக்காக இயற்கையைக் காவு கொடுக்கற கொடுமை எப்பதான் தீருமோ...?"

விஸ்வநாதனின் வருத்தத்தின் நியாயம் நாட்டாமையைக் கட்டிப் போட்டுவிட்டது. அவனை ஆச்சரியமாகப் பார்த்தார்.

"என்ன நாட்டாமை... என்னடா இப்படி பேசறேனேன்னு பாக்கறீங்களா?"

"ஆமாம் தம்பி. நீங்க பேசறதுலயும் நியாயம் இருக்கு."

"புரிஞ்சா சரி... சாமிக்குக் கோயில் கட்டி அதுகிட்ட மழையைக் கொடு, மட்டையைக் கொடுன்னு கேட்டுகிட்டு இருக்கத் தேவையே இல்லை. காடுங்களை காடா வெச்சுகிட்டு இருந்தாலே போதும், மழையும் காத்தும் தன்னால வரும்."

விஸ்வநாதன் பேசி முடிக்க ஆற்றங்கரை வர, சரியாக இருந்தது. தீப்பந்தம் தாங்கியபடி கந்தன் நின்று கொண்டிருந்தான். முன்பு போலவே ஏழு கற்களை வைத்து அதற்குக் காட்டுப்பூக்களைப் போட்டு, சப்த கன்னிகளாக்கி பூஜை செய்து முடித்து, கண்களை மூடிக்கொண்டு ஜெபிப்பதிலும் மூழ்கிப் போயிருந்தார் பஞ்சாபகேச சாஸ்திரிகள். அருகில் இடுப்பு வேட்டியோடும், திறந்த மார்போடும் கையில் தீப்பந்தத்துடன் நிற்கும் கந்தனைப் பார்த்த போது

அமெரிக்க சுதந்திர தேவி சிலைதான் விஸ்வநாதனுக்கு ஞாபகம் வந்தது.

ஜீப்பை விட்டு இறங்கி அவரை நெருங்கினான்.

நாட்டாமையும் நடந்தார். அவர்கள் வரும் அரவம் கேட்டு கந்தன்தான் கவனித்தான். சாஸ்திரிகள் தன் ஜெப தபத்திலிருந்து விலகி கண்களைத் திறக்கவேயில்லை.

என்னைத் தெந்தரவு செய்யாதே என்கிறாற்போல இருந்தது அவர் தோற்றமும், அந்த அமைதியும். அப்பொழுது பார்த்து ஆற்றின் மறுகரையில் மினி பஸ்ஸின் ஹெட்லைட் வெளிச்சம் தெரிந்தது. விஸ்வநாதனை ஆர்வம் தொற்றிக் கொண்டது. அதில் ரம்யாவும், சாமிநாத குருக்களும் வந்தால் நன்றாக இருக்கும் என்று நினைத்தபடியே பார்த்தான். 'திபுதிபு'வென்று ஒரு கூட்டம் இறங்கியது.

நாட்டாமையும் கவனித்தார்.

"கடைசி வண்டி வந்துடிச்சு. அந்த சாமி வந்துருக்காரா இல்லையான்னு தெரியல..." என்று சொல்லிக் கொண்டிருக்கும் போதே மறுகரை மேல் கொலுசும், வளையலும் குலுங்கும் ஓசை. சாஸ்திரிகளின் மகள்களான அந்த ஏழு பேரின் வருகை பளிச்சென்று தெரிந்தது. அழுத்தமான பாவாடை தாவணியில் நான்கு பேரும், திருத்தமான புடவைக்குள் முதல் மூன்று பேரும் இருந்தனர். ஆற்றைப் பார்த்து உற்சாகமாகினர். கரை வெளியில் கொலுசுக் கால்களை வைத்து சந்தோஷமாக சிலிர்த்துப் போயினர்.

குருக்களும் கூடவே இருந்தார்.

"பார்த்து நிதானமா இறங்கி நடந்து வரணும்..." என்றவரின் தலைமேல் ஒரு பெரிய பெட்டி. அவர்கள் கைகளிலும் ஆளுக்கொரு துணிப்பை இருந்தது.

"நாட்டாமை... அந்த ஐயரும் வந்துட்டார்," என்று உற்சாகமாகக் கூவினான் விஸ்வநாதன்.

“ஆமாமா... இவங்களும் வந்துட்டாங்க. இன்னிக்கு ராத்திரிதான் என்ன நடக்கப் போகுதோ... ஏது நடக்கப் போகுதோ தெரியல...” என்று நாட்டாமையும் கையை உதறிக் கொண்டார்.

அவர்கள் முழங்கால் அளவு ஆற்று நீரில் தளக்புளக் என்று காலை வைத்து அந்த சில்லிப்பை ரசித்தபடியே சிரித்துக் கொண்டும் வந்தனர். அந்த சமயத்தில் ஒரு மோட்டார் பைக் ஒன்று அந்தக் கரைப்பக்கம் வந்து நிற்பதும், அதில் இருந்து ஒரு சப்-இன்ஸ்பெக்டர் இறங்குவதும்கூட துல்லியமாகத் தெரிந்தது. விஸ்வநாதனுக்குப் புரிந்துவிட்டது.

விசாரணைக் கைதி காணாமல் போனது தொடர்பாகத் தன்னிடம் விசாரிக்க வேண்டும் என்று சொல்லிக் கொண்டிருந்தார் அந்த சப்-இன்ஸ்பெக்டர்... ‘அதற்கு இதுவா நேரம்?’ அவன் மனக் கேள்வியோடு அவரைப் பார்த்துக் கொண்டிருக்கும் போதே அவர் தன் ‘மோட்டார் பைக்’கை வெகுவேகமாக ஆற்றுக்குள் விட்டார். அதுவும் தடதடவென்று ஆற்றுக்குள் பாதிச்சக்கரங்கள் மூழ்குமளவு, மூழ்கியும் ஓடிக் கரை ஏறியது. அதேசமயம் பைக் தன் அருகில் கடந்து சென்ற அதிர்ச்சியில் மகேஸ்வரி தன் துணிப்பையை நழுவவிட, அது ஓடும் ஆற்றில் விழுந்து ஓட ஆரம்பித்தது!

“ஐய்யய்யோ என் பை... என் பை...” மகேஸ்வரியும் பின்னாலேயே ஓடினாள். மற்றவர்கள் அதைப் பார்த்து அவளைத் தடுக்கும் முன் ஆழமான பகுதிக்குள் அந்தத் துணிப்பை சென்றுவிட, மஹேஸ்வரியும் அந்தப்பக்கம் சென்று அப்படியே மூழ்கி எழ, விஸ்வநாதனுக்கு ‘பகீர்’ என்றது.

“என்ன சார் நீங்க... உங்க ‘மோட்டார் பைக்’ வீரத்தை காட்ட இந்த நேரமும், இந்த இடமும்தானா கிடைச்சது. இப்ப பாருங்க...” பதறினான்.

அந்த சப்-இன்ஸ்பெக்டருக்கும் தன் தவறு புரிந்தது. அப்படியே பைக்கை போட்டுவிட்டு ஆற்றில் இறங்கினார்.

இவ்வளவு களேபரங்களுக்கு நடுவிலும் பஞ்சாபகேச சாஸ்திரிகள் கண்களைத் திறக்கவில்லை. விஸ்வநாதனும் பின்னாலேயே சென்றான்.

துணிப்பையும், மகேஸ்வரியும் அலை பிரள உருண்டு கொண்டிருந்தார்கள். சப்-இன்ஸ்பெக்டர் அசுர வேகம் எடுத்து அவளை நெருங்கினார். அந்த மலையாறு அப்படியே வளைத்துத் திரும்பும் ஒரு இடமாக அந்த இடம் இருந்தது. பின்தொடர்ந்து சென்ற விஸ்வநாதனை ஒரு குட்டிப் பாறை தடுத்துத் தலைகுப்புற விழ வைத்தது. அதற்குமேல் எழுந்து ஓட காலிலும் சக்தியில்லை. எலும்பு முறிந்தாற்போல் ஒரு சப்தம். ஆனால் அந்த சப்-இன்ஸ்பெக்டர் மகேஸ்வரியை எட்டிப் பிடித்து, அவளைக் கட்டியணைத்தபடியே கரை ஓரமாக ஒதுங்கி அப்படியே ஒரு பாறைமேல் போய் விழுந்தார். அவர்மேல், ஏராளமான தண்ணீர் குடித்துவிட்ட மகேஸ்வரி அரைமயக்க நிலையில் கிடந்தாள்.

சில நிமிடங்கள்வரை அவருக்கே ஆசுவாசம் தேவைப்பட்டது. பிறகுதான் ஒரு மாதிரி நிமிர்ந்து எழ முடிந்தது. பாறைமேல் அதிலும் அவர் மார்பை ஒட்டி மகேஸ்வரி முகம் புதைத்தபடி கிடந்தது. அப்பொழுதுதான் அவரது இளமைக்குள் ஒரு இனம்புரியாத அவஸ்தையை ஏற்படுத்தியது. அவள் கன்னத்தைத் தட்டி அவளை எழுப்ப முயற்சி செய்தார். அவளும் மலங்க மலங்க கண்விழித்தாள். மேலே புடவை மேலாக்கு விலகி, கொழித்த மார்பகங்கள் ஈர ரவிக்கையில் பளிச்சிட்டன. ஒரு நொடிப் பொழுதுதான். அது அந்த சப்-இன்ஸ்பெக்டர் பார்வையிலும்பட்டது. இருந்தாலும் அந்த இக்கட்டிலும் அவருக்குள் இனம்புரியாத அவஸ்தை. அவளும் வெட்கமும், நாணமுமாக சரி செய்து கொண்டாள்.

"ஐ ஆம் சாரி மேடம்... ஐ ஆம் சாரி." என்று அவரும் பிதற்றியபடியே அங்கிருந்து எப்படி நடப்பது என்று சுற்றிலும் பார்த்தார்.

"மாஹி... எங்கே இருக்கே? நாங்க இங்க கரைல இருக்கோம்... மாஹிஈஈஈ!"

மகேஸ்வரியின் சகோதரிகள் குரல் காதில் தேய்ந்து வந்து விழுந்தது.

சப்-இன்ஸ்பெக்டர் குரல் வந்த திக்கு நோக்கி கரை ஓரமாகவே நடந்தார். அவளும் நடந்தாள். இருந்தும் ஓடிப்போய்விட்ட துணிப்பைக்காக ஒரு பார்வை பார்த்தாள்.

"என்ன?"

"என் துணிப்பை."

"அது போனா போகட்டும்."

"இல்ல... அதுலதான் என் துணியெல்லாம் இருக்கு. வேற துணியே எனக்கு கிடையாது."

"இட்ஸ் ஓ.கே. நான் வாங்கித் தரேன், கமான். இருட்டிகிட்டு வருது, பாருங்க."

"ஐய்யோ அதுல ஸ்லோக புத்தகமெல்லாம் இருந்தது. ஒரு பவள மாலைகூட இருந்தது."

அவளது சிணுங்கலைத் தொடர்ந்து அவளை ஒருமுறை முறைத்தவர், "சரி நீங்க போங்க... நான் எங்கயாவது அது கரை ஒதுங்கியிருக்கான்னு பார்த்து எடுத்துகிட்டு வரேன்..." என்றார்.

அதற்குள் கெந்திக் கெந்தி நடந்தபடி விஸ்வநாதனும் பின்னாலேயே குருக்களும் வந்துவிட, மகேஸ்வரி ஓடிப்போய் குருக்களைக் கட்டிக் கொண்டாள். சப்-இன்ஸ்பெக்டர் திரும்பவும் ஆற்றோரமாக நடக்க ஆரம்பித்தார்.

"ஹலோ சார்... எங்க போறீங்க?"

"அந்தத் துணிப்பையைத் தேடித்தான்..."

"போகட்டும் விட்ருங்க... அது இன்னேரம் எங்கேயோ போயிருக்கும்."

"சொன்னா கேட்கமாட்டேங்குது அந்தப் பொண்ணு. கொஞ்சதூரம் போய்ப் பாக்கறேன்."

சப்-இன்ஸ்பெக்டர் பதிலோடு ஆற்றோரமாகவே ஓடினார். சரளைக்கற்கள் மேலும், கூழாங்கற்கள் மேலும் அவரது பூட்ஸ் கால்கள் நரநரவென்று மிதித்துக் கொண்டு நடந்தன.

கரையில் பஞ்சாபகேச சாஸ்திரிகள் அருகில் எல்லோரும் கூடி நிற்க, குளிர்காற்றுக்கு மகேஸ்வரி உடம்பு பெரிதாக நடுங்கிக் கொண்டிருந்தது. விஸ்வநாதன் ஜீப்பில் இருந்து சீட் கவரை எடுத்து வந்து அவளைப் போர்த்திக் கொள்ளச் சொல்லிவிட்டு ரம்யாவைத்தான் பார்த்தான். அவள் முகத்தில் அவனது உதவிக்கான நன்றி உணர்ச்சிகள். நாட்டாமை நடந்ததை எல்லாம் சொல்லத் தொடங்கியிருந்தார்.

"அந்த ஆத்தாளுங்களே வந்துட்டதாதான் நான் நினைச்சேன். ஆனா மறுகரைல கால் வைக்குமுந்தி உன் துணிப்பையையும் உன்னையும் தண்ணி இழுத்துகிட்டுப் போயிடிச்சே ஆத்தா..." என்றார் நாராயண சிவம்.

"அதை விடுங்க... அப்ப கிணத்துல இருந்து சிலையை யாரோ எடுத்துகிட்டுப் போய்ட்டாங்களா நாட்டாமை?" என்று கேட்டு ஏராளமான அதிர்ச்சியை வெளிக்காட்டினார் சாமிநாத குருக்கள்.

இவ்வளவுக்கு நடுவிலும் பஞ்சாபகேச சாஸ்திரிகள் கண்களைத் திறக்கவில்லை. எது ஜெபம்? எது தவம் என்பதற்கு அவர் இலக்கணம் சொல்லிக் கொண்டிருக்கிற மாதிரிதான் இருந்தது.

ஆற்றோரமாகப் போன சப்-இன்ஸ்பெக்டரோ என்ன ஆனார் என்று தெரியவில்லை. விஸ்வநாதனோ நொண்டினான். நாராயண சிவத்துக்கும் ஒரு மாதிரி குழப்பமாகத்தான் இருந்தது. தீப்பந்தம் பிடித்தபடி எந்தவித உணர்ச்சிகளையும் காட்டாதபடி நின்று கொண்டிருந்த கந்தனைப் பார்த்தவர், "ஏலே கந்தா அந்தப் பந்தத்தைக் கொடுத்துட்டு, இல்ல அதை எடுத்துகிட்டுப் போய்,

அந்தப் போலீஸ்காரய்யா என்ன ஆனாருன்னு பாரு...” என்றார் நாராயண சிவம்.

அவனும் அரைமனதாக கரையோரமாகத் தீப்பந்தத்துடன் நடக்க ஆரம்பித்தான். அவனைப் பார்க்கவும் விஸ்வநாதனுக்கே சற்றே என்னவோ போல் இருந்தது. அதே ஊரைச் சேர்ந்தவன். மலர்விழியைத் தேடும்போது வேகம் காட்டியவன் இப்பொழுது எனக்கென்ன என்று நிற்கிறானே என்றுதான் தோன்றியது.

இடையிட்டாள் ரம்யா.

“உங்களுக்குக் கால்ல அடிபட்ட மாதிரி இருக்கே.”

“ஆமாம் ரம்யா. ரொம்ப வலியா இருக்கு. அனேகமா ஃப்ராக்சரா இருக்கலாம்.”

அவள், குனிந்து அவன் காலைத் தொட்டுப் பார்த்தாள். அந்த நொடி மின்சாரம் பாய்ந்தது போல இருந்தது விஸ்வநாதனுக்கு.

“இங்கயா... இங்கயா...?” என்று கேட்டு அப்படியே வருடினாள். மிக இதமாக இருந்தது. மந்திரம் போட்டது போல வலியும் நொடியில் விலகி, பழைய மாதிரி அந்த இடத்தில் ஒரு புதுத் தெம்பு! காலை உதறியவன் ரம்யாவைச் சற்று பிரம்மிப்போடு பார்த்தான்.

“என்ன மாயம்... உயிர் போற மாதிரி வலிச்சது. நீங்க தொட்டவுடனே சரியாயிடிச்சே.”

“என் கை அப்ப என்ன மந்திரக் கையா?”

“அஃப்கோர்ஸ். இதை நான் யார்கிட்டயாவது சொன்னா நம்பவே மாட்டாங்க.”

“எல்லாம் மனப்பிரமைதான்; வேற என்ன?”

பதில், ரம்யாவுக்கு அருகில் படபடப்பாக நின்று கொண்டிருந்த அந்த ஆறுபேர்களில் ஒருத்தியான கௌரியிடம் இருந்துதான் வந்தது. முற்றிலுமாக இருட்டியும் விட்டது.

நாட்டாமையும், குருக்களும் ஜீப் அருகே சென்று நின்று கொள்ள - ரம்யாவும், அவள் சகோதரிகளும் ஜீப்பில் ஏறி அமர்ந்து கொண்டனர்.

விஸ்வநாதன் மட்டும் சாஸ்திரிகள் அருகில் நின்று கொண்டு கரையோரமாகப் பார்த்தான். அவன் பார்க்கும் நேரம் துணிப்பையுடன் சப்-இன்ஸ்பெக்டரும், கந்தனும் தெரிந்தனர்.

தொலைவில் ஒரு புள்ளிபோல முதலில் தெரிந்தவர்கள் சில நிமிடங்களில் அருகில் வந்துவிட்டனர். ஜீப்பில் இருந்து மகேஸ்வரி ஓடி வந்தாள். அந்தத் துணிப்பையை வாங்கி மார்போடு அணைத்துக் கொண்டாள். பதிலுக்கு ஒரு நன்றிப் பார்வையும் பார்த்தாள்.

“எப்படியோ பையைக் கொண்டுகிட்டு வந்துட்டீங்க. தேங்க்யூ ஸோ மச்,” என்றான் விஸ்வநாதன் அந்த சப்-இன்ஸ்பெக்டரிடம்... சப்-இன்ஸ்பெக்டர் பார்வையோ பஞ்சாபகேச சாஸ்திரிகள் சிலை போல் அமர்ந்து ஜபம் செய்து கொண்டிருப்பதில்தான் சென்று நின்றது.

“மிஸ்டர் விஸ்வநாதன் இவர்...”

“இவர் ஒரு சாஸ்திரிகள்... ஜபம் பண்ணிகிட்டிருக்கார்.”

“இங்க இவ்வளவு அசம்பாவிதம் நடந்தும் கண்ணே திறக்கலையே...”

“ஜபத்துல உக்காந்துட்டா உடம்புமேல பாம்பே ஏறினாலும் பிரக்ஞை கலையக்கூடாது. அதுலயும் சாஸ்திரிகளுக்கு ஆனாலும் திடசித்தம். நீங்க வாங்க... நாம் வண்டிகிட்ட போய் பேசுவோம்.”

அவர்கள் இருவரும் ஜீப்பை நெருங்கினர்.

குருக்கள் சாஸ்திரிகள் அருகில் நின்று கொண்டு மெல்ல குரல் கொடுத்தார்.

“மாமா...”

“.....”

“மாமா உங்களைத்தான்... நான் சாமிநாதன் வந்துருக்கேன். அழகியநல்லூர் போய் என் பெண்களை எல்லாம் கூட்டிண்டு வந்துருக்கேன். நீங்க செத்த கண் திறந்து பாருங்களேன்.”

சாமிநாத குருக்களின் வேண்டுகோள் பலித்தது. சாஸ்திரிகள் மெல்ல கண் மலர்த்தினார். அப்படியே அண்ணாந்தார். நீலம் விலகிய கருமை பரவிய வானம்! நட்சத்திர கண் சிமிட்டல்கள். அருகில் ஆற்றின் சலசல ஓட்டம்... காது மடல் ஓரம் மோதும் மலைக்காற்றின் குசுகுசுப்பு...

“எப்ப வந்த சாமிநாதா?” அந்த அமைதியை மெல்லப் பிளந்தது அவர் குரல்.

“நான் வந்து அரைமணி ஆகறது. வந்த இடத்துல மகேஸ்வரியோட துணிப்பை ஆத்தோட போகத் தெரிஞ்சது. நல்லவேளை சப்-இன்ஸ்பெக்டர் காப்பாற்றினார்.”

“என்னடா உளருறே. யாரை யார் காப்பாத்தறது?”

சாஸ்திரிகள் கேட்கும் தொனியில் வேறு மாதிரி அர்த்தம்.

“நான் நடந்ததைச் சொன்னேன் மாமா...”

“நானும் உள்ளதைச் சொன்னேன். ஆமா எங்க உன் பொண்கள்.”

“அதோ அந்த ஜீப்ல...” கை காட்டினார் குருக்கள். பின் நிதானமாக நடந்து ஜீப்பை நெருங்கினார். ஒரு நெடுமரம் போல கூடவே தீப்பந்தத்துடன் வந்தான் கந்தன்.

ஜீப்பை நெருங்கவும், “நீ போ கந்தா...” என்று அவனுக்கு விடை கொடுத்தார் சாஸ்திரிகள்.

நாராயண சிவம் ஒரு புதுப்பரிவுடன் சாஸ்திரிகளைப் பார்த்தவராக, “சாமி இவர் சப்-இன்ஸ்பெக்டரு... ஒரு விசாரணைக்காக வந்துருக்காரு...” என்று ஈர உடையுடன் நிற்கும் சப்-இன்ஸ்பெக்டரைக் காட்டினார்.

“உங்க பேர்...?”

"என் பேர் மகேஸ்வரன்..." அவன் பதில் மகேஸ்வரியை 'சொடேர்' என்று தாக்கித் திருப்பியது.

"சந்தோஷம்... இவாளோட கஸ்டடில காணாம போய்ட்ட அந்தத் திருடனைப் பத்தி விசாரணை பண்ண வந்திருக்கேளா?"

"ஆமாம் சாமி."

"இப்படி ராத்திரி வேளைலயா வர்றது?"

"மதியமே புறப்டுட்டேன். வழியில பைக் பஞ்ச்சர் ஆகி அதை சரி செய்துகிட்டு வர்றதுக்கு லேட்டாயிடிச்சு."

"இந்த ஏழுபேரும் வரும்போது பொருத்தமா நீங்களும் வரணும்னு இருக்கு போல இருக்கு..."

சாஸ்திரிகள் சொன்னதன் உட்பொருள் விஸ்வநாதனை என்னவோ செய்தது.

சப்-இன்ஸ்பெக்டர் மகேஸ்வரன் கீழே விழுந்து கிடந்த பைக்கை எடுத்து உதைத்து ஸ்டார்ட் செய்ய முயன்றான். அது 'மக்கர்' செய்தது.

"சப்-இன்ஸ்பெக்டர் போலீஸ் பைக்கை யாரும் எடுத்துட்டுப் போக மாட்டாங்க. அப்படியே நிறுத்திட்டு வாங்க. என் ஜீப்ல ஏறிக்குங்க. நாட்டாமை வீட்ல போய் ஆற அமர பேசலாம்..." என்று இடையிட்டு, அவ்வளவு பேரையும் ஜீப்பில் ஏற்றினான். ஒருவர் மடிமேல் ஒருவர் உட்கார்ந்து கொள்ள ஜீப்பும் புறப்பட்டது. விஸ்வநாதனுக்கு அருகில் ஈர உடையுடன் மகேஸ்வரன் என்கிற அந்த சப்-இன்ஸ்பெக்டர்... மெல்லத் திரும்பிப் பார்த்தான். மகேஸ்வரி கொஞ்சம் குளிரில் நடுங்குவது போல குன்றியிருந்தாள். அவளும் அவனைப் பார்த்தாள். அதில் நிறைய வெட்கம்.

விஸ்வநாதனுக்கு ஆக்ஸிலேட்டரில் காலை வைக்கும் போது நிறையவே ஆச்சரியமாகிப் போனது. ரம்யா கைபட்டு அந்த கால் எப்படி சரியானது என்பதில் ஒரு கேள்வி உள்நுழைந்து

அவனைக் குடைகுடை என்று குடைந்தது. குருக்கள் நாட்டாமையிடம் பேச ஆரம்பித்திருந்தார்.

"நாட்டாமை... உங்களை நம்பி நான் என் பெண்களைக் கூட்டிகிட்டு வந்துட்டேன். கோயில் கட்டி முடிக்கிறவரை இங்கதான் இருந்தாகணும். அதுவரை உங்க வீட்ல இருக்கறதும் சரியாக இல்லை... ஆகையால நாங்களும், சாஸ்திரி மாமாவும் தங்க ஒரு ஜாகை ஏற்பாடு செய்து கொடுத்தா, உங்களுக்கு நாங்க ரொம்ப கடமைப்பட்டவாளா இருப்போம்." ஓடும் ஜீப்புக்கு நடுவில் குருக்கள் சொன்னதற்கு, ஒரு சிரிப்பு சிரித்த நாட்டாமை... "உங்களுக்குன்னு ஒரு வீட்டை நான் மதியமே தயார் பண்ணிட்டேன். நாளைக்கு நீங்க அங்க குடி போய்டலாம்" என்று கண்ணைச் சிமிட்டினார்.

ஜீப்பும் அலுங்கிக்குலுங்கியபடி ஓடியது. ஊருக்குள் பேரமைதி. பக்கவாட்டு மரம் செடி கொடிகளில் ஒளிந்திருக்கும் ராக்கோழிகளும், சிள்வண்டுகளும் மட்டும் இனி எங்கள் ராஜ்ஜியம் என்பது போல சப்தமிட்டபடி இருந்தன.

ஜீப்பின் ஹெட்லைட் வெளிச்சம் கன்னிப்பட்டி வீதிகளில் விழும்போது அந்த ஏழுபேரும் கூர்ந்து பார்த்தனர்.

விஸ்வநாதன் அருகில் அமர்ந்து கொண்டிருந்த சப்-இன்ஸ்பெக்டர் மகேஸ்வரனும் கூர்ந்து பார்த்துவிட்டு, "அந்தத் திருடன் இப்ப உங்க ஊருக்குள்ளதான் எங்கேயோ இருக்கான்," என்றபோது விஸ்வநாதனின் ஜீப் பிரேக்கடித்து நின்றது.

"என்ன சார்... நீங்க ஏன் வண்டியை நிறுத்தறீங்க?"

"பின்ன என்ன சார்... அந்தத் திருடன் இந்த ஊர்ல இருக்கான்னா என்ன அர்த்தம். ஊரைச் சுத்தி நாட்டாமை காவல் போட்ருக்காரு. ஒரு நபர்கூட யாருக்கும் தெரியாம இந்த ஊருக்குள் வர முடியாது."

"மிஸ்டர் விஸ்வநாதன். ஒரு விஷயத்தை நீங்க தெரிஞ்சுக்கணும். காப்பான் பெரிசா, கள்ளன் பெரிசான்னா... எப்பவும்

கள்ளன்தான் பெரியவன். என் போலீஸ் கேரியர் அனுபவத்துல சொல்றேன். அவன் இந்த ஊர்லதான் இருக்கான். இந்த ஊரை விட்டும் போகலை. நான் கேள்விப்பட்டவரை அவன் எல்லா சிலைகளையும் கண்டுபிடிச்ச பிறகுதான் வெளியேறுவான். இதுல எனக்கு எந்தவிதமான சந்தேகமும் இல்லை."

சப்-இன்ஸ்பெக்டர் மகேஸ்வரனின் பதில் விஸ்வநாதன் முகத்தில் ஒரு பெரிய கலவரத்தையே உருவாக்கிவிட்டது. மௌனமான சிந்தனையுடன் திரும்பவும் ஜீப்பைக் கிளப்பிக் கொண்டு சீறினான். நாட்டாமை வீட்டு வாசலில் ஜீப்பும் நின்றது. எல்லோரும் இறங்கி உள்ளே நுழைந்தனர். நாட்டாமை மனைவி ஏழு பெண்களையும் கனிவோடு வரவேற்றாள்.

வாசலில் கட்டிலில் சாஸ்திரிகளும் நாட்டாமையும் அமர்ந்து கொள்ள எதிரில் மர பெஞ்சில் விஸ்வநாதனும், மகேஸ்வரனும் அமர்ந்து கொண்டனர்.

மகேஸ்வரனின் பைக்கை ஒருவன் தள்ளிக் கொண்டுவந்து பக்கத்தில் நிறுத்தினான்.

நாட்டாமை முகமும் இருண்டிருந்தது. சாஸ்திரிகளும்கூட கொஞ்சம் போல சலனத்தில்தான் இருந்தார்.

"என்ன மிஸ்டர் விஸ்வநாதன்... நான் சொன்னதை உங்களால நம்ப முடியலையா? இல்லை வேற ஏதாவது குழப்பமா உங்களுக்குள்ள?"

"கொஞ்சம் அப்படித்தான்... அந்தத் திருடன் ஊருக்குள்ள எப்படி இருக்க முடியும்னு யோசிச்சுப் பாக்கறேன்..."

"இல்லை தம்பி... இருந்தா இந்நேரம் நம்ம பசங்க மடக்கிப் பிடிச்சுக் கொண்டுகிட்டு வந்துருப்பாங்க."

"அங்கதான் நீங்க ஏமாறுறீங்க. அவனுக்கு உங்க ஊர்லையே ஒருத்தன் எல்லா உதவியும் செய்துகிட்டும் இருக்கலாம் இல்லையா?"

மகேஸ்வரனின் அடுத்தடுத்த பேச்சு நாட்டாமையையும், விஸ்வநாதனையும் மேலும் அதிர வைத்தது.

"சரி தம்பி... விடியட்டும் யாரு என்ன ஏதுன்னு பார்ப்போம். உங்க வார்த்தையையும் ஒதுக்கித் தள்றதுக்கு இல்லை," என்ற நாட்டாமை எழுந்து கொண்டார். அவர் அவர்கள் இருவரையும் கிளம்புங்கள் என்று சொல்கிற மாதிரிதான் இருந்தது. அவர்களும் புரிந்து கொண்டு புறப்படத் தயாராகினர். பார்வையையும் உள்ளே விட்டனர். வாயில் கதவருகில் ரம்யாவும், மகேஸ்வரியும் அவர்களையே பார்த்தபடி... இருவரும் பார்க்கவும் - வேறு எதற்கோ வந்தது போல முகத்தைத் திருப்பிக் கொண்டனர், இரு சகோதரிகளும்.

சாஸ்திரிகளும் கவனித்தார். ஒரு வினாடி கண்களை மூடி தியானித்துவிட்டு உள்ளே நுழைந்தார். குருக்கள் சாஸ்திரிகளை நெருங்கி அவரோடு அமர்ந்து கொண்டார். பின் மெல்லிய குரலில் கேட்டார்.

"மாமா... இன்னிக்கு ராத்திரி ஏதாவது அதிசயம் நடந்து அந்த சிலை கிடைச்சுடுமா?"

"விடியும்போது தெரியும் பார்."

குருக்களுக்குப் பரபரவென்றிருந்தது.

"உங்களையும் அந்த அம்பாளையும் நம்பி இந்த ஊருக்கு இவாளைக் கூட்டிண்டு வந்துட்டேன். ஆத்தைத் தாண்டும் போதே சில அசம்பாவிதங்கள் நடந்தாலும் என் பெண்களை நான் இப்ப அந்த சப்த மாதாக்களாகவே பார்க்கறதால என் மனசுல நிறையவே நம்பிக்கை..."

"எனக்கும் அந்த நம்பிக்கை நிறையவே இருக்கு. என் ஜெபம் வீண் போகாது சாமிநாதா... விடியும்போது நிச்சயமா ஒரு நல்ல பதில் இருக்கு..."

"நீங்க இப்படி சொல்றேள். ஆனா நாம தேடி வந்திருக்கற சிலைகளை நமக்கு முன்னால தேடி எடுத்துண்டு போறதுங்கறதை என்னால நினைச்சே பார்க்க முடியலை..."

“சராசரி மனுஷன் மாதிரியே யோசிக்கிறியே... பொறுமையா இரு. விடியட்டும்...”

சாஸ்திரிகள் குருக்களை அடக்கினார். நாட்டாமை மனைவி அவர்கள் சாப்பிட பாலும், தேனும் கொண்டு வந்து வைத்தாள். ஒரு தட்டில் வாழைப்பழம், திராட்சை, மாதுளை என்று பழ வகைகள்.

அவர்களுக்கான இரவு ஆகாரம் அது!

ரம்யாவும் அவளது மற்ற சகோதரிகளும் உள்ளே நாட்டாமை மனைவியுடன் கூடி தாங்களே சமைப்பதில் ஈடுபட்டிருந்தனர்.

“தங்க விக்ரகம் மாதிரி இருக்கீங்க... எனக்கு ஒரு பொண்ணு பொறந்துச்சு. அநியாயமா மூணு வயசுல எங்களை விட்டுட்டுப் போய்ட்டா... அந்தத் துக்கம் இப்பவும் என் மனசுல இருக்குது தாயி. உங்களை எல்லாம் இப்ப, இங்க பார்க்கும்போது என் பொண்ணே உங்க ரூபத்துல வந்துட்ட மாதிரி இருக்குது,” என்று நாட்டாமை மனைவியும் மாய்ந்துதான் போனாள்.

சமையலுக்கு நடுவில் அவர்களுக்கெல்லாம் பால் கொடுப்பதற்காக கொல்லைப்புறம் பால் கறக்கலாம் என்று சென்றவள், மாட்டிற்கான கழுநீர்த் தொட்டி உடைந்திருப்பதை அப்போதுதான் பார்த்தாள். அதேசமயம் யாரோ மறுபக்கத்தில் தடதடவென்று ஓடும் சப்தமும் கேட்டது. அப்படியும் இப்படியுமாக யார் என்று பார்த்துவிட்டு கழுநீர்த் தொட்டியைப் பார்த்தபோது தூக்கிவாரிப்போட்டது.

அந்தத் தொட்டிக்குள் இடுப்பளவு கழுநீரில் பிராம்ஹி விக்ரகம்!

மூன்றாம் கன்னி

— 1 —

நமது இந்து மதத்தின் பாற்பட்ட ஆன்மீகச் சிந்தனைகள் மிக ஆழமானவை. பிற ஆன்மீகச் சிந்தனைகளோடு ஒப்பிடும்போது நமது ஆன்மீகம் ஸ்படிகம் போலத் தெளிவானது. புரிந்து கொள்வதும் மிக சுலபம். சுருக்கமாகச் சொல்லப்போனால், மூத்த முதுமொழி தமிழ் என்பது போல், மூத்த முது நாகரீகம் நமது இந்து நாகரீகம்.

இன்றைய மனித வாழ்வில் எவ்வளவோ வழிமுறைகள் - சிகை அலங்காரம் முதல் உடை அலங்காரம் வரை. அதில் எல்லாம் விதவிதமான தன்மைகள். உடைகளில்கூட பேண்ட், சர்ட் என்று ஒருவிதம்; உள்ளாடை, பனியன் என்று ஒருவிதம்; லுங்கி, வேட்டி என்று ஒருவிதம்; ஜட்டி, கோவணம் என்று ஒருவிதம்.

முதலில் தோன்றிய மனிதன் நிர்வாணமாகத்தான் இருந்தான். விலங்குகள் போலத்தான் திரிந்தான். அவனது ஆறாம் அறிவுதான் அவனை மெல்ல வேறுபடுத்த ஆரம்பித்தது. மெல்ல உடை அணியத் தொடங்கினான். பின் மேலாடை அணியத் தொடங்கினான். அதன்பின் அதில் சௌகர்யமான மாற்றங்களை மெல்ல மெல்ல காலத்தால் செய்து கொண்டான்.

எடுத்த எடுப்பில் இன்று இருப்பது போல் ஒரு எட்டு முழ வேட்டியையும், முழுக்கைச் சட்டையும் அவன் அணிந்து கொள்ளவில்லை. எந்த ஒரு விஷயமும் மெல்ல மெல்லத்தான் வசப்படும். கொஞ்சம் கொஞ்சமாக அது நவீனமடைந்து ஒரு கட்டத்தில் இதற்குமேல் இந்த விஷயத்தில் பலமாகச்

சிந்திக்க எதுவுமில்லை என்று ஒரு நிலையை அடையும். இது அணியும் உடைக்கு மட்டுமில்லை; மனித வாழ்வில் எல்லா விஷயங்களுக்கும் பொருந்தும். உலகம் முழுக்க உள்ள மனிதர்களிடம் இந்த விஷயத்தை அப்படியே பொருத்திப் பார்க்கும் போதுதான் அதில் எவரது நாகரீகம் நீண்ட நெடிய தன்மை உடையது, காலகாலமாய் இருப்பது என்பது தெரியவரும்.

அப்படி ஒரு பார்வையை நமது இந்து மதத்தின்மீதும், அதன் ஆழமான தத்துவங்களின்மீதும் நாம் செலுத்தும் போதுதான் இதன் பலத்தையும் தெளிவையும் நாம் புரிய முடியும்.

நமது ஆன்மீக சிந்தனைக்கு வருவோம்.

இறைவன் ஒருவனே... ஒருவனே இந்த உலகைப் படைத்திருக்க முடியும். இது உலகம் முழுக்க உள்ள பொதுவான கருத்து.

ஆனால் நமது மதத்திலோ, வழிபாட்டு முறைகளிலோ எண்ணிலடங்காத கடவுளர்கள். ஒவ்வொருவரிடம் ஒவ்வொரு சக்தி அம்சம். செல்வத்துக்கு அதிபதி லட்சுமி என்றால், கல்விக்கு உரியவள் கலைமகள், வீரத்துக்கு துர்க்கை, ஞானத்துக்கு ஹையக்ரீவன், தர்மத்துக்கு ராமன். இப்படி ஏராளமான வகைப்பாடுகள்.

ஏன் இப்படி?

ஒரே ஒரு இறைவனை வைத்து அவனிடம் அனைத்தையும் யாசித்தால் அவன் தரமாட்டானா? எதற்கு இத்தனை பேர்?

கேள்விகள்

கேள்விகள்

கேள்விகள்

கூர்ந்து பார்த்தால் - ஆழ்ந்து சிந்தித்தால் விடை பாலில் வெண்ணையாகத் திரண்டு வரக் காணலாம்.

மனித வாழ்க்கை என்பதே ஒரு மாயை என்று ஓங்கிச் சொன்ன ஒருமதம், நமது மதம். இந்த மாயையை விளையாட்டு என்றும் எடுத்துக் கொள்ளலாம். விளையாட்டு என்று வந்துவிட்டாலே அதற்கென்று விதிமுறைகள் வந்துவிடுகின்றன. விதிமுறைக்கு உட்பட்டு விளையாடும் போதும் வெற்றி தோல்வி மாறி மாறியே கிட்டுகின்றன. இதில் வெற்றியோ தோல்வியோ பெரிதில்லை... விளையாடுகிறோமா என்பதே பெரிது. அதாவது வாழ்கிறோமா என்பதே பெரிது. அப்படி வாழும்போது நமக்கு பல சக்தி ஆதாரங்கள் தேவைப்படுகின்றன. அதை மனபலம் என்று குறிப்பிடலாம். இந்த மனபலமானது நாம் வாழும் முறையால் கூடிக் குறைகின்ற ஒன்றாகும்.

பெரும்பாலும் மனித வாழ்க்கை என்பது பிழைகள் மலிந்த ஒன்றாகவே இருக்க முடியும். ஆனால் இறைவனை நெருங்க பிழைகள் தடையாக உள்ளன. நெருங்க முடியாமல் அப்படியே வாழ்க்கையைத் தொடர்ந்தாலோ பிழைகள் அதிகமாகின்றன.

இதற்கு என்னதான் தீர்வு?

மனிதன் மாய வாழ்க்கைச் சக்கரத்தில் பிழைகளிடம் ஒட்டுமொத்தமாக சிக்கிக் கொண்டுவிடாமல் அவனை மீட்கும் விதமாக ஆன்மீகம் இருக்க வேண்டும். இன்னும் சொல்லப்போனால் ரப்பர் போல் வளைந்து கொடுப்பதாகவும் இருக்க வேண்டும். இரும்பு போல் உறுதியானதாகவும் அது இருக்க வேண்டும். உறுதியும் இறுதியுமானது இங்கே பரம்பொருள். வளைந்து கொடுத்து உதவ முன்வருவது அந்தப் பரம்பொருளிலிருந்து வந்த ஏனைய பிரதிபிம்பங்கள். அதாவது முருகன், விநாயகன், ஐயப்பன் போன்ற அம்சங்கள். இவர்களை நண்பனாய் நினைத்தும், குருவாய் நினைத்தும், தாயாய் நினைத்தும், தந்தையாக நினைத்தும் சரண் புகலாம். நம்முடைய மனபாரம் முழுவதையும் இறக்கி வைக்கலாம். மெல்ல நமது பழுதுகளை இவர்கள் மூலம் நீக்கிக் கொண்டு அப்படியே இவர்கள் உதவியுடன் இவர்கள் மூலமாகவே பரம்பொருளை அடையலாம்.

இறைபாதை என்பது ஒருவழிப்பாதை அல்ல... அதில் கிளை வழிகளும் இருப்பது நமது மதத்தின் சிறப்பம்சம். அடுத்து குறிப்பிட்ட சக்தியை தடையின்றிப் பெற இந்த அம்சங்களே நமக்குப் பெரிதும் உதவுகின்றன.

கல் தொட்டிக்குள் பிராம்ஹியின் சிலை! அதைப் பார்த்த நாட்டாமை நாராயண சிவத்தின் மனைவி மரகதமணி அப்படியே வாயைப் பிளந்துவிட்டாள்.

அரக்கபரக்க உள்ளே ஓடிவந்து விஷயத்தைக் கூறவும், எல்லோரும் பின்னால் ஓடிச்சென்று அந்தக் கல் தொட்டியைப் பார்த்தனர்.

நாட்டாமை தன் மனைவியைப் பார்த்து, “இதை நீ இப்பதான் பார்த்தியா?” என்று கேட்டார்.

“ஆமாங்க... பார்த்த உடனே ஓடியாந்தேன். அதேசமயம் சிலையை இதுக்குள்ள போட்டுட்டு ஒருத்தன் ஓடிப் போனான்,” என்றாள்.

இரவு நேரம்!

ஓடியவனைத் தேடிச் செல்வதிலும் பயன் இல்லை. நாட்டாமை தீவிரமாக யோசிக்கத் தொடங்கினார். சாஸ்திரிகளோ சிலையையே கூர்ந்து பார்த்துக் கொண்டிருந்தார். குருக்களுக்குள்ளும் ஒரு குட்டிக் குழப்பம்.

“மாமா... கிணத்துக்குள்ள வராஹி சிலை இருக்கறதால்ல ஏட்டுக்குறிப்பு சொன்னித்து?”

“வாஸ்தவம்தான். ஆனா இங்கப் பிராம்ஹி இருக்கா. அதான் எப்படின்னு யோசிக்கறேன்.”

“சாமி முதல்ல சிலையை வெளிய எடுப்போம். பிறகு யோசிப்போம்,” என்று நாட்டாமை தொட்டியில் கையை விட்டு வலிந்து சிரமப்பட்டு சிலையைத் தூக்க முயன்றார். ஆனால் அவர் தூக்க முயன்ற கைப்பாகம் அப்படியே அவர் கையோடு

வந்துவிட்டது. பிறகுதான் தெரிந்தது அது ஒரு மண்சிலை! பகீரென்றது.

"சாமி... இது மண்சிலை. கல்சிலை இல்ல..." என்று உணர்ச்சிவசப்பட்டார் நாட்டாமை.

சாஸ்திரிகளின் புருவத்தில் பூச்சி ஊறியது.

இப்படி ஒரு மண் சிலையைக் கொண்டுவந்து போட்டு யாராவது திசை திருப்ப நினைக்கிறார்களா?

குழப்பம் அவரை ஆட்கொண்டது.

தொட்டியில் பிராம்ஹி உருவில் தென்பட்ட சிலையும் அப்படியே வெறித்தது.

ஒன்று மட்டும் எல்லோருக்கும் புரிந்தது.

சிலைகள் விஷயத்தில் ஒரு பெரிய கண்ணாமூச்சியை யாரோ நடத்த ஆரம்பித்துவிட்டார்கள் என்பதுதான் அது.

பொலபொலவென்று பொழுது விடியவும், சூரியன் ஜிகுஜிகுவென்று கிழக்கு அடிவானில் இருந்து மேலேறவும் சரியாக இருந்தது.

நாட்டாமை எப்பொழுதும் சூரியன் உதிக்கும் முன்பே விழித்துக் கொண்டு விடுவார். அப்படியே ஆற்றோரமாகப் போய் காலைக் கடன்களையும் முடித்துவிட்டு ஊர்த் தெரு வழியாக காலார நடந்து வருவார்.

கண்ணாயிரம் என்பவன் ஒரு டீக்கடை போட்டிருக்கிறான். அவன் கடையில் காராசேவும், இனிப்பு மிட்டாயும் சாப்பிடச் சுவையானவை. மொத்த கன்னிப்பட்டிக்கே அந்த ஒரு கடைதான். எனவே எப்பொழுது போனாலும் யாராவது கடையில் இருப்பார்கள். தினசரி பேப்பர்களிலும் தினத்தந்தியை வாங்கி வந்து போட்டிருப்பான்.

அதைப் பார்த்து படிப்பவர்களைவிட படம் பார்க்கின்றவர்கள்தான் அதிகம்.

கண்ணாயிரத்துக்கு ஊரைச் சேர்ந்த அவ்வளவு பேரையும் தெரியும். புதியமுகம் யாராக இருந்தாலும் கண்டுபிடித்து "யாருங்க நீங்க... ஊருக்குப் புதுசா?" என்று கேட்டுவிடுவான். நாட்டாமையும் அவனிடம்தான் ஊரில் நிலவும் மாற்றங்கள் பற்றியெல்லாம் கேட்டுத் தெரிந்து கொள்வார்.

அன்று காலை நாட்டாமை கலக்கத்தோடு கண்ணாயிரத்தைப் பார்த்து "கண்ணாயிரம் ஊருக்குள்ள புதுமுகம் யாரையாவது பார்த்தியா?" என்றுதான் ஆரம்பித்தார்.

"இல்லையே நாட்டாமை..."

அந்தப் பதில் அவரை மௌனமாக்கியது.

"காபி போடவா?"

"போடு... பாலு விடாதே. கட்டாங்காபியா கொடு."

"ஆமா யாராவது புதுசா ஊருக்குள்ள நுழைஞ்சிட்டதா தெரியுதாக்கும்."

"ஆமாய்யா... நேத்து ராத்திரிகூட ஒருத்தன் ஒரு பொம்மைச் சிலையைக் கொண்டுகிட்டு வந்து என் வீட்டு கல் தொட்டியில் போட்டுட்டு ஓடியிருக்கான்."

"அப்ப கிணத்துல கண்டெடுத்த சாமி சிலையை, யாரும் கொண்டுகிட்டு வந்து கொடுக்கலைன்னு சொல்லுங்க."

"எங்க... வெச்சிருந்தாதான் தெரிஞ்சிருக்குமே..."

நாட்டாமை குரலில் வருத்தம் வழிந்தது. கண்ணாயிரமும் கட்டாங்காபியை ஆவிபறக்கப் போட்டு நீட்டினான்.

ஊதி ஊதிச் சூப்பத் தொடங்கினார்.

அப்போது கையில் கோலுடன் உடம்பைப் போர்வையால் சுற்றிக் கொண்டு கந்தன் வந்தபடி இருந்தான். அவன் வந்து நின்றாலே ஒரு டீ போட்டு நீட்டிவிடுவான் கண்ணாயிரம். நாட்டாமையும் கந்தன் வரவும் அவன் முகத்தைப் பார்த்தார். தூக்கக் கலக்கம் தெரிந்தது.

“என்ன கந்தா ராத்திரி பூரா தூங்கலை போல தெரியுதே...” என்று அவனிடம் பேச ஆரம்பித்தார் நாட்டாமை. அவனிடம் ஆமோதிப்பு.

“நீங்க என்ன காவல் காத்து... என்னப்பா பிரயோசனம்? எவனோ ஒருத்தன் உள்ள இருந்துகிட்டே தண்ணி காட்றான்யா...” என்று அவனிடம் வருத்தப்பட்டார்.

அப்பொழுது இரவில் ஒரு கைத்தடியோடு, ஊரைச் சுற்றிச் சுற்றிவரும் இளைஞர் கூட்டமும் கண்ணாயிரம் கடைக்கு டீ குடிக்க வந்து நின்றது. நாட்டாமை அவ்வளவு பேரையும் முறைப்பாகப் பார்த்தார்.

“நாட்டாமை...”

“என்ன நாட்டாமை? அந்த கள்ளப்பய ஊருக்குள்ளதான் இருக்கான்.”

“அப்படின்னு யார் சொன்னா?”

“யார் சொல்லணும்? என் வீட்டுத் தோட்டத்துக் கல் தொட்டியில் ஒரு பொம்மை விக்ரஹத்தைக் கொண்டுகிட்டு வந்து போட்டுட்டுப் போறான் ஒருத்தன். ராத்திரி நேரம் அவனைப் பிடிக்க முடியல.”

“அப்ப கிணத்துல இருந்து எடுத்ததா சொல்லப்படற சிலை...?”

“அந்த சிலை மட்டுமல்ல... மீதியுள்ள ஆறு சாமி சிலைங்களும் ஊருக்குள்ளதான் இருக்கு. ஆனா எங்க இருக்குன்னுதான் தெரியலை...”

“ஏதோ ஒரு ஏட்டுக்கட்டு இருக்கு. அதுல பார்த்தா தெரிஞ்சிடும்னு சொன்னாங்களே...”

நாராயண சிவத்துக்கும் ஏட்டுக்கட்டு கையில் இருக்கும் போது, கையில் வெண்ணெயை வைத்துக் கொண்டு நெய்க்கு அலைவதாகத் தோன்றியது.

“நாட்டாமை...”

“என்னடா?”

“ஊர்ல இருந்து ஏழு கன்னிப் பொண்ணுங்க வந்துருக்காங்களே, அவங்கதான் நம்ம சப்த கன்னிக்கு கோயில் கட்டப் போறாங்களா?”

“ஆமா...”

“பொண்ணுங்க சும்மா அம்சமா இருக்காங்க... வர்ற வழியில பார்த்தேன். ஐயமார் ஊட்டுப் பொண்ணுங்கன்னா... ஐயமார் ஊட்டுப் பொண்ணுங்கதான்.” ஒருவன் சப்புக் கொட்டினான்.

“வாயக்கழுவுடா... அவுங்க நீங்க நினைக்கற மாதிரி சாதாரண பொண்ணுங்க இல்ல. சாமிங்க மாதிரி அவங்க.” நாட்டாமை திருத்தினார். பிறகு அங்கிருந்து புறப்பட்டார்.

கட்டாங்காப்பி குடித்த தெம்பு ஒரு பக்கம் இருந்தாலும், கன்னிப்பட்டியின் காலை நேர சிலுசிலுப்பு கொஞ்சம் குளிரெடுக்கச் செய்தது.

விறுவிறுவென்று நடந்து வீட்டுக்கு வந்தார்.

அவர் வீட்டு வாசலே தலைகீழாக மாறியிருந்தது. பெரிதாக ஒரு கோலம், நடுநடுவே செம்மண் இழைப்பு.

குருக்களின் பெண்கள் ஏழுபேருமே குளித்து முடித்து கூந்தல் கொள்ளாத ஈரத்தோடு ஆளுக்கொரு காரியம் பார்த்துக் கொண்டிருந்தனர். சாதாரண சராசரி ஓட்டு வீடுதான் நாட்டாமை வீடு. ஆனால் அது ஒரு கோயிலைப் போல் உருமாறியிருந்தது. நாட்டாமைக்கே தன் கண்ணை நம்ப முடியவில்லை. அவர்களோடு சேர்ந்து மரகதமணியும் குளித்து முடித்து, ஒரு பூத்த பூவைப் போல இருந்தாள். நாட்டாமை ஆச்சரியப்பட்டுப் போனார்.

“மரகதம்...”

“என்னங்க...”

“நம்ம ஊடா இது?”

"நம்ம ஊடேதான்... ஏழு பொண்ணுங்களும் ஆளுக்கொரு வேலை பார்த்து ஊட்டையே மாத்திப்புட்டாங்க."

"ஒரு ஊட்டையே கோயிலாக்கினவங்களுக்கு... ஊரை ஆக்கறதுதானா பெருசு..."

"பேசாம இவங்க நம்ம ஊட்லயே இருந்துட்டுப் போவட்டுமே...?" மரகதமணி கெஞ்சினாள்.

"அடி போடி போக்கத்தவளே... அவுங்க பழக்கவழக்கத்துக்கு... நம்ம ஊடு ஒத்து வருமா என்ன...? அதான் அவங்களுக்கு நம்ம நெல் மூட்டை அடுக்கிவைக்கிற ஊட்டை சுத்தப்படுத்தி ஒதுக்கியாச்சே... இன்னிக்கு அவங்க போயிடுவாங்க..."

நாட்டாமை சொல்லிக் கொண்டே அவர்களைப் பார்த்த போது அவர்களில் மூத்தவளான ரம்யா, வீட்டில் கூட்டிய குப்பையை வாசற்புரம் போடுவதற்காக வந்தாள். நாட்டாமையும் பார்த்தார்.

"என்ன தாயி?"

"குப்பையைப் போடணும்."

"அப்படிப் போடு தாயி..."

"அப்படி எல்லாம் கண்ட இடத்துல போடக்கூடாது. குப்பை போட ஒரு இடம் இருக்கு. அங்கதான் போடணும்."

"குப்பைக்குக் கூடவா இடம் இருக்கு..."

"ஆமாம். பஞ்சு மாமாகிட்ட கேட்டுப் பாருங்க... அவருக்குத் தெரியாத சாஸ்திரம் இல்லை. தெளிவா சொல்வார்."

"ஆமா, இப்ப சாமி எங்க?"

"அவரும், அப்பாவும் ஆத்தங்கரைக்கு போயிருக்கா."

நாட்டாமைக்கும் ஆத்தங்கரைப் பக்கம் போய் அவர்களைப் பார்த்து அடுத்தடுத்து என்ன செய்வது என்று திட்டம் போடலாம் என்று தோன்றியது.

“மரகதம், நானும் ஆத்துப்பக்கம் போயிட்டு வரேன்” என்றவர் சட்டென்று ஏட்டுக்கட்டு நினைப்பு வந்து வீட்டினுள் நுழைந்தார். அந்த காலத்தைய மரபீரோ ஒன்று ஹாலில் இருந்தது. திறந்தார். உள்ளடங்கி வைக்கப்பட்டிருந்தது ஏட்டுக் கட்டு. வெளியே எடுத்தார். பட்டுப் புரியால் சுற்றிக்கட்டப்பட்டு சற்று கனமாகவே இருந்தது. அப்படியே அந்த ஏட்டுக்கட்டுடன் ஆற்றங்கரை நோக்கிப் புறப்பட்டுவிட்டார்.

கடற்கரை மணல்மேல் அந்த ஐந்து பேரும் ஒரே வரிசையில் நின்று கொண்டு ஒரே சீராக உடற்பயிற்சி செய்து கொண்டிருந்தனர். அவர்களுக்கு இடப்பக்கம் ஒரே சமயத்தில் ஒரு மனிதன் இதற்குமேல் பார்க்க முடியாது எனும் அளவிற்கு நீர்வெளி... அதற்கு மேலாக அதே அளவுக்கு ஆகாயம்... கடற்கரையும் அதே அளவு பெரிதாக... காற்றும் சராசரி அளவுக்குமேல் வீச்சுடன் முகத்தின்மேல் பட்டு சில்லிக்கவிட்டிருந்தது. உலகில் என்னைவிட பெரிய அளவிற்கு நெருப்புத்துண்டை எங்கும் பார்க்க முடியாது என்பது போல் சூரிய உதயம்.

அப்போது அவர்களை ஒட்டி உரசிக்கொண்டு ஒரு கார் வந்து நின்றது. அதிலிருந்து ஒற்றை நாடி சரீரத்துடன் ஒருவர் இறங்கினார். ஜிப்பா பைஜாமாவில் இறுக்கமில்லாதபடி உடையணிந்திருந்தார். நெற்றியில் செந்தூரத் திலகம். நன்கு கூரிய நாசி... கண்களிலும் ஒரு ஒளி. துளிகூட கலக்கமோ, முகத்தில் எண்ணெய்ப் பசையோ இல்லை.

அவரைப் பார்த்ததும் அந்த ஐந்து பேரும் வணக்கம் தெரிவித்தார்கள். அவர் பதிலுக்கு சமிக்ஞை காட்டிவிட்டு எதிரில் போய் அமர்ந்து கொண்டு தொடர்ந்து அவர்களைப் பயிற்சி செய்யச் சொன்னார். அவர்களும் கை, கால்களை உதறிக் கொண்டு பயிற்சி எடுத்தனர்.

அவர் கூர்ந்து கவனிக்கத் தொடங்கினார். அப்படியே திரும்பி கடலைப் பார்த்தார். பின்பு எழுந்து நின்றவர் சூரியனைப் பார்த்து வணங்கினார். அவர்கள் தொடர்ந்து கொண்டேயிருந்தனர்.

அப்போது கழுத்தில் ஒரு கேமராவுடன் பத்திரிகையாளர் ஒருவர் அவரை நோக்கி வந்தபடி இருந்தார். அவரும் கவனித்தார். அந்தப் பத்திரிகையாளர் நெருங்கினார்.

"நமஸ்காரம்."

"நீங்க பிரஸ் ரிப்போர்ட்டர்தானே?"

"ஆமாம். உங்க பேட்டி வேணும்னு கேட்டு இருந்தேன். காலைல பீச்சுக்கு வந்து எடுத்துக்குங்கன்னு சொல்லியிருந்தீங்க. அதான் வந்துருக்கேன்..."

"நல்லது... உங்களுக்கு இப்ப என்ன தெரியணும்?"

"உங்களைப்பத்தி, உங்க யோகக் கலைப்பத்தி... உலக நாடுகள்ல உங்களுக்குள்ள வரவேற்புப்பத்தியெல்லாம் தெளிவா தெரியணும்."

ஒரு யோகி போன்ற அவர் பத்திரிகைக்காரர் கேட்ட கேள்விக்கு பதிலளிக்கத் தயாரானார். அப்படியே அவர் பார்வை யோகப் பயிற்சி செய்தபடி இருக்கும் அந்த ஐவர் மேலும் சென்றது. அவர்கள் மும்முரமாகப் பயிற்சியில் ஈடுபட்டிருந்தனர். அந்தப் பயிற்சியே வித்தியாசமாக இருந்தது. அவர்கள் குனிந்து நிமிரும் போதும், இட வலமாக உடம்பைத் திருப்பும் போது கைவிரல்கள் குறிப்பிட்ட முத்திரைகளில் இருந்தன.

அந்த யோகியும் அவர்கள் கைவிரல்களைத்தான் பார்த்தார். முத்திரைகள் விலகியிருக்கவில்லை. பிறகுதான் திருப்தியோடு பத்திரிகை நிருபர் பக்கம் திரும்பினார். முகத்தின் பாவனையில் ஏராளமான பெருமிதம்.

"என் பேர் சிவம். எனக்கு இப்ப வயது எண்பதாகுது. கிட்டத்தட்ட ஐம்பது வருஷமா நான் யோக வாழ்க்கைதான் வாழறேன்."

"மன்னிக்கணும்... வாழ்க்கைல யோக வாழ்க்கை, யோகமில்லாத வாழ்க்கைன்னு தனியா இருக்கா என்ன?"

அந்த நிருபர் மடக்கிவிட்டது போல கேட்டார். ஆனால் அந்த யோகி முகத்தில் பதிலுக்கு எந்த சலனமுமில்லை. "நல்ல கேள்வி" என்றபடியே தொடங்கியவர், "யோக வாழ்க்கைங்கறது உடம்பை அதோட சக்தி அம்சம் தெரிஞ்சி நம்ப கைக்குள்ள வெச்சிருக்கற வாழ்க்கை... அப்படி இல்லாதபடி வயிறு பசிக்கும் போது சாப்பிடறதும், தாகம் எடுக்கும் போது தண்ணி குடிக்கறதும் கண் சொக்கும் போது தூங்கறதும் சராசரி வாழ்க்கை முறை. அதாவது நமது பிடியில் உடம்பு இருந்தா அது யோகம், உடம்போட பிடியில் நாம் இருந்தா அது போகம்..."

அவரது பதிலில் சின்னதாய் ஒரு மின்னல்.

கேள்வி கேட்ட ரிப்போர்ட்டர் முகத்தில் கொஞ்சம் போல் கோணல். யோகி சிவம் தொடர்ந்தார்.

"ஐம்பது வருஷத்துல எண்ணெய்ல பொரிச்ச எந்த உணவையும் நான் சாப்பிட்டதில்லை. அதேபோல சாப்பாட்டுல துவையல்லயும், ரசத்துலயும் சேக்கற உப்புக்குமேல தனியா உப்பும் சேர்த்துகிட்டதில்லை. காபி, டீ, கோக், பெப்ஸி, மாமிச வகை இதெல்லாம் எப்படி இருக்கும்னே எனக்குத் தெரியாது."

"தினசரி உணவுல பச்சைத் தேங்காயும், கீரை வகைகளும் நிச்சயம் இருக்கும். அதுலயும் திட உணவு ஒரு வேளைதான். சராசரியா பத்து லிட்டர் தண்ணீர் குடிப்பேன். எக்காரணம் கொண்டும் பத்து மணிக்குமேல கண்விழிக்க மாட்டேன். அதே போல் அதிகாலை நாலு மணிக்குமேல கண் தூங்க மாட்டேன்."

"அதிகாலை நேரங்கறது ஒரு அற்புதமான பொழுது. துளிகூட வெப்பம் இல்லாத சில்லென்ற நிலையோட உச்சப்பொழுது அதுதான். அப்ப... குறிப்பிட்ட அந்த நிமிடங்கள்ல காற்றுல ஜீவ வாயுக்களோட அம்சம் அதிகமா இருக்கும். அதைப் பிராணாயாமம் மாதிரி பயிற்சியால் உடம்புக்குள் எடுத்துக்க தெரியணும். அதேபோல மதியம் பன்னிரெண்டு மணிப் பொழுதுதான் உஷ்ணத்தோட உச்சகாலம். இப்பவும் காற்றில் சில ஜீவ வாயுக்கள் உருவாகுது. அதையும் பிராணாயாமப் பயிற்சியில்

எடுத்துக்கத் தெரியணும். அடுத்து மாலை ஆறு மணி... உஷ்ணம் குறைந்து அது விலக முற்படற ஒரு நேரம் அது... அப்ப இரவு ஊடுருவ ஆரம்பிக்குது... இந்த நேரத்துலயும் காற்றில் ஜீவ வாயுக்கள் அதிகம். இதையும் பிராணாயாமத்தின் மூலமா எடுத்துக்கறேன்."

"இதனால என் உடம்போட நாடித்துடிப்புலயோ, மற்ற சுரப்பிகளோட செயல்பாட்டிலயோ, ரத்த ஓட்டத்துலயோ எப்பவும் ஒரு சீரான அளவே இருக்கும்படி செய்துக்கறேன். உடம்போட ஒவ்வொரு பாகமும் அதற்குண்டான வேகத்துல இயங்கும் போது அதிக உஷ்ணம் உருவாக வாய்ப்பில்லை. அதனால் உஷ்ணப் பாதிப்பே எந்த நிலையிலயும் ஏற்படாது. அதிகப்படி உஷ்ணம்தான் உடம்போட புரதச்சத்து, சர்க்கரைச் சத்தை கரைக்கற ஒரு அம்சம். சர்க்கரை குறைஞ்சா அது களைப்பா எதிரொலிக்கும்; புரதம் குறைஞ்சா உடம்போட முடிக்கூட்டம் பலமிழக்கும். இதனால் வியர்ப்பதுல இருந்து எச்சில் சுரப்பது வரை எல்லாமே அப்நார்மலா இருக்கும்."

"ஒரு யோகிக்கு அவன் தலைமுடி மிகவும் பலமான ஒரு விஷயம். ஏன்னா உச்சந்தலைலதான் சஹஸ்ராரம்கற ஒரு சங்கதி இருக்கு. அந்த சஹஸ்ராரத்துல ஏற்படற உயிர் மின் ஓட்டம்தான் பரவசமா நம்ம உடம்பு நரம்புல பரவி மூளைவரை எதிரொலிக்குது. எனவே உச்சந்தலையில் அதிக உஷ்ணத் தாக்குதலுக்கு இடம் கொடுக்காதபடி தலைமுடியால் மூடி பாதுகாக்கறோம். தலைக்கு சிகையை (குடுமி) பந்தல் போல் அமைச்சது இதை உத்தேசம் செய்துதான். உடனே வழுக்கைத்தலை இருந்தா யோக இன்பம் வசப்படாதான்னு கேட்க வேண்டாம். எல்லோரும் உடம்பை கட்டுப்படுத்தி ஆளத் தெரிஞ்சுகிட்டா யோக இன்பம் எல்லோருக்கும் வசப்படும். அதுக்கு தொடக்கத்துல சிற்றின்பங்களை ஜெயிக்கற உறுதி வேண்டும்.

செக்ஸ், சிகரெட், மது மட்டும் சிற்றின்பம் இல்லை; பஜ்ஜி, போண்டா, பாக்குன்னு மற்ற விஷயங்களும் சிற்றின்பத்தோட சேர்த்திதான்.

இப்படி உணவுக் கட்டுப்பாடு, காலமறிந்த சுவாச முறை, பதட்டம், பயம் இல்லாத மன அமைப்பு, இவற்றுக்கு நடுவுல உடம்புல ஒவ்வொரு உறுப்புக்கும் பலம் சேர்க்க அதுக்குன்னு தனியா பயிற்சிகள்... இதை யாரெல்லாம் செய்யறாங்களோ அவங்க வாழ்க்கைதான் யோக வாழ்க்கை... இது எதைப்பற்றின சிந்தனையுமில்லாம உடம்பு இழுக்கற இழுப்புக்கு போய்கிட்டு, இப்படி பீச் சைட்ல விக்கற தேங்கா, மாங்கா, பட்டாணி, சுண்டல்ல இருந்து சகலத்தையும் சாப்ட்டுகிட்டு வாழற வாழ்க்கை போக வாழ்க்கை... உங்களுக்குப் புரிஞ்சிருக்கும்னு நம்பறேன்."

யோகி சிவத்தின் பேச்சு அந்த ரிப்போர்ட்டரை அடுத்து என்ன கேள்வி கேட்பது என்கிற குழப்பத்தில் ஆழ்த்திவிட்டது.

"என்ன தயக்கம்... மேல்நாட்டுல இதுக்கு வரவேற்பு எப்படி இருக்குன்னு நீங்க கேட்கக்கூடும்... பிரமாதமா இருக்கு. எப்பவும் முற்றிலும் ஒரு புதிய விஷயத்தை எந்த நாட்டைச் சேர்ந்த மனிதர்களும் வரவேற்பாங்க. மனசோட தன்மை அப்படிப்பட்டது.

மேல்நாட்டுல உள்ளவங்களுக்கு பெரிய அளவு பொருளாதார சிரமங்கள் இல்ல... ஆனா மனோரீதியா அவங்களுக்கு அழுத்தம் அதிகம். அதோட அவங்களோட அடிப்படைக் கல்விப் பலம் நம்ம நாட்டைவிட அதிகமானது. அதனால ஒரு விஷயத்தை விளக்கமாச் சொல்லும் போது அதன் அருமை தெரிஞ்சு கெட்டியாப் பிடிச்சுக்கறாங்க.

அந்த ரிப்போர்ட்டர் அடுத்த கேள்வி கேட்காமலே யோகி சிவம் தனக்குள்ள வரவேற்பையும் சொல்லி முடித்தார். ரிப்போர்ட்டரும் இதற்குமேல் வாயை மூடிக்கொண்டிருந்தார். தன்னை ஒன்றுமே தெரியாதவன் என்று அவர் நினைத்துவிடக்கூடும்" என்று பயந்தவராக சற்று குயுக்தியாக அடுத்த கேள்விக்குத் தயாரானார்.

"ரொம்ப சந்தோஷம் யோகி சார்... உடம்பு மனசு இரண்டும் திடமா இருக்க யோகப்பயிற்சி எப்படி உதவுதுன்னு சொல்லிட்டீங்க. இது மட்டும் இருந்துட்டா போதுமா... இந்த உலகத்துல சந்தோஷமா வாழ்ந்துட முடியுமா?"

யோகி உடனே அந்த ரிப்போர்ட்டரைக் கூர்மையாகப் பார்த்தார்.

“என்ன பாக்கறீங்க?”

“இல்ல... ஆரோக்கியமே பெரிய செல்வம்னு எல்லோரும் சொல்றாங்க. அதுல நமக்கு மாறுபட்ட கருத்தும் இல்லை. அப்படி இருக்க அது மட்டும் போதாதுன்னா, அதுக்குமேல காசு, பணம், வீடு, வாசல், அப்புறம் உற்றார் உறவு எல்லாத்துக்கும்மேல கொஞ்சம் நான்கற கர்வம், அதுக்கும்மேல பேர், புகழ்னு பல விஷயங்கள் இருக்கே... அதெல்லாம் வேண்டாமான்னு நீங்க கேக்கறா மாதிரி தெரியுதே...?”

“உண்மைதான். வாழ்க்கைன்னா அதெல்லாமும் சேர்ந்ததுதானே?”

“மறுக்கலை... இப்ப நான்கூட யோகியா இருந்தாலும் என்கிட்ட யோகம் கத்துக்கற மாணவர்கள்கிட்ட ஃபீஸ் வாங்கறேன். இது என் வருமானம். அடுத்து எனக்கான நல்ல பெயர் என்னோட புகழ்... இந்த செயல்பாடுகள்ல பேராசையை நான் கலக்கறதில்ல... அதேசமயம் என்னைப் போல ஒரு யோகி இந்த உலகத்துல இருக்க முடியாதுன்னு நான் சொல்றதில்லை. அந்த அளவு என்னை நானே கட்டுப்படுத்தி வெச்சுகிட்டிருக்கறதால என்னைப்பத்தி எனக்கு ஒரு கர்வமும் உண்டு. இது போதாதா...?”

யோகி அழகாக திருப்பிக் கேட்டார்.

திரும்பவும் ரிப்போர்ட்டரிடம் ஒரு சின்ன திணறல். அடுத்து இவரிடம் என்ன கேட்பது, எதைக் கேட்பது என்று. இருந்தும் ஒரு கேள்வி தோன்றியது.

“உங்களுக்குக் கடவுள் நம்பிக்கை உண்டா?”

“இது என்ன விசித்திரமான கேள்வி...”

“இல்ல... உங்களைப் போன்ற யோகிகள் நான்தான் கடவுள்னும் சொல்லலாம். இல்லையா?”

“கடவுள் எல்லோருக்குள்ளேயும் இருக்கறதால அப்படி சொல்றதுல தப்பு இல்லையே...”

“எல்லோருக்குள்ளேயும் கடவுள் இருக்கார்னு ஓயாம எல்லாரும் சொல்றீங்க. ஆனா அந்தக் கடவுளை நான் பார்க்க நினைச்சா பார்க்க முடியறதில்லையே...”

“அது கடவுளை இன்னொரு நபரா நீங்க நினைக்கறதால வந்துருக்கற குழப்பம். குறிப்பா கேலண்டர்கள்ல நீங்க பாக்கற தங்கக் கிரீடம் தகதகக்க நாலைஞ்சு கைகளோட, ஒரு சராசரி மனித அழகுக்கு மேம்பட்டு தெரியற வடிவங்கள் உங்களுக்குள்ள நிரம்பியிருக்கறதால வர்ற குழப்பம்னும் சொல்வேன்.”

“கேலண்டர்கள் விடுங்க. கோயில்லயே சாமி அப்படிதானே இருக்கு. நான் வெளிய இப்படி அலங்கார சொரூபமா பாக்கற சாமி, எனக்குள் எப்படி இருக்க முடியும்? எனக்குள்ள எலும்பும், தோலும், சதையும், ரத்தமும் தவிர எதுவுமே இல்லையே...”

யோகி சிரித்தார்.

“நான் ஏதாவது தப்பா பேசிட்டேனா?”

“தப்பு இல்லை... ரொம்ப சராசரியான சிந்தனையா இருக்கு உங்க சிந்தனை...”

“எதைச் சொல்றீங்க... எனக்குள்ள எலும்பும், தோலும், சதையும், ரத்தமும் தவிர எதுவும் இல்லேன்னு சொன்னதையா?”

“ஆமா... உங்களுக்குள்ளேன்னா... உங்க மனசுக்குள்ளேன்னுதான் அர்த்தம்...”

“சரி... மனசுக்குள்ள ஒரு விஷயம் இல்லாம எப்படி நுழைய முடியும்? இப்ப உங்களை நான் பாக்கறேன். நீங்க இருக்கறீங்க. என் மனசுலயும் உங்க உருவம் படிஞ்சுடுது. ஆனா கடவுள் எனக்குள்ள ஒரு சிலை வடிவாதான் இருக்கார். அவரை உங்களைப்போல ஒரு உயிர் வடிவமா பார்த்தாதானே அவரும் என் மனசுல உங்களைப் போலவே நுழைஞ்சு எண்ணத்துல வாழ முடியும்?”

ரிப்போர்ட்டர் எப்படியோ தொட்டுத் தொட்டு ஒரு நீண்ட கடவுள் சிந்தனைக்குள் தான் நுழைந்ததோடு யோகியையும் நுழைத்துவிட்டார். முதலில் சில கேள்விகளைக் கேட்கவே யோசித்தவருக்கு, என்ன கேட்பது என்பது தெரியாமல் தவித்தவருக்கு, கடவுள் விஷயம் ரொம்ப வசதியான ஒன்றாகிவிட்டது.

யோகிக்கும் அந்த ரிப்போர்ட்டர் எங்கு வருகிறார் என்பது புரிந்தது. ஆற்று நீர்தான் குழாய் வழியாக வீட்டிலிருக்கும் பாத்திரத்தில் வந்து விழுகிறது. அப்படி விழுந்த பின், அதை ஆற்று நீர்தான் நீ என்று சொன்னால் அது மறுக்கிறது. நான் பாத்திரத்து நீர் என்று அது பதில் சொல்கிறது.

நான் ஆற்று நீர் என்றால் எனக்கு ஆற்றைக்காட்டு... அதனுள் என்னைக் கொண்டு சேர்... அப்போது நான் ஆற்று நீர் என்று ஒப்புக்கொள்கிறேன் என்று அது சொன்னால் எப்படி இருக்கும்?

அப்படி இருந்தது அந்த ரிப்போர்ட்டரின் பேச்சு.

அந்த நொடியில் ஆகாய வெளியிலும் அதிசயமாக ஏழு நட்சத்திரங்கள் ஒன்றன்பின் ஒன்றாக உதிர்ந்து விழுவதைப் பார்த்தவருக்கு பளிச்சென்று ஒரு எண்ணம் தோன்றியது.

பூமி தோன்றிய நாளில் இருந்து சில அதிசயங்கள் நடப்பதற்கு முன் அதற்கான செய்திகள் ஏதோ ஒரு வகையில் தெரியப்படுத்தப்பட்டிருக்கின்றன.

இன்றைக்கு ஒரு மந்திரி ஒரு நிகழ்ச்சியில் கலந்து கொள்ள வரப்போகிறார் என்றால், அதை ஒரு போஸ்டர் முன்பே கூறிவிடுகிற மாதிரி இயற்கையும் கூறிவிடுகிறது. அதில் ஒன்றுதான் இப்படிப்பட்ட நட்சத்திர உதிர்வுகள். பகவான் ரமணர் முக்தி எய்திய போது திருவண்ணாமலை வானில் ஒரு நட்சத்திரம் மேல் நோக்கிச் சென்றதாக கூறுவார்கள்.

அதெல்லாம் யோகிக்கு நினைவில் வந்தது.

ஏழு நட்சத்திரங்களும் அந்த நொடி பெண்கள் ரூபத்தில் தெரிந்தமையால் தேவதைகளாக இருக்கவேண்டும் என்றும் யூகித்தவர் ரிப்போர்ட்டரைப் பார்த்தார்.

“சொல்லுங்க யோகி சார்...”

“கடவுள் சம்பந்தமான உங்க கேள்விகளுக்கு ஒரு தெளிவான விடை கிடைக்கப்போகுது...”

“எப்படிங்க?”

“ஆகாயத்துல இருந்து சில தேவதைகள் பூமியில் இறங்கினதை நான் உணர்றேன். அவங்க யார்னு தெரியவரும் போது உங்கள் கடவுள் தொடர்பான கேள்விகளுக்குத் தெளிவான பதில் தெரியவரும்...”

யோகி அப்படிச் சொன்னதுதான் தாமதம் அந்த ரிப்போர்ட்டர் முகம் வெகுவாக மலர்ந்தது.

“யோகி சார்... உங்களை சந்திக்கப்போறதா நான் என்னோட சப் - எடிட்டர்கிட்ட சொன்னப்போ சாமியார் யோகி சந்திப்புலல்லாம் பரபரப்பா எந்தச் செய்தியும் கிடைக்காதுன்னார்... ஆனா இப்ப கிடைச்சிடிச்சு சார்.”

“அப்படியா... நான் எதுவுமே சொல்லலையே...”

“இல்லையே... ஏழு நட்சத்திரங்கள் உதிர்ந்ததை ஆகாயத்துல இருந்து சில தேவதைகள் பூமியில் இறங்கினதா உணர்றேன்னு சொன்னீங்கல்ல...”

“ஓ... அதுவா?”

“அதுவேதான்... யார் அந்த ஏழு தேவதைகள்னும் தலைப்பு வைக்கப்போறேன். இன்னும் ஒரே ஒரு கேள்வி...”

“நீங்க கேட்க வேண்டாம். நானே சொல்லிடறேன். அந்த தேவதைகள் இருக்கற இடம்... அவங்க யார்... இந்த மாதிரி விஷயங்கள்தானே?”

“ஆமாம் சார்...”

“எனக்கு விவரமா தெரிய வரும்போது, நிச்சயம் என்கிட்ட இருந்து உங்களுக்குத் தகவல் வரும்.” யோகியின் பதிலைத் தொடர்ந்து பெரிதாக ஒரு கும்பிடு போட்டுவிட்டு அந்த ரிப்போர்ட்டர் உற்சாகமாக அங்கிருந்து நகர்ந்தார்.

அவரது சிஷ்யர்கள் ஐந்து பேரும் தங்கள் பயிற்சிக்கு நடுவில் அவர் பேசியதை எல்லாம் கேட்டுக் கொண்டுதானிருந்தனர்.

ரிப்போர்ட்டர் விலகவும் பயிற்சிக்கு முற்றுப்புள்ளி வைத்துவிட்டு அவரை நெருங்கினர்.

“என்னப்பா... பயிற்சி முடிஞ்சதா?”

“முடிஞ்சது குரு... ஆமாம் ஏழு நட்சத்திரங்கள் உதிர்ந்த விஷயத்தைச் சொன்னீங்களே... அது எந்த அளவுக்கு குரு...”

“உண்மைன்னு கேக்கப் போறீங்களா?”

“இல்ல குரு... சாத்தியம்னு கேக்க வந்தேன்.” என்றான். அவர்களில் ஒருவனான கௌரிசங்கர்.

“ஏன் சாத்தியமில்லையா?”

“இல்ல... ஆகாயத்துல இருந்து எரிகற்கள் விழும்போது அது நட்சத்திரம் போலத்தான் தெரியும். அதைப் பார்த்து தேவதைகள்னு நினைச்சுடக்கூடாது இல்லியா?” இது விஷ்ணு என்பவனின் கேள்வி.

“அப்போ... உங்கவரையில் தேவதைகள் பூமிக்கு வர்றது சாத்தியம் இல்லாத ஒரு விஷயம்.”

“நான் அப்படி நினைக்கல. அப்படி நினைச்சா அது திமிர். ஏன்னா எனக்கு இந்த பூமியிலே என்ன என்ன இருக்கு, எது இல்லைன்னு சரியாத் தெரியாது. அப்படி இருக்க, பூமிக்கு வெளியே இருக்கற விஷயங்கள்ல அது இருக்குன்னோ, இல்லை இல்லைன்னோ தீர்மானிச்சு ஒரு முடிவுக்கு வர்றது ரொம்பப் பிழையான எண்ணமாத்தான் இருக்க முடியும்.”

“என் சந்தேகம் என்னன்னா... அந்தத் தேவதைகள் ஏன் நட்சத்திர வடிவுல வரணும்? நேரா ஒரு விமானம் பூமியில லேண்ட் ஆகற மாதிரி வரலாம் இல்லையா?” இது மூன்றாமவன் லட்சுமிகாந்தனின் கேள்வி.

“எனக்குள் இதைவிட பெரிய கேள்வி இருக்கு...” என்றபடி சிரித்தான் நான்காமவனான இந்திரன்.

“என்னப்பா அது?”

“அவங்க எதுக்கு வரணும்? இங்க வந்து அவங்க என்ன பண்ணப் போறாங்க? அதான் என் கேள்வி.”

“கூடவே என்னோட இந்த கேள்வியையும் சேர்த்துக்குங்க... பரந்த இந்த பூமியில அந்தத் தேவதைகள் ஏன் இந்தியாவுல, குறிப்பா தமிழ்நாட்டுல அதுவும் இந்த கடற்கரை வெளில நம்ம குருஜி பார்க்கும்படியா விழணும்? ஏன் ஒரு அமெரிக்காவுலயோ, இல்ல ஆப்பிரிக்காவுலயோ, அதுவும் இல்ல ஆஸ்திரேலியாவுலயோ விழலை?

திரும்பத் திரும்ப நம்ம சாமிங்க, அவங்க கோயில்கள் எல்லாம் இங்கதானா? உலகம்னா அது இந்தியா மட்டும் தானா?”

இது ஐந்தாமவன் சாமுண்டீஸ்வரனுடைய கேள்வி.

ஐந்து பேரையும் அந்த யோகி சிவம் அர்த்த புஷ்டியுள்ள ஒரு புன்னகையுடன் பார்த்தார். ‘உடம்பு, உள்ளம் இரண்டு விஷயத்திலும் யோகத்தால் ஒரு சிறப்புக்குள் நுழைந்து விட்டவர்கள் இவர்கள். ஆனால், கடவுள் சிந்தனை மட்டும் அவர்களுக்குச் சரியாக பிடிபடவில்லை.’ குழப்பமூட்டும் ஒன்றாகவே இருப்பதை அவரால் புரிந்துகொள்ள முடிந்தது.

ஐந்து பேரும் தனக்குப்பின் தனது யோக வாழ்க்கையைத் தாங்கிப் பிடிக்கப் போகின்றவர்களாகத்தான் அவர் நம்பினார்.

அவர்களுக்குள் எந்த விஷயத்திலும் சிறு குழப்பமும் இருக்கக்கூடாது என்பதும் அவரது விருப்பமாகவே இருந்தது.

இப்பொழுதோ அவர்கள் இந்த உலகம், கடவுள் தொடர்பாகக் கேட்கும் அவ்வளவு கேள்விகளையும் கேட்டுள்ளனர்.

நாத்திகர்கள் துளியும் நம்பிக்கை இல்லாமல் கேட்கும் அதே கேள்விகள்தான். ஆனால் அவர்கள் புரிந்து கொள்ள முயலும் நோக்கில் நம்பிக்கையோடு கேட்டிருப்பதுதான் அதில் உள்ள சிறப்பம்சம்.

இவர்களுக்கான தெளிவான பதில்கள் எதுவாக இருக்கும்?

— 2 —

எண்ணிறந்த வடிவங்களில் கடவுளர்கள் இருப்பது மாற்றமல்ல... அவர்கள் மனித வடிவத்திலேயே இருப்பதும் ஒரு கேள்விக்குரிய ஒன்றுதான்.

மனித இனம்தான் உலகிலேயே மகத்தான ஒன்றா... அதனால் கடவுளும் மனிதனைப் போலவே தன்னையும் வைத்துக் கொண்டாரா?

ஏன் மனிதனை விடவும் மேலான ஒரு இனம் இந்த உலகுக்கு வெளியில் இருக்கக்கூடாது?

கடவுள் பற்றி நியாயமாகச் சிந்திப்பதாக நினைக்கும் போது இப்படிப்பட்ட கேள்விகளை ஒதுக்க முடிவதில்லை. ஆனாலும் இந்தக் கேள்விக்கு காஞ்சி பரமாச்சார்யார் ஒரு தெளிவான விடையைக் கண்டறிந்து அதை தனது தெய்வத்தின் குரலில் பதிவும் செய்துள்ளார்.

உலகில் மிகக் கொடிய விஷயம் என்பது ஒன்று இருக்குமாயின், அது அச்சமாகத்தான் இருக்கும். அச்சமே மேலான நரகம் என்பது பலர் கருத்து. அச்சத்தை ஒருவர் வென்றுவிட்டால், அதன்பின் அவருக்குத் துன்பம் என்பதே இல்லை. துன்பம் இல்லாத ஒரு விஷயம் கடவுள் ஆகத்தான் இருக்க முடியும்.

அச்சத்தை நீக்கிக்கொள்ளும் ஒரு சக்தி மனிதனுக்கே அளிக்கப்பட்டுள்ளது. அவனே தனது அறிவாற்றலால் ஞானத்தை அடைந்து, பின் அதன்மூலம் அச்சத்தை நீக்கிக் கொள்கிறான்.

அச்சத்தோடு இருக்கும் ஒரு மனிதன் வடிவில் மனிதனாக இருந்தாலும் அவன் மிருகத்தோடு சேர்ந்தவனே...!

சிங்கம், புலி போன்ற கொடிய மிருகங்கள்கூட உயிர் பயம் மிகுந்தவை... மனிதன் மட்டுமே அதை வெல்ல முடிந்தவன். இதனால்தான் மனிதப் பிறப்பை அரிதான பிறப்பாய் அவ்வைகூட சொன்னாள். எனவே மனித இனத்துக்கு மேலான ஒரு இனம் இருக்க வாய்ப்பு இல்லை. அப்படி ஒரு இனத்தவனாக கடவுள் இருப்பதிலும் அனேக நியாயங்கள் உள்ளன.

சரி கடவுளுக்கு மனித வடிவம் இருப்பதாகவே கொள்வோம். இவர் ஏன் எவர் கண்களுக்கும் தோன்றாமல் ஒளிந்தே இருக்க வேண்டும். கோடானு கோடி பக்தர்களில் ஒரு ஆத்மார்த்த பக்தர்கூட இல்லையா? அவருக்கு இந்த கடவுள் பிரசன்னமாகி தன்னை இன்னாரென்று காட்டிக் கொள்ளக்கூடாதா என்றும் ஒரு கேள்வி எழுகிறது.

இந்தக் கேள்விக்கு விடையும் எளியது.

கடவுள் பிரசன்னமாகவே செய்கிறார். பரம பக்தர்களுக்கு அவர் தரிசனம் அளிக்கத் தவறியதில்லை. அதே சமயம் இப்படி அவர் மறைவாக இருப்பதே மனித குலத்துக்கு அவர் செய்யும் மகத்தான அருளாகும்.

மாறாக, பலர் அறிய அவர் தோன்றினாலோ... அவரது குரல் ஒரு அசரீரிபோல வானில் ஒலித்தாலோ என்னாகும்?

சில கற்பனைகள் செய்து பார்ப்போமா? இவை நடக்க முடியாத, விபரீதக் கற்பனைகளே அல்ல; நிஜத்தை ஒட்டியவை. சத்தியமானவை. அவை,

அந்தப் புதிய வீடு குருக்களுக்கு மிகவும் பிடித்திருந்தது. அவசர கதியில் குருக்களுக்காகத் தயார் செய்யப்பட்டு, சுண்ணாம்பு அடிக்கப்பட்டிருந்தாலும் நல்ல விஸ்தீரணம். வாஸ்து ஞானத்தோடு வேறு கட்டப்பட்டிருந்தது. கூட்டல், கழித்தல் இல்லாத சம சதுரத்தில் நடுவில் திறப்பும், நாற்புறமும் வாசல் திறப்பும் இருந்தது. ஈசான்யத்தில் கிணறு. நைருதியில் உயரமான தென்னை மரம். வாயு மூலையில் வீட்டுக்கான மெயின் கேட்டும்,

பெரிய திண்ணையும் இருந்தது. அக்னி மூலையில் அடுக்களை நடுவில் உள்ள முற்றத்தில் பெரிய சிமெண்டுத் தொட்டியை வைத்து, அதில் வழிய வழிய ஜலத்தையும் நிரப்பியிருந்தனர் நாட்டாமையின் ஆட்கள்.

ஏழு பெண்களும் அந்த வீட்டைச் சுற்றி வந்து பார்த்து வாயைப் பிளந்தார்கள். இடையில் அங்கங்கே எலிகள் ஓடிக் கொஞ்சம் பயமுறுத்தின. இருந்தாலும் நெல் மூட்டைகளைப் போட்டு வைத்திருந்த வீடு, எனவே எலிகள் நடமாட்டம் இருக்கத்தான் செய்யும் என்று சற்று மனதைத் தேற்றிக் கொண்டார்கள்.

நாட்டாமையின் மனைவி அவர்கள் உபயோகத்திற்கென ஒரு கும்முட்டி அடுப்பும், சில பாத்திரங்களும் கொடுத்துவிட்டிருந்தாள். அவற்றை அடுக்களைக்குள் வைத்து அழகு பார்த்துக் கொண்டிருந்தாள் ரம்யா.

மகேஸ்வரி தான் ஆற்றில் அடித்துச் செல்லப்பட்ட அந்தச் சம்பவத்தில் இருந்து விடுபடவேயில்லை. அந்தச் சந்தர்ப்பத்தில் தன்மீது பாய்ந்து தன்னைத் தொட்டுத் தூக்கிய மகேஸ்வரனும், அவனது ஸ்பரிசமும் அவ்வப்போது அவளுக்குள் ஒருவித பரவசமான எண்ணத்தை மூட்டியபடி இருந்தது. இதை யார் கவனித்தார்களோ தெரியாது... மூன்றாமவள் கௌரி கவனித்தாள். நிறைய டி.வி. சீரியல்கள் பார்க்கும் அவளுக்கு முகக் குறிப்பறியும் சக்தி அதிகம்.

"என்னடி மகேஸ்வரி... ஆத்தங்கரை நினைப்பா?" என்று கச்சிதமாகக் கேட்டாள்.

"சேச்சே அதெல்லாம் ஒன்றுமில்லை..." என்று சமாளிக்கப் பார்த்தும் முடியவில்லை. மற்ற சகோதரிகள் வீடு கூட்டுவது, கோலம் போடுவது, சுவரில் ஆணி அடித்து கயிறு கட்டுவது போன்ற வேலைகளில் ஈடுபட்டிருந்தார்கள்.

வெளியே நாட்டாமை மனைவி அவர்களுக்கென்றே ஒரு காராம்பசுவை தன் வீட்டுக் கொல்லையில் இருந்து அவிழ்த்து

அந்த வீட்டுக் கொல்லைக்கென அழைத்து வந்திருந்தாள். நன்கு மடி பெருத்த பசு. வேளைக்கு ஐந்து லிட்டர் பால் தரும். கௌரியும் பார்த்தபடிதான் இருந்தாள்.

"என்னம்மா உங்க வீட்டு மாட்டையே இங்கு கொண்டுகிட்டு வந்துட்டீங்களா?"

"ஆமாங்கண்ணு... இது சாதுவான மாடு. மடியில கை வெச்சு யார் பால் கறந்தாலும் எதுவும் செய்யாது," என்றாள்.

"அப்படியா?" என்று கேட்ட கௌரியின் கையைப் பிடித்து மடிக்குக் கொண்டு சென்று, காம்பை வருடக் கற்றும் தந்தாள்.

பால் ஒரு நேர்கோடு போல் சீறியது. கௌரிக்கு சிலிர்ப்பாக இருந்தது. அப்படியே எழுந்து அதன் உடம்பை வருடி நெற்றியையும் வருடினாள். அந்தப் பசுவும் தன் கரிய பெரிய விழிகளால் கௌரியை வாஞ்சையுடன் பார்த்தது.

மொத்தத்தில் அந்த பழைய வீடு, ஒரு புதிய பொலிவுக்கு மாறி கோலாகலமாகிவிட்டது. கௌரிக்கும் ஒரே குஷியாகிவிட்டது. கொல்லையை விட்டு உள்ளே ஓடினாள். சமையல் கட்டில் ஒரு பெரிய வட்டாவைத் தேடி எடுத்தாள்.

"எதுக்குடி எடுக்கறே?"

"பால் கறக்கப் போறேன்..."

"பால் கறக்கப் போறியா... நீயா?"

"ஏன்... எனக்கு கறக்கத் தெரியாதுங்கறது உங்க எண்ணமா?"

"அது சரி... பசுமாடு எங்க இருக்கு?"

"கொல்லைப்புறம் போய்ப் பாருங்கோ தெரியும்..."

கௌரி பதிலோடு வட்டாவும் கையுமாக நடந்தாள். அவள் பின்னாலேயே வைஷ்ணவியும், வரலட்சுமியும் தொடர்ந்தனர். கொல்லைக்குப் போன நொடி மூவருக்குமே தூக்கியடித்தது. அதிலும் கௌரியின் கையில் இருந்த வட்டா ஆகாயத்தில் எகிறிப் பறந்தது. காரணம் பசு இருந்த இடத்தில் ஒரு புலி படுத்திருந்தது.

வாயைத் திறந்து கொண்டு ஈர நாக்கு வெளித் தொங்க, கோரைப் பற்கள் பளிச்சென்று தெரிய, தன் வயலட் நிற விழிகளால் அது பார்த்தபோது மூவருக்குள்ளும் சப்த நாடியும் அடங்கிவிட்டது. துணிவை வரவழைத்துக் கொண்டு திரும்பி உள்ளே ஓடி, மரத்தூண் ஒன்றின்மேல் மோதி 'பொத்து பொத்து' என்று விழுந்தனர்.

மற்ற நால்வருக்கும் அது அதிர்ச்சியை அளித்து, அவர்களைத் திரும்பிப் பார்க்க வைத்தது.

"கௌரி, வைஷீ... என்ன ஆச்சு?"

"அது... அது..."

"என்ன நடந்தது... ஏன் உங்க உடம்பு இப்படி நடுங்கறது?"

"கொல்லைல... கொல்லைல..."

"கொல்லைல என்ன?"

"பு... பு... புலி..."

"புலியா?"

"அ... ஆமா..."

"ஐய்யோடா... நிஜமாவா?"

"ஆமாம் ரம்யாக்கா... போய் முதல்ல கொல்லைக் கதவைச் சாத்து. உள்ற வந்துடப் போறது."

"என்னடி இது புளியைக் கரைக்கறே?" மகேஸ்வரி பயத்துடன் ஓடி கதவைச் சார்த்த முயன்றாள். அப்போது அப்படியே கொல்லைப்புரத்துக்கு பார்வையை விட்டாள். பசு கம்பீரமாக நின்று கொண்டிருந்தது. கொஞ்சம் சுருக்கென்றது... 'புலியென்றாளே...? ஒருவேளை பக்கத்தில் கிக்கத்தில்...' அவளது பார்வை சுழன்றது. எங்கும் எதையும் காணவில்லை. திரும்பிப் பார்த்தவள்...

"எங்கடி... மாடுதான் நின்னுண்டிருக்கு," என்றாள்.

அவள் சொல்லச் சொல்ல மற்ற சகோதரிகளுக்குள்ளும் ஒரு சின்ன மாறுதல். அப்படியே பூனை போல வந்து கொல்லைப்

பக்கமா பார்த்தனர். மாடுதான் தெரிந்தது. கௌரிக்கும், வைஷ்ணவிக்கும் வரலட்சுமிக்கும் தாங்கள் சற்றுமுன் கண்டது கனவா, இல்லை நனவா என்கிற சந்தேகம் வந்துவிட்டது.

“ஏண்டி இப்படியா புலிக்கும், பசுவுக்கும் உங்களுக்கு வித்தியாசம் தெரியாம போகும்?”

ரம்யா கேலிச் சிரிப்புடன் கண்டித்தாள்.

அப்படியே கைக்கெடிகாரத்தையும் பார்த்தாள். மணி ஒன்பதாகிவிட்டிருந்தது. ஆற்றங்கரைக்குப் போயிருந்த சாஸ்திரிகளையும் குருக்களையும் காணவில்லை.

அங்கே அப்படி என்னதான் செய்து கொண்டிருக்கிறார்கள்?

ஆற்றங்கரை!

மலைப்பகுதியில் நல்ல மழை பெய்திருந்ததன் எதிரொலியாக ஆற்றில் நொப்பும் நுரையுமாக தண்ணீர் ஓடிக் கொண்டிருந்தது. கரைவெளியில் சாஸ்திரிகள் ஒரு மரத்தடியாகப் பார்த்து அமர்ந்துவிட்டிருந்தார். அவர் எதிரில் ஆற்றில் இருந்து பொறுக்கி எடுக்கப்பட்டிருந்த ஏழு கூழாங்கற்கள்.

அந்தக் கற்கள் சப்த கன்னியர்களாக ஆவாகரிக்கப்பட்டிருந்தன. காட்டுப்பூக்கள் அர்ச்சிக்கப்பட்டுக் கிடக்க, முன்னால் ஜோதி கர்ப்ப மரத்து இலைத்திரி தீபச்சுடரை எரியவிட்டுக் கொண்டிருந்தது. அருகில் குருக்கள் நாட்டாமை நாராயண சிவம்.

சாஸ்திரிகள் கண்களை மூடி ஜெபத்தில் இருந்தார். நெடுநேரம் வரை பொறுத்துப் பார்த்த நாட்டாமைக்குக் கொஞ்சம் சோர்வு தட்டியது.

“குருக்களே... பெரிய சாமி இப்படி ஏழு கல்லை வெச்சு உக்காந்துடறாரே... எப்ப கண்ணு தொறப்பாரு?”

“தெரியல நாட்டாமை ஐயா. சாஸ்திரிகள் என்னை மாதிரி இல்ல, ரொம்பவும் மன உறுதி உடையவர். ரிஷி மாதிரி. காரணமில்லாம இப்படி உக்காரமாட்டார்.”

“அது சரி... இப்ப இங்க உக்காந்துட்டா ஆச்சா. என்கிட்டதான் ஏடு இருக்கிறது. அதை படிச்சுப் பார்த்து மத்த சிலைங்கள தேடுவோமே...”

“அப்படி தேடும்போது எந்தக் குந்தகமும் வந்துடக்கூடாது இல்லியா... அதுக்குத்தான் சப்த கன்னிகளை சாஸ்திரிகள் தியானிக்கிறார்.”

“என்னமோ குருக்களே... கடவுள்தான் எல்லாத்துக்கும் மேலங்கறோம். ஆனா, இங்க அந்தக் கடவுளுங்க நல்லாவே கண்ணாமூச்சி விளையாடறாங்க.”

“அசூயை வேண்டாம். எல்லாம் சரியாயிடும்.”

“என்னத்த சரியாகறது. ஊருக்குள்ளயே திருடன் இருக்கான். ஆனா யார்னு தெரியல.”

“தெரியும். இந்த பூஜையால அது தெரியவரும். பாருங்க...” குருக்கள் நம்பிக்கையளிக்க, நாட்டாமை பார்வை பெருமூச்சோடு அப்படியே மலைப்பகுதிமேல் சென்றது. அவர் பார்வை மலைப்பகுதிமேல் விழுந்த அதே நொடி, ஒன்றன்பின் ஒன்றாக ஏழு நட்சத்திரங்கள் விழுவதையும் பார்த்தார். பட்டப்பகலில் அப்படி ஒரு காட்சியைப் பார்த்ததை எண்ணி யோசிக்கவும் ஆரம்பித்தார்.

“என்ன நாட்டாமை தீவிர சிந்தனை?”

“இல்ல... வரிசையா நட்சத்திரங்கள் மலைமேல விழுந்தா மாதிரி இருந்துச்சு.”

“என்ன சொல்றேள்... இந்த பகல் வேளையிலயா?”

“ஆமாம் சாமி... நீங்க பார்க்கலையா?”

“இல்லையே... என் கண்ணுல படலையே...?”

“நான் பார்த்தேன் சாமி. ஒரு நட்சத்திரம்னாலும் பரவால்ல... வரிசையா ஏழு நட்சத்திரங்க விழுந்துச்சு...”

நாட்டாமை அப்படி சொல்லவும் மளுக்கென்று சாஸ்திரிகளின் கண்கள் திறந்து கொண்டன. அவர் பார்வையும் நாட்டாமை நாராயண சிவத்தின் மேல்தான் சென்று நின்றது.

“சாமி...”

“நட்சத்திரங்கள் விழுந்ததா... நீங்க பார்த்தேளா?”

“ஆமாம் சாமி...”

“அப்ப அவாள்லாம் வந்துட்டா...”

“என்ன சாமி சொல்றீங்க... யார் சாமி அது?”

“அது நட்சத்திரங்கள் மட்டும் இல்ல, நாட்டாமை. அவர்கள்தான் சப்த கன்னியர்கள்.”

“என்ன சாமி சொல்றீங்க?”

“வரவேண்டியவங்க வந்துட்டாங்க... இனி நடக்க வேண்டியதெல்லாம் சுபமா நடக்கும்.”

“எங்க சாமி... விடிஞ்சா அந்த சாமி சிலை கிடைச்சிடும்னு நம்பினேன். ஒரு பொம்மையைக் கொண்டுகிட்டு வந்துப் போட்டு ஏமாத்திட்டுப் போயிட்டாங்க. முதலே கோணல்; இதுல மத்ததெல்லாம் எப்படி சாமி நேர்பட்டு வரும்?”

“வரும் நாட்டாமை... சப்த கன்னியர்கள் அந்தச் சக்தியோட அம்சங்கள். அவாளை யாரும் கடத்தவோ, சிறைப்படுத்தவோ முடியாது. அது நெருப்பைத் திருட முயற்சி செய்யுற மாதிரி... கைதான் பொசுங்கிப் போகும்...”

சாஸ்திரிகள் நம்பிக்கையளித்ததோடு அங்கிருந்தும் கிளம்பினார்.

— 3 —

இந்த பூமிப்பந்து உருவான நாளில் இருந்து, அது உருண்டையாக இருப்பதினாலேயே இரவு பகல் தோன்றி, காலகதியும் உருவாகிட, அவற்றின் அளவு எவ்வளவு என்பது குறித்து கணக்கு உள்ளது. இன்று நாம் வாழ்ந்து கொண்டிருப்பது கலியுகத்தில்... இதற்குமுன் கிருதயுகம், திரேதாயுகம், துலாபரயுகம் என்று மூன்று யுகங்கள் கடந்துள்ளன.

அதாவது 17,28,000 வருடங்கள் கிருத யுகமும், 12,96,000 வருடங்கள் திரேதா யுகமும், 8,64,000 வருடங்கள் துலாபர யுகமும், இதன்பின் ஆன கலியுகத்தில் 4,32,000 வருடங்களும் உள்ளன.

நீண்ட காலவெளியை அடையாளம் கண்டுகொள்ளவும், அந்தக் காலவெளி எப்படிப்பட்டது என்பதைப் புரிந்து கொள்ளவும் புராணங்களே துணை புரிகின்றன.

இதில் கிருத யுகத்தில் தேவர்கள், அசுரர்கள் என்கிற இருசாரரே இருந்தனர். திரேதா யுகத்தில் இவர்களுக்குள் வேற்றுமைகள் தோன்றத் தொடங்கின. துலாபர யுகத்தில் இவர்கள் பிரிந்து சண்டை போட்டுக் கொள்ள தெய்வ சக்தி தேவர்களுக்குத் துணை நின்றது. அது யாகத்தின் போதும், ஹோமத்தின் போதும் வெளிப்பட்டு அனைவருக்கும் அருளியது. இதனால் தெய்வம் இல்லை என்று யாரும் சந்தேகப்படவில்லை. ஆனால் என்னால் தெய்வமாக முடியும் என்று அசுர சக்திகள் தெய்வ சக்தியை வெல்லத்துடித்தன.

கலியுகம் இதனில் மிக மாறுபட்டது. இதில் தெய்வம் நேரில் தோன்றிடாது. ஆனால், தெய்வச் செயலைச் சம்பவங்களால்

அனுபவித்து அறியலாம்... அதேசமயம் கலியுகத்தில் மாயையின் பங்கு மிகவும் பெரியது. மாயையை மட்டும் நீக்கிவிட்டால் கலியுகத்து மாந்தர்கள் அவ்வளவு பேரும் துறவிகளாகிவிடும் அபாயம் உண்டு.

துறவிகளாவது அபாயமானதா என்றும் கேட்கத் தோன்றுகிறது.

ஆம், அது மிக அபாயகரமானது. எல்லோரும் துறவிகள் ஆகிவிட்டால் இல்வாழ்க்கை இல்லாது போகும். இதனால் புதிய உயிர்கள் தோன்றாது. பூமியில் ஒரு நூறு வருடத்துக்குள் மனிதர்களே இல்லாமல் போய்விடும் ஒரு நிலை தோன்றிவிடும்.

மாயைதான் ஆசை, பாசம், கோபம், காமம், குரோதம், வஞ்சனை, பொறாமை, பழி, வெறி, பற்று, அன்பு என்று பலவித உணர்ச்சிகளைக் கொண்டு மனிதர்களுக்குள் புகுந்து அவர்களை ஆட்டி வைக்கிறது.

மாயைக்குக் கட்டுப்பட்ட மனிதனும் அதனால் ஆட்டுவிக்கப்படும் போது அதற்கேற்ப வினைகள் புரிகிறான்.

இந்த வினைகளில்தான் இருக்கிறது சூட்சுமம்.

இந்த வினைகள் இயற்கை நியதிக்கும் கட்டுப்பட்டவை. காகிதம் தீயில் விழுந்தால் கருகிவிடுகிற மாதிரி, விதையானது மண்ணில் விழுந்தால், விழுந்த இடத்தில் விருட்சமாகக் கிளைவிட முயல்வது போல, தண்ணீரானது பள்ளம் கண்டால் பாய்ந்தோட விரும்புவது போல இந்த வினைகளும் இயற்கை நியதிப்படியே செயல்படும்.

உதாரணமாக ஒரு இறை சக்தியை அடக்கி வைத்திருந்தால், அது விடுபடும் போது விடுவிப்பவரை அழித்துவிடும். அதாவது அணையில் அடங்கிய நீர் பாய முற்படும்போது வேகம் கொள்வது போன்றது இது.

இங்கே அழிப்பது என்பது மாற்றுவது என்று பொருள் கொள்ள வேண்டிய ஒன்று. இந்தச் சக்தியை விடுவிப்பவரும் அழிய வேண்டியவராகவே இருப்பார் என்பதுதான் ஆச்சரியமூட்டும் ஒரு விஷயம்!

ஆத்மா யோகப் பயிற்சி நிலையம் என்கிற முகப்புப் பலகைக்கு பின்னால், ஒரு பெரிய பள்ளி மைதானம் போல் இருந்த மைதான வெளியின் மையத்தில் ஒரு கூரைப்பந்தல்! அதற்குக் கீழே ஆற்று மணலைக் கொட்டி பரப்பியிருந்தார்கள். அதன்மேல் பல வி.ஐ.பிக்கள் வரிசையாக அமர்ந்திருக்க, அவர்களுக்கு எதிரில் ஒரு மேடைமேல் யோகி சிவம் அமர்ந்து அவர்களுக்கெல்லாம் யோகப் பயிற்சி அளித்துக் கொண்டிருந்தார்.

மைதானத்தில் அந்த வி.ஐ.பிக்களின் கார்கள் அணிவகுத்து நின்று கொண்டிருந்தன. யோகப் பயிற்சி செய்யும் வி.ஐ.பிக்களை மேற்பார்வை இட்டுக் கொண்டிருந்தார்கள் யோகி சிவத்தின் சீடர்களான அந்த ஐந்து பேரும்.

பைஜாமா, குர்தா என்கிற உடைக்குள் சுற்றிச் சுற்றி வந்தவர்கள் தப்பாக பயிற்சி எடுப்பவர்கள் அருகில் சென்று திருத்திக் கொண்டிருந்தனர். அதுதான் அவர்களது பணி. ஏறத்தாழ ஒரு மணி நேரத்துக்குமேல் அப்படியே ஓடிப்போனது. யோகப்பயிற்சி முடிந்துவிட்டதை அறிவிக்கும் முகமாக பந்தலுக்குள் காலிங் பெல் ஒலித்து அடங்கியது. வி.ஐ.பிக்களும் புறப்படத் தொடங்கினார்கள்.

அவர்களில் ஒருவர் மட்டும் அந்த ஐந்து பேரையே பார்த்துக் கொண்டு நின்றபடி இருந்தார். யோகி சிவமும் அதைக் கவனித்து, அவரை அருகில் அழைத்து விசாரிக்கத் தொடங்கினார்.

"நம்ம பசங்களையே பாத்துகிட்டிருக்கீங்க, என்ன சங்கதி?"

"இல்ல... இந்த இளம் வயசுல சினிமா, டிராமான்னு சுத்தாம இப்படி யோகா கோச்சுங்களா இருக்கறதை நினைச்சுப் பார்த்தேன். ஒரே ஆச்சரியமா போச்சு, அதான்..."

"வாஸ்தவம்தான்... ஆனா ஒரு மனுஷனோட போக்கு அவன் எங்க இருக்கான், யார்கூட பழகறான்கறத வெச்சுதானே முடிவாகுது..."

"அப்ப இந்த பசங்க இந்த யோகா சென்டர்லயே ரொம்ப வருஷமா இருக்காங்களா?"

"அவங்க பிறந்ததே இங்கதானே?"

"அப்படியா...?"

"ஆமா... இவ்வளவு அக்கறையா கேக்கறீங்களே... எதாவது விசேஷம் இருக்குமோ?"

"என் கேள்வியில் விசேஷம் இருக்கோ இல்லையோ, இவங்க பிறப்புல இருக்கறதாதான் எனக்கு தோணுது."

"எப்படி?"

"இவங்க அனேகமா 1, 2, 3, 4, 5ங்கற வரிசையான தேதியிலயும் திங்கள், செவ்வாய், புதன், வியாழன், வெள்ளிங்கற வரிசையிலயும்தான் பிறந்திருக்கணும். மாசம்கூட கார்த்திகை மாதமா இருக்கலாம்..."

அவர் அனுமானமாகச் சொல்ல, யோகி ஆச்சரியமாக அவரைப் பார்த்தார். தன் அருகில் உள்ள ஆசனத்தில் அமரவும் சொன்னார்.

"உங்க பேர்?" கேட்டார்.

"என் பேர் சம்பந்தன்."

"உங்க தொழில்...?"

"ஆருடம் பாக்கறது..."

"இப்ப இவங்களப் பத்தி நீங்க சொன்னதெல்லாம்...?"

"சாமுத்ரிகா லட்சணத்தை வெச்சும், சில அனுமானங்களைக் கொண்டும்..."

"நீங்க சொன்னதெல்லாம் ரொம்பவும் சரி. என் யோக நிலையத்துல ஐந்து பேர் வேலைல இருந்தாங்க. அவங்களுக்குப் பெண் பார்த்து ஒரே நாள்ல திருமணம் செய்து வைத்தேன். ஐந்து பேரும் ஒரே மாதிரி கருக்கொண்டாங்க... பிரசவம் நீங்க சொன்ன மாதிரி வரிசையா ஒண்ணாம் தேதி, இரண்டாம் தேதின்னு ஒரு வரிசையில் நடந்தது. அதே போல திங்கள், செவ்வாய், புதன் கிழமையிலயும் ஒரு வரிசை இருந்தது. அப்பவே இதை நினைச்சு

நான் ஆச்சரியப்பட்டேன்... இப்ப இவங்களோட அப்பா... அம்மாக்கள் தமிழ்நாட்டுல ஒவ்வொரு ஊர்லயும் இருக்கற, என் யோகா சென்டர்ஸை என் சார்பா கவனிச்சுக்கறாங்க. இவங்க என்கிட்ட பயிற்சி எடுத்துகிட்டு இங்கயே தங்கிட்டாங்க."

சிவம், சம்பந்தன் என்கிற அவரின் கருத்தை ஆமோதித்து முடித்தார்.

"என் யூகம் இவ்வளவு சரியா இருக்கறது ரொம்ப மகிழ்ச்சியைத் தருது. என் சாஸ்திரத்துல நான் முழுப் புலமையோட இருக்கறதா சொல்ல முடியாது. என்னோட சில கணக்குகள் தப்பாகூட போயிருக்கு. அப்பல்லாம் நான் ரொம்ப மனசு வருத்தப்பட்டுருக்கேன். ஆனா இன்னிக்கு ரொம்ப சந்தோஷப்படறேன். அதே சமயம் உங்களுக்கு ஒரு செய்தியையும் தெரிவிக்க விரும்பறேன்."

"என்னன்னு சொல்லுங்க..."

"இவங்க ஐந்து பேரும் பிறந்ததுல எப்படி ஒரு ஒத்துமை இருக்கோ, அப்படித்தான் இவங்க கல்யாணம் பண்ணிக்கறதுலயும் ஒரு ஒத்துமை இருக்கும்."

"எந்த மாதிரி?"

"அதை என்னால இப்ப துல்லியமா சொல்ல முடியாது. ஆனா ஒண்ணு, இவங்க அப்பா அம்மாக்கு ஒரே தேதியில திருமணம் நடந்த மாதிரியே இவங்களுக்கும் திருமணம் நடக்கும். அந்தக் கல்யாணக் காலமும் நெருங்கிட்ட மாதிரி தெரியுது."

"உங்க யூகமான பதில்கள் எனக்கு ஆச்சரியத்தைத் தருது... உலகத்துல எவ்வளவோ பேர் பிறக்கறாங்க. கல்யாணமும் பண்ணிக்கறாங்க. அதுல இவங்க எந்த வகைல மாறுபடறாங்க...?"

"நல்ல கேள்விதான்... நீங்களும் நானும் நம்ம அம்மா, அப்பா, தாத்தா, பாட்டி, கொள்ளுத்தாத்தா, கொள்ளுப்பாட்டி இவங்களோட பாவ புண்ணியங்களாலயும், நம்ம பாவ

புண்ணியங்களாலயும் அதுக்கு ஏற்ற ஒரு பிறப்பை இந்தப் பூமியில் எடுத்து வாழ்ந்துகிட்டிருக்கோம்.

ஆனா இத்தனைக்கும் நடுவுல சில பிறப்புகள் ரொம்ப தெய்வீகமா அமைஞ்சிடுது."

"எப்படின்னு உதாரணம் சொல்ல முடியுமா?"

"நிறையவே சொல்லலாம். ஞானசம்பந்தரோட பிறந்த நேரத்தின்போது ஒன்பது கிரகங்கள்ல ஆறு கிரகங்கள் உச்சத்துல இருந்தது. அதோட எதிரொலிதான் மூணு வயசுல அவர் தோடுடைய செவியன்னு தூய தமிழ்ல அந்த ஈஸ்வரனைப் பத்திப் பாடினார். இந்த மாதிரி ஜாதக அமைப்புதான் பகவான் ரமணருக்கும்..."

"இவங்க ஜாதகமும் அப்படி தெய்வீகமானதுதானா?"

"நிச்சயமா... இவங்க பிறப்புக்கு ஒரு சரியான காரணம் இருக்கு. இவங்களால உருவாகப் போற வம்சாவழியாலயும் எதிர்காலத்துல பல சிறப்புகள் இருக்கு..."

சம்பந்தன் என்கிற அந்த மனிதர் சொல்லும்போது, அந்த ஐந்து பேரும்கூட அவரை நெருங்கி அவர் கூறியதைக் கேட்டு சிரித்தனர்.

"இவங்க கொஞ்சம் வித்தியாசமானவங்க. யோகத்துல இவங்களுக்கு இருக்கற நம்பிக்கை பக்தியில் கிடையாது. நீங்களே பேசிப்பாருங்க..." யோகி அவர்களைப் பற்றிய ஒரு முன்குறிப்போடு அவர்களையும் பார்த்தார்.

"குரு... எங்களைப் பத்திப் பேசிகிட்டிருக்கற மாதிரி தெரியுதே?"

"ஆமாம் கௌரிசங்கர்... உங்க பர்த்ல விசேஷ அர்த்தம் இருக்கறதா இவர் சொல்றாரு..."

"இவர் யாரு...?"

"நானே சொல்றேன் தம்பி. நானொரு ஆருடம் பாக்கறவன். சாமுத்ரிகா லட்சணமும் தெரியும் எனக்கு."

“நீங்க சொல்ற இரண்டும் கலையுமே துல்லியமானது கிடையாதே...”

“அப்படியா... உங்களுக்கு இந்தக் கலைகளைப் பத்தி எல்லாமும் தெரியுமா?”

“இதெல்லாம் பிழைப்புக்காக மனுஷன் கண்டுபிடிச்ச பொய்யான விஷயங்கள். ஆனா கொஞ்சம் போல இதுல புத்திசாலித்தனமான சில விஷயங்களும் உண்டுங்கறதுதான் எங்க கருத்து.”

“ரொம்ப தப்பு... இதெல்லாம் தெய்வீகமானது. நல்ல பெரிய நெற்றி இருந்து அதுல மூணு மடிப்புல ரேகையும் விழுந்திருந்தா அவன் நிச்சயம் நல்ல ஞானமுள்ளவனா இருப்பான். இதுக்கு விதிவிலக்கா நீங்க யாரை காமிச்சாலும் நான் தீக்குளிக்கவே தயாரா இருக்கேன்...”

சம்பந்தன் மிகவும் உணர்ச்சிவயப்பட்டார். அவர்களும் ஒருவர் முகத்தை ஒருவர் பார்த்துக் கொண்டு, “உங்க வித்தைமேல உங்களுக்கு இருக்கற ஈடுபாடு தெரியுது. அதுக்காக சந்தோஷப்படறோம். ஆனா நீங்க இன்னும் எவ்வளவுதான் சத்தம் போட்டுச் சொன்னாலும் இந்த மாதிரி தகவல்களை நாங்க பெருசா நினைக்கமாட்டோம்.”

“இப்ப இப்படிதான் பேசுவீங்க... நான் நம்ம யோகி அய்யாகிட்ட உங்களைப் பத்தி ஒரு முக்கியமான விஷயம் சொல்லி இருக்கேன். அதன்படிதான் உங்களுக்கு நடக்கவும் போகுது. அப்ப ஆருடம், பிரசன்னக் கணிப்பு இதெல்லாம் எவ்வளவு சக்தியுள்ளது, அர்த்தமுள்ளதுங்கறது உங்களுக்குத் தெரியும்...” என்றபடியே எழுந்தார்.

அவர் அதற்குமேல் அவர்களுடன் நின்று எதையும் பேச விரும்பவில்லை என்பது யோகிக்கும் புரிந்தது. புன்னகையோடு விடை கொடுத்து அனுப்பினார்.

“குரு... யார் இவர்? யோகம் கத்துக்க வந்தாரா? இல்லை, தனக்குத் தெரிஞ்சதை வெச்சு நம்மகிட்ட பணம் பறிக்க வந்தாரா...?”

“இல்ல சாமுண்டீஸ்வரன், இவர் உங்கமேல ஒரு வியப்போடதான் பேசினார். எந்த உள்நோக்கும், சராசரி பணம் சம்பாதிக்கற எண்ணமும் இவருக்கு இருக்கற மாதிரி எனக்குத் தெரியல...”

“அவர் ஏதோ உங்ககிட்ட சொன்னதா சொன்னாரே...”

“ஆமாம்... உங்க ஐந்து பேருக்கும் ஒரே நாள்ல கல்யாணம் ஆகுமாம்.”

“இது என்ன குரு வேடிக்கையான கணக்கு?”

“இதுல எந்த வேடிக்கையும் இருக்கறதா எனக்கு தெரியல...”

“அப்படின்னா நீங்க இதை நம்பறீங்களா?”

“நடக்கும்போது நம்பலாம்னு இருக்கேன்.”

“குரு... நீங்ககூடவா இந்த மாதிரி நபர்கள் பேச்சை எல்லாம் பெருசா எடுத்துக்கறீங்க...”

“எடுத்துக்கும்படி அவரது யூகங்கள் இருந்தது கௌரிசங்கர்...”

“எப்படி குரு...?”

“உங்க பிறப்புல இருக்கற ஒரு நுட்பமான தொடர்பை அவர் நான் சொல்லாமலே சொன்னார்...”

“என்ன குரு... யார்கிட்டயாவது கேட்டுத் தெரிஞ்சுகிட்டு வந்துகூட சொல்லியிருக்கலாமில்லியா?”

“உங்களுக்கு ஏன் அவர்மேல் இவ்வளவு சந்தேகம்? யாரையும் துச்சமாக நினைக்கக்கூடாது. நல்ல யோக லட்சணமுடையவர்கள் மௌனமாக இருந்து ஆழமா நடந்துக்க முயலணும்...”

அப்போது அந்த யோக நிலையத்தின் மேனேஜர் ஒரு கடிதத்துடன் யோகி நல்லசிவத்தை நோக்கி வந்தார். அவர் பேர் ஞானசுந்தரம்.

"என்ன ஞானசுந்தரம்?"

"கொடைக்கானல்ல இருந்து நம்ம சங்கரைய்யா கடிதம் போட்ருக்கார்..."

"என்ன சேதி?"

"அங்க மலைக்கு சுற்றுப்பயணமா மேல்நாட்டுல இருந்து ஒரு நூறு பேர் வந்து தங்கப் போறாங்களாம். அவங்க நம்ம யோகா தெரப்பி பத்தியும் தெரிஞ்சுக்க விரும்பறாங்களாம்."

"அப்ப அங்க வந்து கிளாஸ் எடுக்கச் சொல்றாரு. அப்படித்தானே...?"

"ஆமாம். நீங்கதான் வரணும்னு இல்ல. நம்ம கௌரி, விஷ்ணு, சாமுண்டி, லட்சுமிகாந்தன், இந்திரன்னு இவங்களை அனுப்பினாகூட போதுமாம். ஒரு பேட்சுக்கு இருபது பேர். ஐந்து பேட்சாகப் பிரிச்சுகிட்டு இவங்க கிளாஸ் எடுக்க வசதியா இருக்கும்னு குறிப்பிட்டிருக்கா..."

ஞானசுந்தரம் சொல்லி முடிக்க, யோகியின் பார்வை சீடர்கள்மேல்தான் சென்றது. அவர்கள் முகத்தில் சம்மதம் என்கிற பாவனை.

"கொடைக்கானல் போக கசக்குமா... ஜிலுஜிலுன்னு அந்த க்ளைமேட் ஒண்ணு போதுமே..." என்று சிலிர்த்துக் கொண்டனர்.

"ப்ரொக்ராம் என்னிக்கு?"

"நாளை மறுநாள்..."

"அப்ப நீங்க நாளை காலை பஸ்ல கிளம்பலாம்."

யோகி உத்தரவு கொடுத்தார். அவர்களுக்கும் உற்சாகமாகிவிட்டது.

— 4 —

கலியுகத்தில் எல்லாமே கண்ணுக்கு எதிரில் என்று ஒரு கருத்து உண்டு. இதற்கு இரண்டுவிதமாக பொருள் கொள்ளலாம். கலியுகத்தில் பிறந்து வாழ்பவர்கள் எதையும் கண்ணால் பார்த்தாலே நம்புவார்கள் என்பது ஒரு பொருள். இன்னொன்று அவரவர் பாவ புண்ணியங்களையும் அவர்கள் அவ்வப்பொழுது அனுபவித்துத் தீர்த்து விடுவார்கள் என்பதும் இன்னொரு பொருளாகும்.

இந்த யுகத்தில் இறைவன் கல்கி அவதாரம் எடுத்து வருவான் என்றும் கூறப்பட்டிருக்கிறது. அதாவது கலிமுற்றி எங்கும் அதர்மமே தாண்டவமாடும்போது, உலகில் நல்லவர்களே வாழ முடியாத ஒரு சூழல் ஏற்படும் போது, இறைவன் கல்கியாக வந்து தர்மத்தை நிலைநாட்டுவான் என்றும் கூறப்பட்டிருக்கிறது.

ஒரு உடல் குழந்தையாகப் பிறந்து, பின் வளர்ந்து, மெல்ல முதுமைக்கு ஆட்பட்டு, அனைத்துச் சக்தியையும் இழந்து, நலிந்து, பின் மண்ணாகி விடுவதைப் போன்றதுதான் கலியுகமும்.

தோன்றிய இந்த யுகம் முடிய வேண்டுமானால் அநீதி அதிகரிக்க வேண்டும்... அப்பொழுதுதான் பாவம் பெருகும். பாவம் என்பது நெருப்பு. அது மெல்ல அதிகரித்து, மொத்த உலகத்தையே சுட்டெரிக்கும் அளவு போகும் போது கலி அழியும்.

எங்கும் துளிகூட தர்மம் இல்லாத ஒரு நிலை தோன்றும், தப்பித்தவறி யாராவது தர்மப்படி நடக்க முயன்றால், அவர் தாங்க முடியாத துன்பத்திற்கு உள்ளாவார். இதெல்லாம்

கலியின் கொடுமைகள். கலிக்கான இலக்கணம் இப்படித்தான் சொல்லப்பட்டிருக்கிறது. ஆனால் இப்படி ஒரு நிலை அவ்வளவு சுலபத்தில் தோன்றிவிடாது. கலியின் பிற்பகுதியில் இவ்வாறு நிகழும் என்று கூறப்பட்டிருக்கிறது. முற்பகுதி இம்மட்டில் வேறுவிதமானது. இதன் பிற்பகுதியில் இறைவன் மனித உருவில் வருவான் என்பதுதான் இதன் சிறப்பு.

இந்த இறை மனிதர்கள் பூமியில் மனிதர்களை வழிநடத்துவார்கள். இவர்களைப் பின்தொடர்கின்றவர்கள் மெல்ல கலியின் மாயையில் இருந்து விலகி விடுவார்கள். ஆனால் இவர்களைக் கேள்வி கேட்கின்றவர்கள், புத்தியைப் பெரிதாகக் கருதுகின்றவர்கள் திரும்பத் திரும்பப் பிறப்பார்கள். அப்படி பிறக்கும் போது கலியும் நிறையவே மாறியிருக்கும். மாறிய அதன் பிடியில் அகப்பட்டுக் கதறுவார்கள். அப்போது இவர்களது புத்தி பலம் எதற்குமே உதவாமல் போகும்.

அதே சமயம் இறை நம்பிக்கையோடும், இறை மனிதர்கள் வழிகாட்டுதலோடும், நடப்பவர்கள் மெல்ல இந்த மாயா இன்ப துன்பங்களில் இருந்து விடுதலை பெற்று விடுவார்கள்.

கலியுகத்தில் அறிவின் ஒளியோடு ஆயிரம் கண்டுபிடிப்புகள் கண்டுபிடிக்கப்படும். அதேசமயம் அதே அறிவால் துளிகூட கண்டறிய முடியாதபடியும் சம்பவங்கள் நடக்கும்.

அந்தச் சம்பவங்களை குழப்பமான ஒன்றாகவும், தற்செயலான ஒன்றாகவும் கருதி ஒதுக்குவதைத் தவிர வேறு வழியும் இருக்காது. ஆனால் நம்பிக்கை அடிப்படையில் இந்த விஷயங்களை அணுகினால் மெல்ல அது நமக்குள் விளங்குவதை உணரலாம்!

புதிய வீட்டிற்கு வந்த குருக்களுக்கும் சாஸ்திரிகளுக்கும் அதிர்ச்சி காத்திருந்தது. கௌரியும், வைஷ்ணவியும், வரலட்சுமியும் கொல்லையில் புலியைப் பார்த்ததாகக் கூற - மற்றவர்கள் மாட்டைத்தான் பார்த்ததாகச் சொல்லிக் கொண்டிருக்க - கௌரிக்குக் காய்ச்சலே கண்டுவிட்டது.

"அப்பா... எங்கள நம்புங்கப்பா... நன்னா வாயைத் திறந்துண்டு அது படுத்திருந்தது. இரண்டு கண்ணால் பார்த்தோம். ஆனா இவா நம்பமாட்டேங்கறா..."

கௌரி கண்களைக் கசக்கிக் கொண்டே சொன்னாள். வைஷ்ணவி அதை ஆமோதித்தாள், சாஸ்திரிகள் பதிலுக்கு எதுவும் சொல்லாமல் பின்பக்கம் சென்று கொல்லையைப் பார்த்தார். மாடுதான் நின்று கொண்டிருந்தது. குருக்களுக்கும் ஒன்றும் புரியவில்லை.

"மாமா... என்ன இது, என்னென்னமோ சொல்றாளே...?"

"பொறு... பதட்டப்படாதே... என்னன்னு யோசிப்போம்..."

"ஒருவேளை கௌரி பார்க்கும்போது அங்க புலி இருந்து, இவர் போய் பார்க்கும்போது கிளம்பிப் போயிருந்திருக்குமோ..."

"அப்படியும் இருக்கலாம். இல்ல பிரமையாவும் இருக்கலாம்." சாஸ்திரிகள் தன் கருத்தைச் சொல்லும்போதே 'வீல்' என்று ஒரு அலறல்.

உள்ளிருந்து தலைதெறிக்க ஓடி வந்து, கூடத்தில் நின்றபடி இருக்கும் குருக்கள்மேல் மோதி பெருமூச்சு விட்டாள் ரம்யா, மூத்தவள்.

"அம்மாடி என்ன ஆச்சு?"

"அப்பா..."

"என்னம்மா...?"

"உள்ள... அடுக்களைக்குள்ள..."

"அடுக்களைக்குள்ள என்ன?"

"அடுக்களைக்குள்ள பாம்புப்பா..."

"பாம்பா?" குருக்கள் திடுக்கிட - ஒரு அரிசி மூட்டையோடு உள்ளே நுழைந்து கொண்டிருந்தான் கந்தன். நாட்டாமை அரிசியை அனுப்பிவிட்டிருந்தார். எல்லோரும் மிரண்டு போய் நிற்பதைப் பார்த்து விஷயத்தை அறிந்தவன், அங்கே ஒரு மூலையில்

கிடந்த கம்பைக் கையில் எடுத்துக்கொண்டு அடுக்களைக்குள் நுழைந்தான். சுற்றிச் சுற்றிப் பார்த்தான். ஒரு இடத்தில் பச்சையாக, நீளமாக ஏதோ ஒன்று தெரிந்தது. அதன்மேல் ஒரே போடு. அது இரண்டு துண்டாகியது. அதன்பின் அருகே சென்று பார்க்கவும்தான் அது புடலங்காய் என்பதே புலனாகியது.

அவனுக்குச் சிரிப்பு வந்துவிட்டது. அந்த புடலங்காயைக் கையில் பிடித்துக்கொண்டு வெளியில் வந்தான். பார்ப்பவர்களும் காதைப் பொத்திக் கொண்டு, கண்களை மூடிக்கொள்ள, குருக்கள் மட்டும் சற்று தைரியமாகப் பார்த்துவிட்டு, "ஃபூ புடலங்காய்..." என்றார். கந்தன் முகத்திலும் கேலிச்சிரிப்பு. சாஸ்திரிகளும் 'அப்பாடா' என்று பெருமூச்சுவிட்டார்.

"என்னம்மா புடலங்காயைப் போய் பாம்புன்னுட்டியே..." என்று அலுத்துக் கொண்டார் குருக்கள்.

"புடலங்காயா?"

"பாரு... கிட்டபோய்ப் பாரு."

"அந்தக் காய் நம்ம வாங்கவேயில்லையே... எப்படி வந்தது?"

"நாட்டாமையம்மா கொண்டு வந்துருப்பாங்க..."

"இல்லப்பா... நீ வேணா கேட்டுப்பார்..." சாதித்தான் வித்யா.

"சரிதான் ஒருத்தி புலிங்கறா... நீ பாம்புங்கறே... அடுத்து இன்னும் என்ன என்ன சொல்லப்போறேள்னு தெரியலியே..." குருக்களுக்குத் தலையை சுற்றியது. சாஸ்திரிகளிடமோ தீவிர சிந்தனை.

"மாமா... என்ன யோசிக்கறேள்...?"

"ஏன் இப்படி எல்லாம் நடக்கறதுன்னுதான்..."

"இப்ப என்ன பெருசா நடந்துடுத்து...?"

"இதுவரைல இல்ல... எனக்கென்னவோ இனி நடக்கலாம்னு தோன்றது."

"பயமுறுத்தாதேள்... இந்தக் கிராமத்துக்கு வந்து முழுசா இரண்டு நாள் ஆகலை. இன்னும் எவ்வளவோ காரியங்கள் பண்ண வேண்டியிருக்கு..."

"தைரியமா இரு. எதுவா இருந்தாலும் உனக்கும், உன் பொண்களுக்கும் எதுவும் ஆயிடாது. ஏன்னா, அவா அந்த அம்பாளோட அம்சங்கள். நீ அந்த அம்சங்களை பூமிக்குத் தருவிச்சவன்..."

"போறும் மாமா... அவா அம்பாள் அம்சமாவும் இருக்க வேண்டாம். நானும் சாதாரணமா இருந்துட்டுப் போறேன். இவாளுக்கெல்லாம் கல்யாணம் ஆகி நன்னா இருந்தா அதுபோதும் எனக்கு..."

"அப்பப்ப இப்படி சராசரிப் புத்தி உன்னுள்ள தலை எடுக்குமே. சரி... போய் ஸ்வாமிப் படங்களை மாட்டி பூஜை அறையைத் தயார் பண்ணு. நான் போய் நாட்டாமையைப் பார்த்துட்டு வந்துடறேன்."

சாஸ்திரிகள் கிளம்பும்போது ஒரு தம்ளர் நிறைய பசும் பாலைக் கறந்து காய்ச்சி கல்கண்டு போட்டு ஆற்றி எடுத்து வந்து நீட்டினாள் இந்திராணி. அவருக்கும் வெறும் வயிறு... வாங்கிக் கடகடவென்று குடித்து முடித்தார்.

"மதியம் தேங்கா துவையல், சுண்ட வடாம், அப்பளம், பாகக்காய் கறி, வேப்பம் பூ ரசம், மோர்... போறுமோல்லியோ..."

"ஆஹா... அமிர்தமான மெனு இது. அப்படியே பண்ணிடு. எனக்கும் நல்ல பசி. போயிட்டு வந்துடறேன்..." என்று சாஸ்திரிகளும் புறப்பட்டார். கந்தனும் அவரோடு சேர்ந்து நடக்க ஆரம்பித்தான். ஒரு பாடிகாட் போல் சென்றான்.

நாட்டாமை வீட்டு முன் முதலில் விஸ்வநாதனின் வன இலாகா ஜீப்பும், பின்னாலேயே மகேஸ்வரனின் மோட்டார் பைக்கும் வந்திருந்தன.

வந்தவர்கள் "சிலை கிடைத்துவிட்டதா?" என்கிற கேள்வியில்தான் பிரதானமாக நின்றார்கள்.

"இல்லீங்க... மண் சிலையை ஒருத்தன் கொண்டுகிட்டு வந்து போட்டுட்டு ஓடிட்டான். அவன் ஏன் அப்படி செஞ்சான்... அவன் யாரு... எதுவும் தெரியல..."

"நீங்க பேசறத பார்த்தா... சிலைத் திருடன் உள்ளூர்லயே இருக்கற மாதிரி தெரியுதே..."

"அதுல எனக்கு சந்தேகம் இல்ல... திருடனுக்கும் ஒரு சந்தர்ப்பம் கொடுத்துப் பார்த்தோம். ஆனா அவன் வழிக்கு வரலை. இனி என்ன பண்றதுன்னு ஊரைக் கூட்டித்தான் பேசி ஒரு முடிவுக்கு வரணும்."

"நீங்க வேற... எதுக்கெடுத்தாலும் ஊரை ஊரைக் கூட்டிகிட்டு... சில விஷயங்கள் காதும் காதும் வெச்சா மாதிரிதான் செய்யணும்..."

"என்னங்க சொல்றீங்க...?"

"உங்களுக்கு யார்மேல சந்தேகம்னு சொல்லுங்க. அவங்கள எப்படி கண்காணிக்கணுமோ அப்படி நான் கண்காணிச்சு உண்மையை வரவழைக்கறேன்."

மகேஸ்வரனின் கருத்தைக் கேட்ட நாட்டாமைக்குக் கோபம்தான் பொத்துக் கொண்டு வந்தது.

"ஐயா என்ன பேசறீங்க...? எங்க ஊர்ல யாருக்கும் திருட்டுப் புத்தி கிடையாது. ஊர்க்காரங்க யாரும் நிச்சயமா இப்படி நடந்துகிட்டிருக்க மாட்டாங்க. நீங்க சொன்னீங்களே ஒரு மாந்திரீகன்... அவன் உங்க பிடில இருந்து தப்பிட்டான்னு சொன்னீங்கல்ல..."

"ஆமாம்..."

"இது அவன் வேலையாத்தான் இருக்கணும்."

"சரி, அவன் வேலையாவே இருக்கட்டும். அவன் இங்க ஒளிஞ்சிருக்கான்னா, அதுக்கு யாராவது இடம் கொடுத்திருக்கணுமில்லியா?"

"அதெல்லாம் யாரும் இடம் கொடுத்திருக்க மாட்டாங்க."

"அப்ப அவன் இந்த ஊர்ல எப்படி இருக்க முடியும்?"

"தெரியலீங்க. எனக்கே குழப்பமா இருக்கு."

அப்போது பார்த்து சாஸ்திரிகளும் வந்து சேர, அவர்களும் திரும்பினர்.

"என்ன பரபரப்பா ஏதோ பேசிகிட்டிருக்கற மாதிரி தெரியுதே...?"

"வாங்க சாமி... நல்ல நேரத்துக்குதான் வந்தீங்க. சிலை சம்பந்தமாதான் இவங்களும் வந்துருக்காங்க..."

"விடிஞ்சா தெரிஞ்சிடும்னு நம்பினோம். ஆனா குழப்பம் அதிகமானதுதான் மிச்சம். போகட்டும் அந்த சப்த மாதா புராண ஏடு இப்ப உங்ககிட்டதானே இருக்கு?"

"ஆமாம் சாமி. பத்திரமா எடுத்து வெச்சிருக்கேன். அதை வெச்சுகிட்டு மத்த சிலைங்க இருக்கற இடத்தையாவது தெரிஞ்சுக்கணும்."

"தெரிஞ்சுக்கறது மட்டுமில்ல, ஒரு நாளைக்கு ஒரு சிலைன்னு அதை எடுத்து, வரிசையா ஸ்தாபிதம் பண்ணிடணும்."

"இருங்க அந்த ஏட்டுக்கட்டை போய் எடுத்துகிட்டு வரேன்."

நாட்டாமை தன் வீட்டுக்குள் சென்று பீரோவில் இருந்து ஒரு துணியில் சுற்றி வைத்திருந்ததை எடுத்தும் வந்தார். விஸ்வநாதனுக்கு ஏட்டுகட்டைப் பார்க்கவும் பல கேள்விகள் தோன்றின.

"ஆமா இதை எழுதினது யார்?" இது அவன் கேட்ட முதல் கேள்வி.

"தெரியலியே தம்பி..."

"என்னங்க நீங்க... சப்த மாதா புராணம்னா... இது ஒரு புராணக் கதையாகூட இருக்கலாம், இல்லியா?"

“உண்மைதான். சப்த மாதாக்கள் யார்... அவங்க அவதார காரணம் என்ன... அவங்களை ஏன் வழிபடணும்... எப்படி வழிபடணும்னு சொல்றதுதான் இந்த ஏட்டோட நோக்கம். அப்படிப்பட்ட சப்த மாதாக்களோட ஸ்தூலம் - அதாவது சிலை எங்க இருக்குங்கற குறிப்பும் இதுல இருக்கு...”

“அது எப்படி சாஸ்திரிகளே, அந்தக் குறிப்பு இதுல வரமுடியும்?”

“தெரியறது விஸ்வநாதன். சிலையைத் தூக்கி கிணத்துக்குள்ளயும், குளத்துக்குள்ளயும் போட்டவா ஒரு டைரில எழுதி வைக்கறது மாதிரி எழுதி வெச்சிருந்தா ஒத்துக்கலாம். இதுவோ புராண ஏட்டுக்கட்டு. இதுல அந்தக் குறிப்பு எப்படி இருக்க முடியும்னா அதுக்கும் பதில் உண்டு. பொதுவா ஏட்டுல எழுதறவா ரிஷிகளாவோ, இல்ல சித்தர்களாவோதான் இருப்பா... இவா சப்த மாதாக்கள் பத்தி சிந்திச்சு எழுதும்போது அவாளோட ஞான திருஷ்டில அவாளோட சிவரூபங்கள் இருக்கற இடம் தெரிய வந்து அவா அதை குறிப்பா எழுதியிருக்கலாம். இதை எழுதின ரிஷியோ இல்லை சித்தரோ சப்தமாதாக்களைத் தேடி இந்த ஊருக்கும் வந்திருக்கலாம்...”

“சரி... ஒரு வாதத்துக்கு நீங்க சொல்றதை நான் கேட்டுக்கறேன். இது எப்படி அந்த மாந்திரீகன் கைக்கு போச்சு...”

“மாந்திரீகர்கள் பத்தி உங்களுக்கு சரியா தெரியல. யட்சி, சாத்தான், குறளிப்பேய்னு பல துர்சக்திகளை அவங்க ஏவலுக்கு வெச்சிண்டுருப்பாங்க. அவற்றுக்கு எது எங்க இருக்குன்னு தெரியும். அதைத் திருடிகிட்டு வரச்சொன்னா திருடிண்டு போய் தன் எஜமான்கிட்ட சேர்த்திடும்.”

“அப்படி ஏவல் தேவதைகளை வெச்சிண்டுருக்கற மாந்திரீகனுக்கு இந்த சப்த மாதாக்களால் ஆக வேண்டியது என்ன?”

“அந்த ஏவல் தேவதைகள் மின்சாரம் மாதிரி. தப்பா தொட்டா எரிஞ்சு போய்டுவோம். அவாளைப் பராமரிக்க கொஞ்சம்

கஷ்டப்படணும். பலிகள்லாம் கொடுக்கணும். ஆனா சப்த மாதாக்களோ நம்ம ஆகம சாஸ்திரத்துக்கு உட்பட்டது. வேறு எந்த ஒரு ஸ்வாமியும் இப்படி படுத்தாது. அதேசமயம் இவாளை நாம் தரிசனம் செய்துட்டா வரசித்தி ஏற்பட்டுடும்.

உதாரணமா இவாளுக்குரிய காயத்ரியை ஜெபிச்சு, உரிய முறைல அபிஷேக ஆராதனைகளோட, உண்மையான பக்தியோட சுயநலமில்லாம அவன் அழிஞ்சு போகணும், இவன் ஒழிஞ்சு போகணும், எனக்கு பணமா கொட்டணும்னு பேராசையில்லாம வழிபட்டா, இவர்கள் கருணையால நம்ம கர்ம துன்பம் விலகி நமக்கு நல்லது நடக்கும். குறிப்பா சப்த மாதாக்கள் கருணை, தாலி தோஷத்தைப் போக்கும். புத்திர பாக்யம் தரும். கல்யாணத் தடையை நீக்கும். குடும்பத்துல கஷ்டகாலம் இருந்தா சுபிட்சம் உண்டாக்கும். நல்ல காலம் அதிகரிக்கும். நம்ம குழந்தைகள் நன்னா படிப்பா. சூலை, கேன்சர், தொழுநோய் மாதிரி வியாதிகளும் வராது. இவாளோட அனுக்ரஹம் அவற்றை நீக்கும்.”

சாஸ்திரிகள் ஒருபாட்டம் சொல்லி முடித்தார்.

“இப்படிப்பட்ட தேவதைகளையா தூக்கி எங்கியோ போட்டுட்டீங்க?” மகேஸ்வரன் ஆதங்கப்பட்டு முதல்முறையாக வாய் திறந்தான்.

“யாருக்குங்க தெரியும்... குளம்னு இருந்தா குளிக்க வருவாங்க. பழமரம்னு இருந்தா பறிக்க வருவாங்க. அப்படி இந்த ஊருக்கு வர்றவங்ககிட்ட இருந்து, ஊரைக் காப்பாத்த அன்னிக்கு வேற வழி தெரியலியே...” என்றார் நாட்டாமை.

“இல்ல... அன்னிக்கு அப்படி நடக்கணும்கறது ஒரு விதி அமைப்பு. அவர்களை நாம நம்ம விருப்பத்துக்கெல்லாம் ஆட்டி வைக்க முடியாது. அவாதான் நம்மை ஆட்டி வைக்கறவா... ஆகையால அன்னிக்கு அப்படி நடக்கவும் சரியான காரணம் இருக்கு. இன்னிக்கு இப்படி நடக்கவும் சரியான காரணம் இருக்கு.”

“சாஸ்திரிகளே நீங்க இப்படி சொன்னா, நானும் ஒரு கேள்வி கேட்க வேண்டிவரும். அப்புறம் உங்களுக்கு வருத்தம் ஏற்படலாம்.”

“எவ்வளவோ வருத்தங்களைப் பார்த்தவன்தானே நான். சும்மா கேளுப்பா...”

“இல்ல... இந்த சப்த கன்னியர்கள்தான் நம்மை ஆட்டி வைக்கறாங்கன்னா, இது மாந்திரீகனுக்குத் தெரியாதா? காத்தைப் பிடிக்க முடியாத மாதிரி இவங்கள தப்பா போய்ப் பிடிக்க முடியாதுன்னு தெரிஞ்சும் ஏன் முயற்சி செய்யறாங்க?”

“விஸ்வநாதனின் கேள்விக்குப் பதிலை நான் இப்ப சொல்ல மாட்டேன். ஒரு சரியான சந்தர்ப்பத்துல சொல்றேனே...” என்றார்.

“சரி... அவங்க எதுக்கு இப்படி கண்ணாமூச்சி விளையாடணும்?”

“இதுக்கு சரியான பதில் இருக்கு. பிறகு சொல்றேன். இப்ப இந்த ஏட்டைப் படிச்சு ஏழு சிலையும் எங்க இருக்குன்னு பார்த்துடுவோமா?”

கேள்வியோடு ஏட்டுக்கட்டைக் கண்களில் ஒற்றிக் கொண்டு பிரித்தார். ஒவ்வொரு ஏடாகத் தள்ளிக் கொண்டே போனார். அவர்களும் எட்டிப் பார்த்தனர். பிள்ளையார் எறும்புகள் வரிசையாகப் படுத்துத் தூங்குவது போல எழுத்துக்கள். ஒரு வார்த்தை புரிந்தால், ஒரு வார்த்தை புரியவில்லை. ஆனால் சாஸ்திரிகள் படித்து முடித்தார்.

“சாமி...”

“தெரிஞ்சு போச்சு, நாட்டாமை...”

“அப்படிங்களா... எங்கங்க இருக்குது?”

“ஒரு சிலை கிணத்துல இருந்தது... அதேபோல மத்த ஆறு சிலைகளும்கூட கிணறுகள்லதான் இருக்கு.”

“எந்தக் கிணறுன்னு விவரம் இருக்குங்களா?”

“இருக்கு... படிக்கறேன் கேளுங்கோ... முதல் கன்னி சதுரக் கிணற்றில், இரண்டாமவள் ஈசான்ய வட்டத்தில், மூன்றாமவள் வட்டத்துக்கு வடக்கில், நான்காவதுவோ ஆற்று மதகடியில், ஐந்தாமவள் மலைமிசைச் சுனையில் ஆறாமவள் சாமை வயல் சேத்துக்குழியில், ஏழாமவள் நாட்டாமை மனைக் கிணற்றில்...”

சாஸ்திரிகள் வாசித்து முடிக்க அனைவர் கண்களிலும் ‘படபட’வென்று துடிப்பு. நாட்டாமையோ எழுந்து விறுவிறுவென்று தன் வீட்டு பின்புலத்தில் உள்ள கிணறு நோக்கித்தான் ஓடினார். அவரைப் பின்தொடர்ந்தார்கள் அவ்வளவு பேரும். நாட்டாமை உள்ளே குதிக்கத் தயாராகிவிட்டார். விஸ்வநாதன் உடனே குறுக்கில் புகுந்து தடுத்தான்.

“நாட்டாமை அவசரப்படாதீங்க. உங்க வீட்டுக் கிணறு எங்கேயும் போயிடாது. மற்ற இடங்களுக்குப் போய் அங்கல்லாம் இருக்கான்னு பார்த்துட்டு வருவோம்.” என்று அவரைத் திசை திருப்பினான்.

“ஆமாம் நாட்டாமை... இப்பவே முதல் கன்னி சதுரக் கிணற்றில்னு சொல்லியிருக்கே. அங்க போய்த் தேடிப் பார்த்துருவோம்...” என்றபடி சாஸ்திரிகளும் நாட்டாமையைத் தன்பக்கம் திருப்பினார்.

நாட்டாமைக்கு மனதே கேட்கவில்லை.

“என்ன சாமி இது... இங்க என் வீட்டுக் கேணியிலயே சாமிய வெச்சுகிட்டு நான் எங்கெங்கியோ இருக்கறதா நினைச்சுட்டேனே...”

“அதுதான் விதிங்கறது. முதல்ல கிளம்புங்க. எங்க இருக்கு சதுரக் கிணறு?”

“அது நம்ம வேலாயுதம் வீட்டுல இருக்கு. அவன் வீடு தெருக்கோடியில் ரோட்ட பார்த்த மாதிரிதான் இருக்கு...”

“அதான் போற போக்குல அப்படியே ஒரு சிலையை அதுல போட்டுட்டுப் போயிருக்காங்க போல இருக்கு...”

"சரி சரி நடங்க..."

"அந்தக் கிணறு ரொம்ப ஆழம். தம் கட்ட கந்தன் மாதிரி ஒருத்தர் கூடவே வேணும்..."

"அதுக்கென்ன போற வழியில கந்தனைக் கூட்டிக்குவோம்."

"இந்த தடவை ஏமாந்துடக்கூடாது... கவனமா நடந்துக்கணும். வேகமா போங்க..."

விஸ்வநாதன் எச்சரிக்கையாக பேசியபடி அவர்களோடு விரைந்து நடக்கத் தொடங்கினான்.

ஊரே ஒன்று திரண்டுவிட்டிருந்தது...

"ஆத்தாக்களோட சிலைங்க இருக்கற இடம் தெரிஞ்சு போச்சு... வாங்க எல்லாரும்..." என்று குரல் கொடுத்தபடி ஒருவர் பின்னால் ஒருவர் நடந்தனர்.

இதற்கு முன்பும் இப்படித்தான் ஊரே திரண்டுதான் பிச்சுமணி வீட்டுக் கிணற்றுப் பக்கம் சென்றது. ஆனால் அங்கே போன பிறகுதான் எவனோ ஒருவன் முந்திக் கொண்டது தெரிய வந்தது. பாடல் குறிப்பிட்டபடி முதல் கன்னி வட்டக் கிணற்றில் என்றால், அது பிச்சுமணி வீட்டுக் கிணற்றில்தான். அந்தக் கிணறும் வட்டமானதுதான்... அடுத்தது இரண்டாமவள் ஈசான்ய வட்டத்தில். ஊருக்கு ஈசான்யத்தில் அதாவது வடகிழக்கில் சாலை மேலேயே ஒரு கிணறு இருக்கிறது.

அந்தக் கிணற்றை நோக்கித்தான் ஊரே திரண்டு சென்று கொண்டிருந்தது. சப்தம் கேட்டு வீட்டுக்குள் அடைந்து கிடக்கும் கிழடுகள் எல்லாம் எட்டி எட்டிப் பார்த்தார்கள்.

அதில் அந்த மானாப் பாட்டியும் ஒருத்தி.

"எங்கடி போறாங்க கூட்டமா?" தன் அருகில் நின்று கொண்டு வேடிக்கைப் பார்த்துக் கொண்டிருந்தவளிடம் கேட்டாள்.

"சாமி சிலைங்கல்லாம் கிணத்துல இருக்குதுல்ல... அதை எடுக்கத்தான்..."

“அடக்கிரகமே... அதான் எவனோ ஒருத்தன் முந்திகிட்டு கொண்டு போயிட்டான். இன்னும் என்ன?”

“அது ஒரு சாமியைத்தானே... இன்னும் ஆறுசாமிங்க பாக்கி இருக்குல்ல...”

“போச்சுடா... அதுங்களும் இருக்குதோ இல்லை அவனே எங்கயும் தூக்கிகிட்டுப் போய்ட்டானோ என்னவோ?” மானாப் பாட்டியின் எதிர்மறையான பேச்சைக் கேட்ட அந்தப் பெண் அவளை ஒரு முறை முறைத்தாள்.

“என்னாடி பாக்கறே?”

“பாக்காம... போய் வாயைக் கழுவு. சாமிங்க கிடைச்சு கோயிலும் கட்டுனா நம்ப ஊருக்குத்தான் நல்லது. யாருக்கோ இல்ல...”

“அப்ப எதுக்குடி அந்த நாள்ல கட்டியிருந்த கோயிலை இடிச்சுட்டு, இருந்த சாமிங்களையும் தூக்கி கிணத்துலயும் குளத்துலயும் போட்டாங்க?”

“உன்னையப் போல நாலு பேர் இருந்து எகணைக்கு மொகணை எதையாவது சொல்லியிருப்பீங்க. தூக்கிப் போட்டுட்டாங்க... இப்ப அந்தத் தப்பை சரி செய்யத்தான் போய்கிட்டிருக்காங்க.”

அவள் நன்றாகத்தான் வாயாடினாள். ஆனால் கிழவி முகம்தான் கோணிக் கொண்டது.

✦ ——— ✦

— 5 —

கடவுள் கண்ணுக்கு புலப்படாத காலம் இது... அவர் கண்ணுக்குப் புலப்படாத நிலையில் வெறும் நம்பிக்கை அடிப்படையிலேயே இன்று மனிதன் இறைசக்திமீது பக்தி செலுத்தி வருகிறான். சக்தி என்பது சவமாகப் போகும் இந்த உடம்பில் இருக்கும் தீ. பக்தி என்பதோ பரப்ரம்மத்தின் மேனித் தீ... இந்தத் தீயை அந்தத் தீயிடம் கொண்டு சேர்த்துக் கொண்டு அணையாமல் திகழ்வதைத்தான் மோட்ச கதி என்கிறார்கள்.

எல்லா விஷயங்களிலும் சாட்சிகளையும், நிரூபணங்களையும் எதிர்பார்க்கும் மனிதன் பக்தி விஷயத்தில் மட்டும் தன்னை நம்புவதில்தான் நுட்பமே உள்ளது.

கடவுள் எப்படி இருப்பார்? அவரது குணம் எப்படிப்பட்டது? அவரது சக்தி எப்படிப்பட்டது? இந்த கேள்விகளுக்கெல்லாம் அவரவர் கற்பனைகளில்தான் விடைகள் உள்ளன. அந்தக் கற்பனைக்கு புராணங்களும், இதிகாசங்களும் துணை செய்கின்றன என்று வேண்டுமானால் கூறலாம்.

உண்மையில் கடவுள் விஷயத்தைத் தவிர வேறு எந்த ஒரு விஷயத்தையும் மனிதன் நிரூபணங்கள் இல்லாமல் ஒப்புக் கொள்ளத் தயாராக இல்லை. கடவுள் விஷயத்தில் எவ்வளவோ எதிர்கருத்துக்கள் இருந்தும், நாத்திக சிந்தனைகள் இருந்தும் மனிதன் கடவுளை நம்புவது என்பது ஒரு ஆச்சரியமான விஷயம்.

அதற்குக் காரணமும் உள்ளது. ஒரு ஞானியிடம் “கடவுள் இருக்கிறார் என்பதை எதை வைத்து நம்புவது?” என்று ஒருவன் கேட்டான்.

“நீ இருக்கிறாயே... அது ஒன்று போதுமே... உன்னை நீயா படைத்துக் கொண்டாய்? உன்னைப் படைத்தவன் ஒருவன் இருக்க வேண்டுமல்லவா?” என்று திருப்பிக் கேட்டார். அந்தப் பதிலை அவனாலும் ஒதுக்க முடியவில்லை.

“என்னைக் கடவுள் ஒன்றும் படைக்கவில்லை, இயற்கைதான் படைத்தது... காட்டுச் செடிகளை யாரும் திட்டமிட்டு விதை போட்டு வளர்ப்பதில்லை... அவை தானாக வளர்ந்துவிடுகின்றன. அப்படி நாமும் தோன்றியிருக்கலாமே?” என்பது சிலர் வாதம்.

காட்டுச் செடிகள் ஆகாயத்தில் வளருமா? அது வளர நீரும் நிலமுமான ஒரு அமைப்பு தேவைப்படுகிறதல்லவா? அதை யார் படைத்திருக்க முடியும் என்று ஒரு கேள்வி அந்தக் கேள்வியில் கிளை விடுகிறது.

கடவுள் சிந்தனை என்பது இப்படி கேள்வியில் பதில், பதிலில் கேள்வி என்று நீண்டபடியேதான் இருக்கிறது. அதை அப்படியே புறந்தள்ளிவிட்டு கடவுள் இருப்பதாக துளியும் சந்தேகத்திற்கு இடமின்றி நம்பி பக்தி செய்கின்றவர்களும் பல கோடி பேர்கள் இருக்கவே செய்கின்றனர்.

இவர்களாலேயே சபரிமலை, திருப்பதி, மெக்கா, மதீனா, வாடிகன் என்று எங்கணும் கூட்டம்... கூட்டம்... கூட்டம்... பெருங்கூட்டம். இந்தக் கூட்டத்தில் பல புதிய தொழில் அமைப்புகள்கூட தோன்றிவிட்டன. பூ, பழம், சூடம் விற்பவர்களில் இருந்து, பிரசாத விற்பனை, செருப்புப் பாதுகாப்பு, வாகனப் பாதுகாப்பு, அப்புறம் ஆன்மீகப் புத்தக விற்பனை என்று பக்தியின் விளைவுகளால் பிழைப்பவர்களே இன்று பல லட்சம் பேர்.

இத்தனைக்கும் ஒருவர்கூட கடவுளை நேரில் பார்த்தவர்கள் இல்லை. அவர் குரலைக்கூட அசரீரியாக கேட்டவர்களும் இல்லை.

வெறும் நம்பிக்கையின் போக்கிலேயே ஒரு தாளமுடியாத அளவுக்கு பக்தி வீக்கம் ஏற்பட்டிருக்கும் இந்த நாளில் கடவுள்

நிஜமாலுமே இந்த பூமியில் எங்காவது ஒரு மூலையில் தோன்றினாலும் அது எப்படிப்பட்ட விளைவுகளை ஏற்படுத்தும் என்று யாராவது யூகிக்க முடியுமா?

ஒரு ஞானி கடவுளிடம் வேண்டுகிறார். "இறைவா... நீ இல்லாமலே போய்விட்டால் நன்றாக இருக்கும் போல் இருக்கிறது. உண்மையில் நீ இல்லாமல் இருப்பதே மனித குலத்தை வாழ வைக்கும். இன்று நூற்றுக்கு எண்பது பேர் பக்தர்கள். இருபது பேர்களில் பத்து பேர் கடவுள் இல்லை... இல்லவே இல்லை என்பவர்கள். மீதமுள்ள பத்து பேரோ அவர் இருந்தால் என்ன, இல்லாவிட்டால் என்ன... எனக்கு வேலை இருக்கிறது என்று போய்க் கொண்டிருப்பவர்கள்... அதிகபட்சமாக உன்மேல் நம்பிக்கை வைத்திருப்பவர்கள். நீ இருப்பதை நிதர்சனமாய்ப் பார்த்துவிட்டால் அவ்வளவுதான்."

"அவ்வளவு பேரும் தங்கள் தலையையே உனக்கு பலியாகக் கொடுத்து நிகரில்லாத வரங்களைப் பெறத் தயாராகிவிடுவார்கள். 'குடும்பம், கூட்டுறவு, ஆசாபாசம்' எல்லாமே மிக தற்காலிகமான விஷயங்கள். இந்த வாழ்க்கை முறையே வேண்டாம். நித்தமும் ஒவ்வொரு நொடியும் இன்பமாக வாழ்வதற்காக உன்னிடம் வரம் கேட்க, ஒரு போட்டியே நடக்கும். இதனால் உலகத்தில் மனித வாழ்க்கை ஸ்தம்பிக்கும்.

அப்படி ஸ்தம்பித்த ஒரு நிலையை நினைத்துப் பார்க்கவே என்னால் முடியவில்லை. எனவே தயவு செய்து நீ காட்சியளித்துவிடாதே..." என்று மன்றாடுகிறார்.

அதுவும் உண்மைதான்.

இறைவனின் காட்சிப்பாடு உண்மையில் தர்மத்தை வளர்க்காது. நுட்பமாக யோசிப்பவர்களுக்கே இது விளங்கும்.

ஈசான்ய வட்டத்தில் உள்ள கிணற்றில் கந்தன்தான் குதித்திருந்தான். அரை மணிக்கும்மேல் அடிப்படுகை வரை போய் பார்த்துவிட்டான். ஒரு மண் பொம்மை விக்ரஹம்தான் அகப்பட்டது.

நாட்டாமை வீட்டில் கல் தொட்டியில் கிடைத்ததே... அதுபோல! எல்லோர் முகத்திலும் ஏமாற்றம். சரி, அடுத்த சிலையாவது கிடைக்கிறதா பார்ப்போம் என்று அந்த வட்டமான கிணத்துக்கு வடக்கில் உள்ள கிணற்றில் இறங்கித் துழாவியபோது, அங்கேயும் ஒரு மண் பொம்மைதான் கிடைத்தது. அதுவும் தண்ணீருக்குள் இருந்து மேலே கொண்டும் வரும்போதே உடைந்துவிட்டது.

'ஒருவேளை... இந்த மண் சிலைங்களைத்தான் அன்னிக்கு சாமியா வெச்சிருந்தாங்களோ?' என்றுகூட சிலருக்கு தோன்றியது. இப்படியே கேள்விகள் ஒருபக்கம் ஓடியபடி இருக்க, ஐந்தாவது சிலையைத் தேடி மலையில் உள்ள சுனைப் பக்கமும் ஆறாவது சிலைக்காக சாமை வயல் காட்டில் உள்ள சேத்துக் குழிக்குள்ளும், இறுதியாக ஏழாவது சிலைக்காக நாட்டாமையின் மனைக் கிணற்றை நோக்கியும் திரும்பினர். மற்ற சிலைகளைக்கூட யாராவது கொண்டு போயிருக்கலாம். தன் வீட்டுக்குள் இருப்பதை யாரும் கொண்டு போயிருக்க வாய்ப்பே இல்லை என்று நம்பிக்கையோடு வந்த நாட்டாமையைப் பார்த்த அவர் மனைவி, அவர் முகத்தில் தெரிந்த ஏமாற்றத்தை வைத்தே யூகித்துவிட்டாள்.

"என்னங்க... எங்கியும் சிலை இல்லையா?"

"ஆமாம் புள்ள... இனி கடைசியா பாக்க வேண்டியது நம்ம கேணியத்தான்."

சாஸ்திரிகளும், குருக்களும்கூட குழம்பிப் போயிருந்தனர். கன்னிப்பட்டியே நாட்டாமை வீட்டு வாசலில் கன்னத்தில் கைவைத்தபடி அமர்ந்திருந்தது.

"இந்த ஐயருங்க வந்து நல்லா இருந்த ஊர்ல குட்டையைக் குழப்பி விட்டுட்டாங்க..." என்கிற முணுமுணுப்பும் கேட்டது.

நாட்டாமை சாஸ்திரிகளை சமீபித்தார். "சாமி... இது எங்க கடைசி முயற்சி. இறங்கிப் பாத்துடலாங்களா?"

சாஸ்திரிகள் மௌனமாக ஆமோதித்தார். கந்தனே இங்கும் இறங்கத் தயாரானான். ஆறு இடங்களில் இறங்கி மூச்சுக்

கட்டியதில் அவனது கண்களில் ரத்தச் சிவப்பு; உடம்பிலும் ஏராளமான சோர்வு. இருந்தும் அவன் முன் வைத்த காலை பின் வைக்கத் தயாரில்லை. அந்தக் கூட்டத்தில் அவன் மாமன் மகளான மலர்விழியும் இருந்தாள்... பரிதாபமாக அவனைப் பார்த்தாள். மணியக்காரர் மகாலிங்கமும் அவனைப் பார்த்து சற்று பரிதாபப்பட்டார். அப்படியே நாட்டாமையிடம் "நாட்டாமை இந்தக் கேணிக்குள்ள வேற யாரையாவது இறக்குங்களேன். கந்தனைப் பார்த்தா ரொம்ப களப்பா தெரியறான்." என்றார்.

அவர் அப்படிச் சொன்னது கந்தனுக்கே ஒரு தெம்பைத் தந்தது. தன்னைப் பாத்தாலே முகத்தைத் திருப்பிக் கொள்பவர் இன்று தனக்காகவும் பேசுகிறாரே என்று எண்ணியபோது அவனையும் மீறி ஒரு பரவசம் அவனைத் தொற்றிக் கொண்டது.

நாட்டாமையும் அருகே இருப்பவர்களில் யாராவது இறங்கத் தயாராக இருக்கிறார்களா என்று பார்க்க முனைந்தார்.

அதுவரை எதுவும் பேசாமல் மௌனமாகக் கவனித்தபடி இருந்த ஃபாரெஸ்ட் ஆபீசர் விஸ்வநாதனும் எஸ்.ஐ. மகேஸ்வரனும் மெல்ல தங்களைத் தயார்படுத்திக் கொண்டனர்.

விஸ்வநாதன் நாட்டாமையைத் தடுத்து நிறுத்தியவனாக, "நாட்டாமை சார்... நான் இறங்கிப் பார்க்கறேனே..." என்றான். கந்தன் பாய்ந்து வந்தான். சைகை பாஷையில் நானே இறங்குகிறேன் என்றவன், கண்ணிமைக்கும் நேரத்துக்குள் இறங்கிவிட்டான்.

தண்ணீருக்குள் திருகிக் கொண்டு உள்ளே நுழைந்தவன், உள்ளே செல்லச் செல்ல நீரின் அழுத்தம் கூடி அவன் உடம்பு ரத்த ஓட்டத்தில். அதன் எதிரொலியாக மார்பும் அசாத்தியமாக விரிந்து கொடுத்தது. ஆனால் வைராக்கியம் கிணற்றின் தரைப்பரப்பை அவன் தொட்டுவிட உதவியது. கைகளும் துழாவின.

அந்த நொடிப்பொழுது தண்ணீருக்குள் ஒரு எரிசுடர் போல சப்த கன்னிகளில் ஏழாமவளான சாமுண்டியின் உருவம் பளிச்சென்று அவனுக்குத் தெரிந்தது.

இருண்ட நீர்பரப்புக்குள் தொடு உணர்ச்சியாலே மட்டுமே அறிய வேண்டிய தேவியின் சொரூபம் அக்னிப் பிழம்பாய் தெரிந்த அதிர்ச்சியிலும், பரவசத்திலும் அப்படியே மேலேறியவன் தண்ணீருக்கு உயரே வந்து, தலையையும் உயர்த்தி, தன்னையும் மறந்து, தனக்கு பேச வராது என்பதையும் மறந்து "நாட்டாமை..." என்றான் பலமான குரலில்.

அந்த சப்தம் அப்படியே கிணற்று உட்பிரகாரத்தில் பட்டு ஒரு எதிரொலியோடு கூடி வெளியே எல்லோர் காதுகளிலும் விழுந்து எல்லோரையும் ஒரு கணம் உலுக்கிவிட்டது.

நாட்டாமை குனிந்து பார்த்து, "எலே கந்தா... நீயா இப்ப என்னக் கூப்ட்டே..." என்று கேட்டார். அப்பொழுதான் அவனுக்கே தான் பேசியது நிதர்சனமாகியது.

"ஆமாம் நாட்டாமை... உள்ள ஆத்தா சிலை இருக்குது... அதுவும் எப்படி தெரியுமா. அப்படியே சூரியன் மாதிரி ஜொலிச்சுகிட்டு இருக்கு. அதைப் பார்த்த மாத்திரத்துல எனக்கு கையும் ஓடலை; காலும் ஓடலை நாட்டாமை..." என்றான். விஷயம் காதில் பட்ட நொடி சாஸ்திரிகள் அப்படியே கைகளைக் கூப்பியிருந்தார். கண்களில் ஆனந்த பாஷ்யம். குருக்களிடமும் திகைப்பு.

"மாமா..."

"சாமிநாதா, நான் இப்ப ரொம்ப சந்தோஷத்துல இருக்கேன். எதனால அவ மத்த இடங்கள்ளெல்லாம் இல்ல. இங்க மட்டும் இருக்காங்கறதுக்கு இப்பதான் காரணம் தெரிஞ்சிருக்கு. இந்த வாயில்லாத ஜீவன் அவளோட காயத்திரியை என்னோடு சேர்ந்து ஜெபிச்சதுக்கு கைமேல பலன் கொடுக்க ஆசைப்பட்டுருக்கா அந்த ரட்சகி. அதை இங்க கொடுக்கவும் செய்துட்டா..." என்று கூறவும் நாட்டாமையும் சிலிர்த்துப் போனார்.

மற்றவர்கள் 'மளமள'வென்று கயிறை உள்ளே விட்டு சாமுண்டியை வெளியே எடுக்கத் தயாராகிக் கொண்டிருந்தனர். விஸ்வநாதனிடம் நல்ல வேகம் தெரிந்தது. கயிறும் உள்ளே விழ –

அதை இடுப்பில் சுற்றிக் கொண்டு திரும்பத் தண்ணீருக்குள் மூழ்கி மறைந்த கந்தன் சில நிமிடங்களில் மீண்டும் வெளிப்பட்டு “ம்... இழுங்க...” என்றான்.

அவர்களும் இழுக்கத் தயாராயினர். ஆனால் எவ்வளவு முயன்றும் ஒரு அங்குலம்கூட நீர்ப் படுகையில் இருந்து அந்தச் சிலையைத் தூக்க முடியவில்லை. இதைப் பார்த்துவிட்டு ஒவ்வொருவராக வந்து தேர் இழுப்பது போல் கயிற்றைப் பிடித்து ஒருசேர இழுத்தனர்.

‘ஊஹூம்!’

ஒரு சில அடிகள் மேலேறிய சிலை அப்படியே திரும்ப கீழ் இறங்கியது. சாஸ்திரிகளும், குருக்களும்கூட ஆளுக்கொரு கை பிடித்தனர்.

அப்பொழுதும் சிலையை இழுக்க முடியவில்லை. எல்லோரையும் வியப்பும், அதிர்ச்சியும் ஆக்ரமிக்க ஆரம்பித்தது. கந்தனும் கிணற்றுக்குள் சிலையோடு கயிற்றைக் கட்டிப்போட்டு விட்டு மேலே ஏறி வந்திருந்தான்.

அவனை மலர்விழி பனித்த விழிகளோடு பார்த்தாள்.

“மலரு...”

“மச்சான்... நீ பேசறத நினைச்சா...”

“எனக்கே மலைப்பு தாங்கல புள்ள... எல்லாம் உள்ள இருக்கற அந்த ஆத்தாவோட கருணை...”

“ஆமாம் கந்தா... நீ ரொம்பக் கொடுத்து வெச்சவன்.”

“இப்ப எதுக்கு இந்தப் பேச்சு... முதல்ல ஆத்தா சிலையை வெளியே எடுப்போம். பொறவு பேசுவோம். கந்தனும் பதிலோடு கயிற்றைப் பிடித்தான். கோரஸாகக் குரல் கொடுத்து ஒரே மூச்சில் இழுக்கப் பார்த்தனர். விறுவிறுவென்று மேலேறத் தொடங்கியது சிலையும்... ஆனால் கிணற்று விளிம்பு வரை வந்துவிட்டு, கனம் தாங்காமல் அவ்வளவு பேரையும் இழுத்துக்கொண்டு மீண்டும்

கிணற்றுக்குள் விழுந்து மூழ்கியும் போனது அந்த சாமுண்டி விக்ரஹம். கூட்டமே அப்படியே நொறுங்கிவிட்டது. நாட்டாமை சாஸ்திரிகளிடம் புலம்ப ஆரம்பித்தார்.

“சாமி... என்ன சாமி நடக்குது இங்க? ஒரு பக்கம் ஊமைக்குப் பேச்சைக் கொடுத்துப் பேச வெச்சுட்டா... இன்னொரு பக்கம் வெளிய வரமாட்டாம அடம்பிடிக்கிறாளே...?”

“நானும்தானே பாத்துண்டு இருக்கேன்... நிச்சயம் இதுக்குப் பின்னால ஒரு சரியான காரணம் இருக்கு நாட்டாமை...” என்று சாஸ்திரிகள் சொல்லி முடித்தபோது, குருக்களின் ஏழு பெண்களும்கூட அங்கே நடப்பதைப் பார்க்க வந்திருந்தனர்.

ஏழு பேரின் தோற்றமும்... அவர்களின் உடையின் வண்ணமும் அப்படியே அந்த சப்த மாதாக்களே நேரில் வந்துவிட்டது போலத்தான் இருந்தது. கன்னிப்பட்டி ஜனங்களும் தங்கள் வாழ்நாளில் இவ்வளவு அழகான தேஜசான பெண்களைப் பார்த்ததில்லை.

அவர்கள் பார்க்கும்போது கிணற்று மேட்டில் இருந்து வாசல்வரை கயிறு நீண்டு கிடந்தது.

பெரியவள் ரம்யா அதைப் பார்த்தபடியே குருக்களை நெருங்கி, “என்னப்பா... இங்கேயும் ஸ்வாமி விக்ரஹம் இல்லையா?” என்று கேட்க, “இல்லம்மா... இங்கதான் விக்ரஹம் இருக்கு. ஆனா வெளிய எடுக்கத்தான் முடியலை...” என்றார்.

“ஒருத்தருக்கு இரண்டு பேர் சேர்ந்து இழுத்தா வராதா?” மகேஸ்வரி விஷயம் புரியாமல் கேட்டாள். பதிலுக்கு சாஸ்திரிகள் சிரித்தார். அதற்குள் குருக்களின் மகள்களான மற்ற ஐந்து பெண்களும் அந்தக் கயிற்றைத் தொட்டு இழுக்க சிலையும் சல்லென்று மேலே வர ஆரம்பித்தது. அதைப் பார்த்த ரம்யாவும், மகேஸ்வரியும்கூட ஓடினர். அந்த ஏழு பேரின் இழுப்பில் சிலையும் ‘விறுவிறு’வென்று மேலே வர ஆரம்பித்தது. எல்லோரும் அப்படியே விக்கித்துப் போய்ப் பார்த்துக் கொண்டிருக்க கயிற்றின்

தொடக்கத்தில் கிணற்றுத் திட்டு அருகே இருந்த குருக்களின் மகள் சாமுண்டீஸ்வரி மேலே வந்த சாமுண்டி விக்ரஹத்தை அப்படியே தொட்டுத் தூக்கினாள். அவள் வரையில் ஒரு மரக்கட்டையைத் தூக்குவது போல்தான் லேசாக இருந்தது.

அப்படியே தூக்கி இடுப்பில் வைத்துக் கொண்டுத் திரும்பிய சாமுண்டீஸ்வரியைப் பார்த்த அத்தனை பேரும் வாய் பிளக்க சாஸ்திரிகள் மட்டும் அந்தக் காட்சியை மூன்றாம் பார்வை பார்த்தார்.

அவரது கைகள் கூப்பின. உதடுகள் சப்த கன்னியரில் ஏழாமவளாகவும் இங்கேயும் ஏழாமவள் கைகளில் பட்டு காட்சியும் தரும் அந்த சாமுண்டீஸ்வரியின் தியான மந்திரத்தைக் கூறத் தொடங்கிவிட்டன.

ஓம் சாம் சாமுண்டாயை நம:
ஓம் ஔம் வாம் சாமுண்டா கன்யகாயை நம:

அப்படியே சாமுண்டிக்கான காயத்ரியையும் பரவசத்தோடு உச்சரிக்கத் தொடங்கினார்.

'ஓம் க்ருஷ்ண வர்ணாயை வித்மஹே
சூல ஹஸ்தாயை தீமஹி!
தன்னோ சாமுண்டா ப்ரசோதயாத்.'

அவர் சொல்வதைப் பார்த்து சாமிநாத குருக்களும் கூற, கந்தனும் கூற முயன்றதுதான் ஆச்சரியம். சாமுண்டீஸ்வரியும் அந்த விக்ரஹத்தை அப்படியே தனி மனுஷியாகத் தூக்கிச் சென்று, நாட்டாமை வீட்டுக் கொல்லையில் உள்ள இலந்தை மரத்தடியில் வைத்தாள்.

நாட்டாமை ஓடி வந்தார். அப்படியே சாஷ்டாங்கமாக விழுந்தார். எழுந்தவர், அம்மாடி... உங்களைப்பத்தி உங்கப்பா சொன்னப்போ, நான் அதை அவ்வளவு பெருசா நினைக்கல...

ஆனா இப்ப நான் கண்ணால பாத்துட்டேன். நான் மட்டுமில்ல... ஊரே பாத்துருச்சு. மொத்த ஊரும் சேர்ந்து கயிறு கட்டி இழுக்கப் பார்த்தோம்; முடியல... ஆனா, நீங்க ஏழு பேர்... அதுவும் பொட்டப் புள்ளைங்க... சாதாரணமா இழுத்து இந்த சாமியை வெளிய போட்டுட்டீங்க. இதை என்னான்னு சொல்றது... உங்க சக்தியை நாங்க தெரிஞ்சுக்கத்தான் இப்படி எல்லாம் நடந்துருக்குங்கறது எங்களுக்குத் தெளிவாயிடிச்சு..."

அவர் சொன்னதைக் கேட்ட விஸ்வநாதனும், மகேஸ்வரனும்கூட ஒருவரை ஒருவர் பார்த்துக் கொண்டனர். மகேஸ்வரன் ஆற்று வெள்ளத்தில் அடித்துச் செல்லப்பட்ட நிலையில் காலில் முறிவு ஏற்பட்டு, 'அவ்வளவுதான்' என்று கருதியபோது மகேஸ்வரி காலைத் தொட்டு உருவிவிட, அதனால் தனக்கு கால் சீரானதை மகேஸ்வரனும் எண்ணிப் பார்த்தான்.

ஆனால் விஸ்வநாதன் முகத்தில் மட்டும் நிச்சலனம். இப்பொழுது அந்த ஏழுபேரையும் ஊர்ப் பெண்கள் அவ்வளவு பேரும் சூழ்ந்து கொண்டுவிட்டிருந்தனர். கன்னத்தை வருடி திருஷ்டி கழித்தனர். ஊருக்குள் ஒரு புதிய பரவசம் பரவியிருந்தது. சாஸ்திரிகள் குருக்களோடு போய் ஒரு மூலையாக அமர்ந்து விட்டார்.

"நடக்கறதெல்லாம் எனக்கு ஒரு நாடகம் போல இருக்கு," என்றார் குருக்கள்.

"தப்பா சொல்றே சாமிநாதா... நாடகத்தில் சில திருப்பங்களை யூகிச்சுடலாம். ஆனா இங்க எதையும் யூகிக்க முடியலைங்கறத மனசுல வெச்சுக்கோ... அதுமட்டுமில்ல... மனுஷன் எழுதற கதைல பெரிய பிரமிப்புக்கு வாய்ப்பு கிடையாது. ஆனா இது தேவ நாடகம். ஒவ்வொரு சம்பவமும் எவ்வளவு திருத்தமா, எவ்வளவு அழுத்தமா இருக்கு பார்த்தியா?"

"ஆமாம் மாமா... என் குழந்தைகளைப் பார்க்க எனக்கே இப்ப பரவசமா இருக்கு. அவாளை என் பொண்களா பாக்கறதா, இல்ல சப்த கன்னிகளா பாக்கறதான்னே தெரியல..."

“உன் வரைல அவா உன் பெண்கள்தான். அந்தப் பார்வைல ஒரு மாற்றமும் வேண்டாம்...” சாஸ்திரிகள் குருக்களின் எண்ணங்களை சீர் செய்தபோது, கந்தன் வந்து காலில் விழுந்தான்.

“எழுந்திரு கந்தா... எழுந்திரு...”

“சாமி... எனக்கு பேச்சு வர நீங்கதான் காரணம்...”

“நானா... அந்த சாமுண்டியை சொல்லு...”

“அவங்களை நான் பார்க்க யார் காரணம்? நீங்கதானே?”

“உன் விதிப்பா... விதி... நீ ஊமையா இருக்கணும், இப்படி ஒரு சமயத்துல பேச்சு வரணும், அதை ஊர் பார்க்கணும், அதனால சப்த மாதாக்களோட சக்தியை இந்த ஊரும் உலகமும் உணரத் தொடங்கணும்கறது தேவ நாடகத்தோட போக்கு. இதுல என் பங்கு எதுவுமே இல்லை...”

அப்பொழுது மணியக்காரர் மகாலிங்கம் மலர்விழியுடன் சாஸ்திரிகளிடம் வந்து, “சாமி... உங்களாலதான் என் மகள் கிடைச்சா... இப்ப என் மருமகனுக்கும் பேச்சு வந்துடுச்சு... நீங்க இந்த ஊருக்கு வந்த நேரம் தங்கமான நேரம்...” என்று கண்கலங்கினார்.

“என்னைப் புகழ வேண்டாம் மணியக்காரரே... கந்தனுக்கு மனப்பூர்வமா உங்க பொண்ணைக் கொடுங்க. அதுதான் எனக்கு நீங்க செலுத்தற மரியாதை...” என்று சாஸ்திரிகள் சொல்ல - அவர் எதிரிலேயே மலர்விழியை இழுத்து கந்தனின் கைகளோடு சேர்த்து வைத்தார் மகாலிங்கம். மலர்விழியிடமும் வெட்கம் பூத்து வழிந்தது.

“நிறைய நல்ல காரியம் நடக்க இருக்குது. அதுக்கு இது முதல் காரியம் போல...” என்றபடியே மகேஸ்வரனும் நாட்டாமையும் நெருங்கி வந்தனர்.

அப்படியே அவர் அருகே சம்மணமிட்டு அமர்ந்தும் கொண்டனர். இலந்தை மரத்தடியில் சாமுண்டீஸ்வரிக்கு விளக்கு

ஏற்றி, பூப்போட்டு ஒரு எளிய பூஜையைத் தெருப் பெண்கள் செய்து கொண்டிருந்தனர்.

அதை எல்லாம் பார்த்தபடியே கேட்டார் நாட்டாமை.

"சாமி ஏழு பேர்ல ஒரு சாமி சிலைதான் கிடைச்சிருக்கு... மீதி ஆறும் எங்க இருக்கு. யார் கைல இருக்குன்னு தெரியலியே சாமி?"

"கவலப்பட வேண்டாம், நாட்டாமை. எல்லாமே ஒரு திட்டப்படி நடந்துண்டு இருக்கு. ஏழுபேர்ல அதோ உக்காந்துருக்காளே சாமுண்டி... இவ அந்த அம்பாளோட நெத்தியில் இருந்து உதிச்சவ... இவதான் மஹா பத்ரகாளி... இவளுக்கு சிவகாளின்னும் ஒரு பேர் உண்டு. இவ சிரிச்சா எட்டு திக்கும் நடுங்கும். அப்படி ஒரு சாரீரம். சண்டமுண்ட தாருகனை வதம் பண்ணினவ. ஒரு கடலளவு ரத்தத்தைக்கூட உறிஞ்சிக் குடிக்க முடிஞ்சவ. இவளுக்குப் பிடிச்சமானதே ரத்தம்தான்.

உலகத்துலயே... ஜலத்துக்குப் பிறகு இயற்கையான நிறத்துல உருவாகற ஒரே வஸ்து ரத்தம்தான். ரத்தம் உருவாக உடம்புங்கற நிலம் வேண்டும். அதுமட்டுமல்ல. நிக்காம ஓடற ஒரு நீரும் ரத்தம்தான். அதையே உறிஞ்சிக் குடிச்சு எதிரிகளை அழிக்கறதுல நிகரில்லாதவ சாமுண்டி. அப்படிப்பட்டவ வெளிப்பட்டுட்டா... அதனால நாம துளிகூட கவலைப்பட வேண்டாம். எல்லாத்தையும் அவளே பார்த்துப்பா..." என்று சாமுண்டிக்கு ஒரு புது விளக்கத்தையே அளித்து முடித்தார் சாஸ்திரிகள்.

"ஆமா... எங்க விஸ்வநாதன்?" என்று ஊரே குருக்கள் விஸ்வநாதனை அக்கறையோட கேட்க, அவர் எங்கே என்று ஒவ்வொருவரும் பார்த்தனர். ஆனால் விஸ்வநாதனைக் காணவில்லை. அவனைக் காணாத ஏக்கம் ரம்யாவின் முகத்திலும் எதிரொலித்துக் கொண்டிருந்தது.

— 6 —

கடவுள் விஷயம் பற்றி விதம் விதமான கருத்துக்கள் இன்று உலகில் உலா வந்தபடி உள்ளன. கடவுள் என்பவர் இருக்கிறாரோ, இல்லையோ அவர் இருந்தால் நல்லதுதான். இது ஒரு சிந்தனையாளர் கருத்து.

'நமக்குமேல் ஒரு சக்தி இருந்து, அதுவே நம்மை வழிநடத்துகிறது என்கிற எண்ணம் மனிதனை மனிதனாக வைத்திருக்கும். அந்த எண்ணம் மட்டும் இல்லாவிட்டால், மனிதர்களில் சரிபாதி பேர் முழுமையான மிருகமாக இருப்பார்கள். மீதமுள்ளவர்கள் அந்த மிருகங்களால் அடித்துக் கொல்லப்பட்டிருப்பார்கள்...' இது இன்னொரு சிந்தனையாளர் கருத்து.

'ஒரு விஷயம் மறைவாக இருக்கும்வரைதான் அது சுவாரஸ்யமானதாக இருக்கும். சாதாரணமாக அது தெரியத் தொடங்கிவிட்டால், பத்தோடு பதினொன்று ஆகிவிடும்... கடவுள் விஷயமும் மறைவாக இருப்பதே நல்லது... எந்த விஷயம் வேண்டுமானாலும் பட்டவர்த்தனமாகி மலிவடையலாம். கடவுள் விஷயம் அப்படி ஆகிவிடக்கூடாது. அப்படி ஆவது உலகத்தை இருளில் தள்ளிவிடும்...' இதுவும் ஒரு அறிஞரின் கருத்துதான்.

'நேற்றும் சரி, இன்றும் சரி, நாளையும் சரி - கடவுள் என்பவர் இருந்தும் இல்லாதவராகவே இருப்பார். ஒருவேளை அவர் காட்சி கொடுத்தாலும் தனி மனிதனுக்கு, யாரும் இல்லாத போதுதான் காட்சி கொடுப்பார். ஒரு கூட்டமே உணரும்படி கடவுளின் தரிசனம் நிகழவே நிகழாது. நிகழவும் கூடாது' இதுகூட ஒரு அறிஞர் கருத்துதான்.

'கையை ஊன்றாமல் எழுந்திருப்பது எவ்வளவு கஷ்டமோ, அவ்வளவு கஷ்டம் கடவுள் இல்லாத எண்ணத்தோடு வாழ்வது' இது ஒரு சிந்தனையாளர் மனம் உருகிச் சொன்னது.

'காற்றுதான் கடவுள்... அப்படிப்பட்ட கடவுளைப் பார்க்க முடியாது... ஆனால் உணரலாம்.' இப்படி கடவுள் சிந்தனைகள் உலகம் முழுக்க பலவிதமாய் இருக்கிறது. இருப்பினும் இவற்றுக்கு நடுவே இறை செயல்கள் பல இடங்களில் அற்புதங்களைச் செய்து மனிதகுலத்தை அவ்வப்போது மூக்கில் விரல் வைக்கச் செய்து விடுகின்றன.

சிலுவையில் அறையப் பெற்று உயிரைவிட்ட யேசுநாதர் உயிர் பிழைத்தது இன்றுவரை அளக்க முடியாத ஒரு அதிசயம். இப்படி அடுக்கிக் கொண்டே போகலாம்.

ஒருபுறம் எத்தனைக்கெத்தனை விஞ்ஞானம் விஸ்வரூபமெடுக்கிறதோ, கூடவே ஆன்மீக ஞானமும் அதைத்தாண்டி விஸ்வரூபமெடுத்துக் கொண்டேதான் போகிறது.

கொடைக்கானல்!

ஜில்லென்று குளிர்காற்று, ஒவ்வொரு மனிதர்களின் காது மடலையும் திருகிக் கொண்டிருந்தது.

திரும்பின பக்கமெல்லாம் பச்சை. மொத்த மலைக்கும் சாம்பிராணி புகை போட்டது போல மேகக்கூட்டம். வாலாட்டிக் குருவிகள் படு உற்சாகமாக அந்த மலைவானில் பறந்து கொண்டிருந்தன.

ஒரு கூட்டமாக மேற்கு ஜெர்மனியில் இருந்து வந்திருக்கும் அந்த மேல்நாட்டவர்களும்கூட அந்தக் காட்சிகளை எல்லாம் பார்த்து ரசித்துக் கொண்டிருந்தனர். அவர்கள் பயணம் செய்து வந்திருந்த பஸ்கள் சாலைமேல் நின்று கொண்டிருக்க, அவர்கள் புல்வெளிமேல் நின்று கொண்டிருந்தனர்.

அவர்களைக் கொடைக்கானலுக்கு அழைத்து வந்து அவர்களுக்கான யோகப்பயிற்சி வகுப்புக்கும் ஏற்பாடு

செய்திருந்த கொடைக்கானல் மேனேஜர் தனது காரில் யோகி சிவத்தின் சிஷ்யர்களான அந்த ஐந்து பேருடன் அவர்கள் நிற்கும் புல்வெளிப் பகுதிக்கு அழைத்து வந்திருந்தார்.

ஐந்து பேருமே ஒரே சீருடையில் வெள்ளை பைஜாமா குர்தா அணிந்திருந்தனர். பார்க்கும்போதே அவர்களிடம் யோக லட்சணம் நன்றாக வெளிப்பட்டுக் கொண்டிருந்தது.

அவர்களைப் பார்க்க மேல்நாட்டவர்களும் ஒன்றாகக் கூடினர். அவர்களை வழிநடத்தும் பேராசிரியர் ஒருவர் அவர்களைப் புல்வெளியில் வரிசையில் அமரச் சொல்லிவிட்டு, யோகி சிவத்தின் சீடர்களான கௌரிசங்கர், விஷ்ணு, லட்சுமிகாந்தன், இந்திரன், சாமுண்டீஸ்வரன் ஆகிய ஐந்து பேரையும் வரிசையாக நிறுத்தி, அந்த மேல்நாட்டவர்களுக்கு அறிமுகம் செய்ய ஆரம்பித்தார்.

"லேடீஸ் அண்ட் ஜென்டில்மேன்...!"

"மேற்கு ஜெர்மனியில் இருந்து எங்கள் இந்திய நாட்டிற்கு வந்திருக்கும் உங்களை இந்த வேளையில் சந்திப்பதில் மிகவும் மகிழ்ச்சியடைகிறேன்.

இந்திய நாடு அதிக மக்கள் தொகை உடைய ஒரு நாடு மட்டுமல்ல... இங்கு தொண்ணூறு விதமான பாஷைகள் பேசுபவர்கள் உள்ளனர். அதுமட்டுமல்ல... அறுபதுக்கும் அதிகமான பாஷைகள் தங்களுக்கென தனியான எழுத்துக்களையும் கொண்டுள்ளன.

ஆனால் உங்கள் நாட்டில் ஒரே மொழி... ஒரே எழுத்து உங்களுக்கு உங்கள் பாஷைக்குப் பிறகு, ஆங்கிலம் என்று ஒன்று இருப்பது மட்டும்தான் தெரியும். எங்களுக்கு அப்படி இல்லை... இங்கே இவ்வளவு மொழி... இவ்வளவு எழுத்துக்கள்... அவ்வளவிலும் ஒரு பரிபூரண நிலை இருக்கிறதென்றால் இந்த நாட்டில் எவ்வளவு அறிஞர்கள், எவ்வளவு மேதைகள் இருந்திருக்க வேண்டும் என்று எண்ணிப் பாருங்கள்."

“எங்கள் நாடு பொருளாதாரத்தில் சற்று பின்தங்கியிருக்கலாம்; சுகாதாரத்திலும் பின்தங்கி இருக்கலாம். ஆனால், பல விஷயங்களில் உலகுக்கே வழிகாட்டுவது இந்தியாதான். குறிப்பாக உடம்பு, மனம் பற்றிய ஞானம் இந்தியாவில் இருக்கும் அளவு வேறு எங்குமே இல்லை.

அதேபோல வான சாஸ்திரம், கிரக ஞானம் போன்ற அரிய விஷயங்களில் இந்தியா ஒரு முதல் தரமான நாடு. உங்களுக்கெல்லாம் நல்ல பொருளாதார பலம் உண்டு. மழை வளமும் உங்களுக்கு நிறைய உண்டு. எனவே நீங்கள் எந்த ஒரு விஷயத்தையும் சாதிப்பது பெரிதில்லை. ஆனால், இங்கே இந்தியர்கள் இது எதுவும் இல்லாத நிலையிலும் சாதித்திருப்பது மிக அதிகம். குறிப்பாக - இங்கு இருப்பது போல யோக ஞானம் எங்கும் யாரிடமும் இல்லை. அதற்கு இதோ இங்கே உங்கள் முன்னால் நின்று கொண்டிருக்கும் இந்த ஐந்து இளைஞர்களே சாட்சி...”

பேராசிரியர், மேல்நாட்டவர்களிடம் அந்த ஐந்து பேரையும் அறிமுகப்படுத்துவதில் மும்முரமாகிவிட்டார். அவர்களும் இந்திய மரபுப்படியும், தமிழ்ப் பண்பாட்டின்படியும் அனைவர் முன்னிலையிலும் வணக்கம் கூறினர்.

“இவர்கள் பிறந்ததே யோகாஸ்ரமத்தில்தான்... எல்லோரும் யோகம் பழகுவதற்காக குறைந்தபட்சம் பத்து வயதாவது ஆக வேண்டும். ஆனால், இவர்கள் பத்தே மாதங்களில் யோகம் கற்றுக் கொள்ளத் தொடங்கியவர்கள். இவர்கள் உடம்பும் சொன்னபடி கேட்கும். ரஷ்ய சர்க்கஸில் வில்லாய் வளையும் பலரைப் பார்த்திருப்பீர்கள். இவர்கள் அவர்களையும் தூக்கிச் சாப்பிட்டுவிடக்கூடியவர்கள். கபாலபதி என்னும் மூச்சுப் பயிற்சியிலும் இவர்கள் தலைசிறந்த நிபுணர்கள். உடம்பின் ஒவ்வொரு நாடி பற்றியும் அறிந்தவர்கள். மொத்தத்தில் உடம்பைப் பற்றி இவர்களுக்குத் தெரிந்த அளவுக்கு ஒரு ஐம்பது வருட அனுபவமுள்ள எம்.பி.பி.எஸ். டாக்டருக்குக்கூட தெரிந்திருக்காது என்பதே என் அனுமானம்.”

பேராசிரியர் சற்று இடைவெளிவிட்டு, அவர்களை ஒரு பெருமிதப் பார்வையும் பார்த்தார். அவர் அப்படிப் பார்க்கவும், கௌரிசங்கர் அப்படியே அவரைப் பிடித்துக் கொள்ளத் தொடங்கினான்.

“பேராசிரியர் சார்... ப்ளீஸ் எங்களைப் பத்தின உங்க அறிமுகம் ரொம்ப மிகையானது. அவங்க அப்புறம் எங்களைக் கடவுளா பார்க்க ஆரம்பிச்சிடுவாங்க. அது இன்னும் ஆபத்தானது,” என்றவன் அப்படியே அவர்களை ஒட்டுமொத்தமாகப் பார்த்து...

“உங்களைச் சந்திப்பதில், உங்களுக்கு யோகப் பயிற்சி அளிப்பதில் நாங்கள் மிக மகிழ்கிறோம். உங்களில் இருபது... இருபது பேர் ஒரு குழுவாகப் பிரிந்து, அப்படியே ஒரு வட்டம் போல அமர்ந்து கொள்ளவும். நடுவில் நாங்கள் நின்று விளக்கங்களோடு பயிற்சி அளிப்போம். முதலில் எங்களை நன்றாகக் கவனியுங்கள். பிறகு கேள்விகள் கேட்பவர்கள் கேட்கலாம். நாங்களும் விளக்கங்கள் அளிப்போம்.

இந்தப் பயிற்சி மிக நுட்பமானது. கால்கள் இரண்டும் சேர்ந்து இருப்பதில் இருந்து, கைகளில் விரல் நுனிகள் ஒன்றோடு ஒன்று எப்படி தொட்டுக் கொண்டு இருக்கின்றன என்பதுவரை கூர்ந்து கவனித்து அதன்படி செயல்படுங்கள்.”

“தவறாக செய்வதற்கு செய்யாமல் இருந்துவிடுவது உத்தமம். இந்தப் பயிற்சியில் சில செயல்கள் பயிற்சி போலவே தெரியாது. உதாரணமாக கட்டை விரல் நுனியையும், ஆள்காட்டி விரல் நுனியையும் தொட்டுக் கொண்டு, இரு கைகளையும் நெஞ்சுக்கு நேரே நீட்டிக் கொண்டு, மூன்று நிமிட நேரங்கள் நிற்க வேண்டும். அப்படி நிற்கும்போது காஸ்மிக் எனர்ஜியை நம் உடம்பு ஸ்வீகரிக்க ஆரம்பிக்கும். இது கண்களுக்குத் தெரியாது. ஆனால் காலத்தால் துல்லியமாக உணரலாம்...” கௌரிசங்கர் தனது உரையை ஒருவாறு முடித்தவன், அந்தக் குளிர்ந்த புல்வெளியில் அழகாக ஒரு வட்டம் போட்டான். அதில் இருபது பேரையும் நல்ல இடைவெளியில் வரிசைக்கிரமமாக நிறுத்தி வைத்தான்.

நடுவில் அவன் சென்று நின்று கொண்டான். இதேபோல லட்சுமிகாந்தன் ஒருபுறம், இந்திரன் ஒருபுறம், விஷ்ணு ஒருபுறம், சாமுண்டீஸ்வரன் ஒருபுறம் தங்கள் பயிற்சியைத் தொடங்கினர்.

பயிற்சியில் பங்கு கொள்ள முடியாதபடி கையில் அடிபட்டிருந்த ஜான்சன் என்பவர் நடப்பதை எல்லாம் வேடிக்கை பார்த்தபடி அமர்ந்திருந்தார். ஒரு கட்டத்தில் அவருக்கு மிகவும் போரடித்தது. மெல்ல எழுந்து சற்று காலார நடக்கத் தொடங்கினார்.

பேராசிரியர் பார்த்துவிட்டு சத்தம் போட்டு கத்திக் கேட்டார்.

“மிஸ்டர் ஜான்சன் வேர் ஆர் யூ கோயிங்?”

“ஜஸ்ட் வாக்கிங் புரொபசர்...” என்று அவரும் பதிலளித்தார். கொடைக்கானலும் தனது எழிலை அவர் முன் சிந்திக் கொண்டிருந்தது. வெள்ளை யானை ஒன்று குறுக்கில் செல்கிற மாதிரி மேகக்கூட்டம் குறுக்கிட்டது. லேசாக சாரல் மழையும் பெய்யவும், அவருக்கு ஒரே குஷியாகிவிட்டது. இந்திய நாட்டு வெப்பத்தில் கருகிப் போகவிருந்த அவர், மலைகளின் இளவரசியின் குளிர்மழையில் ஜில்லென்று நனைந்தார்.

மலையைச் சுற்றிப் பார்த்தவர் எதிரில் ஒரு அசுரச் சரிவு. அந்தச் சரிவில் மழைச்சாரல் பன்னீர்க்கோடு போல இறங்கிக் கொண்டிருந்தது. அந்த நிலையிலும் சில அன்னப்பட்சிகள் போன்ற வெண்ணிற பறவைகள் ராணுவ அணிவகுப்பு போல் அணிவகுத்து சென்று கொண்டிருந்தன.

“ஓ... வாட் எ பியூட்டிஃபுல் அட்மாஸ்ஃபியர்.” என்று முணுமுணுத்தவரின் காலடியில் மழை நீரின் ஓட்டத்தால் மெல்லிய தளர்வு.

அதேசமயம் “மிஸ்டர் ஜான்சன்” என்று பெருங்குரலோடு அவரைத் தேடியபடி குடையோடு சிலர் பின்னால் வந்து கொண்டிருந்தனர்.

அந்தக் குரல் கேட்டு திரும்பியவர் திரும்பிய வேகத்தில் அப்படியே தடுமாறி, சரிவில் விழ ஆரம்பித்தார். மெத்தென்ற

புல்வெளிமேல் அவரது உடம்பு ஒரு மூட்டைபோல உருண்டு உருண்டு கீழே விழ ஆரம்பித்தது.

தேடி வந்தவர்கள் கண்களை விட்டு மறைந்துவிட்ட ஜான்சனின் உடம்பு, அப்படியே ஒரு புதருக்குள் போய் விழுந்தது. அந்தப் புதரில் வரிசையாக சப்த மாதாக்கள் ஆறு பேர்... அருகில் ஃபாரெஸ்டர் விஸ்வநாதன் அவற்றைக் கூர்ந்து பார்த்தபடி...!

✦ ——— ✦

நான்காம் கன்னி

— 1 —

நம்மில் பலரிடம் கடவுள் குறித்த எண்ணம் ஆழமும், அகலமும் இல்லாத ஒரு சராசரி எண்ணமாகவே உள்ளது. ராமனையோ, கிருஷ்ணனையோ, இல்லை லட்சுமியையோ, சரஸ்வதியையோ ஆலயங்களில் அவர்கள் எப்படிப் பார்க்கிறார்களோ அப்படியேதான் அவர்களும் இருப்பார்கள் என்றே எண்ணிக் கொண்டிருக்கின்றனர்!

கதைகளில் - அதாவது புராணங்களில் சொல்லப்பட்டது போல அவர்கள் தலைக்கு மேலான ஆகாயத்தில் கைலாயம், வைகுண்டம் போன்ற மேல் உலகங்களில் இருப்பதாகவும் நம்புகின்றனர்.

வான்வெளியில் சந்திர, சூரியர் முதல் ஆயிரக்கணக்கான நட்சத்திரங்களையும் பார்ப்பதால் வானவெளியில் நிச்சயமாக நமது பூமி போலவே இதுபோன்ற உலகங்கள் இருக்கக்கூடும் என்று நம்புகின்றனர்.

கடவுளே பூமியைப் படைத்தார். பஞ்ச பூதங்களைப் படைத்தார். பின்னர் புல் பூண்டு முதல் புழு பூச்சிவரை படைத்து, அதற்குப்பின் பறப்பன, நடப்பன என்கிற மிருகங்களை, பட்சிகளைப் படைத்து, இறுதியாக மனிதனைப் படைத்ததும் அவரே என்கிற கருத்தை எல்லாம் குறித்து, அது எந்த அளவு சரியானது என்று எண்ணிப் பார்ப்பவர்கள் வெகு சிலரே. அப்படியே நம்பி ஏற்றுக் கொண்டிருப்பவர்களோ வெகு அதிகமானோர்...

கடவுள் என்பவர் மனித வடிவில் மட்டுமல்ல. மனிதனும், மிருகமும் கலந்த நிலையில் நரசிம்மம், ஆஞ்சநேயர், கணபதி,

நந்திதேவர், சுகர், ராமாயணத்தில் கரடி ராஜாவான ஜாம்பவான் என்றும் அவர்களுக்கு உருவம் அமைத்து அதை மனிதர்களும் ஒப்புக் கொண்டு வணங்கி வருகின்றனர்.

எல்லாம் சரி... கடவுள் பற்றிய எண்ணங்களில் - அவரைப் புரிந்து கொள்ள முயலும் சிந்தனைகளில் அவர் இருக்கிறார் என்றும், இல்லை என்றும் உள்ள கட்சிகளில் உண்மையில் கடவுளின் நிலைப்பாடு என்ன?

கடவுளை நாம் விளங்கிக் கொள்ள முடியுமா? உண்மையில் அவர் ஒருவர்தானா? அப்படியென்றால், இந்த சப்த மாதாக்கள் யார்? சப்த மாதாக்கள் போல பலப்பல இறை வடிவங்கள் இந்து மதத்தில் மிகுந்து காணப்படுகின்றன. இவர்களெல்லாம் யார்? எங்கிருந்து வந்தார்கள்?

அவர்களை உபாசனை செய்தால், அவர்கள் நாம் டாக்சிக்கு போன் செய்தால் டாக்சி வருவது போல வந்து உதவுகிறவர்கள் என்பதும் பலரது நிதர்சனமான கருத்து. அப்படியானால், ஒரே கடவுள் கொள்கை ஆட்டம் காண்கிறது!

கடவுள் விஷயம் இதுதான் என்று உறுதியாகக் கூறியவர் ஒருவரும் இல்லை. இருந்தும் நமது பலப்பல கடவுளர்களின் எல்லா கோயில்களிலும் கூட்டம். தனித்தனியே அவர்களுக்கும் பக்தர்கள். உண்மைதான் என்ன?

கடவுள் இருக்கிறாரா?

இருந்தால் அவர் ஆணா... பெண்ணா?

அவருக்கு எதற்கு ஏராளமான வடிவங்கள்?

சைவம், வைணவம், கௌமாரம் என்று எதற்கு? அவரை அடைய வழிமுறைகள் ஒன்று ஏன் இல்லாமல் போனது?

எப்படி வந்தார்கள் இவ்வளவு கடவுளர்கள்?

கடவுள் இருந்தால் காட்சி தரவேண்டுமல்லவா?

உலகில் யாருக்காவது, ஒருவருக்குக் காட்சி தந்துள்ளார்களா, இல்லையா...? இதுதான் என் முன் தோன்றியுள்ள கேள்விகள்... கேள்விகள்... கேள்விகள்...!

அந்தக் குகைக்குள் ஒரு வெள்ளைக்கார உருவம் வந்து விழுந்ததை முதலில் விஸ்வநாதன் உணரவேயில்லை. விழுந்த வேகத்தில் மயக்கமாகி விட்டார் ஜான்சன். தற்செயலாகத் திரும்பிய விஸ்வநாதனுக்குப் 'பகீர்' என்றது.

அடிவயிறும் கலங்கியது. ஜான்சனையே மிரண்டு போய் பார்த்தார்.

'ஒருவேளை வெளிநாட்டுப் போலீஸை நமது இந்திய அரசாங்கம் தெரியாமல் பயன்படுத்துகிறதோ?' இப்படி எல்லாம் குழப்பங்களுடன் விஸ்வநாதன் ஜான்சனைப் பார்த்தபடி இருக்க, ஜான்சன் தலையில் இருந்து ரத்தம் கொட்டியபடி இருந்தது.

ஜான்சனுக்குக் கட்டுப் போடுவதா, இல்லை அப்படியே தூக்கிச் செல்வதா என்பதெல்லாம் பெரிய குழப்பமாகவே இருந்தது விஸ்வநாதனுக்கு...

ஜான்சனோ கண்ணைத் திறக்கவில்லை. மாறாக அவர் உடம்பில் இருந்து பெருகிய ரத்தம் மட்டும் சாமுண்டி விக்ரஹம் எங்கே என்று தேடுவது போல ஓடி, அங்குள்ள சிலைகளின் காலடியில் தேங்கிட, அதை எல்லாம் பார்த்தபடியேதான் அமர்ந்திருந்தான் விஸ்வநாதன்.

வந்து விழுந்த வேகத்தில் ஜான்சன் மயக்கமாகிவிட்டது விஸ்வநாதனுக்கு சௌகர்யமாகிவிட்டது. எழுந்திருந்து மறைவான அந்த இடத்தை விட்டு வெளியே வந்து சுற்றிலும் பார்த்தான். ஒரே மேகமூட்டம்! பத்தடிக்கு அப்பால் என்ன இருக்கிறது என்பதுகூட தெரியவில்லை. யாராவது துரத்திக் கொண்டு வந்து விழுந்தவனா என்பதிலிருந்து தானாகத் தடுக்கி விழுந்தவனா என்பதுவரை பல கேள்விகள்.

வெள்ளைக்காரத் தோற்றம் நிச்சயம் அந்த மனிதர் ஒரு சுற்றுலாப் பயணியாகத்தான் இருக்க வேண்டும் என்று சொல்லாமல் சொன்னது.

'இப்பொழுது என்ன செய்வது?'

விஸ்வநாதன் யோசிக்கும்போது அந்தப் புகை மூட்டத்துக்குள் ஒருவன் நடந்து வரும் சப்தம் கேட்டது. அருகில் வரவும் தெரிந்துவிட்டது.

அவன்...?

முதன்முதலாகக் கன்னிப்பட்டிக்குள் நுழைந்த அதே மாந்திரீகன்! இடுப்பில் கறுப்பு வேட்டி, வலத் தோளில் ஜோல்னா, நெற்றியில் பெரிய குங்குமப் பொட்டு, புருவத்தில் அடர்த்தியான கருமை என்று மிரட்டும் தோற்றம். அதே வாரப்படாத பரட்டைத்தலை. திறந்த மார்பு. கண்களில் மட்டும் ஒரு அசாத்தியக் கூர்மை.

அவன் வரவும் விஸ்வநாதனுக்கு ஏனோ உடம்பெல்லாம் நடுங்க ஆரம்பித்தது. குளிரில் நடுங்குபவன் போல் கைகளைக் கட்டிக் கொண்டான். பணிவாக எழுந்து நின்றான்.

அவன் பார்வையோ மயங்கிக் கிடக்கும் வெள்ளைக்காரன் மேல்தான் சென்றது.

சிலைகளின் காலடியில் தேங்கியிருக்கும் ரத்தம் அவனைக் திகைக்கவும் வைத்தது.

"யார் இவன்?"

"தெரியாது..."

"இங்க எப்படி வந்தான்?"

"உருண்டு வந்து ஒரு பொட்டலம் மாதிரி விழுந்தான்."

"உண்மையாவா?"

"நான் உங்க அடிமை. பொய் பேசுவேனா?"

விஸ்வநாதனின் குரலில் அசாத்தியமான அளவில் ஒரு பணிவு; குழைவு! அதன்பின் அந்த மாந்திரீகன் பேசவில்லை. மளமளவென்று அந்த வெள்ளைக்காரனைத் தொட்டுத் தூக்கினான். அப்படியே விஸ்வநாதனைப் பார்த்து, "அந்த ரத்தத்தை எல்லாம் துடைச்சு சுத்தம் பண்ணு." என்றான். விஸ்வநாதனின் தலை இடவலமாக ஆடியது. அந்த வெள்ளைக்காரனுடன் புறப்பட்ட மாந்திரீகன், மேக மூட்டத்துக்குள் புகுந்து மறைந்து போனான்!

யோகா மாஸ்டர் ஐவரும் தனித்தனியே அந்தப் பசும் புல்வெளியில் மற்ற வெள்ளைக்காரர்களுக்கு வகுப்பு எடுத்துக் கொண்டிருந்தனர்.

நடு நாயகமாக ஒரு ஆரக்கால் போல வகுப்பு எடுக்கும் கௌரிசங்கர், விஷ்ணு, சாமுண்டீஸ்வரன், லஷ்மிகாந்தன், இந்திரன் என்று ஐவரும் நின்றிருக்க, அவர்களைச் சுற்றி வட்டமாக ஒலிம்பிக் விளையாட்டுப் போட்டியின் துவக்க விழாவில் நிகழ்த்தப்படும் மனித வளையங்களின் அசைவு போல வெள்ளையர்கள் இருபது பேரும் அமர்ந்திருந்தனர்.

கூர்மையாகக் கவனித்துக் கொண்டிருந்தனர்.

மிருதுவான குரல். நல்ல இடைவெளி விட்டு வார்த்தைக்கு வார்த்தை அழுத்தம் கொடுத்து, அவர்கள் பேசுவதில் அற்புதமான பொருள். ஆங்கிலத்தில் அவர்கள் பேசியதன் தமிழ் சாரம்...

"இந்த உலகம் சூரியனில் இருந்து வெடித்துச் சிதறி விழுந்த ஒரு சூரியனின் ஒரு துண்டுப் பகுதி என்பது விஞ்ஞானிகளின் கருத்து.

சூரியனில் இருந்து சிதறியது இந்த பூமி மட்டும்தானா? சூரியனின் ஒரு பாகம் வெடித்துச் சிதறும் போது அதிலிருந்து ஒரே ஒரு துண்டுப் பகுதிதானா தெறித்து விழுந்திருக்கும்?

யோசித்துப் பாருங்கள்."

"எவ்வளவோ பகுதிகள் விழுந்திருக்கலாம்... ஆனால் நமது பூமி மட்டும் கச்சிதமாக உருண்டையாக மூன்று பங்கு நீர், ஒரு

பங்கு நிலம் என்கிற கலவையோடும், பூமிக்கு மேலே காற்றுப் போர்வையோடும், அதற்குமேல் ஓசோன் என்கிற சூரியக் கதிரை சுத்திகரிக்கும் ஒரு படலத்தோடும் ஒரு செம்மையான திட்டமிடலில் இருப்பதற்கு எது காரணம்?"

"ஒரு தெறித்து விழும் விஷயத்தில் இவ்வளவு ஒழுங்குகள் எப்படி இருக்க முடியும்? அடுத்து ஆகாயவெளியில் விழ ஆரம்பிக்கும் ஒரு விஷயம் நிற்காமல் விழுந்து கொண்டேதான் இருக்க வேண்டும். ஆனால் நமது பூமியோ ஒரே இடத்தில் அதன் அச்சுப்பாகமும் சற்று சாய்ந்த நிலையில் இருக்க சுற்றியபடி உள்ளது. அதுவும் சூரிய, சந்திரர்களுக்கு நடுவில், அதற்கும் அப்பால் ஒன்பது கோள்களின் சுழல் வட்டப் பாதையில் அதன் தாக்கங்களையும் உள் வாங்கிக் கொண்டு எப்படி இந்த பூமி சுழல்கிறது. இதற்குள் ஒரு புவி ஈர்ப்பு விசை, மழை, காற்று என்கிற அம்சங்கள்! இப்படி ஒரு பூமியில் ஆயிரமாயிரம் உயிரினங்கள்... அந்த உயிரினங்களில் மனிதனுக்கு மட்டும்தான் தன்னையும் இந்தப் பிரபஞ்சத்தையும் உணரும் அறிவு... ஏன், எதற்கு, எப்படி என்று கேள்விகள் - கேட்கும் அறிவு. இதை எல்லாம் நினைத்துப் பார்த்தாலே வியப்பாக இல்லை?"

ஒரு சிந்தனைக்குரிய கேள்வியை அவர்கள் கேட்க வெள்ளையர்கள் வாயைப் பிளந்துவிட்டிருந்தனர்.

யோகம் பற்றி பேசி வகுப்பெடுக்க வேண்டியவர்கள் எதற்காக இப்படி பிரபஞ்சம் பற்றி உபன்யாசம் செய்கிறார்கள் என்கிற கேள்வியும் அவர்களில் சிலருக்கு எழாமல் இல்லை.

"எக்ஸ்யூஸ் மீ... கேன் ஐ ஆஸ்க் சம் கொஸ்டின்ஸ்...?" என்று ஒருவர் கை தூக்கினார்.

"வித் ப்ளெஷர். நிறைய கேளுங்க. கேட்கணும். எதையும் கேட்டாதான் எங்களுக்குப் பிடிக்கும்..."

"வாட் டு யூ ஸே... இந்த பூமி சூரியன்ல இருந்து தெறிச்சு விழுந்த ஒரு துண்டுப் பகுதின்னு சொல்றீங்களா, இல்லை இந்தப் பூமியை கடவுள்தான் படைச்சார்னு சொல்றீங்களா?"

“தெறிச்சு விழுந்த ஒரு துண்டுப் பகுதியில் எப்படி இப்படி ஒரு திட்டமிட்ட தன்மைகள் இருக்க முடியும்கறதுதான் என் கேள்வி. நாம வியக்க வேண்டியதும் அதைத்தான்...”

“இப்ப இருக்கற உலகம் மனிதனோட விஞ்ஞான கண்டுபிடிப்பால வளர்ந்துருக்கற ஒரு உலகம்... பல லட்சம் வருஷத்துக்கு முன்னால இங்க டைனோசர்ஸ்தான் இருந்தது. மனுஷன்கூட குரங்கு முகத்தோட எந்த நாகரீகமும் இல்லாமதான் இருந்தான். மெல்லத்தான் அவன் வளர்ச்சியடைந்தான். எல்லாமே காலத்தால ஏற்பட்ட மாற்றம், சாப்பாடு, க்ளைமேட்னு பல விஷயம் இதுக்குப் பின்னாடி இருக்கு. இதுல ஆச்சரியப்பட என்ன இருக்கு?”

“ஏன் இல்லாம? பூமிக்குத் தேவையான அளவு உஷ்ணம் கிடைக்கற ஒரு தூரத்துல சூரியன், அதே மாதிரி சந்திரன், மழைக்காலம், வெயில் காலம், வசந்த காலம், குளிர்காலம், இலையுதிர் காலம்னு பருவங்கள்... இதெல்லாம் தற்செயலா அமைந்த விஷயங்களா... எவ்வளோ முன்னேறிட்ட மனிதனால் இந்த விஷயங்கள்ள சின்னதா ஒரு மாற்றத்தை செய்ய முடியுமா?”

“வாட் டு யூ மீன்?”

“ஒரு நாள்... ஒரே ஒரு நாள்... ஒரு பதினைஞ்சு நிமிஷம் லேட்டா சூரியனை உதிக்க வைக்க முடியுமா?”

“தென்... அதனால்?”

“ஒரு சூப்பர் பவர் இருக்கு... அதோட கண்ட்ரோல்லதான் எல்லாரும் இருக்கோம்...”

“நீங்க கடவுளத்தானே சொல்றீங்க...”

“அது உங்க விருப்பம். நீங்க அந்த சூப்பர் பவருக்கு யேசுன்னு பேர் வையுங்க, அல்லான்னு பேர் வையுங்க. இங்க பிரம்மா, விஷ்ணு, சிவன்னு நிறைய பேர் வெச்சிருக்காங்க. ஆனா நாங்க அந்தப் பவரை பவர்னுதான் குறிப்பிடுவோம். அதுக்கு ஒரு பேர்

வெச்சு, அதை சிம்ப்ளிஃபை பண்ணவோ, இல்லை அதை ஒரு வட்டத்துக்குள்ள அடைக்கவோ விரும்பலை...”

“அப்போ உங்க யோகா தெரபிங்கறது கடவுள் இல்லாத ஒரு விஷயமா?”

“நாங்க இந்தப் பிரபஞ்சத்தை நம்பறோம். இதுல இருந்துதான் நான், நீங்க, நாம எல்லாரும் வந்துருக்கோம்... எங்க வரைல நாம வேற, இந்தப் பிரபஞ்சம் வேற கிடையாது. அதாவது இந்தப் பூமியில் இருக்கற எல்லாம் நம்ம உடம்புலயும் இருக்கு...”

அவர்களுடைய விளக்கம் ஒரு புது கோணத்தில் சென்று கொண்டிருந்தது.

“அப்ப உங்க யோகா பயிற்சியால் எங்களுக்கு என்ன கிடைக்கும்?”

“நல்ல கேள்வி. நாம முதல்ல நம்மைப் புரிஞ்சுக்கணும். தன்னையறியாதவங்களால எதையும் அறிய முடியாது. ரொம்ப பேர் தன்னையறியறதுன்னா தன் பேர், ஊர், அப்பா, அம்மா பத்தின விவரம்கற ஒரு பயோ டேட்டாவை நினைக்கறாங்க. அது தப்பு... தன்னையறியறதுன்னா நான் யார்னு கேட்டுக்கணும்.”

“எங்க ஊர்ல சித்தர்கள், ஞானிகள் இந்தக் கேள்வி கேட்டுதான் ரொம்ப கஷ்டப்பட்டாங்க. நமக்கெல்லாம் நாம ஒரு மனுஷன்கறது தெரியும். ஆனா நாம் எதுக்குப் பிறந்திருக்கோம், எப்ப செத்துப் போவோம்னு எதுவுமே தெரியாது. இல்லையா?”

“ஆமாம்... உயிரோட இருக்கறதால வாழ்ந்துகிட்டு இருக்கோம்... அதுவும் எவ்வளவு நாளைக்குன்னு தெரியாது...”

“அது மட்டுமல்ல... நம்ம உடம்புல ஒரு முடி நரைக்குதுன்னா அதுக்குக் காரணம் வேணா தெரியும். ஆனா அதை நம்மால தடுக்க முடியாது...”

“அதனால...?”

“ஒரு விதத்துல நாம நம்ம உடம்புகிட்டயே மாட்டிகிட்டு இருக்கோம்னுகூட சொல்லலாம். இந்த உடம்பு தினசரி

வளர்ந்துகிட்டிருக்கு... தினசரி செத்துகிட்டும் இருக்கு. எதையும் நம்மால உணர முடியறதில்ல... ஆனா நாம பேசற பேச்சு, அடுத்தவங்ககிட்ட நாம காட்ற கித்தாப்பு... இதுக்கெல்லாம் பஞ்சமேயில்லை..."

"ஸோ... நாம ஒரு கைதி. நம்ம கைல எதுவும் இல்லேன்னு சொல்ல வர்றீங்களா?"

"ஆமாம்... ஆனா யோகப்பயிற்சி செய்ய ஆரம்பிச்சா, இந்த உடம்பு நமக்கு வசமாகும். நாம சொல்றபடி இந்த உடம்பு கேட்கும்..."

"நிஜமாவா?"

"நிச்சயமா... இருநூறு வருஷமா எதுவும் சாப்பிடாம உயிர் வாழற சித்தர்கள்லாம் இந்த நாட்டுல இருக்காங்க. காற்று போதும்... அதுலயே எல்லா ஜீவ சக்தியும் இருக்கு. அதை உட்கொண்டே உயிர் வாழ முடியும். அது மட்டுமல்ல... நாம் முயற்சி செய்தா சில அபூர்வ சக்திகளையும் அடையலாம்..."

"எந்த மாதிரி?"

"இந்த உடம்பை கல்லு மாதிரி கனக்க வைக்கலாம். அதுக்குப் பேர் கரிமா சக்தி. பஞ்சு மாதிரி லேசாக்கலாம். அதுக்கு பேர் இலஹிமா சக்தி... சுருக்கமாச் சொல்லப் போனா அஷ்டமா சித்துன்னு சொல்லலாம். ஐ மீன் எய்ட் ஸ்பெஷல் பவர். இட் ஈஸ் ஹைலி மித்திகல்."

"இப்ப இந்தச் சக்தி உள்ளவங்க இருக்காங்களா?"

"இருக்காங்க... ஆனா அவங்க அதை நாம உணரும்படியா காட்றதில்ல..."

"என்ன காரணம்?"

"நிறைய காரணம் இருக்கு... அதைப் பத்தி மட்டுமே விடிய விடிய பேசலாம். ஒண்ணு மட்டும் நிச்சயம். உங்க நாட்டுல வேகமா ஓடற ரயில் இருக்கலாம். கார், பஸ், இருக்கலாம். பெரிய

பெரிய மாளிகைகள் சுத்தமான சூழ்நிலைன்னு பல இருக்கலாம். அவ்வளவு ஏன்... விண்வெளில நிறைய சாட்லைட்ஸ் விட்டு கிரகங்களை எல்லாம் ஆராய்ச்சி செய்யலாம். ஆனா மனுஷனோட உடம்பை ஜெயிக்க ஒரு சிறு மார்க்கம்கூட உங்க நாட்டுல கிடையாது. குறிப்பா யோக மார்க்கம்னா அது இங்க இந்தியாவுலதான். அதேபோல எந்த இன்ஸ்ட்ருமெண்டும் இல்லாத காலத்துலயே – அதாவது பல ஆயிரம் வருஷத்துக்கு முந்தியே பூமி உருண்டைன்னு சொன்னது மட்டுமல்ல... பஞ்சாங்கம் கண்டுபிடிச்சு, ஒவ்வொரு நாளைக்கும் திங்கள், செவ்வாய், புதன்னு பேர் வெச்சு, வானவெளில கிரகங்கள் சுத்திகிட்டிருக்கறதையும், அதனால பூமியில நம்ம உடம்பு, மனசுல ஏற்படற பாதிப்புகளையெல்லாமும் கண்டுபிடிச்சு, அதை எழுதியும் வெச்ச தேசம் இந்தத் தேசம்..."

"உங்க நாட்டுல ஒரு மொழியோ, இல்ல இரண்டு மொழியோ இருந்தா அதிகம். இங்க நூற்றுக்கணக்கான மொழி இருக்கு. அதுல எழுபத்தைஞ்சு சதவிகித மொழிக்கு எழுத்தும் இருக்கு. இப்படி மொழி, எழுத்து இதை எல்லாம் சர்வசாதாரணமா கண்டுபிடிச்சு, அதைப் பாதுகாக்க கல்வெட்டுங்கற முறையைக் கண்டுபிடிச்சு, அதன்பின் பனை ஓலைல எழுத்தாணியால எழுதி வெச்சு ஒரு பெரிய நாகரீகத்தை இந்த உலகத்துக்குத் தந்த தேசம் எங்க தேசம்னா அதுல எந்தத் தவறும் இல்லை..."

அவர்களிடம் பெருமிதமும், நாட்டுப்பற்றும் அபரிமிதமாக வெளிப்பட்டது.

"இவ்வளவு தூரம் உங்க நாட்டைப்பற்றி, உங்க நாட்டு நல்ல விஷயங்களை பேசற நீங்க, ஏன் கடவுளை மட்டும் நம்பாம சூப்பர் பவர்னு சொல்றீங்க..."

"கடவுள்னா அவர் எப்படி இருப்பார்னு ஒரு கேள்வி வருது. அவரை நம்ம மனுஷ உருவத்துல இங்க கற்பனை பண்ணி அவருக்கு நகையை மாட்டி - ஒரு நகைக் கடையையே அவர்மேல ஏத்தி - அவரை ஒரு காஸ்ட்லி பர்சனாலிட்டி

மாதிரி பண்ணி வெச்சிருக்காங்க... எங்களால அதை ஏத்துக்க முடியலை...

ஒரு மனுஷனுக்குத்தான் இன்னொரு மனுஷனை அட்ராக்ட் பண்ற ஆசை இருக்கு. அதுக்காக டிரெஸ் பண்றான். அழகா இருக்க முயற்சி செய்யறான். தங்க நகையைக் கொண்டு ஸ்டேட்டஸை காட்டிக்கறான்... நம்ம அவ்வளவு பேரையும் படைச்ச கடவுளுக்கு நம்மளால ஆகறது என்ன இருக்கு? அவர் நிச்சயமா நாம நினைக்கறவரா இருக்க மாட்டார். அவர் ஒரு சுப்ரீம் பவர். அவ்வளவுதான்..."

"அப்ப உங்க கோயில்ல இருக்கற சிலைகள்லாம் கற்பனை உருவங்களா... அதுக்கு எந்தச் சக்தியும் கிடையாதா?"

ஒரு வெள்ளைக்காரரர் முக்கியமான அந்தக் கேள்வியை கேட்டார். ஐந்து பேருக்குமே ஒரு வினாடி திகைப்பாகிவிட்டது. இதற்கு என்ன பதில் சொல்வது? எந்தச் சக்தியும் இல்லை என்றால் கோயில்கள் பொய் என்றும், மனிதன் அங்கே நேரத்தை விரயம் செய்கிறான் என்றும் ஆகிவிடும். உண்மை என்றாலோ கடவுளை மனிதனாக்கி மட்டுப்படுத்திவிட்டது போலவும் ஆகிவிடும். இவர்களுக்கு என்ன பதில் சொல்வது? ஐந்து பேருமே ஒருவரை ஒருவர் பார்த்துக் கொண்டனர். பிறகு துணிச்சலாக, "கோயிலில் இருப்பது வெறும் சிலைதான். அது கல். அதற்கு எந்தச் சக்தியும் கிடையாது," என்றனர்.

"அப்படியானால் அந்த சுப்ரீம் பவரை எப்படி நாம் உணர்வது?" இது அடுத்த கேள்வி.

"அது நம் உடம்பிலேயே உள்ளது. அதற்கு முதலில் இந்த உடம்பை ஜெயிக்க வேண்டும்... நாம்தான் கடவுள். இந்த உடம்பை ஜெயித்து இந்த உலகை நாம் ஆட்டி வைக்கக் கற்றுக் கொண்டுவிட்டால், நாம்தான் கடவுள்," என்றான் கௌரிசங்கர்.

"அப்படி ஒருவராக உங்கள் சிவாவும், விஷ்ணுவும் ஏன் இருந்திருக்கக் கூடாது. நீங்கள் மனிதர்தானே? நீங்கள்

கடவுளாகலாம். உங்களைப் போல இன்னொரு மனிதர் தன்னையறிந்து, தன்னை ஜெயித்து, சுப்ரீம் பவரையும் கண்டுபிடித்து அவர் கடவுளாகியிருக்கக் கூடாதா?"

வெள்ளைக்காரர் ஒருவர் நன்றாகவே மடக்கினார். ஐந்து பேருமே தங்கள் சர்க்கிளில் அதற்கு மறுப்புக் கூற முடியாமல் மலங்க மலங்க விழித்தனர்.

புதிய கோணம்...

புதிய பார்வை...

புதிய சிந்தனை...

அந்த நொடி... ஒருவேளை இப்படித்தான் இந்து மதத்தில் பலபேர் கடவுளாகியிருப்பார்களோ... அதனால்தான் நிறைய கடவுளர்களோ? என்றும் ஒரு பொறி தட்டிற்று. அப்பொழுது ஜான்சனைத் தேடிச் சென்ற டூரிஸ்ட் ஆர்கனைசர் அங்கு வியர்க்க விறுவிறுக்க ஓடி வந்து, "உடல்நலம் சரியில்லாத நிலையில் மலைப்பக்கம் வாக்கிங் போவது போல போன ஜான்சன் காணாமல் போய்விட்டார்," என்றார்.

அவ்வளவு பேருக்குமே 'பகீர்' என்றது.

காணாமல் போக இது என்ன அமேசான் காடா? அதுதான் பலநூறு மைல் பரப்பு கொண்டது. மிருகங்களும் அதிகம். அனகோண்டா பாம்பு ஒன்று போதும். ஒரு மனிதனை அவன் போட்டிருக்கும் உடையோடு சேர்த்து விழுங்கிவிட்டு அப்படியே ஒரு குட்டித் தூக்கம் போட ஆரம்பித்துவிடும். ஆனால், கொடைக்கானல் மலைக்காடு ஒன்றும் அவ்வளவு பெரிதில்லையே...?

"ஆளுக்கொரு பக்கமாய்ப் போய்த் தேடுவோமா?" என்று ஒருவர் கேட்க, ஆர்கனைசர் பதிலுக்கு அலறினார்.

"நோ... நீங்க யாரும் இந்த கிரவுண்டை விட்டு நகரக்கூடாது. அப்புறம் உங்களைத் தேட முடியாது. இந்த மலைக் காட்டைப் பத்தி நல்லா தெரிஞ்ச ஒரு நாலைஞ்சு உள்ளூர்க்காரங்க

மூலமா தேடப்போறேன். எப்படியும் கண்டுபிடிச்சுடுவோம். யாரும் கவலைப்பட வேண்டாம். உங்களுக்குத் தகவல் தெரியட்டுமேன்னுதான் சொன்னேன்," என்றார் ஆர்கனைசர்.

ஆனால் அவர்கள் தங்களுக்குள் முணுமுணுத்துக் கொண்டனர்.

"போலீசுக்குப் போகலாமே..." என்றார் ஒருவர்.

"அப்புறம் அவர்கள் பெட்ரோல் செலவுக்கு, பேப்பர் செலவுக்கு என்று பணம் கேட்பார்கள்..." என்றார் ஆர்கனைசர்.

மொத்தத்தில் ஜான்சன் காணாமல் போன விஷயம் அதுவரை அங்கே நிலவிக் கொண்டிருந்த புத்திபூர்வமான சிந்தனைகளைப் பிடித்து, பின்னுக்குத் தள்ளிவிட்டு ஒருவித உணர்ச்சிமயமான சூழ்நிலையை உருவாக்கிவிட்டது.

யோகப் பயிற்சி வகுப்பு எடுக்க வந்திருந்த அந்த ஐந்து இளைஞர்களுக்கும்கூட ஏமாற்றமாகத்தான் இருந்தது.

ஆர்கனைசரைப் பார்த்தனர்.

"சார்... அந்த ஜான்சன் கிடைச்சாதான், இவங்க நாங்க சொல்றத முழுசா காது கொடுத்து கேட்பாங்க. இல்லாட்டி இந்தியா வந்து இப்படி ஆயிடிச்சேன்னு நினைச்சுக் கவலைப்பட்டுகிட்டே இருப்பாங்க. நாங்களும் வேணா வரோம். அவர் நிச்சயம் இங்கதான் எங்கயாவது இருக்கணும்..." என்றான் ஐந்து பேரில் ஒருவனான இந்திரன்.

"இதுவும் நல்ல ஐடியாதான்... வாங்க போகலாம்..." என்று அவர்களுடன் புறப்பட்டார் ஆர்கனைசர்.

— 2 —

நமது வாழ்க்கை பற்றிய சிந்தனைகளில் நிறைய குழப்பங்கள் உள்ளன. மிகமிக சாதாரண அளவில் சில தெளிவுகள்கூட நம்மிடையே கிடையாது.

நிற்காமல் ஓடிக் கொண்டேயிருக்கும் ஒரு விஷயமாகத்தான் காலத்தை நாம் எண்ண வேண்டியுள்ளது... போனால் வராதது எது என்று ஒருவனிடம் கேட்ட போது, 'உயிர்' என்று அவனும் பதில் சொன்னான். ஆனால் உயிர்கூட பலர் வரையில் போய் வந்திருக்கிறது. சுடுகாட்டில் கட்டையில் அடுக்கப்பட்ட பிணம் தீச்சூடு தாங்காமல் எழுந்து ஓடி வந்த கதைகள் பல உண்டு.

சுத்தமாக இதயம் துடிப்பற்றுப் போய் நின்றுவிட்டு, பிறகு இயங்கிய கதைகளும் நிறையவே உண்டு. ஆனால் நேற்றும் சரி, இன்றும் சரி, நாளையும் சரி போனால் வராத ஒரு விஷயம் உண்டென்றால் அது காலம்தான். நம்முடைய வாழ்நாள் என்பது காலத்தால் ஆன ஒன்றுதான். என்ன செய்தாலும், அது நம்மை விட்டுப் போவதை நாம் தடுத்து நிறுத்தவே முடியாது.

நாம் காலகதியின்மேல் ஓடிக் கொண்டிருப்பதை உணர்த்தும் ஒரே விஷயம் நமது மூச்சுக்காற்றுதான். இதைதான் கெடிகாரத்தில் நொடியாக மாற்றி, கண்களால் கண்டு உணர்கிறோம்.

அது சரி... இப்பொழுது எதற்கு இந்த காலம் பற்றிய சிந்தனை என்று ஒரு கேள்வி எழலாம். காலம் பற்றி சதா சிந்திப்பதே நமக்கு மிகுந்த நற்பயன் தரும். கழியும் ஒவ்வொரு நொடியையும் நாம் எப்படி பயன்படுத்துகிறோம்... அதில் ஜீவனுள்ள நொடிகள்

எவ்வளவு? வெட்டியாகக் கழிந்தது எவ்வளவு என்பதில்தான் நாம் காலகதியை வெற்றி கொள்வது என்பதே உள்ளது.

எதற்கு காலகதியை வெற்றி கொள்ள வேண்டும்?

இல்லாவிட்டால் என்னாகும்? மரம், செடி, கொடிகள் முதல் மிருகங்கள் வரையும் கூடத்தான் காலத்தால் வளர்ந்தபடி காலகதியில் கிடக்கின்றன. அவை வெற்றி கொள்ள தனியே போராடவா செய்கின்றன?

இப்படி கிளைக் கேள்விகள் எழலாம்.

உண்மையில் காலகதியை வெற்றி கொள்வது என்பது மனிதனுக்கு மட்டும்தான் சாத்தியம். மற்ற எந்த ஜீவராசிகளுக்கும், உயிர் வளர்வுகளுக்கும் சாத்தியமேயில்லை... ஏன் என்றால் காலகதியை உணர மனம் என்று ஒன்று வேண்டும். அது மனிதனுக்கு மட்டுமே உள்ளது. கண்கள் காணும் ஒவ்வொரு காட்சியுமே கழிந்து கழிந்து மனதில் நினைவாகப் போய் பதிந்துவிடுகிறது.

கழிந்த காலம் என்பது திரும்ப வரவே வராத ஒன்று. ஆனால் மனிதன் அதை தன் நினைவால் பிடித்து இழுக்கிறான். நடந்ததை நினைத்துப் பார்ப்பது என்பது இது. நடந்ததை நினைத்துப் பார்க்கவும் ஒரு நிகழ்காலம் தேவையல்லவா? நிகழ்காலத்தைச் செலவழித்துதானே கடந்த காலத்தை எண்ண வேண்டியுள்ளது. அப்பொழுது கடந்தகாலம், நிகழ்காலம் என்று இரண்டிலும் மனிதன் சஞ்சாரம் செய்வதாக ஆகிவிடுகிறது.

இதன் வளர்ச்சி நிலைதான் அப்படியே எதிர்காலத்திலும் மனதை சஞ்சரிக்கச் செய்வது என்பது.

குழப்பமாக இருக்கிறதா?

சப்த கன்னியர்களைப் பற்றிச் சிந்தித்துக் கொண்டிருக்கும்போது அவர்கள் வரலாறு பற்றியும், அவர்கள் சக்தி பற்றியும் பேசாமல் எதற்கு இப்படி காலம் பற்றிய ஆராய்ச்சி என்றும் கேள்வி எழுகிறதா? எழட்டும்... நல்லதுதான் அது. எப்படி என்று போகப் போகப் பார்ப்போமே.

பஞ்சாபகேச சாஸ்திரிகளுக்குக் கன்னிப்பட்டி மிக மிக பிடித்துப் போய்விட்டது. வெயிலே தெரியவில்லை. இதமான பச்சை சூழ்ந்த வெளிகள். அதிக சப்தமில்லாத ஒருவித அமைதி. அவ்வப்போது மாடுகள் மட்டும் 'மா' என்று குரல் கொடுக்கின்றன.

அழகியநல்லூர்கூட கிராமம்தான். ஆனால் பக்கத்திலேயே தஞ்சாவூர், மன்னார்குடி, கும்பகோணம், திருவாரூர் என்று நகரத்து முடிச்சுகள் உள்ள கிராமம். மெயின் ரோட்டில் எப்பொழுதும் பஸ்சும், லாரியும் போய்ப் போய் வந்தபடி இருக்க கொஞ்சம் வெம்மையாகத்தான் இருந்தது.

ஆனால் இந்தக் கன்னிப்பட்டி அப்படி இல்லை.

சமயத்தில் 'தடதட'வென்று ஒரு அரைமணி நேரம் மழை வேறு வர்ஷிக்கிறது. மொத்தத்தில் மனிதன் ஆரோக்கியமாக வாழ்ந்திட உகந்த ஒரு ஊராகத்தான் இருந்தது.

திண்ணையில் அமர்ந்த நிலையில் மார்பை ஒரு பெரிய வஸ்த்திரத்தால் மூடியவராக ஜெபம் செய்து கொண்டிருந்தார்.

வீட்டுக்குள் சாமிநாத குருக்களின் ஏழு பெண்களிடமும் ஏழு விதமான வேலை. ஒருத்தி அரிசி உடைத்துக் கொண்டிருந்தாள். இன்னொருத்தி மண் சட்டியில் மோருக்குள் மீன் பிடிப்பது போல வெண்ணெயைத் தேடிக் கொண்டிருந்தாள். ஒருத்தி காய் நறுக்கிக் கொண்டிருக்க, ஒருத்தி துணி துவைக்க, ஒருத்தி அடுப்பில் சமையலில் குறியாக இருந்தாள். அடுப்பில் வாணலியில் கத்தரிக்காய் வதங்குவதும், அதோடு கலந்த காரப் பொடியும், கொத்துமல்லியும் ஒரு தினுசான வாசத்தை உருவாக்கியிருந்தன.

பெரியவள் ரம்யா மட்டும் சின்னதாக ஒரு பூஜை அறையை உருவாக்கி, கோலமெல்லாம் போட்டு விளக்கேற்றுவதில் மும்முரமாக இருந்தாள். அவ்வப்போது வாசற்பக்கம் சத்தம் கேட்கும்போதெல்லாம் அவள் பார்வை வெளியே பார்த்துவிட்டு, பிறகு உள் அடங்கியது.

அவளைப் போலவேதான் மகேஸ்வரியிடமும் ஒரு அல்லாடல் தெரிந்தது. சமையலில் இருந்தவள் ஒரு சருவத்தைக்

கழுவி, தேவையே இல்லாமல் வாசற்புரம் போய் கொட்டிவிட்டு வந்தாள்.

அவர்கள் இருவரின் போக்கையும் மற்ற சகோதரிகள் கவனித்துக் கொண்டுதான் இருந்தனர். இந்திராணி அவர்கள் ஏழு பேரிலேயே சரியான குறும்புக்காரி.

“ஏங்க்கா... யார் வரப்போறான்னு இப்படி வாசலை வாசலை பாக்கறே?” என்று மெல்ல ஆரம்பித்தாள். அது என்னவோ கல் உரலில் அரிசியை ரவைகணக்காக உடைத்தபடி இருந்தது.

அவள் ஆரம்பிக்கவும் மற்றவர்களிடமும் பேச்சு துவங்கிவிட்டது.

“ரம்யாக்காவைப் பார்க்க யாராவது வரேன்னு சொல்லியிருக்காளோ என்னவோ? இல்லக்கா...?”

“வாயை மூடு... வெளிய போன நம்ம அப்பாவை இன்னும் காணோம். அதான் அவர் தலை தெரியுதான்னு பாக்கறேன்.”

“அப்படியா சேதி... நான்கூட வேற என்னவோ நினைச்சேன்.”

“என்னத்த நினைச்சே... நினைக்க என்னதான் இருக்கு?”

“ஏன் இல்லாம? ‘டுர்டுர்’ன்னு ஜீப்ல வந்தாரே ஒரு ஆபீசர், அவர்கூடதான் ஆத்துக்கு வர்றதா சொல்லியிருக்கார். அவருக்காகக்கூட இருக்கலாம் இல்லையா?”

“வாயை மூடு... ஆபீசர் ஆட்டுக்குட்டின்னுண்டு...”

“என்ன ரம்யாக்கா நீ... எங்களுக்குதான் எப்ப விடியும் தெரியல... உனக்கு ஒரு லைன் செட் ஆயிடுத்துங்கற மாதிரி நினைச்சேன். நீ என்னடான்னா இல்லேங்கற மாதிரி எரிஞ்சு விழறியே...”

“ஏண்டி இப்படி வெளிப்படையாவே பறக்கறே? நம்மை எல்லாம் அந்த அம்பாளோட அம்சமா ஊரே நினைச்சுண்டு இருக்கு. நாமளோ இங்க எதிர்காலத்தை நினைச்சு கவலைல இருக்கோம்... ஊர் நினைக்கறத விடு... எனக்கேகூட

ஆச்சரியமாதான் இருக்கு. அது எப்படி அந்த சாமுண்டீஸ்வரி சிலை அவ்வளவு சுலபமா வெளிய வந்தது? ஊரே சேர்ந்து இழுத்தும் வராதது நாம் இழுத்ததும் வந்துருச்சுன்னா நாம நிஜமாலுமே தெய்வப் பிறவிகளா?" வைஷ்ணவி கேள்வியோடு கண்களைச் சிமிட்டினாள்.

"இவ ஒருத்திடி... தெய்வப் பிறவிகள் இப்படியா அரிசில கல் உடைக்கும்? அங்க பார் ஒருத்தி அடுப்புல வேகறா. ஒருத்தி துணியோடையும், சோப்போடையும் போராடிண்டிருக்கா... இன்னொருத்தி மோர்ல வெண்ணெய் எடுத்துண்டிருக்கா..."

"சரிதான்... நாம தெய்வ சக்தி உள்ளவாங்கறதுக்காக எந்த வேலையும் பண்ணக் கூடாதா? இந்த கேலண்டர்ல பாக்கற அம்பாள் படத்துல அருள்தர்ற மாதிரி கையை வெச்சுண்டு இருப்பாளே... அப்படி வெச்சுண்டு இருக்கணும்கறியா?"

"போறுண்டி... முக்கியமான விஷயத்தை உட்டுட்டு, கண்ட பேச்சு எதுக்கு?"

"எதுடி முக்கியமான பேச்சு?"

"நாம யார் கோயில் கட்ட...?"

"நாம குருக்கள் பொண்ணு... கோயில் கட்டினாதான் நாமல்லாம் மிஸஸ் ஆக முடியும். இல்லேன்னா எப்பவும் மிஸ்தான்..."

"இது நாடி ஜோசியன் ஒருத்தன் சொன்னது. இதை நீங்கள்லாம் நம்பறேளா?" இப்படிக் கேட்டவள் இந்திரா. ஆறாமவள்.

"அப்ப நீ இதை எல்லாம் நம்பலையா?"

"எதை வெச்சு நம்பறது? எப்படி நம்பறது?"

"அடிப்பாவி... ஒரு விக்ரஹம் ஒண்ணு கிணத்துல இருந்து கிடைச்சிருக்கு. நாமளே அதை இழுத்தும் போட்ருக்கோம். இதை எல்லாம் பார்த்தும்கூடவா உனக்கு சந்தேகம்?"

"எனக்கென்னவோ காக்கா உக்கார பனம்பழம் விழுந்த கதையாதான் இருக்கு..."

“அப்ப நமக்குக் கல்யாணம் நடக்காதா... இப்படியேதான் இருக்கப் போறோமா?”

“அதுல எனக்கு சந்தேகமேயில்லை. நம்மள்ள ஒருத்திக்கான முழுசா மூணு பவுன்ல ஒரு சங்கிலி கிடையாது... இன்னிக்கெல்லாம் அரசாங்கம் பண்ற கல்யாணத்துலகூட பாத்திரம் பண்டம்னு எவ்வளவோ சீரெல்லாம் கொடுக்கறா. நம்மள்ள ஏழு பேருக்கு, வேண்டாம் ஒருத்தருக்கு... ஒரே ஒருத்தருக்கு... முழுசா பாத்திரம் பண்டம்னு சீர் தேறுமா? யோசிச்சுப் பாருங்கோ...”

அவர்கள் தங்களுக்கு தாங்களே விமர்சனங்களில் ஈடுபட்டு மூழ்கிக் கொண்டிருந்தார்கள்.

“அட கல்யாணம் நடக்கறது... நடக்கல! நாம இந்த ஊரை விட்டு மட்டும் போக வேண்டாம். இந்த வீடு, இந்த ஊரோட க்ளைமேட் எல்லாமே நன்னாதான் இருக்கு... நம்ம அழகியநல்லூர்ல பேர்ல மட்டும்தான் அழகு இருக்கு. மத்தபடி எல்லா அழகும் எங்க போச்சுன்னே தெரியல. காவேரில தண்ணி வராததால் பயிரெல்லாம் காஞ்சுகிடக்கு... நம்ம ஊர்ல அடுப்படியிலயே நிக்க முடியாது. ஆனா இங்க குளுகுளுன்னு எப்படி இருக்கு பாத்தியா?”

“அது சரி... அங்கயாவது ஒரு சிவன் கோயிலும், அந்தக் கோயில்ல மணியாட்ற ஒரு வேலையும் நம் அப்பாக்கு இருக்கு. இங்க கோயிலும் கிடையாது. அப்பாக்கு உத்தியோகமும் கிடையாது. ஏதோ இந்த ஊர்க்காரா நம்ம பஞ்சு மாமா முகத்துக்காக விட்டு வெச்சுருக்கா. அதுவும் எவ்வளவு நாளோ?”

அவர்கள் இப்படி கைக்கு கை, வாய்க்கு வாய் என்று பேசிக் கொள்வது திண்ணையில் ஜெபத்தில் இருந்த பஞ்சாபகேச சாஸ்திரிகளுக்கும் கேட்டது. அப்பொழுது பார்த்து சாமிநாத குருக்களும் வந்து அமர்ந்தார். அவர் முகத்தில் வாட்டம்.

“என்ன சாமிநாதா... எங்க போயிட்டு வரே?”

“அப்படியே காலார நடந்து போயிட்டு வந்தேன் மாமா. வழியில ஊர்க்காராள்லாம் வேற பிடிச்சுண்டுட்டா. என்னை

அவர்கள் பாக்கற பார்வையே மாறிப் போச்சு. சாமி... கன்னிச் சாமிங்களையே மகளா பெத்து வெச்சிருக்கீங்களேன்னு சொல்லிச் சொல்லி மாஞ்சு போறா. கிணத்துல இருந்து வெளிய வந்துட்ட அந்த சாமுண்டீஸ்வரி கன்னிச் சிலைக்கும் ஒரே மாலை, பொங்கல்னு தடபுடல் பண்ணிண்டிருக்கா..."

"அப்ப ஊருக்கு நம்பிக்கை வர ஆரம்பிச்சிடுத்துன்னு சொல்லு..."

"அதுல என்ன மாமா சந்தேகம்?"

"செத்த இங்க உக்காந்து உள்ற உன் பொண்கள் பேசிக்கறத கேள்."

"அதை நான் தினமும் கேட்டுண்டுதானே இருக்கேன் மாமா..."

"தோள்ல ஆட்டுக்குட்டியைப் போட்டுண்டு எங்க ஆடுன்னு தேடறவனைப் போல தங்களையே தெரிஞ்சுக்காம சராசரி பொண்டுகள் மாதிரி அவா பேசிக்கறதக் கேட்டா வேடிக்கையா இருக்கு..."

"ஆனா எனக்கு வேதனையா இருக்கு மாமா. சமயத்துல அவாளைப் போலவே நானும் நினைக்க ஆரம்பிச்சுடறேன்."

"நன்னா நினை... நீ எப்படி நினைச்சா என்ன? நடக்கறது நடந்துதான் தீரும்." பஞ்சாபகேச சாஸ்திரிகளிடம் நம்பிக்கை கொடிகட்டிப் பறந்தது.

"அப்ப மற்ற விக்ரஹம்லாம் கிடைச்சு, என் பொண்கள் அவ்வளவு பேருக்கும் கல்யாணம் நடந்துடுமா மாமா..."

"அவாளுக்குக் கல்யாணம் நடந்து முடிஞ்சதுக்கு அப்புறமும் நீ சந்தேகப்படுவே சாமிநாதா... நடக்கறது கனவா, இல்லை நிஜமான்னு என்கிட்ட கேட்டு அனத்துவே...!"

"எப்படி மாமா உங்களால மட்டும் இவ்வளவு தூரம் நம்பிக்கையா இருக்க முடியறது?"

"எனக்கு நம்ப மட்டும்தான் தெரியும். சந்தேகப்படவே தெரியாது. ஒரு திருடனைக்கூட நான் நல்லவன்னு நினைச்சுட்டா

அப்படியேதான் கடைசிவரை நினைப்பேன். அவன் என் எதிர்லேயே திருடினாலும் திருடறதா நினைக்க மாட்டேன். தன் தேவைக்கு அவன் எடுத்துக்கறதா நினைப்பேன்."

"அது எப்படி மாமா முடியும்?"

"எல்லாத்துக்கும் மனசுதாண்டா காரணம். இந்த மனசு இருக்கே. இது மலைப்பள்ளத்தாக்கு மாதிரி. ஒரு மலைப் பள்ளத்தாக்குல நின்னுண்டு நீ எந்த வார்த்தை சொல்லி கத்தினாலும் அதே வார்த்தைதான் திரும்ப எதிரொலிக்கும். நம்ம மனசுகிட்டயும் நீ முடியும் முடியும்னு மட்டுமே சொல்லிப் பாரேன். அதுவும் முடிச்சுண்டேதான் இருக்கும். நீ சொல்றத செய்யறதுதான் அதோட வேலை. அப்புறம் எதுக்கு அதுகிட்ட போய் முடியாதுன்னு சொல்லணும். நீ முடியாதுன்னா அதுவும் முடியாதுன்னுதானே ஆக்ட் பண்ணும்?"

பஞ்சாபகேச சாஸ்திரிகள் உள்ளதைச் சொல்கிறாரா, இல்லை தத்துவம் பேசுகிறாரா என்றுகூட குருக்களுக்குத் தோன்றியது.

உள்ளே நடந்து கொண்டிருந்த சமையலின் வாசம் வாசல்வரை பரவி அவரைப் பிடித்து உள்ளே இழுத்தது.

"உள்ளே போ; நானும் வரேன். அதுகளோட கை மணத்த பார். என்னமா மணக்கறது பார்த்தியா? நல்ல ஆத்துத் தண்ணி பாசனம், கண்ட கச்சடா உரத்தைப் போடாம இயற்கையான மண் சத்துல விளைஞ்ச காய்கறிகள். அதுதான் இப்படி ஒரு வாசனை," என்று அந்த வாசத்திற்கு ஒரு விளக்கம் வேறு அளித்தார். குருக்களும் உள்ளே போனார். மெல்ல பின்தொடர்ந்தார் சாஸ்திரிகள்.

"என்னம்மா, சமையல் ஆயிடுத்தா?"

"ஆயிடுத்துப்பா... உக்கார்றேளா?"

"மாமாவைக் கேளுங்கோ... அவர் சரின்னா நானும் சரி."

"மாமா சாப்பிடலாமா?"

"தாராளமா... உன் கத்தரிக்கா பொறியல் வாசம் நாக்கை நிமிண்டறதுடா குழந்தை. வாசனையே இவ்வளவு நன்னா இருந்தா ருசி எப்படி இருக்கும்னு யோசிச்சுப் பாக்கறேன்."

“ஏதோ எங்களுக்குத் தெரிஞ்சதைப் பண்ணியிருக்கோம். புது இடம், புது சூழல், கையும் ஓடலை, காலும் ஓடலை.”

“பார்த்தா அப்படி தெரியவே இல்ல. ஏதோ உங்க பொறந்த ஆத்துல இருக்கற மாதிரிதான் தெரியறது எனக்கு...”

“அது என்னமோ ஒரு விதத்துல உண்மைதான். இந்த ஊரை எங்க அவ்வளவு பேருக்கும் ரொம்பப் பிடிச்சுப் போயிடித்து.”

“பேசினது போதும் இந்திரா. மாமாக்கு இலையைப் போடு. அப்படியே அப்பாக்கும் போடு...”

ரம்யா ஒரு அதட்டு அதட்டி அவர்களை இலைபோட வைத்தாள். சாஸ்திரிகள் கொல்லைப் பக்கம் கிணற்றடி நோக்கி நடந்தார். பக்கத்தில்தான் இருந்தது கொல்லை. உள்ளே நாட்டாமை நாராயண சிவம் தன் வீட்டில் இருந்து கொண்டு வந்து கட்டியிருந்த பசுக்கள் இருந்தன.

எப்பொழுது எங்கே பசுவைக் கண்டாலும் அதன் பிருஷ்ட பாகத்தைத் தொட்டு வணங்குவது மிக நல்லது. கருவறைக்குள் இருக்கும் தெய்வத்தை அதன் காலைத் தொட்டு வணங்குவதற்குச் சமமானது அது. அதிலும் கால் கையைக் கழுவிக் கொண்ட நிலையில் கொல்லைப் பசுவும் கண்ணுக்குப் படவும் அதையும் தொட்டு வணங்குவோம் என்று திரும்பியவருக்குப் ‘பகீர்’ என்றது. அங்கே இரண்டு சிறுத்தைப் புலிகள்தான் தெரிந்தன. சிவந்த நாக்கைத் தொங்கப் போட்டபடி அவை இரண்டும் அவரை மிக சாதாரணமாகப் பார்த்தன. வயிற்றுப் பக்கம் சுவாச நிமித்தம் அலைஅலையாக மடிப்பு விழுந்தபடி இருந்தது.

சாஸ்திரிகள் முதலில் சற்று பயந்தாலும் சட்டென்று மனதுக்குள் த்வாதசநாம பஞ்சாயுத ஸ்தோத்ரத்தைச் சொல்ல ஆரம்பித்தார்.

பன்னிரெண்டு நாமங்களை உடைய நாராயணனை எண்ணியும், அவன் வசம் உள்ள ஐந்து ஆயுதங்களை மனதில் எண்ணி தியானித்தும் இந்த ஸ்தோத்ரத்தைக் கூறுபவர்களுக்கு பயம் என்பது சட்டென்று விட்டுப் போகும்.

'புரஸ்தாத் கேசவ...
பாது சக்ரீ... ஜாம்பூதை ப்ரப
இந்தீவரதளச்யாமோ
மாதவோர்த்வம் கதாதர...'

அவர் சட்டென்று கைகளைக் கூப்பியபடி ஸ்லோகத்தைச் சொல்ல ஆரம்பிக்கவும், 'மளமள'வென்று மனதின் அடியில் இருந்து அருவி போல பாயத் தொடங்கியது அந்த ஸ்தோத்ரம்.

அந்த ஸ்தோத்ரத்தின் இறுதி வரிகளை அவர் சொல்லும் போது அவர் தோள்மேல் ஒரு கை விழவும் கண் திறந்தார். தோள்மேல் கை போட்டபடி சாமிநாத குருக்கள்.

"மாமா... என்ன இது? கொல்லைல கை கழுவ வந்த இடத்துலயும் ஸ்லோகமா?"

"அது... அது..."

அவர் பார்வை அப்படியே கொல்லைப்புரம்தான் சென்றது. அங்கே இப்பொழுது பசுக்கள்தான் இருந்தன.

"என்ன மாமா கொல்லையைப் பாக்கறேள்?"

"புலி... புலி..."

"புலி... புலின்னு என் பொண்கள் கத்தினத சொல்றேளா... அவர் கண்ணுக்கு இந்த மாடு இரண்டும் புலிகளாகத் தெரிஞ்சிருக்கும்... நீங்களே பாருங்கோ... அங்க புலியா இருக்கு?"

"இல்ல சாமிநாதா நான் என்ன சொல்ல வரேன்னா..."

சாஸ்திரிகள் எதையோ சொல்ல வந்தார். ஆனால் இப்போது வேண்டாம் என்பது போல் அந்தப் பசுக்களைப் பார்த்தபடியே நடந்தார்.

அந்த வீட்டின் கூடத்தில் பெரிதாக சந்திர வட்டம் போல் தையல் இலை போடப்பட்டிருந்தது. அதில் ஒரு சிட்டிகை சர்க்கரையை வைத்து வாழைப்பழத்தையும் வைத்திருந்தனர்.

எந்த விருந்தும் இனிப்பில் தொடங்கி இனிப்பில் முடிய வேண்டும். அதுதான் சரியான விருந்து. கொடியில் பறித்த மல்லிகைப் பூக்களை அப்படியே கொத்தாக அள்ளி இலையில் போட்டது போல இருந்தது சாதம். ஆவி பறந்தது. அதிலும் நெய்விட்ட போது அதன் வாசத்தோடு கூடி ஒரு பரவசமே ஏற்பட்டது.

ஆனால் சிறிய விஷயத்தைக்கூட கூர்மையாகக் கவனித்து பெரிய அளவில் ரசிக்கும் சாஸ்திரிகளுக்குப் புலியைப் பார்த்ததாலோ என்னவோ சாப்பாட்டில் மனம் செல்லவே இல்லை. அப்போதைக்கப்போது எட்டி வேறு பார்த்தார். நடுவில் முன் போலவே வீல் என்று அலறிக் கொண்டு வெளியில் வந்தாள் மூத்தவள் ரம்யா.

அவள் உதடிரண்டும் "பாம்பு... பாம்பு..." என்று அரற்றின.

"பாம்பா... எங்கே?" என்ற பதில் கேள்வியோடு அவள் ஓடி வந்த இடம் நோக்கிச் சென்று பார்த்தார் குருக்கள். அங்கே ஒரு துண்டுக் கயிறு கிடந்தது.

"ஏம்மா... கயிறுக்கும், பாம்புக்கும் உனக்கு வித்தியாசம் தெரியலையா?"

"கயிறா...?"

"என்ன கயிறா... நீயே பார்..." என்று தலையில் அடித்துக் கொண்டே திரும்பினார். வேடிக்கையாகச் சிரிக்கவும் செய்தார். ஆனால் சாஸ்திரிகள் அவர் போல எல்லாம் சிரிக்கவோ, நம்பாமல் போகவோ தயாரில்லை. அது அவர் முகம் போன போக்கில் நன்றாகவே தெரிந்தது.

"மாமா..."

"....."

"மாமா... உங்களைத்தான்..."

"ம்..."

"என்ன மாமா... என்ன பிரமைப் பிடிச்ச மாதிரி ஆயிட்டேள்..."

"பிரமைதான்... பிரமையேதான்..."

"என்ன மாமா சொல்றேள்...?"

"சாமிநாதா சொன்னா அதிர்ச்சி அடைய மாட்டியே..."

"என்ன மாமா... எதுக்கு இந்தப் பீடிகை..."

"பீடிகை எல்லாம் இல்ல... நான் இப்ப சொல்லப் போறதுதான் சத்தியமான உண்மை. நானே செத்த முந்தி கொல்லைல பசுவைக் கட்டற இடத்துல இரண்டு புலிகள் பார்த்தேன்... பசு புலியாகும்போது கயிறு பாம்பு ஆகாதா?"

அவர் அப்படி சொல்லவும் ஏழு பேரும் ஒருவரை ஒருவர் கூர்மையாகப் பாத்துக் கொண்டனர். அதுவும் ஏராளமான அதிர்ச்சிகளோடு...

"மாமா..."

"பயப்படாதே... ஆனா இது இந்தக் கிராமத்துல ஒவ்வொருத்தரும் பயப்படணும்கறதுக்காகவே நடக்கற மாய்மாலம். சொல்லப் போனா இதுதான் குறளி விளையாட்டும்பா..."

"குறளி விளையாட்டா?"

"ஆமாம்... இதெல்லாம் ஒருவித குறுக்கு வழி..."

"எதுக்கு மாமா இந்தக் குறுக்கு வழி...?"

"என்னடா அப்படிக் கேட்டுட்டே... எங்க செல்வம் இருக்கோ அங்க அதை அபகரிக்க திருடனும் வந்துட மாட்டானோ? மரத்துல பழம் பழுத்ததுன்னா எங்க இருந்தாலும் கிளிக் கூட்டமும் பறந்து வரத்தானே செய்யும்?"

"அப்ப இதெல்லாம் மாய்மாலம்னா... இங்க மட்டும் இவா கண்ணுக்கு மட்டும் ஏன் நடக்கணும்..."

"இவா கண்ணுக்கு மட்டுமல்ல... ஊர்ல எல்லா வீட்லயும் இந்த நொடி இப்படி நடந்துண்டு இருக்கும். ஊரே நடுங்கணும்.

குறிப்பா உன் பெண்கள் நாங்க இனி ஒரு நிமிஷம்கூட இந்த ஊர்ல இருக்க மாட்டோம். நாங்க போறோம்னு சொல்லணும்."

"ஐய்யோ... அப்புறம்?"

"என்ன... அப்புறம்... நான் சில விஷயத்துல கோடுதான் போடலாம். அதுல ரோடு போட்டுக்க வேண்டியது உன் பொறுப்பு."

"சித்த முந்திதான் என் பொண்களை அம்பாள்னு சொன்னேள். இப்ப அப்படியே பயமுறுத்தற மாதிரி பேசறேளே மாமா..."

"பயமுறுத்தல நான்... எச்சரிக்கை பண்றேன்," என்ற சாஸ்திரிகள் "குழந்தைகளா..." என்றபடி அந்த ஏழு பேரையும் பார்த்தார். அவர்களும் அவரைப் பார்த்தவர்களாகக் கூர்மையாகினர்.

"நான் சொல்றத நன்னா கேட்டுக்கோங்கோ... நீங்க ஏழு பேரும் ஒத்துமையா இருக்கணும். ஒருத்தரை விட்டு ஒருத்தர் பிரியக்கூடாது. அதே போல இந்த வீட்டைவிட்டு வெளிய எதுக்காகவும் போகக்கூடாது. உங்களுக்கு லலிதா சஹஸ்ர நாமம் தெரியும்தானே?"

"தெரியும் மாமா..."

"ரொம்ப சந்தோஷம். அந்த நாமாவளியை விடாம பாராயணம் பண்ணிண்டு இருங்கோ..."

"இப்ப விபரீதமா ஏதாவது ஆயிடுத்தா மாமா...?"

"அதெல்லாம் உங்களுக்கு எதுக்கு? விபரீதம்கறது மனுஷாளுக்குதான். உங்களுக்குக் கிடையாது..."

"நாங்களும் மனுஷாதானே?"

"போறும்... பதிலுக்குப் பதில் சொல்லி என்னையும் சேர்த்து சோதிக்க வேண்டாம். உங்களைப் பயமுறுத்தறதுதான் ஒருத்தனோட நோக்கம். அவன் ஜெயிச்சுடக்கூடாது. அதான்

இப்ப எனக்கு வேணும்." என்று பலமான குரலில் கூறியவர், ஆறிவிட்ட சோற்றை அள்ளி வேகமாக உண்ணத் தொடங்கினார். அவரிடம் ஒரு அதிகபட்ச அவசரம் தெரிந்தது. அந்த ஏழு பெண்களின் முகங்களோ வெளிறிப் போய்விட்டிருந்தன!

✦ ——— ✦

— 3 —

சப்த கன்னியர்கள் பற்றி விளங்கிக் கொள்ளும் முயற்சியில் காலம் பற்றிய சிந்தனையில் இருக்கிறோம்.

எதற்கு காலம் பற்றிய சிந்தனை என்கிற கேள்வி எழுகிறது? காலம் பற்றி சிந்தித்தால் மட்டுமே நேற்று, இன்று, நாளை என்று மூன்று காலகதி பற்றி சிந்திக்க முடியும்.

நாளை என்று ஒன்று இருந்தாலே, இன்று உருவாக முடியும். இன்றுதான் வாழ்ந்து முடித்த நிலையில் நேற்று ஆகிறது. ஒருவிதத்தில் பார்க்கப் போனால், காலகதி என்கிற நீண்ட ஒன்றை முன்நோக்கிப் பார்த்தால் அது நாளை. நின்ற இடத்தில் பார்த்தால் அது இன்று. அந்த இன்றே, நொடிக்கு நொடி அப்படியே கழிந்து நேற்றாகிவிடுகிறது. இந்த மூன்று நிலைகளும் பார்த்தாலன்றி, மனதில் உணர்ந்தாலன்றி உருவாவதில்லை.

மனது என்பது மனிதனுக்கு மட்டும்தான் உள்ளது. இந்த மனதைதான் ஆறாவது புலன் என்றும் கூறுகின்றனர். அப்படியானால் ஐந்து புலன்கள் அல்லது ஐந்து அறிவு மட்டுமே உள்ள ஒரு உயிருக்கு காலம் என்ற ஒன்று கிடையாது. அது தனது ஆயுளைப் பற்றி எண்ணிப் பார்ப்பதே இல்லை. எண்ணிப் பார்க்க அதற்குத் தெரியவும் தெரியாது.

ஆறாவது அறிவு கொண்டவர்களுக்கே இந்த எண்ணிப் பார்க்கும் ஆற்றல் - அதாவது மன அமைப்பு உண்டாகிறது. அப்படி எண்ணிப் பார்ப்பதாலேயே நிகழ்காலம், கடந்த காலம், எதிர்காலம் என்று காலகதியில் அடையாளங்கள் உருவாகின்றன. நில்லாமல் ஓடியபடி இருக்கும் காலத்துக்கு மனிதன் முதலில்

இப்படி மூன்று கால அளவில்தான் அடையாளம் செய்தான். அதன்பிறகே ஆண்டுக்கணக்கை உருவாக்கினான். இன்றைக்கு 2004ஆம் ஆண்டு நடக்கிறது என்றால்... உறுதியாக உத்திரவாதமாக ஆறாம் அறிவுடன் காலகதி பற்றி - அதாவது நேற்று, இன்று, நாளை பற்றி அறிந்த ஒரு மனிதன் 2004 வருடங்களுக்கு முன்பே இருந்திருக்கிறான் என்பது தெளிவாகிறது.

இந்த உலகின் வயது லட்சக்கணக்கான ஆண்டுகள் என்று ஆராய்ச்சியாளர்கள் கூறுகின்றனர். அதாவது எத்தனையோ லட்சம் ஆண்டுகளுக்கு முன் சூரியனில் இருந்து வெடித்துச் சிதறிய ஒரு துண்டுப்பகுதிதான் இன்று மூன்று பங்கு நீரோடும், ஒரு பங்கு நில அமைப்போடும் உரிய பூமியாக உள்ளது என்கின்றனர். துல்லியமாக இத்தனை லட்சம் அல்லது இத்தனை கோடி ஆண்டுகளுக்கு முன் என்று கூற இயலவில்லை.

காரணம்?

அப்பொழுது மனித இனம் பூமியில் இருந்ததா என்பதே பெரிய கேள்விக்குறியல்லவா? மெல்லத்தான் மனித இனம் தோன்றியது. அப்படி தோன்றிய மனித இனத்துக்கு மட்டுமே மன அமைப்பு அதன் ஆறாவது அறிவு காரணமாக உள்ளது.

இந்த ஆறாவது அறிவுதான் காலகதியை நேற்று, இன்று, நாளை என்று உணர்ந்து, தான் உணர்ந்து கொண்ட வாழ்க்கையை ஒரு புள்ளியில் தொடங்கியது. அப்படி தொடங்கப்பட்ட மனித இனத்தின் வாழ்க்கையின் நீளம்தான் 2004 வருடம் என்கிற ஒரு கால அளவு... அதாவது இப்படியும் கூறலாம். 2004X365 என்கிற பெருக்கல் அளவிற்கு ஒரு விடை வரும் அல்லவா? அத்தனை நாட்களாக ஆறாம் அறிவில் காலத்தை அடையாளம் கண்டு கொண்ட ஒரு மனிதன் அல்லது அவனது கூட்டம் இந்த பூமியில் வாழ்ந்து வருகிறது. இப்படி கழிந்த நாட்களில் உள்ள ஒரு குறிப்பிட்ட நொடிப்பொழுதுக்குக்கூட மனிதன் ஒரு அடையாளப் பெயர் வைத்திருக்கிறான்.

எப்படி? முதலில் காலத்தை மனிதன் நேற்று, இன்று, நாளை என்று பிரித்தான். பிறகு ஒரு குறிப்பிட்ட நீள அளவு கொண்ட காலகதியைப் பிடித்து அதற்கு 365 நாட்கள் - அதாவது ஒரு வருடம் என்று பெயரிட்டு, பின் அந்த 365 நாட்களுக்கும்கூட மாதம், வாரம், தினம் என்று பிரித்து, கிழமைகளைக் கொண்டு வந்து திங்கள், செவ்வாய் என்று பெயர் சூட்டி, அதற்குள்ளும்கூட புகுந்து நட்சத்திரம், திதி, யோகம் என்கிற அடையாளங்களை அந்த நாட்களுக்குள் உள்ள மணிகளைப் பிடித்து, மணிகளுக்குள் நிமிடங்களைப் பிடித்து, நிமிடங்களுக்குள் நொடிகளைப் பிடித்து உருவாக்கினான்.

இதனால் மனிதன் என்று இல்லாமல், இந்த உலகில் எந்த ஒரு வளர்ச்சி காணும் அல்லது மாறும் தன்மையுடைய விஷயத்திற்கும் அதன் தொடக்கம், நிலை, முடிவு என்ற மூன்று நிலைப்பாட்டையும் நாம் அறிய முடியும்.

திரும்பவும் வருகிறேன்.

சப்த கன்னியர்கள் பற்றிச் சிந்திக்கும்போது எதற்கு இப்படி காலம் பற்றி, காலத்தை மனிதன் உணர்ந்து கொண்டு அதற்கு வருடம், மாதம், வாரம், நாள் - பின் மணி, நிமிடம், நொடி என்று துல்லியமாக அடையாளங்களை செய்தான் என்கிற கேள்வி எழும்.

மனிதனின் இந்த செயல்பாடெல்லாம் அவன் ஓடிக் கொண்டேயிருக்கும் காலகதிமேல் அவன் இருக்கும் வரைதான். அதாவது - அவன் இருப்பதாலேதான் இந்த உலகில் காலம், நேரம் அதில்- நேற்று, இன்று, நாளை எல்லாம் உள்ளது. அவன் இல்லாவிட்டால் அதாவது அவனது மனமானது இல்லாவிட்டால் இதெல்லாம் இருந்தாலும் இல்லை.

ஒரு மரத்திற்கோ, இல்லை மலைக்கோ காலகதியே கிடையாது அல்லவா? ஆக எல்லாமே ஆறாவது அறிவு என்று ஒன்று இருப்பதில்தான் உள்ளது. இந்த ஆறாவது அறிவு கொண்ட மனிதன்கூட உருண்டையான இரவு, பகல், கொண்ட இந்த

பூமியில் வாழும் போதுதான் காலகதியை உணர முடியும். அதையும்கூட சூரியனை மையமாக வைத்துத்தான் உணர முடியும். அடுத்து சந்திரன்.

இவர்கள் இரண்டு பேரும் பூமியில் இருந்து பார்க்கும் போதுதான் இப்பொழுது நாம் காணும் வடிவில் தெரிகின்றவர்கள். இந்த பூமியை விட்டு நாம் நீங்கி வானவீதியில் பயணம் செய்வதாக கற்பனை செய்து கொள்ளுங்கள். நமக்கு இரவு கிடையாது, பகல் கிடையாது, குறைந்தபட்சம் காற்று இருந்து சுவாசித்தால் சுவாச அளவை எண்ணிக் கொண்டு, நான் இத்தனை கோடிமுறை சுவாசித்த நீளம் உடையவன் என்று நமக்கு ஒரு ஆரம்ப - அதாவது முதல் சுவாசம் பின் அப்போதைய சுவாச அளவு என்றாவது கொள்ளலாம்... காற்று பின் சுவாசம்கூட நமக்கு இல்லை என்று ஆகும் போது நாம் எதை வைத்து நம்மை உணர்வது?

இதற்கும் சப்த மாதாக்கள் பற்றிய சிந்தனைக்கும் என்ன சம்பந்தம் என்று மீண்டும் ஒரு கேள்வியை எழுப்பிக் கொண்டு, சப்த மாதாக்களை அல்லது சப்த கன்னியர்களைப் பற்றி சற்று விட்டுவிடுங்கள். திரும்பவும் காலம் பற்றி மட்டும் சிந்தியுங்கள். துளியும் குழம்பாமல், குழப்பிக் கொள்ளாமல் சிந்திக்க முயலுங்கள். இந்த முயற்சிக்கு உங்களுக்கு உங்களது ஆறாவது அறிவு நிச்சயம் துணை செய்யும்.

காலம் பற்றி சிந்தித்தால் மட்டுமே கடவுள் பற்றி புரிந்து கொள்ள முடியும். கடவுள் பற்றி இந்த உலகம் நமக்கு சொல்லித் தந்திருக்கும் விஷயங்கள் துளியும் ஆழமில்லாதவை. ஒரு வரைபடத்தில் நாம் கடலைப் பார்க்கிறோம். அதில் துளியும் கடலின் ஆழத்தை நம்மால் எப்படி உணர முடியாதோ, அப்படித்தான் உலகம், கடவுள் பற்றி நமக்கு சொல்லியிருக்கும் விஷயங்களும் ஆகும். எனவே காலகதிக்குள் வாருங்கள். சிந்தியுங்கள். பலவித வியப்புகள் நமக்கு ஏற்படுவதை உங்களால் தவிர்க்கவே முடியாது. பிரமிப்பும் ஏற்படும். இது

எதுவும் ஏற்படவில்லை என்றால் காலகதி பற்றி நீங்கள் சரியாக யோசிக்கவே இல்லை என்பதுதான் உண்மை.

கொடைக்கானலின் அந்த மலைக்காடு நினைத்துப் பார்க்க முடியாத அடர்த்தியில் இருந்தது. இந்த மண்ணில் இப்படி எல்லாம்கூட செடியும், கொடியும், மரமும் உள்ளனவா என்று ஆச்சரியமூட்டியது. அதற்குமேல் பல வண்ணங்களில் புழு, பூச்சிகள், வண்டுகள். ஒரு வண்டின் ஆமை ஓடு போன்ற முதுகில் ஏழு வண்ணங்களும் இருந்தன. அந்த வண்டின் முதுகுப் பாகம் ஒரு கட்டை விரல் நகத்தில் பாதிகூட இருக்காது.

அதற்கு எதற்கு ஏழு வண்ணம் என்று சிந்திக்காமலும் இருக்க முடியவில்லை. கையில் டார்ச் லைட்டுடன் ஆளுக்கு ஆள் ஜான்சனைத் தேடி அலைந்து கொண்டிருந்தனர்.

அந்த மலையிலேயே பிறந்து வளர்ந்த சிலரும் அவர்களோடு இருந்து வழிகாட்டிக் கொண்டிருந்தனர். கௌரிஷங்கர் ஒரு குழுவாகவும், விஷ்ணு ஒரு புறம் தனிக்குழுவாகவும், லட்சுமிகாந்தன், இந்திரன், சாமுண்டீஸ்வரன் ஆகிய மற்ற மூன்று பேர்களும் வெவ்வேறு இடங்களிலும் ஜான்சன்... ஜான்சன் என்று கத்திக் கொண்டே காட்டைச் சல்லடை போட்டுக் கொண்டிருந்தனர்.

சில இடங்களில் அட்டைப்பூச்சி இருந்து அவர்களின் கால்களில் ஏறி ரத்தத்தை உறிஞ்சத் தொடங்கி இருந்தது. அது காலில் தொற்றும் போதும் ரத்தத்தை உறிஞ்சும் போதும் நமக்குத் தெரிவதேயில்லை. ரத்தத்தை உறிஞ்சிக் குடித்து அதன் உடம்பு முழுக்க நமது ரத்தம் நிறையும்போதுதான் நமக்கு நாம் ரத்தத்தை இழந்ததே தெரியவரும்.

இயற்கை அட்டைப்பூச்சிக்கு ஒரு சௌகர்யத்தை செய்து தந்துள்ளது. அது முதலில் ரத்தம் உறிஞ்சும் முன் உறிஞ்ச வேண்டிய இடத்தில் எச்சில் போல் ஒன்றை உமிழ்கிறது. அதனால் அந்த இடமே மரத்துப் போய்விடுவதால், அட்டை அதன்பின் தன் வயிற்றை நிரப்பிக் கொள்வது நமக்கு

தெரியாமலே போய்விடுகிறது. காட்டில் தன் ரத்தத்தை ஏகப்பட்ட அட்டைகளுக்குத் தானம் செய்துவிட்ட பிறகுதான் இதை கௌரிஷங்கரும் உணர்ந்தான். அந்த நொடியில் இயற்கையை நினைத்து அவனுக்கு ஒரு பரவச உணர்ச்சிதான் ஏற்பட்டது. தேடலின் போது எதிர்பட்ட லக்ஷ்மிகாந்தனிடம் அந்தப் பரவசத்தைப் பகிர்ந்து கொள்ளவும் செய்தான்.

“லக்ஷ்மி... இந்தத் தேடல்கூட ரொம்ப யூஸ்ஃபுல்லாதான் இருக்குடா... இந்தக் காட்டுக்குள்ள எனக்கென்னன்னு கிடக்கற அட்டைப் பூச்சிக்குக்கூட ஒரு ஆற்றல் இருக்கு பார்த்தியா... மனுஷங்ககிட்ட ரத்தம் கேட்டா கிடைக்காதுன்னு அது தானா திருடிக்க அதுக்கு ஒரு சுரப்பியை இயற்கை பரிசா தந்துருக்கறதை...”

“நிச்சயமா... கழுகுக்குக் கண்கள்ல கூர்மை, புலிக்குத் தன் கால்கள்ல முழு பலம், பறவைகளுக்கு உறுதியான அலகுன்னு சிருஷ்டியோட முன் ஏற்பாட்டை நினைச்சா ரொம்ப ஒண்டராத்தான் இருக்கு...”

அவர்கள் இருவரும் பேசிக் கொள்வதுகூட வந்தவர்களுக்கு கொஞ்சம் ஆச்சரியமாக கசப்பாகக்கூட இருந்தது.

யோகம் பற்றி பெரிதாக பேசும் இவர்கள் தப்பித்தவறிகூட கடவுள் பற்றி பேசாததையும் ஒரு சிலர் எண்ணவே செய்தனர்.

“ஆமா... அந்த ஆள் எங்கயாவது மிஸ் ஆகி வேற பக்கம் போயிருக்கலாமில்லையா?”

“இல்ல லக்ஷ்மி... அந்த நபர் சறுக்கி விழுந்த அடையாளம் நல்லாவே தெரியுது. அது ஒரு அதலபாதாள பகுதி. அங்க விழுந்தா பிழைக்கறது கஷ்டம்னு சொல்றாங்க. அதைக் கேட்டதுல இருந்துதான் எனக்கும் என்ன பண்றதுன்னு தெரியல...”

“ஆமாம் சார்... அந்தப் பக்கமா மேயற ஆடு, மாடுகளே சறுக்கி விழுந்துட்டா அவ்வளவுதான். நீங்கவேணா பாருங்க

நாளைக்கு அந்த ஏரியாக்குமேல நிறைய கழுகுங்க பறக்கும். அதை வெச்சே அங்க பாடி கிடக்கறத உறுதிப்படுத்திக்கலாம்."

கூட வந்தவன் வயிற்றில் புளியைக் கரைத்தான்.

"ஏய்யா தப்பித்தவறி அங்க ஒரு வி.ஐ.பி. விழுந்துட்டாருன்னு வை. பாடியை எடுத்துதான் தீரணும்னா என்ன செய்வீங்க?"

"என்ன செய்வோம்... முதல்ல நல்லா வசதியா கூலி பேசிக்குவோம். அப்புறமா நல்லா ஆயிரம் மீட்டர் நீளத்துக்கு கயிறுங்களை எடுத்துகிட்டு வந்து கட்டிகிட்டு இறங்குவோம். மெகா ஃபோனையும் கைல வெச்சுக்குவோம். செல்போன் வேலை செஞ்சா அது மூலமா பேசிப்பேசி தகவல் சொல்வோம். மேல ஒரு குரூப் இருந்து அதுக்குத் தகுந்த மாதிரி கயிறை விடறதும், இழுக்கறதுமா இருப்பாங்க..."

"இப்ப காணாம போயிட்டவரும் வி.ஐ.பி. மாதிரிதான். வெளிநாட்டுக்காரர் வேற... நமக்கு இது பிரஸ்டீஜ் விஷயம்யா."

"அதுக்கு என்ன சார் பண்றது? அந்த ஆளை யார் சார் பாஷை தெரியாத ஊர்ல தனியா போகச் சொன்னது?"

"எனக்கென்னவோ நம்பிக்கை இல்ல... இந்தப் பாதாளத்துல விழுந்தா பொழைக்கறதுக்கு சான்ஸே இல்ல..."

அவர்கள் ஆளுக்கு ஆள் சொல்வது ஒவ்வொன்றும் லக்ஷ்மிகாந்தனையும், கௌரிஷங்கரையும் போட்டுப் பிராண்டியது. யோகி சிவத்தின் மற்ற சீடர்களான சாமுண்டீஸ்வரனும், இந்திரனும், விஷ்ணுவும்கூட களைத்துப் போன நிலையில் அவர்களை நோக்கி வந்து சேர்ந்தனர்.

அந்த மலைக் குளிரிலும் அவர்கள் கழுத்தில் சொதசொதவென்று வியர்வை.

"இந்திரன்... விஷ்ணு... எனி இம்ப்ரூவ்மெண்ட்?"

"நத்திங்... இந்த மலைல என்னென்ன பிளான்ட்ஸ் இருக்கு... இன்செக்ட்ஸ் இருக்குன்னு தெரிஞ்சுகிட்டோம். மத்தபடி ஒரு

இம்ப்ரூமென்ட்டும் இல்ல. அந்த ஜான்சன் எங்க ஒழிஞ்சானோ... டேய் யப்பா ஜான்சா? எங்கப்பா இருக்கே? நாங்க யோகா க்ளாஸ் எடுக்கும்போதுதானா நீ காணாம ஒழியணும்...?"

"சார்... அவர் காணாமல்லாம் போகலை. இந்த உலகத்தை விட்டே போயிட்டார். பேசாம போலீஸ்ல கம்ப்ளைன்ட் கொடுத்துட்டு அடுத்து ஆக வேண்டியத பாருங்க."

அந்த மலை மக்களில் சிலர் ஆணித்தரமாகச் சொன்னது ஐந்து பேரையுமே உலுக்கி எடுத்தது. அந்த நொடி 'டொம் டொம்' என்று ஒரு சப்தம் கேட்டது. மெல்லிய சாம்பிராணி வாசமும் அந்த பக்கம் தவழ்ந்து வந்தது.

உடனே அந்த மலை மக்களில் சிலர் "டேய் பண்ணாடி வர்றாரு... பண்ணாடி வர்றாரு..." என்றனர். விறைப்புக்கும் மாறினர்.

"பண்ணாடியா?"

"ஆமாம் சார்... பண்ணாடிதான். மலைப்பண்ணாடி. அருவிக் கரை பெரிய பாண்டிச்சாமி கோயிலுக்குப் போய், தினமும் பூஜை பண்ற பெரிய பண்ணாடி இவரு..."

"சரிதான்... இந்த சாமியாருங்க மலைலகூட இருக்காங்கன்னு சொல்லு..."

"இவர் சாமியார் இல்ல... ஜோசியரு..."

"ஜோசியரா?"

"ஆமாம்... முகத்தைப் பார்த்தே நடந்தது, நடக்கப் போறது அம்புட்டையும் சொல்லிப்புடுவாரு..."

அதைக் கேட்டு ஐந்து பேருமே ஒருவர் முகத்தை ஒருவர் பார்த்துக் கொள்ள, பண்ணாடியும் மேக மூட்டத்துக்கு நடுவில் ஒரு தேவதூதன் போல அவர்கள் எதிரில் தோன்றினார். அவருக்கு அருகில் ஒரு உதவியாளன். அழுக்குக் கோட்டு போட்டு, தலைக்குக் குல்லாயும் போட்டிருந்தான். ஒரு அரதப் பழசான

முரசு ஒன்றை முன் கழுத்தில் மாட்டிக் கொண்டு 'டொம்... டொம்' என்று அவருக்கு முன்னால் தட்டிக் கொண்டே வந்தான்.

அவர்களும் அந்த நபரைப் பார்த்துக் கும்பிட்டுக் காலிலும் விழுந்து எழுந்தனர். அவரும் தன் தொப்புளுக்கு முன் உள்ள சிறிய துணிப்பைக்குள் விரல்களை விட்டு, விபூதியை எடுத்து அவர்கள் நெற்றியில் இட்டு ஆசீர்வாதம் செய்தார். ஐந்து பேரையும் நெருங்கி அவர்களுக்கும் விபூதி போட முனைந்த போது அவர்கள் தடுத்துவிட்டனர்.

"வேண்டாம்... இதுல எல்லாம் எங்களுக்கு நம்பிக்கை இல்லை."

"அப்படியா?"

"ஆமாம்... நீங்க போங்க. உங்களுக்காக அங்க அருவிக்கரை பாண்டிச்சாமி காத்துகிட்டிருப்பாரு. போங்க... போய்ப் பூஜைப் போட்டு, பொழைக்கற வழிய பாருங்க..."

"ஆமா நீங்க..."

"தெரிஞ்சு என்ன செய்யப் போறீங்க?"

"சாமி நான் சொல்றேங்க... இவங்க அஞ்சு பேரும் இந்த யோகாசனம், அந்தர் பல்டி, குட்டிகர்ணம் இதெல்லாம் சொல்லித் தர்றவங்க. நம்ம மலைக்கு வந்த வெள்ளைக்காரக் கூட்டத்துல ஒருத்தர் காணாமப் போயிட்டாரு. அவரைத் தேடிகிட்டுதான் வந்துருக்கோம். அந்த மனுஷன் நம்ம கரடிப்பாறை சரிவுல விழுந்துட்ட மாதிரி தெரியுது."

நடந்ததை ஒருவன் சுமாராக சொல்லி முடித்தான். ஆனாலும் யோகி சிவத்தின் சீடர்களை ஏதோ உடற்பயிற்சி சொல்லிக் கொடுப்பவர்கள் போலத்தான் உணர்ந்திருந்தான்.

அந்தப் பண்ணாடி என்பவனும் அதைக் கேட்டு, கண்களை மூடி ஏதோ மந்திரம் போல சொல்லத் தொடங்கியிருந்தான்.

"சாமி அருள்வாக்கு சொல்லப் போவுது... சாமி அருள்வாக்கு சொல்லப் போகுது..." என்று ஊர்க்காரங்களும் 'பில்டப்' கொடுத்தார்கள்.

அவர்கள் ஐந்து பேரும் ஒரு குறுஞ்சிரிப்புடன் ஒருவரை ஒருவர் பார்த்துக் கொண்டனர். அவனும் கண் திறந்தவன், “அந்த வெள்ளைக்கார மனுஷன் சாவலை... உசுரோடதான் இருக்குறான். இன்னும் கொஞ்சநேரத்துல அந்த நபர் பேசறது உங்கள்ல ஒருத்தர் காதுக்காவது கேட்கும். இந்த மலைக்கு இந்த நிமிஷம் ஆத்தா வந்துருக்குறா. அவ நான் பாத்துக்கறேன்னு சொல்றா. அவ சொல்லிட்டா அப்புறம் அப்பீல் ஏது?” என்று கேட்டுவிட்டு, ‘டொம் டொம்’ என்று தட்டிக் கொண்டே நடந்து செல்லத் தொடங்கினார்.

“சாமியே சொல்லிடிச்சு. வெள்ளைக்காரர் சாவலைன்னு. அப்ப நீங்க தாராளமா நம்பலாங்க...” என்றனர் படு நம்பிக்கையாக...

“நாங்களும் அவர் செத்துட்டதாகவே நினைக்கலியே...”

“சரி... இன்னும் கொஞ்சநேரத்துல அவர் பேசுவாருன்னு சொல்லியிருக்காருல்ல...”

“அதுதான் எப்படின்னு புரியல... அவர்கிட்ட செல்போன் இருக்கலாம்... ஆனா எங்க நம்பர் தெரியணுமே... அப்புறம் இங்க டவர் கிடைக்கணுமே...”

அவர்கள் தாடையைத் தேய்த்துக் கொண்டனர்.

“சாமி சொன்னா சொன்னதுதாங்க... நீங்க போங்க. அது பேசும் பாருங்க...” அவர்கள் நம்பிக்கையைத் தொடர்ந்தனர். “அது சரி... அதுக்காக அவரைத் தேட வேண்டாம்னு சொல்றீங்களா?” என்று சற்று கோபத்துடன் கேட்ட சாமுண்டீஸ்வரன் தன் நண்பர்களைப் பார்த்தான்.

“நாம விடாம தேடுவோம்... கொஞ்சம் ரிஸ்க் எடுக்கணும்னா எடுப்போம். ஏன்னா காணாம போயிட்ட நபர் ஒரு வெளிநாட்டுக்காரர். அதுக்காக உள்நாட்டுக்காரர் காணாம போகலாம்னு பொருள் கிடையாது. கமான்...” என்றபடி தன் குழுவினருடன் அவன் புறப்பட்டுச் சென்றான்.

ஒரு சதுரப் பாறைமேல் படுத்த நிலையில் கிடந்தது ஜான்சனின் உடல். அருகில் மாந்திரீகன் பாறையைச் சுற்றி வந்து கொண்டிருந்தான். பக்கமாய் அருவி ஒன்று பாயும் சப்தம் கேட்டது. அவன் அதில் குளித்திருந்தான். உடம்பில் ஈரம் சொட்டி வடிந்து கொண்டிருந்தது.

அவன் ஏதோ வழிபாடு செய்கிறான் என்பது துல்லியமாகத் தெரிந்தது. சற்றுத் தள்ளி ஒரு மரத்தினடியில் ஒரு நடுகல் தெரிந்தது. அதற்கு மஞ்சள், குங்குமம் சூட்டி அங்கே தெய்வ சான்னித்யத்தை அவன் இழுத்து உருவாக்கியிருந்தான்.

அவன் ஜான்சன் உடலை சுற்றிச் சுற்றி வந்தபோது அடிக்கடி சுற்றும் முற்றும் பார்த்துக் கொண்டான். சிறிது தூரத்தில் யாரோ வருவது போல சப்தம் கேட்கவும், நின்று பார்த்தான். சற்றுத் தள்ளி ஒரு பெரிய வெட்டரிவாள் இருந்தது. ஜான்சனைக் கிடத்தியிருந்த பாறையில் பக்கவாட்டில் நிறைய ரத்தக்கரை படிந்திருந்தது. அது பலி பாறையாகத்தான் இருக்க வேண்டும். ஜான்சனையும் அவன் பலி கொடுக்கத்தான் சுற்றி வருகிறான் என்பது சொல்லாமலே தெரிந்தது. அதேசமயம் அங்கே ஒரு பக்கவாட்டு சரிவில் இருந்து ஃபாரெஸ்டர் விஸ்வநாதன் ஏறி வந்தபடி இருந்தார். அவரைப் பார்க்கவும், அப்படியே நின்றுவிட்டான்.

அவரும் அவனை ஒரு காட்டு மிருகத்தைப் பார்த்து அச்சப்பட்டு நிற்பதைப் போல நின்று கவனித்தார்.

“எங்க வந்தே?”

“உங்களப் பாக்கத்தான்...”

“உன்னை அங்கேயே இருன்னு சொன்னேன்ல...”

“நானும் அங்கதான் இருந்தேன். ஆனா என்னால அங்க இருக்க முடியல...”

“ஏன் முடியல...?”

“அந்த சிலைங்ககிட்ட இருந்து ஒரே அழுகை சப்தமும், சிரிப்பு சப்தமும் மாறி மாறி கேட்டுச்சு.”

"அழுகை சப்தமும், சிரிப்பு சப்தமுமா...? என்ன உளர்றே?"

"உளறலை... நீங்களே வந்து கேட்டுப் பாருங்க, தெரியும்."

விஸ்வநாதன் சொன்னதன் எதிரொலியாக அவன் முகத்தில் பூச்சி பறந்தது.

"இல்ல... இருக்காது... நீ பொய் சொல்லலியே..."

"நான் இப்ப உங்க அடிமை. பொய் சொல்வேனா?"

"அப்ப இங்க இரு... நான் போய்ப் பார்த்துட்டு வரேன்..."

அவன் அதே ஈர உடம்புடன் ஜான்சன் உடம்புக்கு விஸ்வநாதனைக் காவல் வைத்துவிட்டுக் கிளம்பினான். விஸ்வநாதனும் சத்தியத்துக்குக் கட்டுப்பட்ட மாதிரி அங்கே நிற்கத் தொடங்கினார்.

சில வினாடிகள்தான் சென்றிருக்கும்...

அங்கேயும் ஒரு அழுகுரல் கேட்டது.

பெண்ணொருத்தி விசும்பி விசும்பி அழுவது துல்லியமாகக் கேட்டது. ஆனால் யார், எங்கே இருந்து கொண்டு அழுகிறார் என்பது மட்டும் தெரியவில்லை. சட்டென்று அந்த அழுகைக் குரல் நின்று கலகலவென்று சிரிப்பு சப்தம் கேட்டது. விஸ்வநாதனுக்கு நல்ல தைரியான மனதுதான். ஆனால் யாராக இருந்தாலும் அடிக்கிற இடத்தில் அடித்தால் விழுந்துதானே தீரவேண்டும்?

விஸ்வநாதனும் நடுங்க ஆரம்பித்தார். அவர் தன் வாழ்நாளில் எவ்வளவோ அழுகுரல்களைக் கேட்டிருக்கிறார். இது முற்றிலும் வேறுபட்டிருந்தது. அதற்குமேல் அவரால் அங்கே நிற்க முடியவில்லை. ஒரு சக்தி அவரை அந்த இடத்தைவிட்டு ஓடு என்றது. ஓடத்தொடங்கினார். விஸ்வநாதனின் ஓட்டத்தைத் தொடர்ந்து சாரல் மழையும் பெய்ய ஆரம்பித்தது. ஊசிக்கம்பிகள் வானில் இருந்து இறங்குகின்ற மாதிரி இருந்தது. மழையில் ஜான்சன் உடம்பும் நனைந்ததில் மயக்கம் நீங்குவது போல ஒரு அசைவு.

அதேசமயம் நான்கு புறங்களிலும் இருந்து காட்டுச் செடிகளை விலக்கிக் கொண்டு சில பெண்கள் அங்கே ஜான்சன் உடம்பு முன் கூடத் தொடங்கியிருந்தனர். அவர்கள் அவ்வளவு பேரும் ஒன்று போல உடை உடுத்தியிருந்தனர். ஆனால் நெற்றியில் திலகங்களில் மட்டும் வேறுபாடு. ஒருத்தி செந்தூரப் பொட்டு வைத்திருந்தாள். இன்னொருத்தி முகத்தில் குங்குமம், ஒருத்தி கருப்பு மையில் சூலம் போல சிறிய பொட்டும் வைத்திருந்தாள். உடையிலும் அவர்களிடம் வெவ்வேறு வண்ணங்கள். காட்டுவாசிப் பெண்களைப் போலத்தான் தோன்றினார்கள். ஆனாலும் முகத்தில் இனம்புரியாத வசீகரம் இருந்தது.

கண்ணிரண்டிலும் நல்ல ஒளி. நெற்றி நிலாத்துண்டு போல ஜொலித்தது. கூந்தலும் அலைபாய்ந்தது. விரல்களெல்லாம் நன்கு நீண்டிருக்க நுனியில் பவழக்கவசம் போல் நகங்கள். ஒருத்தி கையில் பிரம்புக்கூடை இருந்தது. இன்னொருத்தி கையில் பூண் போட்ட குச்சி ஒன்று இருந்தது. ஒருத்தி அல்லிப் பூ ஒன்றைப் பிடித்திருந்தாள். ஒருத்தி கையில் தாமரை மலர், இன்னொருத்தி மாம்பழம் ஒன்றை வைத்திருக்க, ஒருத்தி கையில் முகம் பார்க்கும் கண்ணாடி இருந்தது.

அவர்கள் அவ்வளவு பேரும் ஜான்சன் உடம்பை சூழ்ந்து நிற்க, ஜான்சன் எழுந்து அமர்ந்தார். அவர்களை ஆச்சரியத்துடன் பார்த்தார் ஜான்சன். அவர்களோ சின்னக் குழந்தை போல சிரித்தனர். ஜான்சனுக்கு மயங்கி விழுந்தது மட்டும்தான் ஞாபகத்தில் இருந்தது. இப்பொழுது எங்கிருக்கிறேன் என்பதில் ஏராளமான குழப்பம் அவருக்குள். அதை அவர் முகம் எதிரொலித்தது. மொழி அறியாத சூழல் வேறு... இமைகள் படபடத்தன. அவர்களோ அவரைக் கொஞ்சம்கூட தடுமாற விடவில்லை.

“டோன்ட் ஒர்ரி... வில் ஆல் சேவ் யுவர் லைஃப்.” என்று அவருக்குப் புரிந்த ஆங்கிலத்தில் பேசவும் ஜான்சனிடம் திக்குமுக்காடல் சம்பந்தமில்லாத தோற்றம். ஆனால் பாஷையில் மேதா விலாசம் ஜான்சனுக்குள் இனம் புரியாத தடுமாற்றம்.

“நான்... நான் இப்ப எங்க இருக்கேன்?”

“மலைகளின் இளவரசின்னு எங்க மக்கள் சொல்ற கொடைக்கானல் மலையோட மடியில இருக்கே நீ...”

“நீ... நீங்க யார்?”

“நாங்க இந்த மலையோட பெண்கள்...”

“ஆ... இந்தக் காட்டுல வாழற காட்டுவாசிகளா...?”

“நீங்க எப்படிவேணா வெச்சுக்குங்க...”

“நான் இப்பவே என் சகாக்களைப் பாக்கணும். அவங்ககிட்ட போய்ச் சேரணும். அவங்களும் என்னைத் தேடுதேடுன்னு தேடிகிட்டு இருப்பாங்க...”

“கவலைப்படாதே, போய்ச் சேரலாம். அதுக்கு முந்தி உன் காலை அசைக்க முடியுதான்னு பார்...”

அவர்கள் அப்படி சொல்லவும்தான் அவருக்கு நடக்க வேண்டும் என்கிற உள்ளுணர்வே வேலை செய்ய தொடங்கியது. காலைத் தூக்கி வைத்தார். ஆனால் எலும்பு முறிந்தாற் போல ஒரு வலி! அந்த முயற்சியில் அப்படியே சுருண்டும் விழுந்துவிட்டார். உடனேயே அந்த ஏழு பெண்களில் ஒருத்தி அவரை நெருங்கி அவரைத் தொட்டு தூக்கி அமர வைத்தாள். அவளது ஸ்பரிசம் பட்ட நொடி அவருக்குள்ளும் ஒரு இனம்புரியாத பரவசம். உடம்பில் புதிதாக ஒரு தெம்புக் குதிரை பிடரி சிலிர்க்க ஓடுகின்ற மாதிரி இருந்தது. அவளோ ஒயிலாக ஒரு புன்னகை பூத்தாள்.

“தேங்க்யூ... தேங்க்யூ ஸோ மச்... வாட் ஈஸ் யுவர் நேம்?”

“மை நேம் ஈஸ் இந்திராணி...”

“ஹிந்த்ராணி...” ஜான்சன் வாயில் அந்த பெயர் சரியாக நுழையவில்லை. ஆனாலும் அவள் ‘ஆமாம்’ என்று தலையை அசைத்தாள்.

“ஐ திங்க் மை ரைட் லெக் வாஸ் புரோக்கன். ஐ டோன் நோ, ஹவ் கேன் ஐ மீட் மை ஃப்ரெண்ட்ஸ்...”

ஜான்சனின் கண்களில் கண்ணீர் தளும்பியது. அதற்குள் அடுத்தவள் ஜான்சன் அருகே அமர்ந்து, அடிபட்ட அந்த காலை வருடித் தரத் தொடங்கினாள். ஜான்சனுக்கு அது ஒரு நிகரில்லாத அனுபவமாக இருந்தது. வலிக்கத் தொடங்கியிருந்த காலில், வலி அப்படியே குறைந்து ஒரு சாதாரணச் சூழல் ஏற்படுவது போல் இருந்தது.

மாம்பழத்துடன் இருந்தவள் பழத்தை நீட்டிச் சாப்பிடச் சொன்னாள்.

“நோ... நோ தேங்க்ஸ்...”

“டோண்ட் ஸே தேங்க்ஸ்... ப்ளீஸ் ஹேவ் திஸ்...” மாம்பழம் கைமாறியது. வாசனை சாப்பிடு என்றது. அவர்கள் அவ்வளவு பேரையும் வைத்துக் கொண்டுதான் மட்டும் சாப்பிடுவது ஜான்சனுக்குப் பண்பாகத் தெரியவில்லை. எனவே தயங்கினார்.

“ம்... சாப்பிடு... இந்தப் பழத்தைச் சாப்பிட்டா உனக்கு நல்ல தெம்பு கிடைக்கும். அப்பதான் உன்னால் நடக்க முடியும்,” என்றாள் ஒருத்தி. அதற்குமேல் ஜான்சனாலும் சும்மா இருக்க முடியவில்லை. சரி என்று சாப்பிட ஆரம்பித்தார். பழத்திடம் அருமையான ருசி. தண்ணீருக்குப் பதிலாக சர்க்கரை நீரைக் குடித்து வளர்ந்த பழம் போல் அப்படி ஒரு தித்திப்பு. எப்பொழுதுமே ஆசை வெட்கமறியாது. எனவே வேகவேகமாகப் பழத்தைச் சாப்பிட்டுத் தீர்த்தார். பழமும் ஒரு புதிய தெம்பைத் தந்தது போல் உணர்ந்தார். நன்றியுடன் அவர்களைப் பார்த்து, கைகளைக் கூப்பினார்.

“பரவால்லியே... உங்களுக்கு எங்கக் கலாசாரப்படி கை கூப்பி நன்றி சொல்லத் தெரிஞ்சிருக்கே...” ஆச்சரியப்பட்டாள் ஒருத்தி.

“ஐ லைக் யுவர் கலாசாரம்... பர்டிகுலரா கை கூப்பி நமஸ்காரம் பண்றது, ஆசீர்வாதம் பண்றது, குனிஞ்சு வணங்கறது இதெல்லாம் ஒண்டர்ஃபுல்லான விஷயங்கள். அதைப் பத்தி ஒரு யோகி நிறையவே சொன்னார். இந்தக் கைல இருக்கற விரல்கள்

எலக்ட்ரிகல் ப்ளக் பாய்ண்ட்ஸ் மாதிரி நம்ம உடம்புல சார்ஜ் ஏறும்போது அது ரைட், லெப்ட்னு இரு விதமா பிரியுது. இரண்டு கையை சேர்த்து வணங்கும் போது அந்த சார்ஜ் எல்லாம் ஒண்ணோடு ஒண்ணு கலந்து நம்ம உடம்புக்குள்ளேயே பரவுது. அதுவும் ஒருத்தரை கண்ணால் பார்த்து, கை கூப்பி வணங்கும் போது நம்ம பவர் நம்மை விட்டுப் போறதில்ல. இரண்டு கையைக் கூப்பி நாம் பவரை நமக்குள்ளேயே வெச்சுக்கறோம்."

"எங்க கல்ச்சர்ல ஒரு கைய உயர்த்தி ஹாய் சொல்வோம். இப்படி இரண்டு கைய கூப்பி வணங்கும் போது அதுல நமக்குதான் ப்ளஸ் பாய்ண்ட்டுங்கறது எனக்கு இந்தியா வந்த பின்னாலதான் தெரியும்.

அதேபோல கை விரல்களை நான்ஜெனடிக்கா ரொம்ப சௌகர்யமா இருக்கற ஒரு உறுப்பா மட்டும்தான் நான் நினைச்சேன். ஆனா அந்த விரல்கள்ள உள்ளுக்குள்ள இருக்கற மூணு மூணு கன்னிகளை எண்ணினா சரியா பன்னிரண்டு கன்னி வருது. பன்னிரண்டும் பன்னிரண்டு ராசின்னு சொன்னப்போ எனக்குள்ள ஒரு ஆச்சரியம்! மோதிர விரல் நரம்பு இதயத்துக்குப் போகுது... அதனால மோதிர விரல்ல போடற கற்கள் நல்ல பலன் தருதுங்கறது அதைவிட பெரிய ஆச்சரியம்.

கைன்னு சாதாரணமா சொல்றோம்.

ஆனா அதுல இருக்கற ரேகைகள் ஒருவர் கைல இருக்கற மாதிரி இன்னொருத்தருக்கு இல்லாததும் எவ்வளவு பெரிய வித்தை. அந்த ரேகையை அடையாளமா வெச்சுதான் நாடி ஜோசியம்லாம் சொல்வாங்களாமே?"

ஜான்சன் தனக்குத் தெரிந்ததை எல்லாம் அந்தப் பெண்களிடம் கொட்ட ஆரம்பித்தார். அவர்களும் ரசித்து சிரித்தனர். அப்படியே நடக்கச் சொன்னார்கள். அவரும் காலை தூக்கி வைத்து நடக்க முயன்றார். முதல் இரண்டு அடிகள்தான் சிரமமாக இருந்தது. அதன்பின் மிகவும் சகஜமாகிவிட்டது. அடிபட்டு எலும்பு

நொறுங்கியதாக நினைத்தது தப்போ... உண்மையில் சாதாரண சதைப் பிசகுதான் என்று அவர் மனது நம்பியது.

அவர் வரையில் அவரை மாந்திரீகன் கடத்திக் கொண்டு வந்து கல் படுக்கையில் கிடத்தியதெல்லாம் துளிகூட நினைவில் இல்லை.

மாந்திரீகனும் அந்தக் குகைக்குச் சென்று அழுகுரல் கேட்கிறதா சிரிப்பு சப்தம் கேட்கிறதா என்று நெடுநேரம் இருந்து பார்த்துவிட்டு அலுப்புடன் திரும்பத் தொடங்கியிருந்தான். அவன் வந்து கொண்டிருப்பது தெரியாமல் ஜான்சனுடன் அந்த ஏழு பேரும் பேசிக் கொண்டிருந்தாலும், ஒருத்திக்குச் சற்று சுருக்கென்றது. அங்கிருந்து புறப்படும் நேரம் வந்துவிட்டதாகக் கருதியவள், "வாங்க இங்கிருந்து புறப்படுவோம். நீங்களும் உங்க நண்பர்களைப் பார்க்கணும் இல்லையா?" என்று கேட்க, அனைவரும் அங்கிருந்து புறப்பட்டனர். ஜான்சனுக்கு அந்தப் பெண்களுடன் பேசிக் கொண்டேயிருக்கலாம் போல தோன்றியது. மாம்பழம் சாப்பிட்டதில் வேறு ஒரு தனித் தெம்பு!

— 4 —

‘காலகதி’ பற்றி நிறைய பேசியாகிவிட்டது. நிறைய சிந்தித்தும் பார்த்ததில் ஒரு விஷயம் மட்டும் பிடிபட்டும் பிடிபடாதது போல தோன்றலாம். அதாவது, ‘அது ஓடியபடியே இருக்கிறது. அதன்மேல் நாம் இருப்பதால், நாமும் ஓடிக் கொண்டிருக்கிறோம்’ என்று எண்ணுவது ஒருவித சிந்தனை. ‘அது இருக்கிறது அதன்மேல் நாம்தான் ஓடியபடி இருக்கிறோம்.’ இது இன்னொரு வித சிந்தனை. ‘அதுதான் ஓடியபடி உள்ளது. நாம் விரும்பினாலும் விரும்பாவிட்டாலும் அது நம்மை இழுத்துக் கொண்டு ஓடியபடியே இருக்கும்.’ இது மூன்றாவது சிந்தனை. ‘அதுவும் ஓடுகிறது. நாமும் ஓடுகிறோம். இதுதான் உண்மை’ என்று கருதுவது நான்காவது சிந்தனை... இப்படி காலகதி பற்றி பல்வேறு சிந்தனைகள். இதில் எது வேண்டுமானாலும் உண்மையாக இருக்கட்டும்.

ஒரு விஷயத்தை மட்டும் நாம் இதில் மறந்துவிடக்கூடாது. ‘ஒவ்வொரு நொடியும் நாம் நமக்கான காலத்தை இழந்தபடி இருக்கிறோம்’ என்பதுதான் அது. போனால் வரவே வராத அரிய செல்வம் காலம். நமக்கென வழங்கப்பட்ட காலத்தை நம்மிடமிருந்து இன்னொருவரால் திருடவே முடியாது. நமக்கென உள்ள காலத்தில்தான் இன்பங்கள், துன்பங்கள் என்று எல்லாம் வரிசையாக அணிவகுத்து நிற்கின்றன. இதை நாம் அனுபவிக்காமல் மட்டும் கடந்து போய் விடமுடியாது... அனுபவிப்பது என்றால் உணர்வது என்பது... அதாவது அறிவு தெரிந்து கொள்ள உணர்வும் அதனால் பாதிக்கப்படுவது... நல்லது கெட்டது என்கிற இரண்டுக்கும் இது பொருந்தும். இதில் நல்லதை

விட்டுவிடுவோம். மனிதப் பிறப்பே நல்லவற்றை அனுபவிக்கவே பிறந்திருப்பதாகத்தான் கருதுகிறது. தீயதை அனுபவிக்கும் போதுதான் பாவ புண்ணியச் சிந்தனைகள் எழும்பி நாம் செய்த வினை, அதனால் தீமையை அனுபவிக்கின்றோம் என்கிறது.

உண்மையில் ஒரு துன்பத்தை நாம் உணர்வதால்தான் துன்பப்படுகிறோம். உணராமல் போவது என்று ஒரு நிலைப்பாடு உள்ளது. அந்த நிலைப்பாட்டுக்கு நாம் சென்றுவிட்டால், நாம் துன்பத்தை வெற்றி கொண்டவர்கள் ஆகிவிடுவோம்.

சில உதாரணங்களைப் பார்ப்போமா?

ஒரு வீட்டில் சிலர் வாழ்ந்து வந்தனர். மிகச் சிறிய வீடு அது. அந்த வீட்டில் ஒரு நல்ல பாம்பும் அந்த சிலருக்குத் தெரியாதபடி வாழ்ந்து வந்தது. இப்படியே பல மாதங்கள் கழிந்துவிட்டன. ஒரு நாள் அந்தப் பாம்பு கண்ணில் பட்டுவிட்டது. அவ்வளவுதான்! அதன்பின் அந்த சிலரால் அந்த வீட்டில் நிம்மதியாக இருக்கவே முடியவில்லை. காலை நீட்டவே அஞ்சி நடுங்கினார்கள். ஆனால் அந்தப் பாம்புடன்தான் அவர்கள் பல காலம் வாழ்ந்திருக்கிறார்கள். இது தெரிந்தால் அவர்கள் என்ன நினைப்பார்கள்? முன்பு நாம் எச்சரிக்கையாக இருக்கத் தவறிவிட்டோம் என்றா... அல்லது இப்பொழுதுதான் இருக்கத் தோன்றியிருக்கிறது என்றா?

அவர்கள் எப்படி நினைத்தாலும் மூன்றாம் பார்வை பார்க்க முடிந்த நாம் உணர்வது என்ன? எதையும் உணர்வதில்தான் எல்லாமே இருக்கிறது. உணராதவரை அது இருந்தாலும் இல்லாவிட்டாலும் ஒன்று என்பதுதானே?

சரி சப்த கன்னிகள் விஷயத்திற்கு வருவோம். காலகதி குறித்த சிந்தனைகள், பின் இன்ப துன்பம் குறித்த சிந்தனைகள் எல்லாமே என்ன? இதற்கும், சப்த கன்னிகளுக்கும் என்ன சம்பந்தம்? நிறையவே இருக்கிறது.

காலகதி குறித்த சிந்தனைக்கு ஆறாவது அறிவு மிக முக்கியம். அடுத்து இன்பமோ, துன்பமோ காலத்தால் வருவது,

இதை உணர்வதால் மட்டுமே இன்பமாவதும், துன்பமாவதும் இருக்கிறது என்பது விளங்கியிருக்கும்.

இப்படி ஆறாம் அறிவைக் கொண்டு நாம் உணரும் விஷயங்கள் அவ்வளவும்தான் ஏழாகிறது. இந்த ஏழைக் கொண்டு எட்டும் விதத்தில் எட்டினால் அடுத்து ஒன்பது.

எண்களில் மாத்திரமல்ல... இந்த எண் பல தனிச் சிறப்புகளை உடைய ஒரு எண்ணாகும், இது மடங்குகளில் கூட்டினாலும், பெருக்கப்பட்டாலும், வகுக்கப்பட்டாலும் தன்னிலை மாறாது. மாறாத நிலைப்பாடுதான் இறை நிலைப்பாடும்.

இறைவன் என்பவன் ஆணுமல்லன், பெண்ணுமல்லன்! அவன் இரண்டுமானவன். அதனாலேயே அலிகளைப் பற்றி குறிப்பிடும் போது அவர்களை ஒன்பது என்பார்கள்.

ஒன்பது என்பது சமநிலை! அதாவது இறை நிலை. ஆறறிவுள்ள நாம் இந்த நிலையை அடைய அடுத்த கட்டத்தை அடைய வேண்டியுள்ளது. அடுத்த கட்டத்தில் இருப்பவர்கள் சப்தகன்னியர்கள், சப்த கன்னியர்கள் என்பதற்கு இன்னொரு ஆச்சரியமான புதிரான விளக்கமும் உண்டு... அது...?

அந்த இடத்தை அடைந்த மாந்திரீகனுக்குப் பகீர் என்றது! ஜான்சனைக் காணாத அதிர்ச்சி ஒருபுறம் என்றால், விஸ்வநாதனும் அங்கு இல்லாதது கோபத்தைக் கூட்டியது. சிலுசிலுவென்ற சூழ்நிலையும் மீறிக் கொண்டு உடம்பு காந்தியது. அதிசயம் போல மனித உடல் கிடைத்தது. அதைப் பலிப் பிரசாதமாக்கி, சில அரக்க சக்திகளைத் திருப்திப்படுத்த, சப்த கன்னியர்களையும் தன்வசப்படுத்திக் கொள்ள, ஒரு வழி கிடைத்ததாக எண்ணிக் கொண்டிருந்தான் அவன். ஆனால் விஷயம் மாறிப் போகவும் அவனுக்குள் அனல் கனன்றது. இடையில் ஒரு மைக் குப்பியை வைத்திருந்தான். அதை எடுத்தவன் தன் புருவத்தில் அழுத்தமாகப் பூசிக் கொண்டான்... அந்த மையைப் பூசிக் கொண்டால், பிறர் பார்வையில் படாமல் திரியலாம் என்பது அதற்குள்ள சக்தி. உருவத்தை அது மாயமாக மறைக்கிறதா, இல்லை எதிராளி

பார்க்காமலே போகிறாரா என்பதெல்லாம் ஆராய்ச்சிக்குரிய விஷயங்கள்.

மையைப் பூசிக் கொண்டவன் காலை உதைத்துக் கொண்டு அங்கிருந்து புறப்பட்டபோது, எதிரில் மழையில் நனைந்த கோழிக்குஞ்சு போல விஸ்வநாதன் வந்தார்.

விஸ்வநாதனை அவன் பார்த்த பார்வையே கர்ண கடூரமாக இருந்தது. விஸ்வநாதன் தலையைத் தாழ்த்திக் கொண்டார்.

"எங்கய்யா போயிட்டே?" ஒரு அலறு அலறினான். விஸ்வநாதன் எதிரிலெல்லாம் ஒருவராலும் நின்று பேச முடியாது. டிபார்ட்மென்ட்டில் அப்படி ஒரு கம்பீரமான பர்சனாலிட்டி... அப்படிப்பட்டவர் வார்டன் முன் சிறைக் கைதி போல நடுங்கியபடி நின்றார்.

"உன்னைத்தான்யா... எங்க போயிட்டே? இங்க இருந்த அந்த வெள்ளைக்காரன் உடம்பு எங்க?"

"அது... அது... இங்கயும் சிரிப்பு சப்தமும், அழுகை சப்தமும் கேட்டிச்சு. பயமா இருந்துச்சு. அதான் உங்களைப் பார்க்க கிளம்பிட்டேன்."

"அப்ப என்னைப் பார்க்க குகைக்கு வராம எங்க போனே?"

"நான் அங்க போனப்ப, நீங்க அங்க இருந்து கிளம்பிட்டீங்க..."

"இங்க இருந்த வெள்ளைக்காரன் எங்கய்யா போனான்? அதை முதல்ல சொல்லு."

"எனக்குத் தெரியாது... மயக்கத்துலதானே இருந்தாரு...?"

"என்னையக் கேக்கறியா நீ... உன்னை வஜ்ரபேரிக்கு சேவகம் பண்ணவிட்டாத்தான் புத்தி வரும். தினசரி நூறு பன மரத்துல ஏறி, கள் இறக்கித் தரச் சொல்லும். செய்யலேன்னா உடம்புல தேளும், பாம்பும் விழ வைக்கும் தெரியுமா?"

"ஐயோ வேண்டாம். நீங்க சொல்ற எல்லாத்தையும்தான் நான் கேக்கறேனே..."

"எனக்கு என்ன பிரயோஜனம்... ஒரு பலிப் பிரசாதம்தானே தேடி வந்தது. அதுலயும் வெள்ளை வெளேர்னு மிலேச்சன் ஒருத்தன் கிடைக்கறது எவ்வளவு விசேஷம் தெரியுமா?"

"நீங்க வருத்தப்பட வேண்டாம். நான் போய் நாலா பக்கமும் தேடி பாக்கறேன்."

விஸ்வநாதன் சொல்லிக் கொண்டிருக்க, மாந்திரீகன் பார்வை அங்கே மண்தரைப் பரப்பைப் பார்த்தது. அதில் ஏராளமான கால் தடங்கள். குறிப்பாக வெள்ளைக்காரனின் ஷூ தடயம் பளிச்சென்று தனியே தெரிந்தது. அதுவே அவன் மயக்கம் நீங்கி எழுந்து நடந்து சென்றதை அவனுக்கு உணர்த்திவிட்டது. அடுத்த நொடி அவன் கண்களிரண்டும் விரிய, முகமும் ரத்தச் சிவப்புக்குத் தன்னை மாற்றிக் கொண்டது.

"இங்க கூட்டமா யாரோ வந்துருக்காங்க. இது அவங்க வேலை. என் கோட்டைக்குள்ள யார் வந்தாலும் எனக்குத் தெரிஞ்சிடும். ஆனா இங்க பலபேர் வந்தும் எனக்கு யார்னு தெரியலைன்னா...?"

அவன் உரக்க கேள்வி எழுப்பினான். பின் வந்தவர்களைத் தெரிந்து கொள்ளும் பொருட்டு அவனுக்குள் அவன் ஏவலுக்குக் கட்டுப்பட்ட எவ்வளவோ மந்திர சக்திகளில் ஒன்றை அழைத்தான்.

அவன் இடுப்பில் ஒரு சிறு பேனா கத்தி இருந்தது. அதை எடுத்தவன் தன் கையின் மணிக்கட்டைக் கீறி ரத்தத்தைத் தரையில் சிந்தவிட்டவனாக, "ரக்தபீஜா சாளராத்ரா... என் ரத்த பானத்தைப் பிரசாதமா சாப்பிடவா..." என்று தொண்டை கிழிய கத்தினான். கீழே தரையில் சிந்திய ரத்தம் அடுத்த நொடியே மாயமாய் மறைந்து போனது. அவனது ரத்தக் கீறல் பட்ட கையையும் யாரோ சிலர் இழுத்து வைத்து வாயைக் கொண்டு உறிஞ்சுகிற மாதிரி ஒரு காட்சியை விஸ்வநாதன் அங்கு பார்த்தார். அவன் கையை மேலும் கீழும் ஆட்டினான். அவன் உடம்பு யாரோ கயிற்றால் கட்டி இழுத்தது போல் மேலே சென்றுவிட்டு 'பொத்'தென்று கீழே விழுந்தது. விழுந்தவன் 'மளமள'வென்று

இடுப்புத் துண்டை அவிழ்த்து, கையைக் கட்டிக்கொண்டு, காட்டு மிருகம் போல ஒரு கத்து கத்தி முடித்தான். பிறகு பெருமூச்சும் விட்டான்.

அவன் அழைத்த துஷ்ட சக்திகள் எப்பொழுதும் இப்படித்தான். அவை விளையாடுவதாக நினைத்துக் கொண்டு அவனைப் பாடாய்ப் படுத்திவிடும். ஆனாலும் அவற்றுக்கு முக்கால பரிமாணமுண்டு. நேற்று நடந்தது; இன்று நடந்தது; நாளை நடக்கப் போவது என்று மூன்றையுமே சொல்லிவிடும்.

இப்பொழுதும் சொல்லிற்று.

“கார்த்திராஜா... சும்மா கிடந்த சங்கை ஊதிக் கெடுத்துவிட்டாய் நீ. எந்தப் பிரதமைகளை நீ நீர் நிலைகளில் இருந்து எடுத்தாயோ அவற்றுக்குரிய தேவிகள் பிரசன்னமாகிவிட்டனர். அவர்களை நீ வசப்படுத்தும் முன் அவர்கள் பலரை வசப்படுத்தி, திரும்பவும் கோயில் கொள்ள திட்டமிட்டுள்ளனர். சக்தி யுத்தம் உன்னால் ஆரம்பமாகிவிட்டது. உன் சித்து வேலையால் நீ அல்ப மனிதர்களை சில காலம் கட்டிப் போடலாம். சக்தி தேவிகளிடம் உன் சக்தி பலிக்காது. அவர்கள் தங்களை நிலைநிறுத்திக் கொள்ள துணிந்துவிட்டால் நீ உயிரோடு இருப்பதுகூட அபூர்வமாகிவிடும்” என்று ஓலமான குரலில் அவன் மட்டும் கேட்கும் விதமாய்ச் சொல்லிவிட்டு மறைந்தும் போயிற்று.

கார்த்திராஜன் என்ற பெயர் கொண்ட அந்த மாந்திரீகனும் அப்படியே அந்தப் பலிமேடையில் போய் அமர்ந்துவிட்டான். கை கட்டிக் கொண்டு விஸ்வநாதனும் அருகில் போய் நின்று கொண்டான்.

காட்டுப்பாதையில் அந்த ஏழு பெண்களின் நடையிலும் கிளி கொஞ்சிற்று. சதங்கை சப்தம் அமிர்தமாய் காலில் ஒலிக்க மிக தைரியமாக அந்தப் பெண்கள் நடந்தனர். ஜான்சனும் அவர்களைத் தொடர்ந்தார். அவ்வப்போது சாரல் மழை மட்டும் வந்து வந்து சென்றது. பக்கவாட்டில் மலை முகடும் தெரிந்தது. முகட்டைப் பார்த்தவர் முகத்தில் ஒரு புது ஒளி. தன்

பாக்கெட்டில் இருந்து செல்போனை எடுத்தவர் தன் நெருங்கிய சகா ஒருவரின் எண்ணுக்கு எண்களை வைத்து, தொடர்பு கொள்ளத் தொடங்கினார். நல்லவேளை அங்கே அலைவரிசை வேலை செய்தது.

கொடைக்கானல் மலையின் கால்ஃப் மைதான புல்வெளியில் கூட்டமாய் அமர்ந்திருந்தவர்களில் ஒருவரின் செல்போன் சிணுங்கிக் கூப்பிட்டது. செல்போன் திரையைப் பார்த்தவருக்கு உற்சாகமாகிவிட்டது.

“ஏய் ஜான்சன், காலிங்...” என்று கத்தினார். மற்றவர்கள் அவர்களைச் சூழ்ந்து கொண்டனர்.

“ஏய் ஜான்சன் ஐ ஆம் வில்லியம்ஸ் ஸ்பீக்கிங்... வேர் ஆர் யூ நௌ?”

“நோ பிராப்ளம் வில்லியம்ஸ்... நான் இப்ப நலமா இருக்கேன். ஆக்சுவலா செத்துப் போயிருக்கணும். காட்ஸ் கிரேஸ்... நான் பொழைச்சிட்டேன். டீப் ஃபாரஸ்ட்ல நான் இருக்கேன். ஏழு காட்டுவாசிப் பெண்கள்தான் என்னைக் காப்பாத்தினது. அவங்க நிச்சயம் உங்ககிட்ட என்னைக் கொண்டுவந்து சேர்த்துடுவாங்க. டோன்ட் ஒர்ரி...”

“அவங்க சேக்கறது இருக்கட்டும். இங்க யோகா இன்ஸ்ட்ரக்டர்களும் உங்களைத் தேடிகிட்டுக் கிளம்பிட்டாங்க. நீ எங்க இருக்கேன்னு சொல்ல முடியுமா?”

“முட்டாள்... காட்ல எந்த இடத்தை நான் சொல்வேன். ஒண்ணு மட்டும் நிச்சயம். எனக்கு எதுவும் ஆகாது. நான் ரொம்ப எனர்ஜெடிக்கா ஃபீல் பண்றேன். பிகாஸ் என்னைச் சுத்தி இருக்கற ஏழு பெண்களும் சாதாரணப் பெண்கள் இல்ல. அவங்க ஒரு தேவசக்தி. ஐ மீன் இவங்க அவ்வளவு பேரும் ஏஞ்சல்ஸ்!”

“ஏஞ்சல்ஸ்... வாட் டு யூ மீன்...?”

“நான் எல்லாத்தையும் நேர்ல சொல்றேன் வில்லியம்ஸ். இப்ப என்னை விடு. செல்போன் ஒர்க் பண்ணுதே, அதுவே பெரிய விஷயம்.”

ஜான்சன் பேசிய கடைசி வார்த்தை அதுதான். கண் வைத்தது போல் அடுத்த நொடி செல்போன் இணைப்பு துண்டாகியது.

வில்லியம்ஸ் ‘ஹலோ... ஹலோ’ என்று கத்திவிட்டு, தன் சகாக்களிடமும் “ஜான்சன் நல்லா இருக்கார். அவர் உயிருக்கு ஒரு பிராப்ளமும் இல்லை...” என்று கத்தினார். அவர்கள் அவ்வளவு பேருக்குமே போன உயிர் திரும்பி வந்த மாதிரி இருந்தது.

அந்தக் கூட்டத்தில் இருந்த ஒருவர் அந்த தகவலுடன் ஓடினார். பாவம்... யோகி சிவத்தின் மாணவர்கள் ஐந்து பேரும் கர்ம சிரத்தையாக அவரை தேடி கொடைக்கானல் மலையின் ஒவ்வொரு அங்குல இடத்திலும் அலைந்தபடி இருக்கலாம். அவர்களுக்குத்தான் இந்த விஷயத்தை முதலில் கூற வேண்டும் என்றபடி ஓடினார்.

யோகா பற்றின விஷயங்கள் மிகச் சிறந்த முறையில் பேசப்பட்டு கொண்டிருக்கும்போது, ஜான்சனின் விஷயம் குறுக்கிட்டு மொத்தச் சூழ்நிலையையே மாற்றிவிட்ட கோபம் சிலர் முகத்தில் எதிரொலிக்க ஆரம்பித்தது.

மூச்சிரைக்க ஓடி வந்த நபர் ஜான்சன் செல்போனில் பேசிவிட்டார் என்று கூறவும், அதைக் கேட்ட கௌரிஷங்கர் சட்டென்று ஆகாயத்தை அண்ணாந்து பார்த்துவிட்டு, நிம்மதிப் பெருமூச்சு விட்டான். அப்படியே “எங்க இருக்கான் மனுஷன்... முதல்ல பாக்கணும்...” என்றான்.

“அவரைப் பத்தி கவலைப்பட வேண்டாமாம். அவரா வந்துடுவாராம். யாரோ அஞ்சாறு பொம்பளைங்க கூட இருந்து உதவி செஞ்சாங்களாம். அவங்களைக் கூட தேவதைங்க...

அப்படி இப்படின்னு சொன்னாரு..." என்ற அந்த நபரின் பேச்சு கௌரிஷங்கர் முகத்தில் கொக்கியை மாட்டியது.

அப்படியே கோல்ஃப் மைதானம் நோக்கித் திரும்பி நடக்க ஆரம்பித்தான். கூட வந்த ஒருவன் "சார், அந்தப் பண்ணாடி சொன்னது அப்படியே பலிச்சிடிச்சு பாத்தீங்களா?" என்றபோது, அதையும் மறக்க முடியவில்லை. பண்ணாடியும் கோயிலுக்குப் போய் பூஜையை முடித்துவிட்டு; திரும்பி வந்தபடி இருந்தார். போகும்போது 'தொம்... தொம்' என்று போட்ட மத்தள சப்தம், வரும்போது இல்லை.

அமைதியாக நடந்து வந்து கொண்டிருந்தார்.

அதைப் பார்த்து அந்த மலையைச் சேர்ந்தவன் "சார்... இந்த மாதிரி சாமி கும்பிட்டுட்டு வரும்போது பண்ணாடி யாரைப் பார்த்து எது சொன்னாலும் பலிக்கும்," என்று சுருதி சேர்த்தான்.

கௌரிஷங்கரும் பண்ணாடியைப் பார்த்து தயங்கி நின்றான். திடீரென்று பண்ணாடி முகத்திலும் ஒரு அசாத்திய மாறுதல்; கண்களும் இடுங்கிக் கொண்டன. கௌரிஷங்கர் கழுத்தில் மாலையோடு நிற்பது மாதிரி ஒரு காட்சி பண்ணாடிக்குள் தோன்றி மறைந்தது. அப்படியே தலைக்குமேல் ஒரு சிலையைத் தூக்கிக் கொண்டு நடப்பது போலவும் ஒரு காட்சி தோன்றியது.

"தம்பி... ஆத்தாளை சுமக்கப் போறே நீ.

அதுவும் யாரைத் தெரியுமா? கௌமாரி தேவியை... அவளைச் சுமக்கறது மட்டுமல்ல... அவளுக்குக் கோயில் கட்டும் போது கூடவே இருந்து...

'ஓம் சிகி வாஹனாயை வித்மஹ சக்தி ஹஸ்தாயை தீமஹி தன்னோ கௌரிமாரிப் ப்ரசோதயாத்'ங்கற மந்திரம் சொல்லபோற... கௌமாரி முருகனோட அம்சம். இவதான் முருகனோட பத்தினியான தேவசேனை! சிவந்த செம்பருத்திப் பூ மாதிரி உடம்பு உடையவள். ஆறுமுகம், பன்னிரெண்டு கரம், இவளோட திருவுருவம். இவளோட வேல் எதிரிகளைப் பிளக்கக் கூடியது. பொதுவா கௌமாரியை வழிபட்டா எதிரிகள் பலவீனமாவாங்க."

"நீயும் அப்படிப்பட்ட கௌமாரியை வணங்கப் போறே... கொடுத்து வெச்சவன் நீ. யாருக்குக் கிடைக்கும் இப்படி ஒரு வாய்ப்பு."

பண்ணாடி இத்தனையையும் சொல்லிவிட்டு போய் கொண்டேயிருந்தான். சற்றுதூரம் சென்றவன் திரும்பி, "உனக்கு வரப்போற உன் மனைவியும் கௌமாரி அம்சம்தான். அந்த வேல் போலவே அவளுக்கும் கண்ணு. அந்த விஷயத்துலயும் நீ யோகக்காரன்," என்று கூறவும் கௌரிஷங்கருக்கு எரிச்சல்தான் வந்தது.

ஆனால் கூடவே இருந்த மலை நாட்டுக்காரன், "சார்... பண்ணாடி சொன்னா, அந்தப் பரமனே சொன்ன மாதிரி," என்றான்.

"இதோ பார்... உளறாதே! எந்தக் காலத்துலயும் இந்த சாமி சிலைகளைத் தூக்கறது, அதுக்குப் பூஜை பண்றதுங்கற விஷயமெல்லாம் என்கிட்ட நடக்கவே நடக்காது.

அந்தப் பண்ணாடி கனவு காணட்டும்.

ஆனா கொஞ்சம் நம்பற மாதிரி காணக்கூடாதா? இந்த மலைக்காட்டுல எங்க போய் நான் சாமி சிலையைத் தலைல தூக்கப் போறேனோ தெரியலியே... ஏம்ப்பா... முதல்ல இந்தக் கொடைக்கானல்ல உருப்படியா கோயில்னு ஒண்ணு உண்டா?"

கௌரிஷங்கர் மறுத்தபடியே கிண்டலிலும் தூள் கிளப்பினான். ஆனால் பண்ணாடி ஒரு சரிவில் சென்றபடியே "நான் சொன்னா அது மாறலாம். ஆத்தாளே வந்து சொன்னா எப்படி மாறும்?" என்று கேட்டபடியே நடந்து கொண்டிருந்தான்.

✦ ——— ✦

ஐந்தாம் கன்னி

— 1 —

இன்றைய உலகில் எவ்வளவோ பேர் எவ்வளவோ தத்துவங்களைச் சொல்லிவிட்டுச் சென்றிருக்கிறார்கள். நம் நாட்டில் எதற்குப் பஞ்சமுண்டோ இல்லையோ தத்துவங்களுக்கு மட்டும் ஒரு பஞ்சமுமில்லை.

என்றைக்கு மனிதன் சிந்திக்கத் தொடங்கினானோ அன்றே தத்துவமும், பழமொழிகளும் தோன்றத் தொடங்கிவிட்டன.

இதில் மேல்நாடு, கீழ்நாடு, பக்கத்து நாடு என்றெல்லாம் பேதங்களேயில்லை... எல்லா நாடுகளிலும் தத்துவ ஞானிகள் தோன்றியுள்ளார்கள்.

'எதிலும் ஏன் என்கிற கேள்வி மிக முக்கியம்' என்று சொன்ன சாக்ரடீஸ், எகிப்திய தத்துவ ஞானி. 'இல்லாத ஒன்றை யாராலும் கண்டறிய முடியாது' என்று சொன்ன கன்ஃபூஷியஸ் ஒரு சீன தத்துவ ஞானி. 'குடி உயர கோள் உயரும்' என்று சொன்ன அவ்வை. 'நீரின்றி அமையாது உலகு' என்று சொன்ன வள்ளுவன். 'ஆசையே அனைத்துக்கும் காரணம்' என்று சொன்ன புத்தன். 'நாளை நாளை என்பவன் இன்று செய்ய மாட்டான்' என்று சொன்ன விக்டர்.

'நாளைய ஜன சமூகத்திற்காகவே நான் மரித்தேன்' என்று சொன்ன யேசு. 'கடவுளுக்கு இணை சொல்ல உலகில் எவருமேயில்லை' என்று சொன்ன நபிகள் நாயகம்.

'சிஷ்யன் என்பவனும் ஒரு விதத்தில் அடிமைதான். அடிமைகளால் ஞானத்தை சரியாக உணர முடியாது' என்று

சொன்ன ரஜ்னீஷ் என தத்துவங்களை உதிர்த்தவர்களின் பட்டியல் நீண்டு கொண்டே போகிறது.

சப்த கன்னியர்கள் பற்றி சிந்தித்தபடி இருக்கும் போது எதற்கு இப்படி பலதரப்பட்ட தத்துவங்களின் பார்வை என்று ஒரு கேள்வி எழும்!

எழட்டும்... அது மிக நல்லதே.

ஏனென்றால் சப்த கன்னியர்களும் ஒரு விதத்தில் தத்துவங்களே!

ஆச்சரியமாக உள்ளதா?

நான் சொன்னா மாறலாம்.

ஆத்தா சொன்னா அது எப்படி மாறும்? என்கிற கேள்வியோடு, பண்ணாடி செல்வதை அந்தப் பக்கமாக மூலிகை பிடுங்கச் சென்ற வைத்தியர் ஒருவரும் கேட்டார்.

அவருக்குச் சிரிப்பு வந்து விட்டது.

'களுக்'கென்று சிரித்தார்.

சற்றுதூரம் சென்றுவிட்ட பண்ணாடியின் காதில் விழுந்தது அந்தச் சிரிப்பு. பண்ணாடியையும் அது தடுத்து நிறுத்தியது.

பண்ணாடி மெல்லத் திரும்பி வந்தார். சிரித்த வைத்தியரை முறைத்துப் பார்த்தார். இருவருக்கும் ஒருவரை ஒருவர் நன்றாகத் தெரியும்.

"என்னவே... எதுக்கு சிரிச்சே?" இது பண்ணாடி.

"சிரிக்காம..."

"என்ன சிரிக்காம? நான் என்ன உன்னை சொரிஞ்சாவிட்டேன். நீ கேனையனாட்டம் சிரிக்க..."

"சொரிஞ்சு விட்டால்லாம் சிரிக்கற ஆள் இல்ல நான். ஆத்தா சொன்னான்னு நீ சொன்னியே... அதை கேட்டுத்தான் சிரிச்சேன்."

"அப்ப உனக்கு ஆத்தா மேல நம்பிக்கை இல்லையா?"

“அத விடு... என் கேள்விக்குப் பதில் சொல்... இந்த உலகம் யார் படைச்சது?”

“ஆத்தாத்தான்...”

“இதுல எவ்வளவு பேர் இருக்கோம்?”

“என்னவே... நான் ஒண்ணு கேட்டா நீ ஒண்ணு கேக்கறே?”

“பதில் சொல்லுய்யா... எவ்வளவு பேர் இருக்கோம்?”

“எம்புட்டோ கோடி பேர்.”

“அம்புட்டு கோடி பேருக்கும் வாழ்க்கைன்னு ஒண்ணு இருக்குல்ல?”

“ஆமா...”

“அம்புட்டு கோடி பேருக்கும் எம்புட்டோ பிரச்சினைங்க. ஒரு பக்கம் நாட்டுக்கும் நாட்டுக்குமே சண்டை. இன்னொரு பக்கம் உள்ளூர்ல தண்ணிக்குச் சண்டை மொழிக்குள்ள சண்டை, ஜாதியில சண்டை.”

“விஷயத்துக்கு வாய்யா... வளவளன்னுகிட்டு...”

“இல்ல... இம்புட்டுப் பிரச்சினைகளுக்கு வாயைத் திறக்காத உன் ஆத்தா எனக்கென்னன்னு போய்கிட்டிருக்கற இந்தப் பயலுக தன் சிலையைத் தூக்கிக்கிட்டுத் திரிவாங்கன்னு சொன்னாளாக்கும்?”

வைத்தியர் வசமாக மடக்கிப் பிடித்துவிட்டார். பண்ணாடியும் சற்று திணறித்தான் போனார். இருந்தும் சுதாரிப்பாக, “அப்ப நான் பொய் சொல்றேனா?” என்று கேட்டார்.

“அதை நான் நேரா சொல்லவா?”

“நான் சொன்னது எதாவது நடக்காமப் போயிருக்குதா?”

பண்ணாடி அப்படி கேட்கவும் வைத்தியரிடமும் ஒரு சின்னத் திணறல்.

“சொல்லுவே... நான் சொல்லி எதாவது நடக்காம போயிருக்குதா?”

“அங்கதான்யா எனக்கும் ரொம்ப நாளா ஒரு குழப்பம். நீ சொல்றதெல்லாமே நடக்கத்தான் செய்யுது. ஆனா நீ முன்னாடியே தெரிஞ்சுகிட்டு சொல்றியா... இல்லை வேற எதாவது அதுல ‘டிகால்டி’ வேலை காட்றியான்னுதான் புரியல...”

“இதோ பார் வைத்தியா... இந்தப் பூமியில தெரிஞ்சுக்கறதுக்கு எவ்வளவோ விஷயங்கள் இருக்குது. ஆனா ஒரு மனுஷன் குறைஞ்சபட்சம் அவனையே தெரிஞ்சுக்காதவனாதான் இருக்கான். வெளிய இருக்கறதத் தெரிஞ்சுக்கத்தான் முடியல. அவனுக்குள்ள அவன்கிட்ட இருக்கறதையாவது அவன் தெரிஞ்சுக்கலாம் இல்லியா?”

“என்ன தத்துவமா?”

“என் கேள்விக்கு நீ பதில் சொல்லு...”

“என்னை எடுத்துக்கய்யா... என்னை நான் தெரிஞ்சுக்க என்ன இருக்கு?”

“அடப்பாவி மனுஷா... கேள்வியிலேயே பெரிய கேள்வி நான் யாருங்கறதுதான்யா...”

“வெண்டக்கா... நான் யார்னு சொல்றேன் கேட்டுக்கோ. என் பேர் ஞானமணி. ஞானமணி வைத்தியர்னா இந்த மலை வட்டாரத்துக்கே தெரியும். எங்கப்பன் பேர் ரங்கமணி. அவரும் வைத்தியர்தான். என் தாத்தா பேர் ராஜாமணி...”

வைத்தியர் அடுக்கிக் கொண்டே போனார். அதைக் கேட்ட பண்ணாடிக்குத்தான் சிரிப்பு வந்தது.

“என்னா... எதுக்கு இப்ப நீ சிரிக்கறே? பேரைச் சொன்னதுக்கா சிரிக்கறே?”

“இல்ல... நீ யார்னு கேட்டா உன் பேரைச் சொல்றே. அது உனக்கு உன் அப்பன் வெச்சது. அப்ப பேரா நீ?”

பண்ணாடியின் கேள்வியில் நிறைய பொருள் இருப்பது போல் அப்பொழுதுதான் வைத்தியருக்கே தோன்றியது.

"பண்ணாடி... நீ முடிவா என்னதான்யா சொல்றே?"

"நல்லவங்க, கெட்டவங்க எல்லா விஷயத்துலயும் இருக்காங்க. பொத்தாம் பொதுவா யாரையும் சொல்லாதே... உனக்கு உன்னைத் தெரியணும்னா அந்த சாமியாரைப் போய்ப் பார். நான் போய்ப் பார்த்தேன். என் வாழ்க்கையே மாறினுச்சு. என் ஜாதகத்தைப் பார்த்தவர், உனக்கு ஜோசியம் நல்லா சொல்லவரும். வாக்குஸ்தானத்துல செவ்வாய் சந்திரன்னு இரண்டு பேர்... பன்னெண்டாம் வீட்டுல கேதுன்னு ஒரு வித்தியாசமான அமைப்பு இருக்கு... ஒளிஞ்சிருக்கறதக் கண்டுபிடிச்சு உன்னால சொல்ல முடியும்னார்."

"அவர்தான் இந்த வித்தையைக் கத்தும் கொடுத்தார். வித்தை அவர் கத்துக் கொடுத்தது... அதுக்கு முந்தி அதை சாமிதான் இந்தப் பூமிக்கு கொடுத்தது... அதனால நான் எதைச் சொன்னாலும் நான் சொல்றதா நினைக்கறதில்லை. நான் கும்புடற அந்த ஆத்தா சொல்றதாதான் சொல்வேன். இப்பகூட அந்தப் பையனைப் பார்த்துட்டு நான் சொன்னதுகூட அதை வெச்சுதான். இப்ப நீயும் நானும் பேசிகிட்டிருக்கற நிமிஷத்துல ஒரு நட்சத்திரம் ஓடிகிட்டிருக்கு. இதை வெச்சு ஒரு பலன் சொல்ல முடியும். நீ பேசற பேச்சு, அது பேசப்படற விதம் இதை வெச்சு உன்னை எந்தக் கிரகம் ஆட்டி வைக்குதுன்னு சொல்ல முடியும். துளிகூட நம்பிக்கை இல்லாம கேலியா கிண்டலா பேசினே... இப்படியெல்லாம் பேசினா அது கேதுங்கற கிரகத்தோட வேலை... நடுவுல மடங்கி வந்தே... அதுக்குக் காரணம் குரு. இப்படி ஜோசியத்துல ஏகப்பட்ட விஷயங்களைச் சொல்லிகிட்டே போகலாம்..."

பண்ணாடி பேசி முடித்தார். வைத்தியருக்கு மழை பெய்து ஓய்ந்த மாதிரி இருந்தது. சாதாரணமாக, கேலியாகச் சிரிக்கப் போக அதற்குப் பின்னால இவ்வளவு சங்கதிகளா?

உண்மையில் தெரிந்ததைவிட தெரியாததுதான் உலகில் அதிகம்... சொற்பமாகத் தெரிந்து வைத்துக் கொண்டு அதற்காக 'முணுக்'கென்று சிரித்தது தவறு என்று அவருக்கும் மெல்ல தோன்ற ஆரம்பித்தது.

மனிதன் தனக்குள் சிந்திக்கத் தொடங்கி விட்டாலே, மௌனம் தானாக அங்கே வந்து அமர்ந்து விடுகிறது. அதேசமயம் மௌனத்தில்தான் ஆழமான உட்பொருளும் இருக்கிறது. வளவளவென்று பேசுவதில் இருப்பதைவிட இப்படி ஆழமாக மௌனமாக சிந்திக்கும்போது அந்த உள் சப்தத்தில் நிறைய பொருள் இருப்பதாகத் தோன்றியது!

மீண்டும் கால்ஃப் மைதானம்!

வெள்ளைக்காரக் குழுவினர் காத்துக் கொண்டிருந்தார்கள். கௌரிசங்கர் ஒரு புறத்தில் இருந்தும், லட்சுமிகாந்தன் ஒரு புறத்தில் இருந்தும் முதலில் வந்து சேர்ந்தனர்.

காத்துக் கொண்டிருந்தவர்களில் ஒருவர் ஜான்சன் செல்போனில் தொடர்பு கொண்டதைக் கூறினார்.

கௌரிசங்கருக்கும் 'அப்பாடா' என்று இருந்தது.

அப்படியே பண்ணாடி சொன்னது பலித்துவிட்டதையும் ஒருமுறை எண்ணிப் பார்த்தான்.

பின்னாலேயே சாமுண்டீஸ்வரன், இந்திரன், விஷ்ணு என்று மூன்று பேரும் வந்து சேர்ந்தனர்.

மலை முழுக்க நடந்துத் திரிந்த களைப்பு முகத்தில் பளிச்சென்று தெரிந்தது. நல்ல குளிர்ந்த சூழல். ஆனாலும் உடம்பும், மனசும் மிகவும் இயங்கியதில் வெப்பம் ஏற்பட்டு நிறைய வியர்வைப் பெருக்கை அவர்களிடம் பார்க்க முடிந்தது.

ஒரே ஆறுதல் ஜான்சன் உயிரோடு இருக்கிறார் என்பதுதான். அப்படியே ஏழு பெண்கள் அவருக்கு உதவியதாகக் கூறியதும் அவர்களைக் கொத்தியது.

“அந்த ஏழு பேர் யாரா இருப்பாங்க?”

“நிச்சயம் இந்த மலைல ஏதாவது கிராமத்துல வசிக்கிற பெண்களாகத்தான் இருக்கணும்.”

“அப்ப கிராமம் கிராமமா போனா, ஜான்சனைக் கண்டுபிடிச்சிடலாம்.”

“அவசியமில்ல... அவங்களே அவரை இங்க கொண்டு வந்து விட்டுடலாம்.”

பேச்சு இப்படி பல திசைகளில் சென்றது. முன்பு நிலவிய அளவு ஒரு பெரிய பதட்டம் அவர்களிடத்தில் இல்லை. ஆனாலும் ஜான்சனுக்கு உடனே வர முடியாதபடி எதாவது ஆபத்தோ என்று ஒரு கவலை அவர்கள் முகத்தில் ஓடியது. அவர்கள் ஐந்து பேரும் தனியே ஒதுங்கியிருந்தனர்.

“ஃப்ரெண்ட்ஸ்... இப்ப என்ன பண்ணலாம்? காத்துகிட்டு இருப்போமா? இல்ல திரும்பவும் தேடிகிட்டுப் புறப்படுவோமா?”

“காத்துகிட்டிருக்கறது புத்திசாலித்தனமா படலை. இந்த ஊர்காரங்க யாராயாவது கூட்டிகிட்டு, கிராமங்களுக்குப் போய்த் தேடறதுதான் புத்திசாலித்தனம்.”

“நாம் அப்படி போகவும் இப்படி ஜான்சன் வந்துட்டா?”

“வந்தா என்ன? நமக்குத் தகவல் கொடுத்துட்டா, நாமளும் உடனே திரும்பி வந்துட்டுப் போறோம்.”

“செல்போன்ல சிக்னல் கிடைக்கணுமே. இந்த மலைல சில இடத்துல கிடைக்குது. பல இடத்துல கிடைக்க மாட்டேங்குதே?”

“சரி... ஒரு அரைமணி நேரம் காத்திருப்போம்... அதுக்குள்ள வரலைன்னா, நாம் புறப்படுவோம். அதுதான் சரி.”

அவர்கள் ஐந்து பேரும் ஒருவாறு முடிவுக்கு வந்தனர். அந்த மலைத்தலத்தில்தான் எங்கிருக்கிறேன் என்றே ஜான்சனுக்குத் தெரியவில்லை. சுற்றிலும் அப்படி அடர்வான ஒரு மலைக்காடு... ஒரே சரிவு வேறு. ஆனாலும் எந்தவித பயமும், கவலையும்

இன்றி மனது லேசாக இருப்பது எப்படி என்று ஜான்சனுக்குப் புரியவில்லை. அவருக்கு முன்னும் பின்னுமாக அந்தப் பெண்கள் நடந்து கொண்டிருந்தனர். அவர்கள் நடை, பேச்சு, சிரிப்பு எல்லாமே சாதாரணமாக மனிதர்களிடம் அவர் பார்த்திராத ஒன்றாக இருந்தது.

மலை ஜாதிப் பெண்கள் போல தெரிந்தாலும், அவர்கள் ஆங்கிலம் பேசியது அவருக்குள் பெரிய வியப்பு. அதுவும் வெள்ளைக்காரப் பெண்கள் பேசுவது போலவே குழையக் குழைய உரிய லாவகத்துடன் பேசியதைப் பார்த்து பிரமிப்பாக இருந்தது.

ஆயிரக்கணக்கான மைல்களுக்கு அப்பால் இருந்து வந்து தனது நண்பர்களை எல்லாம் பிரிந்து, காட்டில் மாட்டிக் கொண்டிருப்பதாகவே தோன்றவில்லை. இடையில் மலைப் பாம்பு ஒன்று மொத்த உடம்பையும் கிளையில் வளைத்துக் கொண்டு ஒரு முழ நீளத்துக்கு தலையோடு கூடிய பாகத்தை மட்டும் காட்டிக் கொண்டு தொங்கியபடி இருந்தது. ஏழு பெண்களில் ஒருத்தி அதன் அருகில் சென்று, 'மை ஸ்வீட்டி' என்று அந்த மலைப்பாம்பை அச்சமேயின்றி வருடிக் கொடுத்தது ஜான்சனைத் திக்குமுக்காட வைத்துவிட்டது.

இவர்கள் சாதாரணப் பெண்களே இல்லை. இவர்களிடம் அபூர்வமாக ஏதோ சக்தி இருக்கிறது என்றே எண்ணினார்.

"எக்ஸ்யூஸ் மீ..." என்று அவர்களை அவர் அழைத்த போது ஒரு சுனை வந்திருந்தது. சுனையின் கரையில் ஒரு அம்பிகையின் உருவம். அதற்கு மாலை சூட்டப்பட்டு முன்னால் ஒரு அகல் விளக்கு எரிந்து கொண்டிருந்தது. சுனையில் நிறைய அல்லிப் பூக்கள்... 'சிலுசிலு'வென்று இருந்தது. எங்கிருந்தோ ஓடை போல் நீரோட்டம் வேறு சுனையில் விழுந்து வழிந்து, 'சலசல'வென்று ஓடிக் கொண்டுடிருந்தது. மான் ஒன்று தன் கரிய விழிகளால் ஒரு பார்வை பார்த்துவிட்டு ஓடிப்போனது.

"ஓ... வாட் எ ஒண்டர்ஃபுல் லொகேஷன்..." என்று வாய்விட்டே முணுமுணுத்தார் ஜான்சன்.

அவர்கள் அதைக் கேட்டுச் சிரித்தபடியே அம்பிகையைச் சூழ்ந்து நின்று, பூஜை செய்தனர்.

பார்க்கப் பார்க்க கண்கொள்ளாக் காட்சியாக இருந்தது. அவர்கள் பூஜையை முடித்துக் கொண்டு அம்பிகையின் பாதத்தைத் தொட்டு வணங்கிவிட்டுத் திரும்பி வந்தனர். அவர் அவர்களிடம் அம்பிகை பற்றி கேட்க ஆவலானார்.

“இந்த ஸ்டேச்சு கடவுளா?”

“ஆமாம்... லார்ட் பரமேஸ்வரி.”

“ஏன் இங்க இப்படி தனியா இருக்கு... ஊருக்குள்ள கோயில்லதானே சாமிங்க இருக்கும்?”

“அப்படியும் இருக்கும்; இப்படியும் இருக்கும்.”

“ஆமாம் ஏன் உங்க சாமி கைல திரிசூலம்லாம் இருக்கு? எதுக்கு இந்த வெப்பன்?”

“அது தப்பை அழிக்கறதுக்கு... நம்பி வர்றவங்களை நான் இருக்கேன் காப்பாத்துவேன்னு சொல்றதுக்கு.”

“அழிச்சுதான் காப்பாத்தணுமா...? திருத்திகூட காப்பாத்தலாமே?”

“அழிச்சு திருத்திங்கறதுதான் இங்கேயும்... சில விஷயங்களை அழிக்காம திருத்த முடியாது.”

“கடவுளால கூடவா?”

“அழிக்கறத ஒரு கொடிய செயலா நீங்க நினைக்கறதால இப்படி கேக்கறீங்க. இந்த உலகத்துல உருவாகற உயிர்மையான விஷயங்கள் மாறுதல்ங்கற பேர்ல அழிஞ்சுகிட்டுதான் இருக்கு. குழந்தையா இருந்த நாமல்லாம் இப்ப குழந்தையாவா இருக்கோம். முழு மனிதனா மாறிடலை?”

“நீங்க நல்லா பேசறீங்க. நீங்க ஆங்கிலம் பேசறது எனக்கு ஒண்டரா இருக்கு... உங்ககூட இருக்கும்போது நான் ரொம்ப பிளசன்டா ஃபீல் பண்றேன். ஆமா உங்க பேர் என்ன?”

ஜான்சன் அப்பொழுதுதான் தான் அவர்கள் யார் என்றே கேட்க ஆரம்பித்தார். அவர்கள் பதிலுக்குச் சிரித்துவிட்டு, "இவ முதலாம் கன்னி... அவ இரண்டாம் கன்னி... அவ மூன்றாம் கன்னி" என்று வரிசையாக எண்களை அடுக்கினாள்.

"இப்படி கூடவா பேர் இருக்கும்?"

"இருக்கே." அவர்கள் கண்களைச் சிமிட்டி சிரித்தனர்.

"ஆமா நீங்க இங்க கும்புட்ட இந்த சாமியை நான் பார்க்க முடியுமா?"

"எதுக்குப் பார்க்கணும்?"

"கடவுள்னு சொல்றீங்க... கடவுளைப் பார்க்க நினைக்கறது தப்பா?"

"உங்க நாட்டுல கடவுளைப் பார்த்தவங்க இருக்காங்களா?"

ஜான்சனிடம் உடனேயே ஒரு தடுமாற்றம். மௌனம். அவர்களிடம் குமிழ்ச் சிரிப்பு.

"சரி நீங்க பார்த்திருக்கீங்களா?"

"எதுக்குப் பார்க்கணும்?"

"இது என்ன கேள்வி... ஒரு க்யூரியாசிடிதான்."

"அப்படின்னா இப்ப பார்த்துகிட்டேதானே இருக்கீங்க."

"வாட்... இங்க நீங்கதானே இருக்கீங்க? கடவுள் எங்க இருக்கார்?"

"எங்கள் வடிவத்துலயும் அவரைப் பார்க்கலாமே."

"நேரடியாவே கேக்கறேன்... அவரைப் பார்க்க முடியாதா? பார்க்க நினைக்கறது தப்பா?"

"இதுல தப்பு சரிங்கறதுக்கெல்லாம் இடமேயில்லை... பார்க்கணும்னு நினைக்கும்போதே கூடவே அவர் இருக்காரோ, இல்லையோங்கற ஒரு சந்தேகம் ஒளிஞ்சிக்கிட்டே இருக்கு. ஒரு மலையைப் பார்க்க ஆசைப்படும் போதோ, நாட்டு பிரதமரை

பார்க்க ஆசைப்படும் போதோ இப்படி அந்த ஆசைக்குப் பின்னால் அவங்க இருக்காங்களாங்கற சந்தேகமெல்லாம் துளிகூட இல்லை. அதனால் இந்த சந்தேகமே இறைதரிசனத்துக்கு பெரிய எதிரியா மாறிடுது."

மிக மிக மெச்சூர்டான ஒரு பதில்.

"ஒருமுறை அவரைப் பார்த்துட்டா சந்தேகம் நீங்கிடாதா?"

"நீங்க விரும்பி இந்தப் பிறவி நிகழ்ந்ததா இல்லை, பிறந்துட்டதால வாழ்ந்துகிட்டிருக்கீங்களா?"

"அது எப்படி தெரியும்?"

"இந்த உடம்பு, உங்க முகம் இதை நீங்கதான் சூஸ் பண்ணீங்களா?"

"அது எப்படி முடியும்?"

"உங்க கூடவே உங்க உடம்புக்குள்ள இருக்கற வயிறு நீங்க சொன்னா அடங்கி நடக்குமா?"

"அது எப்படி சாத்தியம்?"

"இப்படி பல அசாத்தியங்களை உங்களுக்குள்ளேயே வெச்சுகிட்டு இருக்கற நீங்க முதல்ல இதுக்கெல்லாம் தெளிவான விடையைக் கண்டுபிடியுங்க. அப்புறம் கடவுள் பற்றிய கேள்விக்கு வரலாம்."

ஜான்சனால் அதன்பின் எதையும் அவர்களிடம் கேட்க முடியவில்லை. ஆனால் பொட்டில் அடித்த மாதிரியான கேள்விகள் – பதில்கள்.

"சரி... நாம இன்னும் எவ்வளவு தூரம் போகணும்?"

"கிட்டதட்ட மூணு மைல் தூரம் நடக்கணும்."

"என் நண்பர்கள் காத்துகிட்டிருப்பாங்க. தவிச்சுகிட்டும் இருப்பாங்க."

"கவலைப்படாதீங்க. காரணமில்லாம காரியமில்லை. வரவேண்டியவங்க வந்துட்டா; நீங்க உடனேயே போயிடலாம்."

“வரவேண்டியவங்கன்னா?”

“அதாவது உங்களை யாராவது தேடி வரமாட்டாங்களா, அதைச் சொன்னேன். இப்ப உங்க கால் நல்லா இருக்குதானே?”

“கொஞ்சம்கூட வலியில்ல. மிராகிள்.”

“சரி... நடங்க. இன்னும் நிறைய மிராகிள்ஸ் உங்க வரைல பாக்கி இருக்குதே...”

அவர்கள் பேசிக் கொண்டே அந்தத் தடாகக்கரையை விட்டுப் புறப்பட்டனர். வழியில் ஒரு இடத்தில் கேமரா ஒன்றின் தோல் கூடு கிடந்தது. அது ஜான்சனுடையதுதான்! ஓடிச்சென்று எடுத்தவர் கேமராவைத் தேடினார்.

“என்ன தேடறீங்க...?”

“இது என் கேமரா கவர். என் கேமராவும் இங்கதான் விழுந்திருக்கணும்.”

அவர் நாலாபுறமும் புதர்களில் எல்லாம் புகுந்து வெளிப்பட, ஒரு இடத்தில் கேமராவும் கண்ணில் பட்டது. ஜான்சனின் அதிர்ஷ்டம் அதில் ஒரு சிறு கீறல்கூட இல்லை. ஜம்மென்று ஒரு புல் கூட்டத்தின்மேல் கிடந்தது. ஓடிப்போய், அதைக் கையில் எடுத்து திருப்பித் திருப்பிப் பார்த்தார்.

கண்கள் அகன்று விரிந்தன.

“திஸ் ஈஸ் மை கேமரா... இட்ஸ் நாட் புரோக்கன். ரியலி ஒண்டர்ஃபுல்,” என்றும் முணுமுணுத்தார்.

அப்படியே வியூ ஃபைண்டர் வழியாக அவர்களைப் பார்த்தார். அவர்கள் வரிசையாக நின்று சிரித்தனர்.

“ஐ வான்ட் டு டேக் ஒன் போட்டோ...” என்று கேட்க, அவர்களும் முகபாவனைகளில் சம்மதமளித்தனர். உடனேயே பளிச்சென்று ‘ஃப்ளாஷ்’ விழ, அவர்களை வாரிச் சுருட்டினார்.

முதலில் ஒன்று என்று சொன்னவர் அதன்பின் பல புகைப்படங்களை எடுத்துத்தள்ள ஆரம்பித்தார். அவர்கள் மறுக்கவேயில்லை. சிரித்துக் கொண்டே நின்றனர். பொழுதும் உருண்டு கொண்டே இருந்தது.

✦ —— ✦

— 2 —

சப்த கன்னியர்களையும் தத்துவங்கள் வரிசையில் வைத்துப் பார்த்தோம். ஒவ்வொரு கன்னியுமே ஒரு தத்துவம்!

தத்துவம் என்றால் என்ன என்று முதலில் விளங்கிக் கொள்ள வேண்டும். தத்துவம் என்பது மாறாத் தன்மை உடையது... ஒரு பொம்மைக்கான அச்சில் இருந்து எப்படி ஆயிரம் பொம்மைகளை ஒன்றே போல உருவாக்க முடியுமோ அப்படித்தான் தத்துவமும். ‘வாழ்க்கை என்பது நீர்க்குமிழி போன்றது. இதை நிரந்தரமானதாய் எண்ணாதே. நீ இதை சாசுவதமானதாகக் கருதினால் மிகுந்த வேதனைப்படுவாய்’ என்பது ஒரு தத்துவம். இந்தத் தத்துவம் நேற்றைக்கும் பொருந்தும், இன்றும் பொருந்தும், நாளைக்கும் பொருந்தும். சாகாமல் வாழ்ந்தபடி ஒருவன் இந்த உலகில் இருந்தாலும்கூட போதும். இது தத்துவமாக இல்லாமல் வெறும் உளறலாக மாறிவிடும். ஆனால் அதற்குச் சாத்தியம் இல்லை.

பொதுவில் தத்துவங்கள் ஒரு குறிப்பிட்ட உண்மையைத் தங்களுக்குள் வலிதாக வைத்துக் கொண்டிருப்பவை.

உடம்பு முழுக்க வலி எடுத்தபடி உள்ளது. ஒரு மைப்புள்ளி அளவுள்ள மாத்திரையைச் சாப்பிட்ட உடன் வலி சரியாகிவிடுகிறது. அவ்வளவு பெரிய உடம்பில் மாத்திரை கரைந்து பரவியதில்தான் இந்த மாற்றம். மாத்திரை என்பது சிறியதுதான். ஆனால் அதன் சக்தி பெரியதாக இருப்பது போல தத்துவம் உணர்வு ரீதியாக சிறியதாகத் தெரியலாம். ஆனால் அதன் விளைவு பெரியது. அத்துடன் அது என்றும் மாறாத தன்மை படைத்தது.

மாறிக் கொண்டேயிருப்பதோ உலகம்.

மாற்றம் மட்டும் இந்தப் பூமியில் நிகழாவிட்டால் மனிதன் சில பல ஆண்டுகளிலேயே மிருகமாகி, ஒருவரை ஒருவர் அடித்துக் கொண்டு மொத்த மனித சமூகமே அழிந்தாலும் அழிந்துவிடும்.

மாற்றம்தான் எல்லாவற்றையும் கொண்டு வந்தபடி உள்ளது. பத்து ஆண்டுகளுக்கு முன் இருந்தது போல நம் தெருக்கள் இப்போது இல்லை. பல கட்டிடங்கள் உயர்ந்தும், தாழ்ந்தும் மாறிவிட்டன.

நம் உடம்பே முன்போல் இல்லை. சில ஆண்டுகள் கழித்து ஒருவரைப் பார்த்தாலும்கூட அவர் முகத்தில் பலமான மாற்றங்கள் 'பளிச்'சென்று தெரிவதைப் பார்க்க முடிகிறது.

இப்படி எல்லாமே மாறும் உலகில் மாறாதது என்றும் ஒன்று உள்ளது. பிறந்தவர் இறந்தே தீர வேண்டும் என்பதில் மாற்றமில்லை. பொய் பேசினால் உயர்வில்லை என்பதில் எந்த மாற்றமும் இல்லை. தண்ணீர் குடித்தால் தாகம் தீரும் என்பதில் மாற்றமில்லை.

எல்லாமே மாறும் உலகில் மாறாத விஷயங்களில் நாம் நம்மைப் புகுத்திக் கொள்ளும் போதுதான் நாமும் காலத்தை வென்று வாழ்கிறோம். இதனாலேயே பல அறிஞர்கள் தங்கள் சார்பில் அழியாத தத்துவங்களைக் கூறிச் சென்றார்கள். எங்கே மறந்தாலும் மறந்து விடுவார்களோ என்று கல்வெட்டுகளில் பொறித்தும் வைத்தார்கள்.

தத்துவம் என்பது அழியாத அழிக்கப்பட முடியாத காலகாலத்துக்குமான ஒரு செய்தி.

எல்லாம் சரி... சப்த கன்னியர்கள் எப்படி செய்தியாகிறார்கள்? பார்ப்போமா?

சூரியன் மேற்கில் விழுந்து கொண்டிருந்தான்.

இருள் சூழ ஆரம்பித்துவிட்டது. விஸ்வநாதன் ஒரு வீட்டு வேலைக்காரன் போல அந்தக் குகையில் தீப்பந்தம் ஒன்றை ஏற்றிக் கொண்டிருந்தார்.

சப்த மாதாக்களில் ஆறு பேரின் சிலைகள் வரிசையாக அமர்த்தப்பட்டிருந்தன. இன்னும் ஒன்றுதான் பாக்கி. சுற்றிச் சுற்றி வந்து கொண்டிருந்தான் அந்த மாந்திரீகன் கார்த்திராஜன்.

அடிக்கடி கையை முறுக்கி முறுக்கிப் பிசைந்து கொண்டான்.

விஸ்வநாதனுக்கு ஒன்றுமே விளங்கவில்லை.

'ஒரு கூட்டமா இங்க சிலர் வந்துட்டுப் போயிருக்காங்க. நிச்சயம் சிலைகளைப் பார்த்துருக்கணும்,' என்று அவன் சிந்திப்பது விஸ்வநாதனுக்கும் 'லேசுமாசாக' தெரிந்தபோதிலும் அவனைப் பார்த்துக் கேள்வி கேட்க மனதுக்கு தைரியமில்லாமல் இருந்தது.

சுற்றிச் சுற்றி வந்தவன் சட்டென்று ஒரு முடிவுக்கு வந்தது போல மிக வேகமாக இயங்க ஆரம்பித்தான். அந்தக் குகைக்குள் ஒரு கறுப்பு நூல்கண்டு இருந்தது. அதை எடுத்து வந்தவன் அதை உற்றுப் பார்த்துவிட்டு, விஸ்வநாதனை அழைத்துக் கொண்டு வெளியே சென்றான்.

"எங்க சாமி போறோம்?"

"இந்தக் கறுப்பு நூலால மந்திரவேலியைப் போடப் போறேன்."

"மந்திர வேலியா... இந்த நூலாலயா?"

"இது இப்ப நூல்தான்... ஆனா வேலியா நான் கட்டினபிறகு இதை யார் தொட்டாலும் அவங்க கை, கால் செயலிழக்கும்."

"அப்ப இங்க யாராவது வந்துடுவாங்கன்னு பயமா இருக்கா?"

"பயம் என் அகராதியிலேயே கிடையாது. இது புத்திசாலித்தனமான ஒருவித எச்சரிக்கை..."

"இப்ப அதுக்கு என்ன அவசியம்?"

விஸ்வநாதன் கேட்டதுதான் தாமதம் அவன் பார்வை அடுத்த நொடி விஸ்வநாதனின் பரந்த நெற்றிமேல் அப்படியே துளையிடுவதுபோல் பார்த்து ஊடுருவியது. சரியாக பதினைந்து நொடிகள்! விஸ்வநாதனுக்கு 'வெலவெலப்பு' தட்டிவிட்டது.

அதன்பின் ஒரு வார்த்தைகூட பேசாமல் ஒரு எடுபிடி போல அவன் சொன்னதெற்கெல்லாம் தலையாட்ட ஆரம்பித்துவிட்டார்.

குகைக்கு வெளியே மலைச்சரிவில் ஓங்கு தாங்கான மரங்கள். பிள்ள மருதுவும், மஞ்சள் கடம்பையும், தோதகத்தியும் போட்டிப் போட்டுக் கொண்டு வளர்ந்திருந்தன. அவ்வளவு மரங்களையும் சுற்றி வளைத்துக் கொண்டு வட்டமாய் அந்தக் கருப்புக் கயிற்றை இழுத்துக் கொண்டே போய் கட்டி முடித்தான். யார் அந்தப் பக்கமாய் வந்தாலும் அவர்கள் மார்பில் அந்தக் கறுப்பு நூல் மோதிடும் அளவுக்கு உயரம்.

பின் ஒரு குரூரமான மரப்பாச்சிப் பொம்மை ஒன்றை எடுத்து வந்தான். அதன் தலையில் மனிதர்களுக்கு முடி முளைத்திருப்பது போலவே கற்றையாய் முடிக்கூட்டம். கண்களிரண்டும் சிறு கருகமணி போல வெறித்தன. சிறிய பொம்மைதான். ஆனாலும் விகாரம் பிடுங்கி எடுத்தது. அதை எடுத்து அதன் தலைமுடியின் முடிவுப் பாகத்தை ஒரு மரக்கிளையில் கட்டி, தூக்கில் தொங்கும் ஒரு பிணம்போல, தொங்கவிட்டான்.

மெல்லிய காற்று வீசியபடி இருந்தது. அதில் அந்தப் பொம்மை நாலாபுறமும் பார்த்தபடியே சுழன்று சுழன்று திரும்பியது.

'க்ரூதகி... யார் வந்தாலும் சரி! எனக்கு நீ தகவல் தரணும்' என்று ஏதோ ஒரு உயிருள்ள மனிதனிடம் பேசுவதுபோல பேசிவிட்டு, திரும்பி வந்தான். விஸ்வநாதன் கையைக் கட்டிக் கொண்டு நின்றான். அவர்கள் இருவரும் அங்கே கயிற்றைக் கட்டி பொம்மையைத் தொங்கவிட்டபடி இருப்பதை வெகுதூரத்தில் ஒரு மரத்தின் பின்னால் இருந்து ஒரு உருவம் பார்த்துக் கொண்டே இருந்தது.

விஸ்வநாதனின் உதவியாளனாக உள்ள வாட்சர் கோவிந்தன்தான் அவன்! எங்கே போயிருப்பார் என்று தேடிக் கொண்டு வந்ததில் அவரைப் பார்க்கவும் அப்படியே நின்றுவிட்டான். கூடவே மாந்திரீகனைப் பார்க்கவும் ஒருவித எச்சரிக்கையுணர்வு. கயிறு கட்டுவதையும், பொம்மையைத்

தொங்க விடுவதையும் பார்த்தவனுக்கு ஏதோ விபரீதம் அங்கே நடந்து கொண்டிருப்பது தெரிந்துவிட்டது.

'அப்படியே திரும்பிப் போய் விஷயத்தை மேல்லதிகாரிகளுக்குக் கூற வேண்டும். இல்லாவிட்டால் கன்னிப்பட்டி நாட்டாமை நாராயண சிவத்திடம்தான் கூற வேண்டும்' என்கிற துடிப்பு அவனுக்குள். ஓசைப்படாமல் திரும்பினான். யாரும் பார்க்காதபடி திரும்புவதாகத்தான் நினைத்துக் கொண்டான்.

ஆனால் க்ரூதகி பொம்மையின் பார்வை வீச்சுபட்டுவிட்டதை அது அந்த மாந்திரீகனுக்குள் எழுப்பும் மனக்குரலால் உணர முடிந்தது.

"குருவே... ஒருவன் உங்களையும், என்னையும் பார்த்துவிட்டு நழுவுகிறான். நேர்வடக்கில் ஐநூறு அடி தூரத்தில்" என்று யந்திரத்தால் கணக்கிடப்பட்டது போல கூறவும் விருட்டென்று திரும்பினான் அந்த மாந்திரீகன். விறுவிறுவென்று பக்கத்தில் இருந்த மரத்தில் ஏறியவன் வடக்குத் திசையில் பார்த்தான். வாட்சர் கோவிந்தன் வேகமாக ஒரு சரிவில் இறங்கிக் கொண்டிருப்பது அந்த மெல்லிய இருட்டுக்குள் சுமாராகத் தெரிந்தது. கோவிந்தனும் மூச்சு இரைக்க இரைக்க நடந்து கொண்டிருந்தான். சாதாரண மலைப்பாதையாக இருந்தால்கூட பரவாயில்லை. திட்டுத்திட்டான கல்லும் முகுடுமான பாறைகளுக்கு நடுவே பார்த்துப் பார்த்து இறங்க வேண்டி இருந்தது.

ஒரு வழியாக வாகனங்கள் செல்லக்கூடிய அளவுக்கு ஒரு மண் பாதையும் வந்தது. அதில் கால் வைத்த போது எதிரில் மாந்திரீகன் கார்த்திராஜன்.

கோவிந்தனுக்கு மூச்சையடைத்தது!

நன்றாகவே இருட்டிவிட்டது. மலைக் கிராமங்களில் பெரிய அளவில் யாரும் மின் விளக்குகளைப் பயன்படுத்திக் கொண்டிருக்கவில்லை. சில குடிசைகளில் மட்டும் மஞ்சளாய் கோலி பல்புகள் கண்சிமிட்டிக் கொண்டிருந்தன. அதிலும் கன்னிப்பட்டியில் எல்லா இடமுமே இருளோகமாகத்தான் இருந்தது.

ஊர்க்காவல்காரன் குப்பான் என்பவன்தான் நல்ல தடித்த தீப்பந்தத்துடன் எதாவது பாட்டுப் பாடிக்கொண்டே... தெருத் தெருவாய்ப் போவான்.

அவன் குரல்தான் தெருவிலும் கேட்டது.

'மலையாம்... பெருமலையாம்
பெருமலையில் பெரு மழையாம்
மழையாம்... பெருமழையாம்
பெருமழையில் ஒரு புழையாம்...'

என்று சந்தச் சிறப்போடு அவன் பாடியபடி வருவது சாமிநாத குருக்கள் குடிபுகுந்திருக்கும் வீட்டுக்குள் நுழைந்து உள்ளே உள்ள அவரின் அந்த ஏழு கன்னிகளையுமே இழுத்துக் கொண்டு வாசலுக்கு வந்திருந்தது.

அவர்களுக்கு இந்த மாதிரி காட்சிகள் எல்லாம் புதிது.

“ரம்யாக்கா... பாட்டைக் கேட்டியா நல்ல கட்டக்குரல் இல்ல...”

“கட்டக்குரலா இருந்தாலும் பாட்டுல ஒரு சந்தக்கட்டு நன்னாகவே இருக்கு.”

“எனக்கென்னவோ இருட்டுல இவனைப் பார்க்கறதுக்கு தீவட்டித் தடியன் ஒருத்தனைப் பார்க்கற மாதிரித்தான் இருக்கு.”

அவர்கள் கலகலப்பாக தங்களுக்குள் பேசிக் கொண்டார்கள். தங்கள் சொந்தக் கிராமமாக இருந்தால் டி.வியில் சீரியல் பார்க்கலாம். இங்கோ அதற்கு வழியில்லை. போதாதற்கு கும்மிருட்டு வேறு. எனவே மண்பானை ஒன்றுக்குள் மூழ்கி விட்டாற்போல் இருந்தது.

நல்லவேளையாக குப்பான் அவர்களுக்குக் காட்சி தந்து கொஞ்சம் கலகலப்பாக்கினான். அவர்களை ஒருசேரப் பார்த்தவன் கிட்டே நெருங்கி வந்தான்.

தீப்பந்தத்தைப் பிடித்தபடியே ஏழு பேரையும் தீயின் மஞ்சள் வெளிச்சத்தில் ஊன்றிப் பார்த்தான். அவ்வளவு அழகான பெண்களை அவன் பார்த்ததே இல்லை என்றுதான் சொல்ல வேண்டும்.

“என்னய்யா பார்க்கறே...” என்று குழைவுடன் கேட்டாள் அவர்களில் இந்திராணி.

“பாப்பாக்களை பத்தி கேள்விப்பட்டேன். யாராலையும் கட்டி இழுக்க முடியாத ஆத்தா உடம்பை சர்வசாதாரணமா இழுத்து போட்டுட்டீங்களாமுல்ல?”

“ஆரம்பிச்சுட்டியா... இப்பதான் நாங்க கொஞ்சம் அதை எல்லாம் மறந்து சகஜமாயிருக்கோம்.”

“நீங்க செஞ்சது மறக்கக்கூடிய விஷயங்களா? ஊரே உங்கள சாமிங்கன்னுல்ல கூப்பிடுது.”

“போறும்... நீ இடத்தைக் காலி பண்ணு. இங்க சாமிகளுக்கு இப்ப பயங்கரமா போர் அடிக்கறது. இங்க இருக்கற சாமிகளால ஒரு டி.விகூட பார்க்க முடியலை. பெருசா சாமியாம் சாமி...” அலுத்துக் கொண்டாள் மகேஸ்வரி. அப்போதே வீதியில் சாஸ்திரிகளும், குருக்களும் வரும் சப்தம் கேட்டது. அவர்கள் கிட்டே வரவும் குப்பான் அவர்களுக்கும் ஒரு கும்பிடு போட்டான்.

“என்னப்பா... ஊர்க்காவகாரனா நீ?”

“ஆமாங்க. பாப்பாக்கள பார்த்தேன். சாமிங்க இல்லியா... அதான் கால் கும்புட்றதுக்காக நின்னுடிச்சு.”

“இவங்களே இந்த ஊர்ல கன்னிசாமிகளைக் கண்டுபிடிச்சுக் கும்பிட வந்தவங்கதானே? இவங்கள நீ கும்பிட்டா அவங்கள என்ன பண்றது...?”

குருக்கள் வேடிக்கையாகக் கேட்டார்.

“அவுக வேற, இவுக வேறயா? எனக்கு எல்லாம் ஒண்ணு தாங்க. சீக்கிரமா அந்த ஆத்தா உருவங்களும் கிடைக்கணும்.

நானும் அம்பது வருஷமா இந்த ஊர்லதான் இருக்கேன். இங்க எது போட்டாலும் போட்ட இடத்துல கிடைக்கும். இப்படி ஒரு பொல்லாததுகள நான் பார்த்தே இல்லீங்க... அதுவே ஆத்தாளுங்களையே களவாடறானுங்கன்னா அவங்களுக்கு என்னா நெஞ்சுக்கொழுப்பு இருக்கணும்."

"சரி, சரி... நீ போய் காவக்காக்கற உன் வேலையைப் பார். எல்லாம் இன்னும் சில நாள்ல சரியாப் போயிடும்."

பஞ்சு சாஸ்திரிகள் அவனுக்கு உகந்த மாதிரி பேசி அவனைத் தள்ளிவிட்டார். அவனும் திரும்பிட சரேலென்று அங்கே தசாங்கவாசம்... அதுவும் கமகமவென்று... அவ்வளவு பேருமே மூக்கை உறிஞ்சிக் கொண்டார்கள்.

"அம்மாடி, உள்ள தசாங்கம் ஏத்தி வெச்சிருக்கியா என்ன?"

"இல்லையேப்பா..."

"அப்ப எங்க இருந்து வருது இந்த வாசனை?"

கேள்வி உருவான போது கூடவே சதங்கைகள் சப்தம். முதலில் மெலிதாக... பின்பு வலுவாக... அடர்வான அந்த இருட்டில் குருக்களின் வீட்டு வாசலில் மட்டும் தீப்பந்த ஒளி... அதுவும் வீதியில் சில அடி தூரம்தான் விழுந்தது. ஆனால் அதையும் மீறி வீதியின் தொடக்கத்தில் சில பெண்கள் ரேடியத் துண்டு இரவில் ஒளிர்வது போன்ற ஒளியுடன் நடந்து வந்தபடி... அவர்களோடு அந்த ஜான்சன்!

"ஆமா... யாரது அங்க...?"

"பொம்மனாட்டிகளா தெரியறது? இருட்டுலகூட பளிச்சுன்னு தெரியறாளே..."

"அது யார் கூட இன்னொருத்தர்...?"

"வெள்ளைக்காரனாட்டம்ல தெரியறது..."

"வெள்ளைக்காரனேதான்..."

“குழந்தைகளா, செத்த நீங்க உள்ள போங்கோ... இவாள்ளாம் யாரோ தெரியல. நாங்க பாத்துக்கறோம்.”

குருக்கள் சற்று விபரீதமாக உணர்ந்து தன் பெண்களை வீட்டுக்குள் போகச் சொன்னாலும் அவர்கள் போகாமல் வெளியே நின்று நடந்து வரும் அந்தப் பெண்களையே பார்த்தனர்.

சீரான கொலுசு சப்தம், ஒன்று போன்ற பாத அடிகள்!

குப்பான் முதலில், வாயைப் பிளந்தாலும் சுதாரித்தான்.

“ஏய்... யாருவே அது?” என்று குரல் கொடுத்தான். அவர்களும் கிட்டே நெருங்கினர். தசாங்க வாசம் அவர்களிடம் இருந்துதான் வந்தது என்பது அப்பட்டமானது. குப்பென்று தாக்கியது.

சாஸ்திரிகளின் உள்ளுணர்வு வந்திருப்பவர்கள் சாதாரண பெண்களல்ல என்று உணர்த்துவது போல் இருந்தது.

“கொழந்தகளா... நீங்கள்ளாம் யார்?” என்று மென்குரலில் கேட்டார்.

“நாங்க... நாங்க...” என்று அவர்களில் ஒருத்தி மற்றவர்களை ஒரு சுழற்றுச் சுழற்றிப் பார்த்துவிட்டு, “சாஸ்திரிகளே எங்களை உங்களால கூடவா தெரிஞ்சுக்க முடியல,” என்று ஏதோ தெரிந்தவரிடம் பேசுவது போல கேட்டனர். சாஸ்திரிகளுக்கு ஒரு வினாடி என்னவோ போல் ஆனது.

“அவருக்கு எப்படி தெரியும்... இப்பதானே உசுரும் உடம்புமா நம்மைப் பாக்கறார். சாஸ்திரி சாமி, நாங்க இந்த மலைக்காடுதான். பார்த்தா தெரியல! மலைஜாதி கன்னிங்க நாங்க. இந்த வெள்ளைக்காரர் பாவம். கொடைக்கானல் மலைக்கு கூட்டத்தோட வந்தவர் பள்ளத்தில் விழுந்து உருண்டு ஒரு புதர்ல கிடந்தார். நாங்கதான் காப்பாத்திக் கூட்டிகிட்டு வந்துருக்கோம். இவரைக் கொடைக்கானலுக்கு அனுப்பி வெய்யுங்க. செய்வீங்களா?” என்று மலை ஜாதி பெண்கள் போலவே பேசவும் சாஸ்திரிகளுக்கு தலை மேலும் கீழுமாய் ஆடியது. அவர்கள் அப்படியே குருக்களின் ஏழு பெண்களைப் பார்த்தனர். அவர்களின் கைகளில் மஞ்சளும்,

சிகப்புமாய் வளையல்கள், குருக்களின் பெண்களின் கைகள் மூளியாக இருந்தது.

“என்ன இது... வயசுப் பொண்ணுங்க இப்படியா வெறுங் கையோட இருப்பீங்க?” என்று கேட்ட படியே தங்கள் கை வளையல்களைக் கழட்டினர். ஏழு பேருமே ஒன்றுபோல கழற்றி, அவர்கள் சமீபித்து அவர்கள் கைகளையும் பிடித்து இழுத்து வளையலைப் போட்டுவிட்டனர்.

“இந்த வளையலுங்க மலைல எங்க பெரியாத்தா காளியோட பூஜைல வெச்சு போட்ட வளையலுங்க. இனி உங்களுக்கு மட்டும் எதுவும் நடக்காது. புலியா தெரிஞ்ச மாடெல்லாம் இனி மாடா மட்டும்தான் தெரியும்,” என்றாள் அந்த பெண்களில் ஒருத்தி.

சாஸ்திரிகளுக்குக் ‘குப்’பென்று வியர்க்கவே தொடங்கிவிட்டது. வெள்ளைக்காரருக்கோ முகத்தில் தவிப்பு. தன் செல்போனை எடுத்தார். சிக்னல் இருக்கிறதா என்று திரையைப் பார்த்தபோது அந்தத் தெருவில் போலீஸ் ஜீப்பின் விஜயம்.

ஜீப்பில் மகேஸ்வரன்!

சீறிக்கொண்டு வந்து நின்ற ஜீப்பில் இருந்து ஹெட்லைட்டை அணைக்காமலே இறங்கியவன் ஏழு காட்டுவாசிப் பெண்களையும், வெள்ளைக்காரர் ஜான்சனையும் ஊன்றிப் பார்த்தான்.

“வாங்கோ மகேஸ்வரன். சரியான சமயத்துலதான் வந்துருக்கேள்... இவா மலை ஜாதிப் பொண்களாம். இவர் டூர் வந்த இடத்துல எப்படியோ தவறி விழுந்து, இவாளால காப்பாத்தப்பட்டிருக்கார். இவர் இப்ப உடனடியா கொடைக்கானல் மலைக்குப் போகணுமாம்,” என்று குருக்கள் சுருக்கமாகச் சொல்லி முடிக்க ஜான்சனும், மகேஸ்வரனை நெருங்கி தன்னை அறிமுகப்படுத்திக் கொண்டார்.

“மை நேம் ஈஸ் ஜான்சன், மிஸ்டர் போலீஸ். நான் கனடால இருந்து டூரிஸ்டா வந்துருக்கேன். மலைல இன்னிக்கு ஒரு யோகா கேம்ப் இருந்தது. ஆனா நான் டிஸேபிள்! அதனால கலந்துக்காம

தனியா வாக் போனேன்...” என்று தன் கதை முழுவதையும் கூற ஆரம்பித்துவிட்டார். இங்கே ஜான்சன் மகேஸ்வரனிடம் நடந்ததைக் கூற, மறுபுறம் அந்த ஏழு காட்டுவாசிப் பெண்களும் குருக்களின் பெண்களை ஆளுக்கொருவராக பற்றிக்கொண்டு, நட்புப் பாராட்டத் தொடங்கி இருந்தனர். ஒரு வினாடி கண்களை இறுக மூடிய பஞ்சாபகேச சாஸ்திரிகளுக்கு அங்கே ஏதோ ஒரு தெய்வத் திருவிளையாடல் நடப்பதாகத்தான் உள்ளுணர்வு சொன்னது. குருக்களுக்கும் அந்தக் காட்சி சாதாரணமாக - சகஜமாக நடக்கின்ற ஒன்றாகவே தோன்றவில்லை.

வெள்ளைக்காரர் ஜான்சனோ ஓடிப்போய் முதல் காரியமாக ஜீப்பில் ஏறி உட்கார்ந்து கொண்டிருந்தார். மகேஸ்வரனுக்கு உடனே திரும்பிச் செல்வதில் உடன்பாடு இல்லை என்பது அவர் தயங்கித் தயங்கி நிற்பதில் நன்றாகவே தெரிந்தது.

“என்ன மகேஸ்வரன்... அந்த வெள்ளைக்காரர் காத்திண்டுருக்கார் பாருங்கோ...” என்று குருக்கள்கூட ஞாபகப்படுத்தினார்.

“நான் பல விஷயங்கள் பேசணும்னு வந்தேன். இரண்டு நாளா ஃபாரெஸ்டர் விஸ்வநாதனை வேற காணோம். அதான் சில விஷயங்களைப் பேசிட்டுப் போக வந்தேன்,” என்றவன் அப்படியே எதிரே தெரியும் ஏழும் ஏழும் பதினான்கு பெண்களைப் பார்த்தான். அதில் மகேஸ்வரியும் அப்படியே ஒரு ஓரப்பார்வையை அவன்மேல் வைத்திருந்தாள்.

“சரி... முதல்ல இவரை அனுப்பிட்டு, பிறகு வந்து பேசறேன்,” என்றவன் ஜீப்பில் ஏறிக்கொண்டு கிளம்பினான். அந்த தெருவில் வெகுதூரத்திற்கு ஜீப்பின் ஹெட்லைட் வெளிச்சம் விழுந்ததில் ஒரே ஒளிமயம். அங்கங்கே கூரை வீடுகளிலும், குச்சி வீடுகளிலும் வசிப்பவர்கள், வாசல்புறமாகக் கட்டிலைப் போட்டுக் கொண்டுப் படுத்திருந்தவர்கள் எல்லாம் எழுந்திருந்து கண்களைக் கசக்கிக் கொண்டு பார்த்தார்கள். வெகுவேகமாக மகேஸ்வரனின் ஜீப்பும் ஓடி மறைந்தது. மீண்டும் ஒருவித கிராமத்து இருட்டு, அந்த

மலை ஜாதிப் பெண்களும், நாங்கள் புறப்படுகிறோம் என்று கிளம்பத் தயாராயினர். சாஸ்திரிகள் சாஷ்டாங்கமாகக் கைகளைக் கூப்பிக் கொண்டு சரி என்பது போலத் தலையசைத்தார்.

அவர்களில் ஒருத்தி, "ஆமா... ஒரு கன்னிச்சாமி சிலை கிடைச்சிச்சாமே... அதை நாங்க பார்க்க முடியுமா?" என்று கேட்டாள்.

"அது நாட்டாமை நாராயண சிவம் வீட்டுக் கொல்லைப் புரத்துலல்ல இருக்கு."

"சரிதான்... அங்கேயே போய்ப் பார்த்துட்டா போச்சு," என்றபடியே ஏழு பெண்களும் வீதியில் இறங்கினர்.

மீண்டும் 'ஜல்ஜல்' என்று அவர்களின் கொலுசு போடும் சப்தம். அதுவரை அங்கே நிலவிய தசாங்க வாசமும் அப்படியே மட்டுப்படத் தொடங்கியது.

"மாமா..."

"என்ன சாமிநாதா?"

"யார் மாமா இவாள்லாம்?"

"என்னைக் கேட்டா... நானும் உன் கூடதானடா இருக்கேன்."

"நிச்சயமா இவா மலை ஜாதிப் பொண்டுகளே இல்ல."

"நானும் அப்படித்தான் நினைக்கிறேன்."

"எதாவது மந்திர சக்தி இப்படி காட்டுப் பொண்களா வந்துருக்கோ?"

"இருக்கலாம்."

"இதுவும் அந்த மாந்திரீகன் விளையாட்டோ..."

"அப்படி இருக்காது. இவாள பாக்கச்சே மனசுக்கு இதமா இருக்கு... இவா தேவதாசக்தியா இருக்கணும்."

பஞ்சு சாஸ்திரிகள் அப்படியே திரும்பி, குருக்களின் பெண்களைப் பார்த்தார். அவர்கள் முகங்களில் மஞ்சள் பூசியது

போல ஒரு ஜொலிப்பு. அவர்கள் உடம்பில் இருந்தும் தசாங்க வாசம் வந்தபடி இருந்தது.

"கொழந்தைகளா..." அழைத்தார்.

அவர்கள் அருகில் வந்தனர்.

"உங்களுக்கு இந்த ஊர் பிடிச்சிருக்கா?"

"ரொம்பப் பிடிச்சிருக்கு மாமா..." கோரஸாகச் சொன்னார்கள்.

"கரண்ட் இல்லை... குளிர் வேற... அப்பப்ப கண்ணுல புலியெல்லாம் படறது. பயமா இல்ல?"

"அதெல்லாம் ஒண்ணுமில்லை. சொல்லப்போனா அழகிய நல்லூரைவிட இந்த ஊர்லதான் எங்களுக்கு மனசு லேசா இருக்கு. அங்க நாங்க தெருவுல போனாளே எங்களப் பார்த்து, இதுக எப்படித்தான் கரை ஏறப்போறதுகளோ தெரியலைன்னு பெருமூச்சு விடறவாதான் அதிகம். ஆனா இங்க எங்களை எல்லாரும் சேவிக்கறா."

பெரியவள் ரம்யா அழகாக விளக்கமளித்தாள். சாஸ்திரிகள் அதை அங்கீகரித்து, திருப்தியுடன் குருக்களைப் பார்த்தார்.

"எல்லாம் சரி மாமா... ஆனா எதுக்காக வந்துருக்கோமோ அது நடக்குமான்னு எனக்கு சந்தேகமால்ல இருக்கு."

"என்னடா... இவா கல்யாணத்தைச் சொல்றியா?"

"வேற எனக்கு என்ன கவலை? ஒருத்தியா, இரண்டு பேரா, வரிசையா ஏழு பேர்னா..."

"வரிசையா பெத்துக்கும் போது இந்தப் பயம் எப்படி உன்கிட்ட இல்லாமப் போச்சு?"

"மாமா..."

"உன்னைக் குத்திக்காட்டலை சாமிநாதா. நீ அப்ப எப்படி போற போக்குல போனியோ, அப்படியே இப்பவும் இரு. எல்லாம் தானா நடக்கும்."

“நிஜமாவா...”

“இந்த லோகத்துல நாலுவித வர்ணத்துல பிராம்மண வர்ணம் தனி. பிரான்னாலே ‘பெரிய’ன்னும் ஒரு பொருள் உண்டு. அம்மணம்னா என்ன அர்த்தம்னு உனக்கு தெரியும். எல்லாரும் நிர்வாணத்தை சொல்வா. ரொம்ப தப்பான ஒரு பொருள் அது... மணம்னா வாசனை! அம்மணம்னா வாசனையில்லாதது. அதாவது எந்தவித ஜென்ம வாசனையுமில்லாத, ஆசையுமில்லாதவன்னு பொருள். பிராம்மணன்னு சொல்லும் போது மனித சமூகத்துல, எந்தவித ஜென்ம வாசனையும் இல்லாத - எடுத்த பிறவியையே கடைசி மனுஷப்பிறப்பா நினைச்சு திரும்பப் பிறந்து அனுபவிக்கத் தேவையான பாவ புண்ணியங்கள் செய்யாம ஒரு வேத வாழ்க்கை வாழற ஒருத்தன்னு பொருள்.

அப்படி ஒருவனுக்கு முதல் எதிரி அச்சம்; அடுத்த எதிரி சந்தேகம். ஆனா இந்த இரண்டும் அப்பப்ப உன்னை ஆட்டிப் படைக்கறது.”

“வாஸ்தவம்தான் மாமா... நீங்க சொல்றத பார்த்தா; நான் பிராம்மணனா பொறந்தும் பிராம்மணனா வாழலைங்கற மாதிரி ஒரு பொருள் வரதே?”

“அதுல என்ன சந்தேகம்? இன்னிக்கு அசலான ஒரு பிராம்மணனைக் காட்டு, பார்ப்போம்.”

“இந்தக் காலத்துக்கு அது சாத்தியமா மாமா...?”

“காலத்தை ஏண்டா குத்தம் சொல்றே... இப்பவும் காலைல உதிக்கற சூரியன் காலைலதானே உதிக்கறான். ராத்திரியானா நிலாவும், நட்சத்திரமும் வரத் தவறுவதேயில்லையே. காலம் மாறிடுத்துன்னா இதெல்லாமும் மாறி இருக்கணுமே. இப்பவும் மாசத்துக்கு முப்பது நாள், வாரத்துக்கு ஏழு நாள்தானே?”

“நீங்க பொழுதைச் சொல்றேள். அதெல்லாம் மாறலைதான். ஆனா, அன்னிக்கு மாதிரி பல்லக்குலயும் குதிரைலயுமா போறோம். காரு, ரயில்னு வந்துடுத்தே. கடுதாசி கலாசாரம்கூட

மாறி செல்போன்ல பேசிக்க ஆரம்பிச்சுட்டோம். எங்க பார் வேகம், யார்கிட்ட பார் வேகம், தெவசம், தர்ப்பணத்துல இருந்து பூஜை அபிஷேகம் வரை ஓடிண்டேன்னா பண்றா... அந்தக் காலத்துல ஏழு நாள் கல்யாணம் பண்ணினா. இப்ப முடியுமா? குடுமி வெச்சுக்கவே கூச்சப்படறாளே.”

“நீ மனுஷனோட மாற்றத்தையே சொல்லிண்டு வரே... மாறினாத்தான் வாழ முடியும்கற பயம்தான் அப்படி யோசிக்க வைச்சு மாத்திடுத்து. ஆனா இப்பவும் தனக்கு உண்டான ஆச்சாரத்தை மீறாம வாழறவாளும் இருக்கத்தான் இருக்கா. நான் அவாள்ல ஒருத்தன்.”

“உண்மைதான்... உங்கள மாதிரில்லாம் என்னால் இருக்க முடியாது மாமா.”

“இருக்கணும். மனுஷன் மாறினதாலதான் தெய்வமும் மாறிடுத்து.”

“இந்த தெய்வம் அப்பப்ப மனுஷக்கூட்டத்து முன்னால காட்சி தந்து ஒழுங்கா இருங்கோன்னு மண்டைல நாலு தட்டு தட்டலாம்தானே? நமக்குமேல ஒரு சக்தி இருக்கு. அது நம்ம பார்த்துண்டே இருக்குன்னு ஒரு பயம் எல்லாருக்கும் இருக்கும்தானே?”

குருக்கள் அப்படிக் கேட்டதுதான் தாமதம், “ஏப்பா... அது கேக்கறதா, கேக்கலையாங்கறதுகூடத் தெரியாமதான் நீ கோயில்ல இவ்வளவு நாளா பூஜை பண்ணிண்டு இருக்கியா?” என்றபடியே மூத்தவள் ரம்யா வேகமா முன்னால் வந்தாள். குருக்களேகூட ஆடிப் போய்விட்டார்.

“சபாஷ்... அப்படி கேளுடி என் கண்ணு,” சாஸ்திரிகள் சிரித்தார். இங்கே இப்படி விசாரம் நடக்கும்போது நாட்டாமை நாராயண சிவம் வீட்டில்...

அந்த சாமுண்டி விக்ரஹம் முன்னால் நிறைய அகல் விளக்குகள். வருவோர், போவோர் எல்லாம் ஏற்றி வைத்திருந்தனர்.

ஊதுபத்தி வாசமும் கமழ்ந்தபடி இருந்தது. நாராயண சிவம் வீட்டுக் கொல்லையே ஒரு குட்டிக் கோயிலாகிவிட்டிருந்தது.

ஏழு பெண்கள் வரிசையாக வருவதைப் பார்த்த நாட்டாமை மனைவிக்கு அவர்கள் அந்த ஊர் இல்லை என்பது மட்டும் தெரிந்தது. ஆனால் யார் எவர் என்று கேட்கத் தோன்றவில்லை.

அவர்களில் ஆறு பேர் வெளியே நின்று கொள்ள, ஒருத்தி மட்டும் அவர்களைப் பார்த்துச் சிரித்துவிட்டு "முதல்ல நான் போய் உட்கார்ந்துக்கறேன். பிறகு நீங்க வாங்க" என்றவளாய் உள்ளே சென்றாள்.

"நீங்களும் போய்க் கும்புடுங்க, தாயுங்களா."

"இருக்கட்டும். அவளுக்கு சாமுண்டின்னா இஷ்டம்." என்றாள் ஒருத்தி.

"உங்களுக்கு?"

"எனக்கு வராஹின்னாதான் பிரியம்." இது ஒருத்தி.

"எனக்கு இந்திராணின்னா பிரியம்." இது இன்னொருத்தி.

நாட்டாமை மனைவிக்கு அவர்கள் சொல்வதில் சூட்சுமமாக ஏதோ காரணம் இருப்பது போல தோன்றியது.

"தாயுங்களா... யார் நீங்க? இந்த சாமியைதான் கும்புடுவேன். அதைக் கும்பிடமாட்டேன்னுகிட்டு..." என்று கேட்டாள் நாட்டாமை மனைவி.

"கும்புடமாட்டோம்னு சொல்லலை... எனக்கு எது தேவையோ அதைத் தர்றவகிட்ட நான் போறேன்னு சொல்றேன்."

"நீங்க சொல்றதே விளங்கலையே எனக்கு?"

"என்னம்மா நீங்க... சாமுண்டித் தாய் விக்ரஹம் கிடைச்சிருக்கு. இவ யார் தெரியுமா?"

"இவ காளியோட அம்சம். 'சிவகாளி'ன்னும் இவளுக்கு ஒரு பேர் உண்டு."

“அப்படியா?”

“அந்தப் பரமசிவனுக்குள்ள பார்வதி தேவி அடக்கம். அதாவது ஆண் பாதி, பெண் பாதிங்கற மாதிரி சிவமும், சக்தியும் ஒண்ணா உள்ளவர்தானே பரமேஸ்வரன்?”

“ஆமாம்!”

“அவருக்குள்ள இருந்து அரக்கன் ஒருத்தனைக் கொல்ல வந்தவதான் பத்ரகாளி! அவளால சண்டன், முண்டன்னு இரண்டு அரக்கனுங்க அழிஞ்சாங்க. அதனால இந்தக் காளி சாமுண்டியானா... இவளோட நிறம் சிகப்பு. ரத்தம்னா இவளுக்குப் பிரியம். இவ சிரிச்சா அண்ட சராசரமும் நடுங்கும். அப்படி ஒரு குரல்!

பரமசிவன் இவளைப் பார்வதி அம்சத்துல இருந்துதான் படைச்சாரு. பார்வதியம்மா நெற்றியில் இருந்து வந்தவ இவ!

நியாயத்துக்காக ஒரு போராட்டம் நடத்தறவங்களுக்கு இவளோட துணை இருந்தா போதும். அவங்க நிச்சயம் ஜெயிச்சிடுவாங்க. அதாவது தர்ம யுத்தம் செய்யறவங்களுக்குத் துளிகூட மனசுல பயம் இல்லாம பாத்துக்கறதுல இவள விட்டா ஆள் இல்ல.”

“அடி ஆத்தி, இந்த சாமிக்குப் பின்னால இம்புட்டு விஷயம் இருக்குதா...”

“பின்ன... உங்களுக்கெல்லாம் தைரியம் வரணும். நீங்க ஜெயிக்கணும்னுதான் இவ உங்களுக்குக் கிடைச்சிருக்கா.”

“அப்படியா?”

“விட்றாதீங்க... இவளை எல்லாரும் ஒரு மனசா நினைக்கும் போது, தனிமனுஷனுக்குத் தனியா தைரியம் உருவாகற மாதிரி ஊருக்கே பொதுவா ஒரு தைரியம் உருவாகும். அப்படி ஒரு தைரியம் உருவாகும்போது, பல அதிசயங்கள் இந்த ஊர்ல நடக்கும்.”

“என்னென்னவோ சொல்ற தாயி. ஆனா உங்கள பார்த்தா காட்டுப்புள்ளைங்க மாதிரில்ல இருக்கீங்க.”

“இப்ப நாங்க காட்டுக்குள்ளதானே இருக்கோம்.”

‘பட்’டென்று வந்த பதிலால் ஒரு வினாடி ஆடிப் போனாள், நாட்டாமை மனைவி.

“என்னம்மா... எங்கள பார்த்தா பயமா இருக்குதா?”

“சத்தியமா இல்லை. படிச்ச புள்ளைங்க மாதிரி பேசறீங்க. ஏதேதோ சொல்றீங்க. எனக்கும் சந்தோஷம். ஆனா ஒரு சந்தேகம்.”

“என்ன?”

“மனுசங்கள்லதானே பெரியவன், சின்னவன், நல்லவன், கெட்டவன், பணக்காரன், ஏழை, படிச்சவன், படிக்காதவன்னு ஆயிரம் பிரிவு. சாமிங்கள்லயுமா?”

“நீங்க என்ன கேக்கறீங்க?”

“பார்வதி தாயி நெத்தியில இருந்து இந்த சாமுண்டி ஆத்தா வந்தான்னீங்க. அந்த ஆத்தா ஒருத்தியக் கும்புட்டாலே அப்ப போதுமே... எதுக்கு இப்படி ஒருத்தருக்கு ஏழுபேர். இவங்கள்ல ஒருத்தரைக் கும்புட்டு ஒருத்தரை விட்டுபுட்டா மனசு வருத்தப்படாதா?”

“சுருக்கமாச் சொல்லப்போனா - ஒரே சாமியா இருந்துட்டுப் போக வேண்டியதுதானேன்னு கேக்கறீங்க.”

“ஆமாம்.”

“இந்த நாட்டுக்கு முதல் மந்திரி ஒருத்தர்தான். ஆனா எல்லா வேலையையும் அவரே பண்ண முடியுமா? மந்திரிங்களைப் போட்டு, கலெக்டரைப் போட்டு, தாசில்தாரைப் போட்டுல்ல வேலை பாக்க முடியும்.”

“ஆமாம்...”

“அப்படித்தான் இங்கேயும் ஆதிபராசக்திதான் முதல் மந்திரி. இவங்கள்ளாம் மந்திரிங்க மாதிரி. ஒவ்வொரு மந்திரிக்கு ஒரு இலாகா மாதிரி இங்க ஒவ்வொரு கன்னிக்கு ஒரு சக்தி.

படிப்பு, படைப்புன்னா பிராம்மி.

மனசுல நிம்மதி, அமைதி வேணும்னா மகேஸ்வரி.

ஞானமும், வீரமும் வேணும்னா கௌமாரி.

திருப்தி, சந்தோஷம், செல்வம்னா வைஷ்ணவி. எதிரிகளை ஜெயிக்கணும். மனசு பயமில்லாம இருக்கணும்னா வராஹி.

கல்யாணம் நல்லபடி நடக்கணும். நல்ல ஆயுள்பலம், விரும்பிய சுகம், அழகு - இதுக்கு இந்திராணி. எதை எடுத்தாலும் வெற்றி, வியாதி இல்லாத தன்மை - இதுக்கு சாமுண்டி...”

ஏழு பேரில் சற்று மூத்தவளாய்த் தெரிந்தவள் நாட்டாமை மனைவிக்கு, விஸ்தாரமாகவே ஏழு பேருக்கும் இருக்கும் ஏழுவித சக்தியை உலகியல் வாழ்வுடன் சம்பந்தப்படுத்தி அவளுக்குப் புரிய வேண்டும் என்பதற்காக எளிமையாக கூறவும் நாட்டாமை மனைவி வாயைப் பிளந்து விட்டாள்.

அவ்வேளையில் உள்ளிருந்தும் ஒரு மந்திரக் குரல் கேட்டது. அது சாமுண்டிக்கான த்யான மந்திரம்.

‘சூலம் க்ருபாணம் ந்ருசிர; கபாலம்தததீகரை
முண்ட ஸ்ரஸ் மண்டி தாத்யேயே சாமுண்டா ரக்த
விக்ரஹா...’

என்று அந்த மந்திரம் ஸ்பஷ்டமாக காதில் ஒலித்தது. அப்படியே தொடர்ந்தது. சிறிது நேரத்தில் அது முடிந்து சாமுண்டிக்கான காயத்ரியை உள்ளே போன ஏழு பேரில் ஒருத்தியானவள், சாமுண்டி முன் அமர்ந்து ஜெபிக்க ஆரம்பித்தாள்.

‘ஓம் சாம் சாமுண்டாயை நம:
ஓம் ஔம் வாம் சாமுண்டா கன்ய காயைநம:’

“இது என்ன மந்திரம் தாயி...”

“இதுதான் அங்க இருக்கற சிலையான சாமுண்டிக்கான காயத்ரி மந்திரம்.”

“அப்படின்னா...”

“இந்த மந்திரத்தைச் சொல்லி ஜெபிச்சா சாமுண்டி தேவி உங்க மனசுக்குள்ள வருவா. எவ்வளவோ சாமிங்க இருந்தாலும் இந்த மந்திரத்துக்கு உரியவ அவதான்! எனவே அவ வருவா. உங்க பேரைச் சொல்லிக் கூப்பிட்டா, நீங்க திரும்பிப் பாக்கற மாதிரி இது அவளுக்கான பேர்னு வெச்சுக்குங்களேன்.”

“கட்டாயம் வருவாளா?”

“கடவுள் பக்திக்குப் பெரிய எதிரியே சந்தேகம்தான். தொண்ணூற்றி ஒன்பது சதவிகிதம் பக்தி, ஒரு சதவிகிதம் சந்தேகம்னாலும் அவ வந்தாலும் உங்களால உணர முடியாது.”

“நூறு சதம் பக்தியோட எப்படி தாயி ஒருத்தரால இருக்க முடியும். பெத்த மகனே பெத்த தாயை ஏமாத்தற காலமா இது இருக்குது. ஒரு பயமும், சந்தேகமும் கொஞ்சமாச்சும் இருக்கத்தானே செய்யும்.”

“வாஸ்தவம்தான். எப்பவும் பரிசுங்கறது ஜெயிக்கறவங்களுக்குதான். நான் என்ன செய்வேன்? இது இப்படி இருக்கு, அது அப்படி இருக்குங்கறவங்களுக்கு கிடையாது.”

“அப்ப இந்த ஆத்தாளை உணரணும்னா நூறு சதம் நம்பிக்கை வைக்கணும்.”

“இந்த ஆத்தாளை மட்டுமல்ல... எந்த தெய்வ சக்தியை உணரணும்னாலும் அதுதான் முதல் தேவை. முதல் தேவை நம்பிக்கை. அடுத்து நான்கற அகந்தை இல்லாத பக்தி, மூணாவதா சுயநலமில்லாத தன்மை - இதெல்லாம் கடவுள்கிட்ட நம்மை வேகமா கொண்டு சேர்க்கும்.”

“எப்படி கேட்டாலும் ‘பட்டுபட்டு’ன்னு பதில் சொல்றீங்க. இதை எல்லாம் சொல்றதுக்குன்னே வந்த மாதிரியும் தெரியுது. உன் பேர் என்ன ஆத்தா?”

“முதலாம் கன்னி.”

“இப்படி ஒரு பேரா?”

“ஆமாம்... அவ இரண்டாம் கன்னி... அவ மூன்றாம் கன்னி...”

“வரிசையாக உங்கம்மாவுக்குப் பொறந்தீங்களோ?”

“ஆமாம்... நாங்க ஏழு பேர் எங்க இருக்கோமோ அங்க, அந்த ஆத்தா ஆதிபராசக்தியில் இருந்து ஆதிசிவன், விஷ்ணு, பிரம்மா, லட்சுமின்னு ஒருத்தர் பாக்கி இல்லாம இருப்பாங்கன்னு எங்கப்பா சொல்வாரு.”

முதலாம் கன்னியின் விளக்கத்தின் சூட்சுமம் நாட்டாமை மனைவிக்கு விளங்கவில்லை.

“சரி ஆத்தா... என்ன சாப்பிடறீங்க?”

“எங்களுக்கு ஆளுக்கு ஒண்ணு பிடிக்கும். உங்களால கொடுக்க முடியுமா?”

“இருக்கறத கேளுங்க, தரேன். என் வீட்ல பால் இருக்கு, தயிர் இருக்கு, தேன் இருக்கு, சுக்கு மல்லி காபி போட்டு தரலாம். இல்ல நீர் மோர். அதுவுமில்ல கம்பங்கூழ்... கடிச்சிக்க கார மொளகா... எது வேணும்?”

நாட்டாமை மனைவி உபசரிப்பில் தான் ஒரு தர்மத்தாய் என்பது போல மிக வாஞ்சையாகப் பேசி வருடித் தந்தாள்.

அவர்கள் சிரித்தனர். அதேசமயம் உள்ளே போன ஏழாம் கன்னி திரும்பி வந்தாள்.

“உனக்கு மந்திரமெல்லாம் தெரிஞ்சிருக்கு. ஐயருங்கதான் மந்திரம் சொல்வாங்க...” என்ற நாட்டாமை மனைவியை,

"தப்பும்மா... மந்திரம் சொல்றவங்கல்லாரும் ஐயர்தான்..." என்று திருத்தினாள்.

"அப்ப நீங்க ஐயமார் ஊட்டுப் பொண்ணுங்களா?"

"இந்த உலகத்துல கோடி கோடி பேர் இருக்கறதால ஒரு அடையாளத்துக்கு ஜாதி தேவையா இருக்கு. தனக்குன்னு ஒரு பாதை தேவைப்படறதால மதம்னு ஒண்ணு தனியா தேவையா இருக்கு. ஆனா எங்களுக்கு ஜாதியும் கிடையாது; மதமும் கிடையாது," என்றாள்.

"எதைக் கேட்டாலும் நெத்தியில சுடற மாதிரியே பதில் சொல்றீங்க, ஆத்தா. இருங்க உள்ள போய் குடிக்க பால் எடுத்துகிட்டு வரேன்..." என்றபடி உள்ளே சென்றாள். அதேசமயம் ஏழாம் கன்னியும், மற்ற கன்னிகளைப் பார்த்து, "இனி அது கல் இல்ல சகோதரிகளா... அதுக்குள்ற நம்ம சப்த சக்தி புகுந்தாச்சு. இனி அது தன் வேலையை செய்யும். மலைல தவம் செய்யற சித்தனோட விருப்பமும் கை கூடும்." என்றாள்.

உள்ளே போன நாட்டாமை மனைவி ஒரு சொம்பு நிறைய பாலுடன் வாயில்புறம் வந்தபோது, அவர்களைக் காணவில்லை. எங்கே போனார்கள்? சுற்றிச் சுற்றிப் பார்த்தாள். மாறாக திண்ணைமேல் சம்பங்கி, மல்லிகை, மரிக்கொழுந்து, தாமரை, முல்லை, செவ்வரளி, செம்பருத்தி என்று ஏழு பூக்கள் வரிசையாகக் கிடந்தன. அவற்றிடமிருந்து அற்புதமான ஒரு வாசம்.

"அடி ஆத்தி... யார் இவுக? காத்தா வந்து காத்தா மறைஞ்சிட்டாங்களே... என்ன மாயம் இது?" என்று மாய்ந்து போய் நிற்க, நாட்டாமையும் வந்து சேர்ந்தார். அவரும் விஷயத்தை அறிந்து கொல்லைப்புறம் போய்ப் பார்த்தார்.

சாமுண்டி விக்ரகத்தின் சிரசிற்குப் பின்னால் ஒரு ஒளி புதிதாக தெரிகிற மாதிரி இருந்தது. உடம்பெல்லாம் ஒருவித சிலிர்ப்பு... ஒருவித பரவசம். வாசல் பக்கம் வாட்சர் கோவிந்தன் வந்திருந்தான். நாட்டாமை சாமுண்டியை வணங்கிவிட்டு வெளியே

வரவும் கோவிந்தனைத்தான் பார்த்தார். அவனிடம் முற்றிலும் மாறுபட்ட ஒரு தோரணை. அவன் சட்டைப் பாக்கெட்டில் ஊர் கிணற்றில் கரைப்பதற்காக வைத்திருக்கும் பாஷாணம்!

"யார் அப்பு நீ... காக்கி உடுப்புல இருக்கறே?"

"காட்டிலாகா வாட்சருங்க நான்..."

"ஓ... விஸ்வநாதனய்யாவுக்கு அடுத்தபடியா நீ?"

"ஆமாம்."

"சரி... என்ன விஷயம்... ஆமாம், எங்க உங்க ஐயா?"

"அவர் லீவு போட்டுட்டு ஊருக்குப் போயிருக்காரு. வர்றதுக்கு ஒருமாசம் ஆவும்."

"அப்படியா... எங்ககிட்ட சொல்லவே இல்லையே."

"அதை சொல்லத்தான் வந்தேன்... வரட்டுங்களா?" என்று கேட்டான்.

"என்னமோ போ... முக்கியமான நேரத்துல இவர் இப்படி லீவைப் போட்டுட்டுப் போயிட்டாரே..."

"அவுக அம்மாவுக்கு ரொம்ப உடம்புக்கு முடியலையாம். நான் வரட்டுங்களா?" என்ற கோவிந்தன் யந்திரம் போல பேசிவிட்டு நடந்தான். 'திருதிரு'வென்று திருட்டு விழி வேறு...

சுற்றிச் சுற்றிப் பார்த்தபடியே நடந்தவன் பஞ்சாயத்துக் கட்டிடம் அருகில் உள்ள கிணற்றை நோக்கித்தான் சென்றான்.

அவன் காதுக்குள், "ம்... வேகமா போ... பாஷாணத்தைக் கலக்கிட்டுத் திரும்பிப் பார்க்காம வா" என்கிற மாந்திரீகன் கார்த்திராஜனின் கட்டளைக் குரல்!

பாஷாணம் கலந்த நீரைக் குடித்தால் ஒரே வாந்தி பேதிதான். குறிப்பாக நாட்டாமைக் குடும்பம் சுருண்டு படுத்துவிடும். அதன்பின் உள்ளே சென்று அந்த சாமுண்டி விக்ரஹத்தைத் தூக்கிக் கொண்டு போய் விடலாம் என்பது திட்டம்.

யாராவது பார்த்தாலும் ஓடி வரக்கூட அவர்கள் உடம்பில் தெம்பு இருக்காது என்பதெல்லாம் கார்த்திராஜன் கணக்கு. அவனுடைய சக்தி கோவிந்தனையும் தன்வசமாக்கி விட்டது. கோவிந்தனும் பாஷாணத்தைக் கலப்பதற்காகக் கிணற்றைப் பார்த்தான். உள்ளே வரிசையாக படிகள். ஒவ்வொரு படியிலும் ஒருத்தி வீதம் ஏழு படிகளில் ஏழு கன்னிகளும் அமர்ந்து கொண்டு, அண்ணாந்து அவனைப் பார்த்தனர். அதிலும் சாமுண்டியின் முகம் ரத்தச் சிவப்பில் கோரைப் பற்களோடு பார்க்கவும், கோவிந்தன் 'வெலவெலத்து' விட்டான். அந்த வெலவெலப்பிலேயே மாந்திரீகன் அவன் வசம் போட்டிருந்த வசியக்கட்டு அப்படியே அவிழ்ந்து விடுபட்டுப் போனது.

"நீங்க... நீங்க..." அவன் குரல் தந்தியடித்தது.

ஆனால் எதிரொலியாக ஏழு பேரிடமும் சிரிப்பொலி.

அப்படி ஒரு சிரிப்பொலியை கோவிந்தன் தன் வாழ்நாளில் கேட்டிருக்க வாய்ப்பே இல்லை. கிணற்றுக்குள் உட்புறச்சுவரில் அவர்கள் ஏழு பேரின் சிரிப்பொலியும் முட்டி மோதி ஒரு புதுவித எதிரொலியாகத்தான் கேட்டது.

நீரில் கலக்க எடுத்து வந்த பாஷாணத்தை அப்படியே கைகளில் இறுக்கிக் கொண்டான். திரும்பி ஓடத் தொடங்கினான். ஓடும்போது அவனிடம் "இதுல என் தப்பு எதுவும் இல்லை..." என்னும் குரல். ஊர்க்காரர்கள் சிலர்கூட கோவிந்தன் அப்படி கத்திக் கொண்டு ஓடுவதைப் பார்த்தனர். இருளில் சரியாக முகம் தெரியவில்லை. ஆனால் விபரீதமாக ஏதோ நடந்திருக்கிறது என்பதை மட்டும் உணர்ந்து கொண்டனர். கிணற்றுப் பக்கம் இருந்து அவன் ஓடியதால் சிலர் கிணற்றை நோக்கிச் சென்றனர். உள்ளே வெளிச்சம் தெரிந்தது. எட்டிப் பார்த்தபோது, வரிசையாக உள்ள கல்படிகளில் ஏழு விளக்குகள்; மெல்லிய சுடரொளியோடு...!

கிணற்றுக்குள் யார் இப்படி விளக்குகளை ஏற்றி வைத்தனர்? எட்டிப் பார்த்தவர்களுக்கு ஒன்றுமே புரியவில்லை. இறுதியில்

தகவல் நாட்டாமை வீட்டுக்குப் போனது. சாஸ்திரிகள், குருக்கள் என்று சகலருக்கும் போனது. எல்லோருமே வந்து எட்டிப் பார்த்தனர். உள்ளிருந்து தசாங்க வாசம்.

காட்டுவாசிப் பெண்களாக வந்த ஏழுபேர் மீதும் மணந்த அதே வாசம், கிணற்றுக்குள் இருந்தும் வந்தது... சாஸ்திரிகளுக்கு உடனேயே புரிந்துவிட்டது. விளக்குகளைக் கூர்ந்து பார்த்தார். ஒவ்வொரு விளக்குகளும் யந்திரத்தகடு ஒன்றின்மேல் எரிந்தபடி இருந்தது.

"நாட்டாமை... சப்த மாதாக்கள் நமக்கு வழிகாட்ட ஆரம்பிச்சுட்டா. அதோ விளக்குக்குக் கீழ் பாருங்கோ யந்திரத்தகடு..."

சாஸ்திரிகள் காட்டவும், அந்தக் கூட்டத்தில் இருந்த கந்தன் அந்தத் தகடுகளைச் சேகரிக்கத் தொடங்கினான். மெல்ல கல்படிகளில் இறங்கி, ஒவ்வொரு விளக்காக எடுத்து, தகட்டினைக் கையில் எடுத்துக் கொண்டு மேலே வந்து சாஸ்திரிகளிடம் தந்தான்.

நாட்டாமை ஆவலாக கிட்டே வந்து பார்த்தார். உரிய கோலம் போடப்பட்டு பீஜாட்சரங்கள் எழுதப்பட்ட, செப்புத் தகடு சரியான சதுரத்தில் வெட்டப்பட்டிருந்தது. நடுவில் மஞ்சள், குங்குமம் இடப்பட்டு கும்மென்ற வாசம் வேறு!

"சாமி!"

"யந்திரம் நாட்டாமை... யந்திரம்!"

"அப்படின்னா..."

"யந்திரம்னா இது ஒரு மந்திர சக்கரம். முதலில் இதைப் பிரதிஷ்டை பண்ணி, இதுமேலதான் சப்த கன்னி மாதாக்களோட சிலையைப் பிரதிஷ்டை பண்ணணும். அப்பதான் மாதாக்களோட சிலைக்கும் ப்ராணன் வரும்."

"இந்தத் தகட்டுக்கு அப்படி ஒரு சத்தியா?"

"பார்வைக்குத்தான் இது தகடு... ஆனா இதுக்குள்ற இப்ப இருக்கற விஷயப் பொதிவே வேற..."

"புரியலையே சாமி..."

"வலப்பக்கம் போகவும்னு எழுதின ஒரு கை காட்டி மரம் இருக்குது... அதை நாம பாக்கும்போது என்ன செய்யுது?"

"வலப்பக்கமா போக வைக்குது."

"அதுவா போக வைக்குது... இல்ல அதப் படிச்சுட்டு நாம போறோமா?"

"அது எப்படி போக வைக்கும்... நாமதான் போகணும்."

"இந்த யந்திரமும் அப்படித்தான். இதைப் பார்த்துட்டு இந்தப் பிரபஞ்ச சக்திகளும் நம் மனசைப் போலவே நடந்துக்கும்."

"இப்படி எல்லாம்கூட இருக்குதா?"

"இப்படித்தான் எல்லாமே இருக்குது..." பஞ்சு சாஸ்திரிகள் யந்திரத்துக்கு ஒரு அழகான விளக்கத்தைக் கொடுத்தது அங்குள்ளவர்களையும் கவர்ந்தது.

"சாமி... அப்ப யானை வரதுக்கு முந்தி மணி ஓசை வர்ற மாதிரி, சாமிங்க வரதுக்கு முன்னால இந்த யந்திரங்கள் வந்துருக்குதுங்களா?"

"அருமையா சொன்னேள்... அதுவேதான்."

"அப்ப களவு போன சாமி சிலைங்க எங்க இருக்குன்னு தெரிஞ்சு எல்லாமே கிடைச்சிடும்னு சொல்லுங்க."

"சந்தேகமே வேண்டாம். நடக்கறத வேடிக்கை பார்ப்போம். எனக்கு இனி கவலையே இல்லை," என்று உற்சாகமாக மார்பை நிமிர்த்தினார் பஞ்சு சாஸ்திரிகள்.

"மாமா... சிலைகள் கிடைக்கறது சரி! எனக்கு மாப்பிள்ளைகள்?" குருக்கள் காதைக் கடித்தார். சாஸ்திரிகள் உடனே குருக்களைப் பார்த்து ஒரு சிரிப்பு சிரித்தார்.

"மழை பெஞ்சாலே வெக்கை நீங்கிடும்டா... மழை தன்னோட குளுமையைக் கூட்டிண்டு வர்ற மாதிரி சப்த மாதாக்களும்கூட

உன்னோட மாப்ளைகளோடதான் வருவா. இதை உன்னால யூகிக்க முடியலையா?"

"மாமா..."

"மடையா... உன் நலன் சார்ந்த சிந்தனைகளை அவாகிட்ட விட்டுருடா. ஊரைப்பார். ஊருக்காகவும், உலகத்துக்காகவும் சிந்தி. சப்த மாதாக்கள் வரப்போறா. அவாளுக்குக் கோயில் அமையப் போறதுன்னாலே இந்தத் தேசத்துல பல பெண்களுக்கு நல்ல காலம் பிறக்கப் போறதுன்னுதான் அர்த்தம். குறிப்பா கன்னிப் பெண்களுக்கு நல்லது நடக்கப் போறது."

சாஸ்திரிகள் முத்துப்போல கூறியதைக் கேட்டு நாட்டாமைக்குப் புல்லரித்தது.

"சாமி... நீங்க சொல்றத கேட்கக் கேட்க எனக்கு ரொம்ப சந்தோஷமா இருக்குதுங்க... இந்தக் கன்னிப்பட்டி ஒண்ணுத்துக்கும் ஆகாத ஒரு ஊர்னுதான் நினைச்சுகிட்டிருந்தோம். இனி இது உலகமே பேசப் போற ஊரா மாறப் போகுதுங்களா?"

நாட்டாமையிடம் சந்தோஷம் பொங்கி வழிந்தது.

— 3 —

இந்து மதத் தத்துவங்களை ஆய்வு செய்வதற்காக ஒருவர் வந்திருந்தார். பலரும் பெரிதும் மதிக்கும் ஒரு சன்யாசியிடம் சென்று தன் ஆய்வை ஆரம்பித்தார்.

அவரது முதல் கேள்வியே மனிதனுக்கு மதம் தேவையா? என்பதுதான். பதிலுக்கு அந்த சன்யாசி "உனக்கு மொழி தேவையா? எழுத்து தேவையா? அது இல்லாமல் வாழ முடியாதா?" என்று கேட்டார்.

"அது எப்படி... மொழியும், எழுத்தும் இல்லாவிட்டால் மனிதன் எப்படி பேச முடியும்; செயல்பட முடியும்?" என்று ஆய்வாளர் திருப்பிக் கேட்டார்.

"ஆதி மனிதர்கள் மொழி இல்லாமல்தான் வாழ்ந்தார்கள்."

"அது ஒரு வாழ்வா... விலங்குகள் போல வாழ்ந்த மனிதன் மெல்ல தன் புத்தியால் கண்டதுதானே மொழியும், எழுத்தும்..."

"அப்படியானால் மனிதன் தன் தேவைக்காக கண்டறிந்ததுதான் மொழியும் எழுத்தும்..."

"அதிலென்ன சந்தேகம்?"

"இதே பாட்டையில்தானே மதமும் வந்திருக்க வேண்டும்?"

"நிச்சயமாக... மொழியும் எழுத்தும் பயன்படுகின்றன. ஆனால் மதம் பாடாய்ப்படுத்துகிறதே... உதறி விடலாமல்லவா?"

"படுத்துவது மதமல்ல... மனிதனின் குறுகலான பார்வை. தேவை என்ற ஒன்றை ஒரு தனிமனிதன் உருவாக்க முடியாது. அதுவும்

சமுதாயத்துக்குப் பொதுவானதை காலம்தான் உருவாக்கும். காலம் உருவாக்குவதை காலமே பார்த்து அழித்தால்தான் உண்டு."

இப்படி அவர்களிடையே வாக்குவாதம் செல்லத் தொடங்கியது. பின்னர் அவர் கேட்டது இறைவன் பற்றி...

"இறைவன் என்பவன் யார்?"

"உன்னையும், என்னையும் படைத்தவன்..."

"ஏன் படைத்தான்?"

"நாம் ஒருவேளை விரும்பியிருக்கலாம்."

"பிறந்த பிறகே என்னை உணரத் தொடங்கிய நான் எப்படி இப்படி ஒரு பிறப்பை விரும்பியிருக்க முடியும்?"

"பிறந்த பிறகே அனைத்தையும் உணரத் தொடங்கியிருக்கும் நீங்கள் மற்ற விஷயத்திலும் இப்படி கேட்பதுதானே சரி?"

"எப்படி? எப்படி?"

"பிறந்த பிறகே அனைத்தையும் உணரத் தொடங்கிய நீங்கள் எப்படி இந்த பிறப்பை நீங்கள் கேட்கவில்லை என்பதை மட்டும் உறுதியாக கூறமுடியும்?"

"நிச்சயமாக... கேட்டிருந்தால் சகல சௌபாக்கியங்களுடன் எனக்கு பிரியமான முகம், நிறம், சூழல் இவற்றுடன்தான் பிறந்திருப்பேன். இப்படி உழைத்தால்தான் சோறு என்கிற ஒரு அடிப்படையை நான் கேட்டிருக்க மாட்டேன். அதை வைத்துச் சொல்கிறேன்."

"ஒரு மனிதனாகப் பிறப்பதற்கு முன் எப்படி மனிதனைப் போல் விருப்பங்களின் அடிப்படையில் நீங்கள் சகல சௌபாக்கியங்களுடன் வாழ விரும்பும் ஒரு வாழ்வைக் கேட்டிருக்க முடியும்?"

"அப்படியானால்?"

"உயிரின் பாட்டையில் அது எத்தனையோ வடிவங்களை எடுக்கிறது. இப்போதைய வடிவத்துக்கு அடிப்படை, உங்கள்

முந்தைய வடிவம்தான்... அதாவது பிறப்பு... அது விரும்பாமல் நீங்கள் மனிதனாயிருக்க முடியாது."

"அப்படியானால் அடுத்து நான் என்ன ஆக வேண்டும் என்பதை இந்தப் பிறப்புதான் தீர்மானிக்குமா?"

"அதிலென்ன சந்தேகம்?"

"அப்படியானால், என் விருப்பப்படியே அதைத் தேர்வு செய்ய முடியுமா?"

"நிச்சயமாக..."

"இப்பொழுது கிடைத்திருக்கும் இந்த வாய்ப்பு போன என் உயிர் அமைப்பில் அல்லது ஜென்மத்தில் எனக்குக் கிடைத்திருக்குமா... கிடைக்காமல் போயிருக்குமா?"

"அது நீங்கள் ஆறறிவுள்ள மனிதப் பிறப்பாக இருந்தீர்களா இல்லையா என்பதைப் பொறுத்தது. மனிதப் பிறப்பாக இருந்தும் தங்கள் பிறப்பின் இறப்பை உணராமல் மனம் போகும் போக்கில் போனவர்கள் தங்களின் அடுத்த நிலைப்பாட்டை அவர்களாகத் தீர்மானித்திருக்க வாய்ப்பே இல்லை."

"அப்படியானால் மனிதப்பிறப்பாக இருப்பதைவிட பிறப்பின் சிறப்பை உணர்வதில்தான் எல்லாமே உள்ளதா?"

"நிச்சயமாக..."

"நான் வெற்றிகரமாக மனிதனாகத் திகழவும், எல்லா இன்பங்களையும் அனுபவித்து வாழவும் விரும்புகிறேன். முடியுமா?"

"நிச்சயம் முடியும். இது பெரிய விஷயமல்ல."

"எதுதான் பெரிய விஷயம்?"

"மீண்டும் பிறவாத அந்த முக்திநிலைதான்."

"முக்தி என்பது அவ்வளவு ஆனந்தமான ஒன்றா?"

“இந்த உலக இன்பங்கள் ஒருநாள் அலுத்துப்போகும். உடம்பையும் முதுமையிடம் இருந்து மீட்கமுடியாது. ஆனால் மோட்ச கதியில் இந்த நிலைப்பாடுகள் இல்லை.”

“இதை எதை வைத்து நம்புவது?”

“இப்படி கேள்வி கேட்கச் சொல்லும் உங்கள் புத்தியாலேயே இந்த உலகத்தைப் பாருங்கள். மிகப்பெரிய அளவில் ஒன்று இருந்தாலன்றி சிறிய அளவில் அது எல்லோருக்கும் கிடைக்குமா? உதாரணமாக, குளம் நிறைய தண்ணீர் இருந்தால்தானே வீடுகளில் சிறு குடங்களில் அது அடங்கி தாகம் தீர்க்கும்... பெரிய வயற்காட்டில் நெல் விளைந்தால்தான், எல்லோர் வீட்டிலும் அரிசி இருந்து பசி தீர்க்கும். அதுபோல குட்டிக் குட்டியாக நீங்கள் அனுபவிக்கும் இன்பமும் எங்காவது ஒரு இடத்தில் மொத்தமாக இருக்கத்தானே வேண்டும்?”

“நல்ல விளக்கம்... அந்த மொத்த இன்பத்தில் எப்பொழுதும் கிடந்தால் அலுக்காதா?”

“இதையும் அதே புத்தியாலேயே உணரலாம். நம் சரீரத்திலேயே அலுக்காத உணர்வுகள் அடிப்படையில் உண்டு. சிறுநீரையும், மலத்தையும் அகத்தின் அடிப்படையில்தான் கழிக்கிறோம். என்றாவது அது அலுத்ததுண்டா?”

மெல்ல கண்களைத் திறந்தார் ஸ்வாமிஜி.

“இதுவும் அருமையான விளக்கமே... இந்த மோட்ச கதிக்கு வழி?”

ஸ்வாமிஜி கண்மூடி மோன நிலைக்குச் சென்றுவிட்டார். ஆராய்ச்சியாளர் அவர் கூறும் பதிலுக்காகக் காத்திருந்தார்.

கொடைக்கானலின் அந்த ஹோட்டலில் சுற்றுலா வந்திருந்த அந்த வெளிநாட்டுக்காரர்கள் ஜான்சனுக்காகக் காத்துக் கொண்டிருந்தார்கள்.

மகேஸ்வரனின் ஜீப்பும் ஹோட்டல் போர்டிகோவில் நுழைந்து நின்றது. ஜான்சனும் மகேஸ்வரனும் இறங்கினர்.

ஏற்கனவே செல்போனில் தொடர்பு கொண்டு, மீண்டு வந்து கொண்டிருப்பதைக் கூறிவிட்டதால், எல்லோரும் ரிசப்ஷன் முன் காத்துக் கொண்டிருந்தனர். ஓடி வந்து கட்டிக் கொண்டார்கள். உடம்பில் ஒரு சிறு காயம்கூட இல்லாததைப் பார்த்து வியப்பும் தெரிவித்தார்கள். யோகி சிவத்தின் மாணவர்களான கௌரிசங்கரும், சாமுண்டீஸ்வரனும், விஷ்ணுவும், இந்திரனும், லக்ஷ்மிகாந்தனும்கூட அங்கே காத்திருந்து, முதல் காரியமாக எஸ்.ஐ. மகேஸ்வரனுக்கு நன்றியைத் தெரிவித்தனர். மகேஸ்வரன் அவர்களை ஆச்சரியமாகப் பார்த்தார்.

"இவ்வளவு பேர்ல இவர் ஒருத்தர் மட்டும் மிஸ் ஆனதுதான் ஆச்சரியம். அதைவிட பெரிய ஆச்சரியம் அந்த ஃபாரெஸ்ட்ல மிருகங்ககிட்ட சிக்காம இவர் மீண்டிருக்கறது. பெரிய ஆச்சரியம் அந்தக் காட்டுக்குள்ள ஏழு காட்டுவாசிப் பெண்கள் இவருக்கு உதவி செய்திருக்காங்க. நீங்க நன்றியை அவங்களுக்குதான் சொல்லணும்," என்றார் மகேஸ்வரன்.

"அப்ப உங்ககூட இவர் எப்படி சேர்ந்தார்?"

"அது ஒரு கதை. நான் இவரை மலையடிவாரத்துல இருக்கற கிராமமான கன்னிப்பட்டில பார்த்தேன். இவரை முதல்ல ஒரு திருடனாதான் நினைச்சேன். பிறகுதான் இவர் வழி தவறி வந்தவர்ங்கறது தெரிஞ்சது."

"இவரை எப்படி சார் திருடனா நினைக்க முடிஞ்சது?"

"என்ன செய்யறது... கன்னிப்பட்டில ஒரு திருடன் பூந்துகிட்டு பாடாபடுத்திகிட்டு இருக்கான். ஆறு சாமி சிலைகளைக் கடத்திக் கொண்டு போயிருக்கான். ஊரே பரபரப்புல மூழ்கிக் கிடக்குது... அசந்தா அங்க பெண்கள் காணாமப் போயிடறாங்க. எங்க டிபார்ட்மெண்ட்டுக்கு இன்னிக்கு பெரிய தலைவலியே கன்னிப்பட்டிதான். இத்தனைக்கும் இன்னும் சரியா கரண்ட்கூட வராத ஒரு ஊர் அது."

மகேஸ்வரனின் விளக்கம் ஜான்சனுக்கு விளங்கவில்லை. ஆனால் அவர் தன் நண்பர்களிடம் தான் சில தேவதைகளைத்

பார்த்ததாகக் கூறிக்கொண்டிருந்தார். அடிக்கடி மிராகிள்... மிராகிள் என்று கூறி அவர்களைப் புகைப்படம் எடுத்திருப்பதாக கேமராவைத் தொட்டுக் காண்பித்தார்.

மகேஸ்வரனும் கவனித்தார். யோகி சிவத்தின் மாணவர்களான அவர்களும் கவனித்தனர். மகேஸ்வரன் இறுதியாக, புறப்படுவதாகக் கூறி விடைபெற்றுக் கொண்டார்.

கௌரிசங்கரும், லக்ஷ்மிகாந்தனும் ஜீப்வரை சென்று வழியனுப்பி வைத்தனர். அதன்பின் மறுநாள் காலை சந்திப்பதாகவும், நாளை யோகப்பயிற்சி வகுப்பைத் தொடரலாம் என்று கூறிவிட்டு ஐந்து பேரும் தங்கள் அறை நோக்கி சென்றனர்.

ஜான்சனிடம் தான் காணாமல் போய் திரும்பி வந்த ஒருவன் என்கிற பதட்டமோ, படபடப்போ துளிகூட இல்லை. ஏதோ அமிர்தம் குடித்த தேவன் போல தன் சகாக்களிடம் பேசிக் கொண்டே இருந்தார். அந்த லாட்ஜில் முன்பக்கம் ஒரு போட்டோ ஸ்டுடியோ இருந்தது. அதைக் கவனித்தவர் கேமராவில் உள்ள ஃபிலிம்ரோலைக் கொடுத்து பிரிண்ட் போட்டுக் கொடுக்கச் சொன்னார். ஸ்டுடியோகாரனும் கடையை அடைக்கப் போவதால் காலையில் பிரிண்ட் போட்டுத் தருவதாகக் கூறி வாங்கி வைத்துக் கொண்டான். அந்த நொடி அவர்கள் யாருக்கும் தெரியாது... நாளை அந்த போட்டோ பிரிண்டுகள் ஒரு பெரிய ஆச்சரியத்தையும், அதிர்ச்சியையும் அளிக்கப் போவது.

✦ ——— ✦

— 4 —

“இந்த மோட்ச கதிக்கு வழி என்ன ஸ்வாமி?”

மெல்ல கண்களைத் திறந்தார் ஸ்வாமிஜி.

“நீங்கள் மனிதப்பிறப்பு எடுப்பதற்குக் காரணமான எல்லா வினைகளையும் அனுபவித்து தீர்த்து, இந்த உலகின் இன்பம் துன்பம் ஒரு மாயை என்பதை உணர்ந்து இதிலிருந்து மெல்ல விடுபட்டு தவத்தில் நிலை பெறுவதுதான்...”

“இது எல்லோருக்கும் சாத்தியமா?”

“ஏன் சாத்தியமில்லை. மனம் என்று ஒன்று யாருக்கெல்லாம் உள்ளதோ அவர்கள் அவ்வளவு பேருக்கும் சாத்தியம். மனம் என்கிற அமைப்பே இல்லாத சாதாரண சிலந்தி முதல் ஆடு, மாடு கூட சில இறை செயல்களால் மோட்சகதி அடைந்துள்ளன.”

“புராணக் கதைகளிலா?”

“புராதனச் சம்பவங்களே எழுதி வைக்கப்பட்டபின், புராணக் கதைகளாகின்றன. கதை என்றாலே அது கற்பனையானது என்று எண்ணத் தேவையில்லை. நடக்க முடியாத ஒன்றை யாராலும் நினைக்கவே முடியாது.”

“அது எப்படி! என்ன செய்கிறோம் என்பதுகூட தெரியாத சிலந்திக்கெல்லாம் மோட்சம் கிட்டியிருக்க முடியும்?”

“பலனை எதிர்பாராத நற்செயல்களுக்கு எப்பொழுதுமே பரிசும் பெரிதாகத்தான் இருக்கும். அதை உணர்த்தத்தான் அந்தச் சம்பவங்கள் யார் செய்கிறார்கள் என்பது சில விஷயங்களில் முக்கியமேயில்லை. என்ன செய்கிறார்கள் என்பதுதான் முக்கியம்.”

“மோட்சம் அடைய ஒருவருக்கு எவ்வளவு காலமாகும்?”

“அது அவர் தனது வினைப் பதிவுகளை எவ்வளவு வேகமாக அழிக்கிறார் என்பதைப் பொறுத்தது.”

“வினைப் பதிவுகளை அழிப்பது அவ்வளவு கஷ்டமானதா?”

“பெற்ற மகனை இவன் என் மகனில்லை என்று கூறி யாருக்காவது கொடுக்க உங்கள் மனம் ஒப்புமா?”

“அது எப்படி முடியும்?”

“அதுதான் பாச பந்தத்தின் பலம். இந்தப் பலத்தை நீங்கள் ஜெயிப்பதில்தான் வெற்றி உள்ளது.”

“இது சாத்தியமே இல்லையே...”

“சாத்தியமில்லாமலா சிவனடியார் வடிவில் வந்த சிவனுக்கு ஒரு நாயனார் தன் மகனையே கறி சமைத்துப் போட்டார்?”

“அவ்வளவு மனதிடம் வேண்டுமா?”

“என்ன செய்வது... மோட்சம் என்பது நித்ய இன்பம் ஆயிற்றே? அதை அடைவது சுலபமா என்ன?”

“பெரிய சோதனையாக உள்ளதே... படிப்படியாகத்தான் இந்தத் திடமும் சாத்தியம் போல் தெரிகிறதே...”

“படிப்படியாகவும் ஏறலாம். பள்ளி, கல்லூரி, பல்கலைக்கழகம் என்று கல்வியில் மேலேறுவது போல் இந்தப் பாட்டையிலும் முன்னேறலாம். கை கொடுத்து உதவவும், வழிகாட்டவும் இறையம்சங்களே துணையாக உள்ளன.”

“இவ்விஷயத்தில் இறை அம்சம் துணை செய்யுமா?”

“ஆம்... மாதா சக்தியின் திருவடிதான் மோட்சகதி என்று வைத்துக் கொண்டால், அவளை அடையுமுன் அவளுக்கு முன்னால் ஏழுபேர் நின்றபடி இருக்கிறார்கள். அவர்கள் உதவியைக் கோரினால் போதும். படிப்படியாக அழைத்துச் செல்வார்கள். ஒவ்வொரு சக்தியும் ஒரு பாடம்.”

“அப்படியானால் ஒவ்வொரு சக்தியையும் தனித்தனியே தியானிக்க வேண்டுமா?”

“ஆமாம். தியானிக்க, தியானிக்க அவர்கள் அம்சம் நமக்குள் அர்த்தமாகும். அவர்கள் நமக்குள் செயல்படத் தொடங்கிவிட்டதை நமக்கு ஏற்படும் அனுபவங்களால், நமது பேச்சால் நாமே அறியலாம். உடனே இதற்கு எவ்வளவு நாளாகும்? எவ்வளவு மணியாகும்? என்று இதில் அவசரத்தைக் காட்டக்கூடாது. எதிலும் கால நேரம் பார்ப்பது, அவசரப்படுவது எல்லாம் ஆசைத்துடிப்பின் எதிரொலி. ஒரு வகையில் அது கெட்ட சக்தியின் செயல்பாடும் கூட. ஓட்டைப் பாத்திரத்தில் எப்படி நீர் மொள்ள முடியாதோ அதேபோல ஆசைத்துடிப்புள்ள மனதாலும் இறையம்சங்களை லகுவாகப் பற்றித் தொடர முடியாது.”

“மோட்ச கதியை அடைய வேண்டும் என்பதே ஒரு ஆசைதானே? அந்த ஆசையால் வராத கேடு இந்த ஆசையால் மட்டும் எப்படி வந்திட முடியும்?”

“பெரிய கல்வியாளன் ஆக ஆசைப்படுவது சான்றோனாகத் திகழவேண்டும் என்பதற்காக... சான்றோன் ஆனால் நன்மை தீமைகளை எளிதில் பகுத்துப் பார்த்து நெறிப்பட நடக்க முடியும். அல்லாத பட்சத்தில் அறியாமை நம்மை முட்டாளாகவே வைத்திருக்கும். ஆசைப்பட்டு சான்றோன் ஆவது நமக்கு நல்லதா? ஆசைப்படாமல் முட்டாளாகவே இருப்பது நல்லதா?

இதேபோலதான்... அல்ப சுகங்களுக்குள் மூழ்கி இங்கேயே கிடப்பது இகபர ஆசை. நித்ய சுகத்துக்கும் பேரின்பத்துக்கும் முயல்வது முக்தி ஆசை. மேலான ஆசைகள் பிழையானவை அல்ல.”

“சரி... நான் இறையருளை அடுக்கடுக்காகப் பெற்று என் வினைகளையும் வெற்றி கொள்ள எனக்கு ஒரு நல்ல வழியைக் கூறுங்கள்.”

“எதற்கு இருக்கிறார்கள் சப்த கன்னியர்கள். அவர்களிடம் செல். அவர்கள் காலைப்பிடி. அவர்கள் உனக்கு உன்னைக்

காட்டுவார்கள். பிறகு ஊரைக் காட்டி, உலகைக் காட்டி, பிரபஞ்சத்தையும் காட்டி, பின் அனைத்தையும் காட்டி உன் ஜீவாத்மாவைப் பரமாத்மாவாகிய ஆதிசக்தியிடம் கொண்டு சேர்ப்பார்கள்."

"அவ்வாறே ஆகட்டும். அவர்களை எப்படி பற்றிக் கொள்வது? அவர்களுக்கான ஆலயம் ஏதும் உள்ளதா? வழிமுறைகள் உள்ளனவா?"

"அவர்கள் ஒரு தொகுப்பில் உள்ள தனித்தனிப் பாடங்கள். பிரத்யேகமாக அவர்களுக்கு ஆலயம் இல்லை. அதற்கு அவசியமும் இல்லை."

"பின் அவர்களை எப்படி பற்றுவது?"

"உரிய குருவின் மூலம் அவர்களுக்கான தியான மந்திரத்தையும், காயத்ரியையும் அறிந்து இடைவிடாது ஜெபிக்கலாம். அதற்குமுன் அவர்களது சொரூப லட்சணம், அவதார நோக்கம் இவற்றை குரு மூலமாகவே உணர்ந்து கொள்வது மிக நல்லது."

"இப்படி செய்தபின் மனதை ஒருநிலைப்படுத்தி அவர்களை வழிபட்டால் போதுமா?"

"போதும்... உபதேவிகளாய் ஆலயத்தில் ஒரு ஓரமாய் இருக்கும் அவர்களுக்கு அபிஷேக ஆராதனைகளும் செய்து மகிழலாம். அந்தக் காட்சி மனதில் தங்கி, தியானிக்கும் போது மனம் ஒன்றுபட உதவும். அந்தச் செயலும் ஒரு தவறான வினைப்பயனை அழித்து நல்வினையாக மாற்றும்."

"ஏன் இவர்களுக்கும் பிரதான ஆலயம் கூடாது?"

"குடத்து நீர்தான் குவளை நீராக உள்ளது. குவளை நீரைக் குடிக்க முடியும். குடத்து நீரை அப்படியே தூக்கிக் குடிக்க முடியாது. அதுபோல பிரதான சக்திதான் எளிதில் அணுகத் தோதாக உபசக்தியாக உள்ளது. இதைப் புரிந்து கொண்டால் பெரிது, சிறிது என்ற பேதம் மனதிலிருந்து நீங்கிவிடும். அதேசமயம்

மனதில் இதைப் பெரிதாகக் கருதி, பக்தி செலுத்துவதுதான் ஈடுபாட்டை அதிகரிக்கும்."

சன்யாசி கூறியது ஓரளவு அவருக்கு நிறைவைத் தந்தது. நமக்கெல்லாமும்கூட நிச்சயம் தரும்.

"அது சரி... ஆதிசக்தி ஏன் தன் காவலுக்கும், தன்னை அடைவதற்கும் ஏழு சக்திகளை ஏழுகன்னிகளாக வைத்தாள். ஏழு என்கிற அந்த எண்ணிக்கைக்குக் காரணம் என்ன?"

மெல்ல பொழுது விடியத் தொடங்கியது.

அந்த மலைக் கூட்டம் முழுக்க லோடுமேன்கள் வரிசையாக அமர்ந்து அடுக்கிய பஞ்சு மூட்டைகள் போல மேகப் பொதிகள்.

காக்கை, குருவிகூட சிறகு விரித்துப் பறக்க திராணியின்றி மடங்களில் முடங்கிக் கிடந்தன. ஆனாலும் அந்தக் குளிரான நிலையிலும் பண்ணாடி மட்டும் மார்புமேல் ஒரு சாதாரணத் துண்டுகூட இல்லாமல் கையில் சாம்பிராணி தூபமுடன் வழிபாட்டுக்குப் போய்க் கொண்டிருந்தார்.

அவர் வருகையைக் கூறும் முகமாக 'தொம் தொம்' என்று சப்தமிட்டபடி முன்னால் நடந்து கொண்டிருந்தான் அவரது எடுபிடி. அதேசமயம் எனக்கு குளிர்தாங்காது என்கிற மாதிரி தலைக்கு உருமாகட்டி, மார்புக்கு ஒரு அழுக்குக் கோட்டுப் போட்டு, காலிலும் ஷூ போட்டிருந்தான் அவன்.

'தொம்... தொம்... தொம்...' என்கிற அந்த சப்தம் லாட்ஜில் அறைக்குள் கம்பளிக்குள் அடங்கிக் கிடக்கும் கௌரிஷங்கர் காதிலும் விழுந்தது. பண்ணாடிதான் பூஜை செய்யப் போய்க் கொண்டிருக்கிறார் என்று கச்சிதமாக யூகித்துவிட்டான்.

நடுநடுவே சங்கு முழங்கும் சப்தம் வேறு.

அந்த சப்தம் மட்டும் சற்று பயமூட்டுவதாகக்கூட இருந்தது. மெல்ல ஜன்னல் அருகே வந்து, தேக்குக் கதவைத் திறந்து கொண்டு வெளியில் பார்த்தான். பளீரென்று பனிப்புகை முகத்தில் முண்டியது. வெளியே எதுவுமே தெரியவில்லை. பனி முகத்தில்

அடித்ததில் தூக்கம் விலகி ஜலதோஷத் தும்மல் கவ்விக் கொண்டது.

'ஹச்ச்...' என்று தும்மியதில் தூக்கம் மொத்தமாய் விலகியது. அவனது மற்ற சகாக்களும்கூட விழித்துக் கொண்டனர். அவர்களுக்கும் பண்ணாடியின் பிரவேசம் ஒரு எரிச்சல் மூட்டிய ஆச்சரியமாகியது.

"யாருப்பா அது?"

"இந்த மலைப் பண்ணாடி..."

"அப்படின்னா?"

"ஜோசியக்காரனுக்கு இங்க பண்ணாடின்னு பேர்..."

"அது என்ன 'தொம் தொம்' சப்தம்?"

"இங்க இருக்கற மலைக்கோயிலுக்கு ஐயா சாமி கும்புடப் போய்கிட்டிருக்காரு."

"இந்தக் காலை நேரத்துலயா?"

"அது சரி... இப்ப மணி ஆறு! இந்த மலைக்கு இது சீக்கிரமா இருக்கலாம். நம்ம ஊர்ல காலைல ஐந்து மணிக்கே கோயில்ல நடை திறந்துடுவாங்க தெரியும்தானே?"

"இந்தக் குளிர்ல எழுந்திரிக்கவே மொதல்ல அசாத்தியத் துணிச்சல் வேணும்."

"அவனைப் பார்த்தா ஆடிப்போயிடுவீங்க. ஐயா இடுப்புல ஒரு வேட்டி மட்டும்தான்."

"அட... இண்ட்ரஸ்ட்டிங்கா இருக்கே."

"அதவிட இண்ட்ரஸ்ட்டான விஷயம்லாம் இருக்கு. அவர் எனக்கு ஜோசியம்லாம் சொன்னாரு."

"என்ன, ரீலா... அடிச்சுவிட்டானா?"

"நெவர்... அவன் சொன்ன மாதிரிதான் எல்லாமே நடந்துச்சு."

"என்ன கௌரி... நீ கூடவா இதை நம்பறே?"

“அட இன்னும் கேளுப்பா... நான் சாமி சிலையைத் தோள்ல தூக்குவேன்னு சொல்லியிருக்கான்.”

“அது சரி... சிலை முதல்ல எங்க இருக்கு?”

“முதல்ல நான்கூட அப்படிதான் நினைச்சேன். ஆனா நேத்து ராத்திரி வந்த எஸ்.ஐ. மகேஸ்வரன் கன்னிப்பட்டிங்கற வில்லேஜ்ல சாமி சிலைங்க காணோம். தேடிகிட்டிருக்கோம்னு சொல்லவும், எனக்குக் கொஞ்சம் ‘சுருக்’குன்னு இருந்துச்சு.”

“அப்ப காணாம போன சிலைங்க உன் மூலமாதான் திரும்பக் கிடைக்கப்போகுதா... அப்படிதான் அந்தப் பண்ணாடி சொன்னானா?”

“அவசரப்படாதீங்களே... நான் அப்படி எல்லாம் நினைக்கல... ஆனா ஜான்சன் காணாம போய் திரும்பி வந்தது இதுக்கு பின்னால் ஏதோ ஒரு மர்மமான காரணம் இருக்கறதா என் மனசு நம்புது. நான் இன்னிக்கு அவர்கிட்ட விலாவரியா பேசப் போறேன்.”

“அதுக்கு முந்தி இந்தப் பண்ணாடி நமக்கு ஏதாவது சொல்றானான்னு பார்ப்போமா?” இந்திரன் இண்ட்ரஸ்ட் காட்டினான்.

அதன்பின் அவர்கள் வேகவேகமாக ஜீன்ஸ் பேண்ட், ஸ்வெட்டர், மங்கி குல்லாய் என்று மாட்டிக் கொண்டு ‘தொம் தொம்’ சப்தத்தைத் தொடர்ந்தபடியே பனிப் புகைக்குள் மறைந்தனர்.

அதே பனிக் கூட்டத்துக்குள் பண்ணாடி, தான் மலையில் புலிக்குகை ஒன்றில் முன்பு சந்தித்ததாகக் கூறிய நிர்வாண சித்தரும் உடம்பில் பொட்டுத் துணிகூட இல்லாதபடி, நிலம் அதிராதபடி நடந்து எங்கோ போய்க் கொண்டிருந்தார்.

அந்த ஐந்து பேரும்கூட அவரைப் பார்த்து விட்டனர்!

அவரது தோற்றம், நடை இரண்டுமே அவர்களைப் பிசைந்தன... தங்களையே மறந்து அவரைத் தொடரத் தொடங்கினர்.

அதே சமயம் லாட்ஜில் வெள்ளைக்காரர் ஜான்சன் எடுத்த புகைப்படங்கள் பிரிண்ட் போடப்பட்டுக் கொண்டிருந்தன. ஏழு பெண்களையும் வளைத்துக் கட்டி எடுத்த அந்தப் புகைப்படங்களில் வரிசையாக ஏழு சப்த கன்னிகளின் சிலைகள்!

✦ ——— ✦

ஆறாம் கன்னி

— 1 —

மேல்நாட்டில் ஒரு அறிஞர் உலகில் உள்ள அவ்வளவு மொழிகளையும் ஆராய்ந்தார். அப்படி ஆராய்ந்தவர் இறுதியாக சில உண்மைகளைக் கண்டறிந்தார். அதன்படி சப்தமாகிய மொழியினை சிறை பிடிக்கும் முறைதான் எழுத்து என்பது அவர் கருத்து.

ஆம்... எந்த மொழி எழுத்தாக இருந்தாலும், அதை நாம் படிக்கும் போது நமக்குள் அந்த எழுத்துக்குரிய சப்தம் எழுகிறதல்லவா?

எனவேதான் எழுத்தை மொழியின் சிறை என்றார். அப்படிப்பட்ட மொழிகளில் தமிழ், ஆங்கிலம், ஹிந்தி, ஸ்பானிஷ், உருது என்று எவ்வளவோ மொழிகள் இருக்கின்றன. அந்த மொழி தெரிந்தவர்களால்தான் அதைப் படித்து, அதற்கான சப்தத்தையும் உணர முடியும்.

ஆனால் உலகில் உள்ள அவ்வளவு பேருக்கும் பொதுவான ஒரு மொழியும் இருக்கிறது. அதுதான் கோட்டு மொழி!

ஆம்; இது கோடுகளைப் பயன்படுத்தி விஷயத்தைச் சொல்லும் ஒரு மொழியாகும்.

கோடுகளைப் பயன்படுத்திக்கூட விஷயத்தைக் கூற முடியுமா என்று தோன்றலாம். இறைத் தத்துவங்களைக் கூறிடும் யந்திரங்களைப் பாருங்கள். அவை கோடுகளால் ஆனவைதானே?

கோட்டை வளைத்து அவரவர் விருப்பத்துக்கு மொழிகளை உருவாக்கிக் கொண்டனர். வளையாத கோடுகளோ செவ்வகம், சதுரம், முக்கோணம், நாற்கோணம், அறுகோணம், எண்கோணம்,

பன்னிருகோணம், வட்டம், அரைவட்டம் என்று உருவாகி அது ஒவ்வொன்றும் ஒரு செய்தியைக் கூறுவதாக அமைந்தது.

எப்படி ஒன்று முதல் ஒன்பது எண்கள் உலகத்தவர்க்குப் பொதுவானதோ அப்படியே கோட்டு மொழியும் பொதுவாகிப் போனது.

இதைப் படிப்பது ஒரு கலை. படிக்கக் கற்றுக் கொண்டு விட்டாலோ பிரமிப்பு தட்டும். உதாரணமாக ஒரு சதுரம் மட்டுமே ஒரு இறைத் தத்துவத்துக்கு வரையப்பட்டுள்ளது என்றால், அதற்கு பொருள் விளங்கிக் கொள்வது மிக சுலபம்.

அந்த இறைசக்தி நான்கு திசைகளிலும் சமமான அளவு பரவக்கூடியது. அதேசமயம் அது ஒரு வட்ட சுழற்சி கொண்டதன்று. அதன் சந்திப்பு மையங்களில் இருதிசை தொடர்பு இருக்கும். அதாவது கிழக்கும், வடக்கும் சந்திக்கும் புள்ளிதான் அதன் சந்திப்பு மையம். அதேபோல் கிழக்கும் மேற்கும், மேற்கும் தெற்கும், மேற்கும் வடக்கும் என்று இருதிசை சந்திப்புகளில் அது இருபுறமும் சமதூரம் செல்லக் கூடியது என்று அதை விளங்கிக் கொண்டே போகலாம்.

இப்படிப்பட்ட கோட்டு மொழியில் சப்த கன்னியர் பற்றியும், அவர்கள் சக்தி பற்றியும்கூட விளக்கங்கள் உள்ளன.

இவர்களுக்கான எந்திரங்களைப் பார்க்கும் போது அது விளங்கும்.

அது சரி... ஆதிசக்தியான புவனேஸ்வரி ஏன் ஏழு கன்னி சக்தியாக வெளிப்படுகிறாள். அது என்ன ஏழு என்கிற கணக்கு.

ஏன் அதற்கு மேலோ, அதற்கு குறைவாகவோ அவள் வெளிப்படவில்லை.

ஏழு என்கிற எண்ணிக்கையை அவள் ஏன் தேர்வு செய்தாள்?

பார்ப்போமா?

புகைப்படங்களில் தெரிந்த சில ரூபங்களைப் பார்த்து ஜான்சன் ஸ்தம்பித்து விட்டார். ஸ்டூடியோக்காரரர்கூட கேட்டார்.

“இந்த சாமி சிலைங்களை எங்க எடுத்தீங்க?”

“நான்... நான் சிலைங்கள போட்டோ எடுக்கல; ஏழு பெண்களைத்தான் போட்டோ எடுத்தேன்.”

“அப்ப, அந்தப் பொண்ணுங்களா சிலைகளாகிட்டாங்க?”

“நீங்க... நீங்க நான் கொடுத்த ஃபிலிமைதானே பிரிண்ட் போட்டீங்க?”

“அதுல என்ன சந்தேகம்... நல்லா பாருங்க.”

“அப்படின்னா இது எப்படி சாத்தியம்?”

ஜான்சன் தலையைப் பிய்த்துக் கொண்டார். அப்படியே நடந்து வந்தவர் எதிரில் மீண்டும் மகேஸ்வரன்.

“வாட் மிஸ்டர் ஜான்சன்... ஹவ் ஆர் யூ நௌ?”

“ஐ ஆம் ஆல்ரைட் போலீஸ்மேன்... ஆனா இதுதான் எப்படின்னு தெரியல...”

“எது?”

ஜான்சன் போட்டோக்களைக் காட்டினார்.

“அட சாமி சிலைங்க.”

“ஆனா இந்த சிலைங்கள நான் போட்டோ எடுக்கல போலீஸ் மேன்.”

“என்ன சொல்றீங்க?”

“என்னை உங்கக்கிட்ட ஒப்படைச்சாங்களே ஏழு பெண்கள்...”

“ஆமா...”

“அவங்களதான் வரிசையா நிற்க வெச்சு படம் எடுத்தேன்.”

“என்ன சொல்றீங்க, ஜான்சன்...?”

“எனக்கு ஒரே மிராகிளா இருக்கு... இது எப்படி சாத்தியம். ஆனா ஒண்ணு... அவங்க அப்நார்மல் விமன்... அது மட்டும்

எனக்கு நல்லா தெரியும். இன்ஃபாக்ட் அவங்க ஏஞ்சல்ஸ்னுகூட சொல்வேன்."

ஜான்சன் கையில் போட்டோவோடு விவரிக்க விவரிக்க மகேஸ்வரனுக்குக் குழப்பமாகியது. போட்டோக்களை வாங்கி மாறி மாறிப் பார்த்தார். அந்தப் போட்டோக்களில் அவருக்கு ஒரு ஆச்சரியமும் காத்திருந்தது.

ஆறு சிலைகளுடன் ஏழாவதாக ஒரு பெண் இருந்தாள். மகேஸ்வரன் ஜான்சனை அருகில் அழைத்து "இந்தப் பெண்ணை தெரியுமா?" என்று கேட்டார்.

"ஏழு பேர் இவங்க ஒருத்தர்."

"அப்ப மீதி ஆறு பேர்?"

"அவங்களுக்குப் பதிலாதான் சிலைகள் போட்டோவுல விழுந்திருக்கு."

"அது எப்படி சாத்தியம்...?"

"அதுதானே இங்க மிராக்கிள்."

"மிராகிள்னா இந்தப் பொண்ணு மட்டும் ஏன் சிலையா விழலை... பெண்ணாவே எப்படி தெரியறாங்க?"

"மிஸ்டர் மகேஸ்வரன்... உங்களுக்குள்ள இருக்கற இந்தக் கேள்விகள் எனக்குள்ளேயும் இருக்கு... உங்களைவிட நான் மிக அதிகபட்சம் குழம்பிப் போய் இருக்கேன். ஆனா, ஒண்ணு மட்டும் நிச்சயம். இந்தப் பெண்கள் மட்டும் இல்லைன்னா நான் மீண்டு வந்திருக்க முடியாது."

"சரி மிஸ்டர் ஜான்சன்... இவங்க தங்களோட பேர் ஊர் எதையும் உங்ககிட்ட சொல்லலையா?"

"கேட்டேனே... இந்த மலைக்காடுதான் எங்க ஊர்னு சொன்னாங்க... பேரைக் கேட்டதற்கு நான் முதல் கன்னி, இவ இரண்டாம் கன்னி, அவ மூன்றாம் கன்னின்னு நம்பர்ல பேரைச் சொன்னாங்க. எனக்கே ஆச்சரியமா இருந்தது. ஒருவேளை

நம்பரையே பேரா வெச்சுக்கறது உங்க ஊர் வழக்கமா இருக்கலாம்னு நினைச்சுக்கிட்டேன்."

ஜான்சனின் பதில் மகேஸ்வரனை நெற்றியைச் சுருங்க வைத்துவிட்டது.

நெடுநேரம் யோசித்தார். ஆனால் எதுவும் பிடிபடவில்லை.

"ஆனா ஒண்ணு சார்... திரும்பவும் சொல்றேன். இவங்க வரலைன்னா அந்தக் காடு என்னை என்னவேணும்னா செய்திருக்கலாம்... ஏன்னா அங்க அவ்வளவு மிருகங்கள். பல இடத்துல புலிகளோட கால் தடயங்கள் பார்த்தேன்."

"இவ்வளவு சொல்றீங்களே... நீங்களோ வெள்ளைக்காரர், இவங்களோ காட்டுவாசிப் பெண்கள். உங்களால் எப்படி பேசிக்க முடிஞ்சது?"

"நல்லவேளை... இந்த கேள்விய நீங்க இப்பவாவது கேட்டீங்களே... அவங்க அத்தனை பேரும் அவ்வளவு அருமையா ஆங்கிலம் பேசினாங்க. இன்ஃபாக்ட், உங்க பேச்சுலகூட அங்கங்க கிரமாடிகல் மிஸ்டேக்ஸ் இருக்கு. ஆனா அவங்க பேசினப்ப அது துளிகூட இல்ல."

ஜான்சன் உச்சபட்சமாக அதிர்ச்சியளித்தார். மகேஸ்வரன் அதன்பிறகு அவரிடம் எதையும் கேட்கவில்லை. யோகி சிவத்தின் மாணவர்களான அந்த ஐந்து பேர்களைப் பார்ப்பதற்காக அவர்கள் அறைமுன் போய் நின்று கதவைத் தட்டினார்.

பதிலுக்கு உள்ளே இருந்து அறையைச் சுத்தம் செய்து கொண்டிருந்த வெயிட்டர் எட்டிப் பார்த்தான்.

"இங்க கௌரிஷங்கர், விஷ்ணு, சாமுண்டீஸ்வரன்னு ஒரு அஞ்சு பேர் இருந்தாங்களே..."

"இன்னும் இரண்டு பேரை விட்டுட்டீங்களே லக்ஷ்மிகாந்தன், இந்திரன்னு..."

"ஓ.கே... ஓ.கே... எங்க அவங்க?"

“காட்டுப் பக்கம் போயிருக்காங்க.”

“வாட்... காட்டுப் பக்கமா?”

“ஆமாம்... காலைல பண்ணாடி வழக்கமா காட்டுக்குள்ள சாமி கும்பிடப் போவாரு. அதைப் பார்த்துட்டு இவங்களும் போயிருக்காங்க.”

“மை குட்நெஸ்... இவங்க எதுக்குய்யா போறாங்க...?”

“என்கிட்ட கேட்டா எனக்கென்ன சார் தெரியும். அவங்க அஞ்சு பேரும் ஒண்ணா கிளம்பிப் போனதைப் பார்த்தேன். அதான் சொன்னேன்.”

“நீ என்ன பண்றே இங்கே?”

“ரூம் க்ளீன் பண்ணிகிட்டு இருக்கேன் சார்.”

அவன் பரிதாபமாகச் சொல்லவும், மகேஸ்வரனுக்கு ஏமாற்றமாகிவிட்டது. கையில் புகைப்படங்களுடன் அங்கிருந்து புறப்பட்டவருக்கு பஞ்சு சாஸ்திரி ஞாபகம்தான் வந்தது.

சாஸ்திரியால்தான் இந்தப் புதிர்களுக்கெல்லாம் விடைதர முடியும் என்று மகேஸ்வரன் மனது நம்பியது. அப்படியே போகிற வழியில் ஃபாரெஸ்டர் விஸ்வநாதனைப் பார்த்தால் என்ன என்றும் தோன்றியது.

காட்டையே சுற்றிச் சுற்றி வரும் விஸ்வநாதனுக்கு அந்த ஏழு பெண்கள் பற்றி தெரிந்திருக்காதா என்ன?

ஆனால் பாவம் மகேஸ்வரன்... அந்த விஸ்வநாதனே தன்வசம் இல்லை என்பது மகேஸ்வரனுக்கு எப்படி தெரியும்?

சரி இந்த ஐந்து பேர் பண்ணாடியைத் தொடர்ந்துக் காட்டுப் பக்கம் போனார்களே என்னவானார்கள்?

— 2 —

ஒருவன் பணக்காரனோ, ஏழையோ, பலசாலியோ, நோயாளியோ, அழகானவனோ, அரூபமானவனோ எப்படி இருப்பினும் அவன் செயல்பட அவனுக்குப் பேச்சு என்பது அவசியம்.

மிருகங்களைப் போல் மனிதன் பேசத் திராணியற்றவனாக இருந்தால், மனித சமுதாயம் இன்று இருப்பது போல இருக்குமா என்பதே மிகவும் கேள்விக்குறி.

பேச முடிந்ததால்தான் மனிதன் செயல்திறம் மிக்கவன் ஆனான். பேச இயலாததாலேயே மிருகங்கள் எவ்வளவு பலம் பொருந்தியவையாக இருந்த போதிலும் மனிதனுக்குக் கட்டுப்பட்டவையாகிவிட்டது.

பேச்சு என்பது எண்ணங்களின் தொகுப்பு. எண்ணம் என்பதோ மனதுக்குள் உருவாகும் ஒருவித அலை... இது சப்தமில்லாத சப்தமாக மனதுக்குள் வெளிப்படுகிறது. இந்த சப்தமில்லாத சப்தத்தைத்தான் ஆன்மா என்றும் கூறுகின்றனர்.

ஏன் என்றால் இறந்த ஒருவனிடம் எந்த எண்ணங்களுமில்லை. அவனை வெட்டிக் கூறு போட்டாலும் அவன் எழுந்து கத்துவதில்லை. இதிலிருந்தே, எண்ணங்களாகிய மனம்தான் ஆன்மாவாக பரிமளிக்கிறது என்பது ருசுவாகிறது.

இந்த ஆன்மா இன்ப, துன்பத்தை எண்ணங்கள் மூலமாகவே அடைந்து இன்புறுகிறது; அல்லது துன்புறுகிறது.

தன்னம்பிக்கை நிறைந்த மனம் நிம்மதியோடு இருக்கிறது. அது குறைந்தாலோ பயம் வந்து கவ்விக் கொண்டு அதே மனம்

நடுங்க ஆரம்பித்துவிடுகிறது. உடம்புக்கே ஒரு நோய் வந்தாலும் அதை மூளை உணர்ந்து மனதுக்குள் அதை வலியாக பரப்பும் போதுதான் மனது வேதனைப்படுகிறது.

சுருக்கமாக கூறுவதானால் ஒரு மனித உயிர் தான் வாழ்வதை உணர்வதே மனதால்தான்! அது இன்புறுவது, துன்புறுவது இரண்டுமேகூட மனதால்தான். மனமோ எண்ணங்களின் கூட்டமைப்பு. எண்ணமோ மனதுக்குள் உள்ளவரை சப்தமில்லாத சப்தமாக உள்ளது.

சப்தம் என்பதற்கு ஏழு என்றும் ஒரு பொருள். ஆறாம் அறிவின் அடுத்த கட்டமாக ஏழாகிய சப்தம் இருப்பதையும் எண்ணிப் பார்க்க வேண்டும். கன்னியர்கள் ஏழு பேரையும்கூட சப்த மாதாக்கள் என்கிறோம். அதாவது இந்த மனமாகிய சப்தமில்லாத சப்தத்துக்கும், சப்த மாதாக்களுக்கும் ஒரு தொடர்பு இருப்பது இதில் தெரிய வருகிறது. அதாவது, நம் மனமாகிய எண்ணங்களின் வடிவமாக அவர்கள் இருக்கிறார்களோ என்றும் ஒரு கேள்வி எழுகிறது.

இந்தக் கேள்விக்கு விடை என்ன தெரியுமா?

ஆம்... சப்த மாதாக்கள் வேறு; நமது எண்ணங்கள் வேறில்லை என்பதுதான்!

ஆச்சரியமாக இருக்கிறதா?

இந்த ஆச்சரிய உணர்வுக்கு காரணமான எண்ணத்துக்கு உரியவளும் ஒரு மாதாதான்.

எப்படி?

எப்பொழுதும், மலையகம் என்பது ஒரு தனி அழகுதான். அதிலும் மனித நடமாட்டம் இல்லாத மலைமுகடுகள் அதன் அடர்த்தி எல்லாமே கற்பனை செய்து பார்க்க முடியாத அளவு பிரமிப்பூட்டும் போது மனது அதில் தன்னை இழக்கத்தானே செய்யும்?

பண்ணாடியைத் தொடர்ந்து சென்றபடி இருந்த அந்த ஐந்து பேருக்கும்கூட அப்படித்தான் இருந்தது. கைக் கெடிகாரத்தைப் பார்த்தனர். மணி எட்டைத் தொடப்போகும் தருணம்... ஓரளவு முற்றாக விடிந்து சூரிய கிரணங்கள், உயர்ந்த மரக்கூட்ட இடைவெளிகளில் தங்கள் வெளிச்சக் கரங்களை விழுதுகள் போல் நீட்டியிருந்தன.

பனிமூட்டமும் மெல்ல கரைந்து எதிரில் இருப்பவரைத் துல்லியமாகப் பார்க்க முடிந்தது. அப்படி அவர்கள் ஒருவரை ஒருவர் பார்த்துக் கொண்ட போது பண்ணாடியை அவர்கள் நழுவவிட்டிருந்தனர்.

“ஃப்ரெண்ட்ஸ்... எங்க அந்த ஆள்?”

“அதானே... மிஸ்ட்டுக்குள்ள மாயமா மறைஞ்சிட்டானா?”

“அந்த ‘தொம் தொம்’ சப்தம்கூட கேட்கலையே...”

“அட என்னப்பா இது... இந்தக் காலை நேரத்துல குளிரைப் பொருட்படுத்தாம இவ்வளவு தூரம் ஃபாலோ பண்ணிகிட்டு வந்ததுல ஒரு பிரயோஜனமும் இல்லாமப் போயிடிச்சே...”

“அவசரப்பட வேண்டாம். அப்படியே தேடிப் பார்ப்போம்.”

“ஆமா... இதுதான் நம்ப வேலையா? நாம தேவை இல்லாம கண்ட விஷயத்துல ஈடுபடறோம். காணாமப் போன ஜான்சன்தான் கிடைச்சுட்டாருல்ல. நாம அவங்களோட ஊருக்குக் கிளம்பறதுதான் சரி.”

அவர்களிடம் இப்படி ஆளுக்கொரு கருத்து வெளிப்படவும், திரும்பவும் ‘தொம் தொம்’ சப்தம் கேட்டு அவர்கள் வாயை மூட வைத்தது.

“இந்திரா... பக்கத்துலதான் கேக்குது. பண்ணாடி பக்கத்துலதான் இருக்கணும்.” கௌரிஷங்கர் பதில் சொன்ன கையோடு புத்திசாலித்தனமாக மரம் ஒன்றின்மேல் ஏறினான். கிளை ஒன்றில் வேகமாக பரவியவன் நாலாபுறமும் பார்வையைச் சுழற்றிவிட்டு ஒரு இடத்தைப் பார்த்து அப்படியே விக்கித்தான்.

“கௌரி, என்னாச்சு... ஏன் சிலையாயிட்டே?”

“நீங்கள் மேல ஏறி வாங்க. பார்த்துத் தெரிஞ்சுக்குங்க.”

“கமான் கௌரி... இதுக்காக எல்லாரும் ஏறணுமா?”

“ஏறினாத்தானே அந்தக் காட்சி தெரியும்?”

“அப்ப சரி... எல்லாரும் ஏறுங்கப்பா... என்னதான் தெரியுதுன்னு பார்த்துடுவோம்.”

மீதியுள்ள நால்வரும் ‘மளமள’வென்று மரத்தில் ஏறி கௌரிஷங்கர் அருகே போய் நின்று அவன் பார்த்த இடத்தைப் பார்த்தனர். அது ஒரு மலைச்சரிவு. கூம்பு, கூம்பாகப் பாறைகள். அதில் ஒரு பாறைமேல் நிர்வாணக் கோலத்தில் சாமியார். அவர் கழுத்தைப் பாம்பு ஒன்று வளைத்துக் கொண்டிருந்தது. அவருக்குக் கீழே ஒரு பெரிய இலையைப் பரப்பி, அதில் படையல் போல பண்ணாடி தான் கொண்டு வந்திருந்த பிரசாதப் பொருட்களை அடுக்கியிருந்தான். அவனுக்குப் பக்கத்தில் ஒரு ராட்சஸக் கழுகு ஒன்றும் அமர்ந்திருந்தது. அந்த இடத்திற்கு எப்படி செல்வது என்றே தெரியவில்லை. ஆனால் மரத்தின்மேல் இருந்ததால் காட்சி பளிச்சென்று தெரிந்தது.

“விஷ்ணு... சாமுண்டி... அந்த சாமியார் போட்டிருக்கறது பத்மாசனமா; இல்ல அது வேறு ஏதாவது ஒரு ஆசனமா?” என்று சாமியாரின் மௌன கோலத்தில் தெரிந்த யோக நிலைக்கு விளக்கம் கேட்டான் இந்திரன்.

“தெரியல... அவர்கிட்டதான் கேக்கணும். ஒரு கூரான பாறைமேல எந்த பிடிமானமும் இல்லாம இப்படி உக்காருவதுல நிச்சயம் ஏதோ அர்த்தம் இருக்கு...”

“பண்ணாடி எங்கையோ கோவிலுக்கு போவான்னு... வாங்க, அந்த ஆள் என்ன இந்த சாமியாருக்கு போய் படையல் போட்டுகிட்டு இருக்கான்?”

“நாம இங்க இருந்தா இப்படி கேள்விதான் கேட்க முடியும். கமான்... எப்படியாவது கிட்டபோவோம். நம்ம சந்தேகங்களை

எல்லாம் கேள்வியா கேட்போம்." என்ற லக்ஷ்மிகாந்தனை நால்வரும் ஒப்புக் கொண்டது போலப் பார்த்தனர்.

அந்த வேகத்தில் இறங்க ஆரம்பித்த அவர்களை அந்த சாமியாரும் கண் திறந்து பார்த்துவிட்டு ஒரு சிரிப்பு சிரித்துக் கொண்டார்.

துல்லியமான அதே வேளையில், அந்த மலைக்காட்டில் வன இலாகா அலுவலகக் கட்டிடம் முன் மகேஸ்வரனின் ஜீப் தேங்கி நிற்க, மகேஸ்வரன் இறங்கி ஆபீஸ் நோக்கி நடந்தார். ஆபீசில் ஈ, காக்கை இல்லை. விஸ்வநாதன் அமர்ந்திருக்கும் நாற்காலி காலியாகக் கிடந்தது. டேபிள்மேல் ஒரு பூமி உருண்டை மட்டும் இருந்தது. பின்பக்கக் சுவரில் அந்த வனத்தின் எல்லைகள் எவை என்பதை திசைகளோடு விளக்கும் ஒரு மேப் வரைபடம். சற்றுத் தள்ளி கோவிந்தனின் டேபிள். அதுவும் காலியாக இருந்தது. சுவரில் நிறைய மிருகங்களின் ப்ளோ - அப் போஸ்டர்கள். அழகுக்கு சில மான் கொம்புகள் மாட்டப்பட்டிருந்தன.

மகேஸ்வரன் சுற்றிச் சுற்றி வந்தார்.

அலுவலகத்தில் வெறிச்சோடிய நிலை... வன இலாகா அலுவலகங்களில் பெரும்பாலானவை இப்படித்தான்! மனித நடமாட்டம் இல்லாத இடத்தில் இருப்பதால், ஆபீசை மூட வேண்டும், பூட்ட வேண்டும் என்கிற அக்கறை இல்லாமல் போய் விடுகிறது. மகேஸ்வரனுக்கு எரிச்சலாக வந்தது.

ஆபீசில் விஸ்வநாதன் இல்லாவிட்டால், காட்டுக்குள் ரோந்து சுற்றிப் போயிருக்க வேண்டும் என்று யூகித்தவன் இனி அங்கிருப்பதில் அர்த்தமில்லை என்று புறப்படத் தயாரானான். இருந்தும் தான் வந்து தேடிவிட்டுப் போனதைத் தெரிவிக்கும் விதமாக,

விஸ்வநாதனுக்கு... எஸ்.ஐ. மகேஸ்வரனாகிய நான் உங்களைப் பார்க்க வந்தேன். அலுவலகத்தில் ஒருவரும் இல்லை. இப்படியா ஆபீசைத் திறந்து போட்டு விட்டுப்

போவீர்கள். இந்தக் கடிதம் பார்த்த உடன் என் செல்லுக்கு தயவு செய்து தொடர்பு கொள்ளுங்கள். கன்னிப்பட்டியில் காணாமல் போன சிலைகள் தொடர்பாக ஒரு க்ளூ கிடைத்துள்ளது. அது இந்த மலைக்காட்டில்தான் எங்கோ இருக்கிறது. எனவே உடனே காண்டாக்ட் பண்ணவும். நான் சில விளக்கங்களைப் பெறுவதற்காக பஞ்சு சாஸ்திரிகளைப் பார்க்க கன்னிப்பட்டி செல்கிறேன்.

இப்படிக்கு,
மகேஸ்வரன்.

என்று ஒரு துண்டுச் சீட்டில் எழுதி டேபிள்மேல் பார்க்கும்படி வைத்துவிட்டுப் புறப்பட்டான். அடுத்த சில நொடிகளில் ஜீப் சீறிக் கொண்டு கிளம்பிவிட்டது.

கன்னிப்பட்டி, ரம்யா அரைத்து வந்திருந்த மருதாணியை மற்ற ஆறு பேரும் வட்டம் கட்டி அமர்ந்து இட்டுக் கொண்டபடி இருந்தனர். சாமிநாத குருக்களும், பஞ்சு சாஸ்திரிகளும் அதைப் பார்த்துக் கொண்டேயிருந்தனர். அவர்கள் கைகளில் அந்த ஏழு மலைச் சாதி பெண்களாய் வந்த கன்னிகள் அணிவித்திருந்த கண்ணாடி வளையல்கள்!

அவைகள் அவர்கள் கை அசையும் போது போட்ட சப்தம் சங்கீத ஒலிபோலவே இருந்து திரும்பத் திரும்ப கேட்க தூண்டியது.

சாமிநாத குருக்களுக்கும் நெஞ்சில் ஒரு நிம்மதி தோன்றியது போல இருந்தது. மனதில் துளிகூட பாரமில்லை... லேசாகி விட்டிருந்தார்.

பஞ்சு சாஸ்திரிகள் ஜெபம் செய்தபடியே பார்த்துக் கொண்டிருந்தார். அப்போது வீட்டுக் கொல்லையில் செம்போத்து ஒன்று கத்தும் சப்தம்.

சாதாரணமாக செம்போத்து கத்தினால் நல்லது நடக்கப் போகிறது என்பதுதான் பொருள். சாமிநாத குருக்கள் செம்போத்து கத்துவது பற்றி நிறையவே கேள்விப்பட்டிருக்கிறார். அது மிக நல்லது என்பதால் மனம் மேலும் உற்சாகமாகிட சாஸ்திரிகளைப் பார்த்தார்.

"என்ன சாமிநாதா... செம்போத்தோட குரல் உனக்கு சந்தோஷத்தைத் தர்றதா."

"ஆமாம் மாமா... செம்போத்து கத்தினா நல்லதுன்னு சொல்வாளே..."

"ஆமாம்... காகம் கரைஞ்சா உறவுக்கார வருவா. கிளி கத்தினா நல்ல சேதி வரும். குயில் கூவினா அந்த அகத்துல சந்தோஷமா ஏதோ ஒண்ணு நடக்கும்னு அர்த்தம். புறா முணங்கினா யாருக்கோ, நோய் வரப் போறதுன்னு அர்த்தம். செம்போத்து கத்தினா மங்கலகாரியம் நடக்கப் போறதா முடிவு செய்துக்கலாம்."

"அப்ப இந்த ஏழு பேருக்கும் விடியற காலம் வந்தாச்சுன்னு சொல்லுங்கோ..."

"நான் யார் சொல்றதுக்கு... காலம்தான் எல்லாம். நேரம் வந்தா எல்லாம் தானா நடக்கும். இங்கையும் நடக்க ஆரம்பிச்சிடுத்து..."

"அவாளை பார்த்தேளா... அவாளுக்குள்ள எவ்வளவு சந்தோஷம்?"

"பாத்துண்டுதானேடா இருக்கேன். அந்த வளையல்களும் எனக்கு ஒண்ணும் சாதாரணமா தெரியல."

"என்ன சொல்றேள்?"

"அது ஒவ்வொண்ணுமே காப்பு மாதிரி."

"இங்க வந்துட்டுப் போன அந்தக் காட்டுவாசிப் பெண்களையும் என்னால சாதாரணமா நினைக்க முடியல மாமா..."

"அவா ஞாபகம்தான். தியானத்துல உட்கார்ந்தேன்... காயத்ரியை ஜெபிச்சபடி அப்படியே என்னை மறந்துட்டேன். கொஞ்சம் கொஞ்சமா இந்தப் புறச்சப்தம் எல்லாம் அடங்கி மனசுக்குள்ள ஒரு நிசப்தம். அந்த நிசப்தத்துல ஒரு அசரீரி... உன் கேள்விக்குப் பதில் இன்னும் கொஞ்சநேரத்துல தெரியும்கற மாதிரி."

பஞ்சு சாஸ்திரி சொல்லி வாய் மூடும் முன் வாசல்புறமாக ஜீப் தேங்கிட மகேஸ்வரன் குதித்தபடி உள் நுழைந்தான். அவனைப் பார்க்கவும் மகேஸ்வரியிடம் குப்பென்று ஒருவித வெட்கம். ஆற்றில் அடித்துச் செல்லப்பட்ட தன்னை அவன் தொட்டதும் தூக்கியதும்தான் முதலில் அவள் நினைவுக்கு வந்தது. அவனுக்கும் மகேஸ்வரி சற்று தடுமாற்றமளித்தாள்.

"என்ன இது கைல...?"

"மருதாணி..."

"என்ன ஏதாவது விசேஷமா?"

"மருதாணி இட்டுண்டா விசேஷம்னு உங்களுக்கு யார் சொன்னது?"

"இல்ல. நான்தான் சும்மா கேட்டேன்," என்ற மகேஸ்வரன் முன்னால் செருமியபடி வந்து நின்றார் குருக்கள்.

"நமஸ்காரம் குருக்களே..."

"நமஸ்காரம்... உள்ள வாங்கோ..."

"சாஸ்திரிகள் இருக்கார் இல்லையா?"

"ஏன் இல்லாம... தோ..." குருக்கள் கைகளைக் காட்ட, சாஸ்திரிகளும் புன்னகையுடன் எதிர்ப்பட்டார். மகேஸ்வரன் கையில் ஜான்சன் எடுத்த அந்தப் புகைப்படங்கள்!

"வாங்கோ... என்ன ஏதாவது முக்கியமான விஷயமா?"

"ஆமாம் சாஸ்திரிகளே... ரொம்ப முக்கியமான விஷயம்தான்..." என்றபடி மகேஸ்வரன் தான் கொண்டு வந்திருந்த

போட்டோக்களை சாஸ்திரிகள் முன் காட்டத் தொடங்கினான். போட்டோக்களைப் பார்த்த நொடி ஒரு மின்னல் தாக்கியதைப் போன்ற உணர்வு சாஸ்திரிகளிடம்.

“சப்த மாதாக்களோட போட்டோன்னா இது...” என்றார் படு உற்சாகமாக...

“அதாவது சப்த கன்னிமார்கள்னு சொல்ல வர்றீங்க... சரிதானே?”

“ஆமாம்... இது எங்க கிடைச்சது... யாரு எடுத்தா?”

“நேத்து இங்க ஒரு வெள்ளைக்காரர் வந்தார் இல்லியா?”

“ஆமாம்...”

“அவர் கொடைக்கானல் மலைக்கு டூர் வந்தவர். ஜெர்மன்காரர். வந்த இடத்துல மலைல காணாமப் போயிட்டார். அப்படி காணாம போனவரை காட்டுல இந்த ஏழு பெண்ணுங்க பார்த்துட்டுக் கூட்டிக்கிட்டு வந்து சேர்த்தாங்க...”

“நேத்து இங்க வந்த அந்த ஏழு பெண்களைத்தானே சொல்றீங்க.”

“அவங்களேதான்... அவங்களை இந்த வெள்ளைக்காரர் எடுத்த போட்டோதான் இது...”

“இதுல ஒரு பொண்ணுதானே இருக்கா?”

“அதுதான் எனக்கும் குழப்புது. அவங்க ஏழு பேரை வரிசையா நிக்க வெச்சுதான் எடுத்தேன். நான் சிலைகளை எல்லாம் போட்டோ எடுக்கலைங்கறது அந்த வெள்ளைக்காரர் வாதம்.”

“அப்படின்னா அந்த ஏழு பெண்கள்தான் சிலையாயிட்டாளாமா?”

“அப்படி ஒரு அர்த்தம் வருதுன்னாலும் அதுலயும் ஒரு கணக்கு உதைக்குது.”

“என்ன?”

“ஏழு பெண்ணுங்கன்னா ஏழு சிலைங்கள் இருக்கணுமே? இங்க ஆறு சிலைங்க; பதிலுக்கு ஒரு பொண்ணுல்ல இருக்கா...”

மகேஸ்வரன் எடுத்துக் கொடுக்கவும் சாஸ்திரிகள் அந்தப் புகைப்படத்தை ஊன்றிப் பார்த்தார்.

சப்த மாதாக்களின் சிலைகள்தான் அவ்வளவும்...

முதல் சிலை பிராம்ஹியுடையது என்பதை மூன்று சிரசுகளும், ஒரு கையில் உள்ள அக்கமாலையும், மறுகையில் உள்ள கமண்டலமும் நிரூபித்தது.

அடுத்த சிலை மஹேஸ்வரியுடையது. ஐந்து சிரசுகளுடன் சூலாயுதம், பரசுவை வலக்கரத்திலும், டமருகம், கபாலத்தை இடக்கரத்திலும் பிடித்திருப்பதில் இருந்து புரிந்து போயிற்று.

மூன்றாமவள் கௌமாரி. இவளுக்கு ஆறு சிரசுகள். இவளது காலடி பீடத்தில் மயில்வாகனம் இருக்க, கரங்களில் அங்குசம்பாசம், பரசு, தண்டம் ஆகியவை இருக்க, இவளே கௌமாரி என்பது விளங்கிவிட்டது.

நான்காமவள் வைஷ்ணவி. சங்கு சக்கரத்தைக் கையில் பிடித்தபடி நிற்கும் இவளது தோற்றம் இவளது விஷ்ணு ரூபத்தை விளக்கிவிட்டது.

ஐந்தாமவள் வராஹி. அந்த வராக முகம் ஒன்று போதும் இவளை உணர, போதாக்குறைக்கு வலக்கை, கத்தி, கேடயம் என்கிற இவளது ஆயுதங்கள் விசேஷமானவை.

ஆறாமவள் இந்திராணி. யானை வாகனமும், வஜ்ராயுதமுமே இவள் யார் என்பதை கூறிவிடும்.

ஏழாமவள் சாமுண்டி... அவளது விக்ரஹம் இருக்க வேண்டிய இடத்தில்தான் அந்தப் பெண் நின்று கொண்டிருந்தாள்.

சாமுண்டிக்குப் பிரேதம்தான் வாகனம். பிரேதம்மேல் அமர்ந்து பத்து கரங்களுடன் சேவை சாதிப்பவள் இவள். அந்தச் சிலையைதான் காணவில்லை. அதற்குப் பதிலாக

அந்தப் பெண்ணே நின்றபடி இருக்க, அவளது பின்புறத்தில் ஒரு மெல்லிய ஒளிச்சிதறலில் சாமுண்டியின் தோற்றம் கூர்ந்து பார்த்தால் தெரியும் விதத்தில் இருந்தது.

சாஸ்திரிகளுக்குக் கண்களில் நீர்முட்ட ஆரம்பித்தது. அப்படியே கைகளை உயர்த்திக் கும்பிடத் தொடங்கினார். பார்த்துக் கொண்டேயிருந்த மகேஸ்வரனுக்கும் அவரது செயலால் ஆச்சரியம். குருக்களும் ஏதோ ஒரு நல்ல விஷயம்தான் போலிருக்கிறது என்று மட்டும் கருதியவராக சாஸ்திரிகளையே பார்த்தார்.

அவரின் ஏழு பெண்களும்கூட தங்களை மறந்து அவரை வந்து சூழ்ந்து கொண்டுவிட்டனர்.

"மாமா..."

"என்னடா...?"

"போட்டோவைப் பார்த்தே இவ்வளவு பரவசப்பட்டறேள்னா பெருசா ஏதோ இருக்குன்னுதான் எனக்கு தோன்றது."

"பெருசாவா... இது பெருசுக்கெல்லாம் பெருசுடா... ஆனா இந்தக் கன்னிகள் எதுக்கு இப்படி கண்ணாமூச்சி விளையாடறான்னுதான் தெரியலை."

"சாமி, கொஞ்சம் புரியும்படி சொல்லுங்க. இந்தப் படத்தைப் பார்த்துட்டு உங்களுக்கு என்ன தோணுது?"

மகேஸ்வரன் இடையில் புகுந்து கத்தரித்தார்.

"இதுல புரிஞ்சுக்க என்ன இருக்கு... மொத்தம் ஏழுபேர்... ஏழுபேருக்கு சிலை! ஆனா போட்டோவுல ஆறு சிலைதான் இருக்கு. ஒரு சிலைக்குப் பதிலா ஒரு கன்னி மனுஷரூபமாவே இருக்கா. ஏன்னா இந்தக் கன்னியோட சாமுண்டா விக்ரஹம்தான் இப்ப நம்ம நாட்டாமை வீட்டுக் கொல்லைல உள்ள கிணற்றுல இருந்து எடுக்கப்பட்டு அங்க இருக்கே..."

"அப்படின்னா?"

"என்ன அப்படின்னா... இன்னுமா புரியலை. அந்த ஏழு பெண்கள் வேற... சப்த மாதாக்கள் வேற இல்லை. அவங்கதான்

அந்த வெள்ளைக்காரரைக் காப்பாற்றி இங்க கொண்டுகிட்டு வந்து உங்களண்டையும் சேர்த்தவங்க. அந்த ஏழு பேரை ஒரே வரிசைல நிக்க வெச்சு அவர் எடுத்த போட்டோவுல தங்களோட சிலை ரூபங்களை கேமராவுக்கு அவா காட்டியிருக்கா. ஒருத்தியால மட்டும் காட்ட முடியல. காரணம் அவளோட சிலாரூபம் இங்க இருக்கு... மற்ற ரூபங்கள் இந்த மலைக்காட்டுலதான் இருக்கு... தேடுங்கோ கிடைக்கும்னு சொல்லாம சொல்றது இந்த போட்டோ."

"அப்ப அந்த ஏழுபேர் காட்டுவாசிப்பெண்ணுங்க இல்ல. கன்னித் தெய்வங்களா?"□"அதுல இன்னுமா சந்தேகம்..." சாஸ்திரிகள் ஆமோதிக்க, அதைக் கேட்ட குருக்களுக்கு உச்சி முதல் பாதம் வரை சிலிர்த்துப் போயிற்று. ஆனால் மகேஸ்வரன் முகத்தில் கோணல்.

"என்ன யோசிக்கறேள்... நான் சொல்றத உங்களால நம்ப முடியலையா?"

"ஆமாம் சாமி... இதை எல்லாம் என்னால ஏத்துக்கவே முடியலை. கொஞ்சம்கூட ஒத்துக்கவும் முடியலை."

"வாஸ்தவம்தான்... அறிவால சப்த மாதாக்களை எடையிட முயற்சி செய்தாலே அவா அகப்பட மாட்டாளே... குழப்பம்தானே மிஞ்சும்."

"உங்களோட இந்தப் பதில், முந்தி நீங்க சொன்னதைவிட அபத்தமா இருக்கு."

"எப்படி?"

"ஒரு கடவுள், புத்திக்குப் புலப்படாட்டி வேற எப்படி புலப்பட முடியும்? வெறும் உணர்ச்சி வழியா அனுபவிக்கற ஒரு விஷயம்னாலும் அதையும் உணர புத்திதானே வேணும்?"

"அதனால?"

"என்ன அதனால... இங்க ஏழு சிலைங்கள காணோம்னு ஊரே அல்லோலபட்டுகிட்டிருக்கு. இந்த நிலைல வந்திருக்கறது

சாமிங்கன்னா சிலை எங்க இருக்குன்னு இங்க யாருகிட்டயாவது சொல்லியிருக்கணும். இல்ல அவங்கதான் சாமிங்களாச்சே... ஒரு கற்பாறையைப் பார்த்தாலும் அதுல சாமிங்க சிலை வந்துடப் போவுது. அப்படி பார்த்து நாம தேடற சிலைங்க இதுதான்னு நமக்குக் கிடைக்கற மாதிரி செய்திருக்கலாம். எல்லாத்துக்கும் மேலா சாமி சிலைங்களையே களவாடிகிட்டுப் போன அந்த மாந்திரீகனை இந்த சாமிங்க என்ன பண்ணிச்சின்னும் கேள்விங்க எழும்புது.

நீங்க என்னடான்னா சாதாரணமா வந்துட்டுப் போனதே சாமிங்கன்னு சொல்றீங்க, சொல்றத கொஞ்சம் பொருத்தமாச் சொல்லுங்க சாமி."

மகேஸ்வரன் குரலில் கோபமும் தெரிந்தது. சாஸ்திரிகள் அதற்கெல்லாம் அசந்த மாதிரியே தெரியவில்லை; சிரித்தார்.

"எப்படி சாமி என் கேள்விக்கு உங்களால சிரிக்க முடியுது?"

"சிரிக்காம என்ன பண்றது. நான், நான் உணர்ந்ததை சொன்னேன். ஆனா உங்க புத்தியால அதை ஒத்துக்க முடியலை. பதிலுக்கு இப்படி கேள்வியா கேக்கறேள். திரும்ப நான் உங்கள கேட்கறேன். அந்த ஏழுபேர் எதுக்கு இந்தப் பக்கம் வந்தான்னு கொஞ்சம் யோசிச்சுப் பார்த்தீங்களா?"

"வழி தவறிட்ட வெள்ளைக்காரரை ஒப்படைக்க..."

"ஒப்படைச்சாங்களா?"

"ஆமாம்..."

"அவங்கள போட்டோ எடுத்தது வெள்ளைக்காரர் விருப்பமா இல்லை அவங்க விருப்பமா?"

"நிச்சயம் வெள்ளைக்காரர் விருப்பம்தான்."

"அப்படி அவர் எடுத்தது அவங்களையா, சிலைகளையா?"

"இது என்னா கேள்வி... அவர் அவங்கள எடுத்ததாதான் சொல்றாரு."

"அவர் பொய் சொல்லலையே?"

"இந்த விஷயத்துல அவர் பொய் சொல்ற மாதிரி எனக்கு... தெரியல... பொய் சொல்ல வேண்டிய அவசியமும் அவருக்கு இல்லை."

"அப்படின்னா உள்ளங்கை நெல்லிக்கனி மாதிரி அவங்க தங்களை யார்னு மறைமுகமா நமக்கு உணர்த்தியிருக்காங்கன்னுதானே அர்த்தம்?"

"போட்டோவை விடுங்க... இங்க வந்தாங்கல்ல... வந்த இடத்துல தங்களை உணர்த்தியிருக்கலாமே?"

"அவங்க உணர்த்தலைன்னு உங்களுக்கு யார் சொன்னது. உணர்த்தினதாலதான் நான் அதைப் புரிஞ்சுகிட்டு, வந்தவங்க சப்த கன்னிகள்னு சொன்னேன்."

"நீங்க உணர்ந்த மாதிரி நாங்களும் உணரணுமா வேண்டாமா?"

"வாஸ்தவம்தான். உணரணும்னா நம்பிக்கைன்னு ஒண்ணு வேணுமே. அது இல்லையே."

"கடைசில நம்பிக்கைகிட்ட வந்து நின்னுடுங்க. எங்கேயும் நம்பிக்கைங்கறது எடுத்த எடுப்புல வராது. நம்பிக்கையை உருவாக்கறதுன்னு ஒண்ணு இருக்கு. ஒரு நகைக்கடையே இருக்குது. அவங்கமேல நம்பிக்கை எப்ப வரும்? அவங்க நாணயமா நடந்துகிட்டதைப் பார்த்த பிறகுதானே...?"

மகேஸ்வரன் பதிலுக்குப் பதில் என்று பேசப் பேச, குருக்களுக்கும் அவரது பெண்களுக்கும் அது ஒரு வேண்டாத விவாதமாகத் தோன்றியது. குறிப்பாக மகேஸ்வரி ஒரு தும்மல் போட்டு அவன் கவனத்தை திருப்பினாள்.

"மாமா... என்ன இது, பதிலுக்குப் பதில்னு பேசிண்டு. வந்தவருக்கு ஒரு கப் காபிகூட கொடுக்காம நாங்களும் நீங்க பேசறதையே கேட்டுண்டு நின்னுட்டோம்," என்று பேச்சை மாற்றினாள்.

“காபி போட எங்ககிட்ட கேட்கணுமா... போம்மா, போய்ப் போட்டு எடுத்துண்டு வா...” குருக்கள் உத்தரவிட மகேஸ்வரி திரும்பினாள். மற்றவர்கள் அவளது அக்கறையை விஷமமாகப் பார்த்தனர். ரம்யா முகத்தில் மட்டும் ஒருவித சோர்வு, அவளுக்குள் விஸ்வநாதன் எங்கே என்னும் கேள்வி...

“ஆமா... நீங்களே வரேளே... அந்த ஃபாரெஸ்ட் ஆபீசர் என்ன ஆனார்?” என்று நைஸாக ஆரம்பித்தாள் ரம்யா.

“யாரு விஸ்வநாதனைச் சொல்றீங்களா?”

அவள் சிரம் பதிலுக்கு ஆடி ஆமோதித்தது.

“நானும் வர்ற வழியில் அவங்க ஆபீசுக்குப் போய்ப் பார்த்தேன். ஆபீஸ்ல ஈ, காக்கை இல்லை. என்ன டிபார்ட்மென்ட்டோ, அவரும் எங்கன்னு தெரியல...”

“அவர் கண்ணுல பட்டு பல நாளாச்சு.”

“வாஸ்தவம்தான்... காட்டுக்குள்ள தேடணும்னா அவரோட துணை கட்டாயம் தேவை. அவரும் இல்லை; அந்த வாட்சர் கோவிந்தனையும் பார்க்க முடியலை,” எனும் போதே மகேஸ்வரனிடம் வருத்தம்.

உள்ளே சமையல் கட்டில் மகேஸ்வரி கும்முட்டி அடுப்பைப் பற்ற வைக்க முனைந்திருந்தாள். கைகளில் அந்த வளையல் ஒன்றன்மேல் ஒன்று மோதி ஒரே சிணுங்கல். “பாவம் அவள்” என்று மற்றவர்களும் பின்னேயே சென்றனர். ஒருத்தி பால் பாத்திரத்தை எடுத்து பார்த்தாள். பால் இல்லை.

“அடுப்புப் பத்த வைக்கறது அப்புறம். பால் இல்லையே என்ன பண்ணுவே?” என்று கேட்டாள் இந்திரா.

“சொல்லாதே... கொல்லைலதான் பசு நிக்கறதே, போய்க் கறந்துண்டு வாயேன்.”

“அது சரி... பாலுக்கு நான் போறேன். சக்கரைக்கு?”

“நான் போய் மளிகைக் கடைல இருந்தா வாங்கிட்டு வந்துட்டுப் போறேன்,” என்றபடி கௌரி ஒரு பெரிய தூக்குப் பாத்திரத்தை எடுத்துக் கொண்டாள்.

வெளியே மகேஸ்வரன் ஒரு காபிக்காகக் காத்திருக்க விரும்பாதவன் போல “சரி சாமி... நான் கிளம்பறேன்.” என்றான்.

“இருங்கோ... காபி சாப்ட்டுப் போங்கோ.”

“பரவால்ல சாமி...”

“அட இருங்கோ... பொண்கள் அவ்வளவு பேரும் ஆசையா காபி போடறேன்னு சொல்லும்போது நீங்க போறேன்னு சொன்னா எப்படி?”

குருக்களும் இழுத்து அமர்த்தினார். அப்படியே எழுந்தவராக “ஒரு நிமிஷம்... உச்சிப் போது வந்துடுத்து. போய் சந்தி பண்ணிட்டு வந்துடறேன்,” என்று இருவரும் கிளம்பிச் சென்றனர்.

மகேஸ்வரனிடம் திரும்பவும் நெருடல்.

சாஸ்திரிகள் சொன்னதெல்லாம் ஒரு அசட்டு நம்பிக்கை போல அவனுக்குள் ஓடிக் கொண்டேயிருந்தது.

“இங்கே சிலையைத் தேடிக் கொண்டு லோல்பட்டுக் கொண்டிருக்கும்போது அந்த சிலைகள், உயிருடன் எதிரிலேயே வந்துவிட்டுப் போகிறதென்றால் அவர்கள் என்ன விளையாடுகின்றார்களா? நம்ப முடியாத இந்த விளையாட்டை அவர்கள் விளையாட வேண்டிய அவசியம்தான் என்ன?”

இப்படியே புழுங்கிக் கொண்டிருந்தான். எதிரில் கௌரி சிரித்தபடி சர்க்கரை வாங்கப் போய்க் கொண்டிருந்தாள். ஒரு விநாடி கௌமாரி சிலையே கால் முளைத்து நடந்து போவது போல இருந்தது மகேஸ்வரனுக்கு... அடுத்த நொடி கண்களிரண்டும் அகன்றுவிட்டது.

‘என்ன இது அதிசயம்... சிலை பற்றியும், சப்த கன்னி பற்றியும் சிந்தித்துக் கொண்டே இருந்ததால் வந்த குழப்பமா? இல்லை, பிரமையா நிஜமா?’

மகேஸ்வரன் கேள்விகளுக்குள் புரண்டபடியே திரும்ப, இந்திரா பால் பாத்திரத்துடன் கொல்லையில் பசுவின் முன் அமர்ந்து பால் பீய்ச்சியபடி இருந்தாள். முதலில் பசுவிடம் பால் கறப்பது போலத் தெரிந்த அந்தத் தோற்றம் அப்படியே மாறி கண்ணைக் கரிக்கவிட்டது. பசு இடத்தில் இப்பொழுது புலி நாக்கைத் தொங்க போட்டுக் கொண்டு கண்களிரண்டையும் மூடி மூடித் திறந்தபடி புலி... மகேஸ்வரனுக்கு உதறல் எடுத்தது.

'இதுவும் பிரமையா? இல்லை நிஜமா?' என்று கேட்டுக் கொண்டவன் எதிரில், மற்ற பெண்களும் தெய்வீக உருவங்களாகவே ஒரு வினாடி தெரிந்தனர்.

'தன்னால் உணர முடியவில்லை என்று சொன்னதற்காக உணர்த்த வந்துவிட்டார்களா? இல்லை, இது எல்லாமே எதாவது மாயாஜாலமா?'

மகேஸ்வரன் தத்தளித்துப் போனான். சில நிமிடம்வரை அவனது தத்தளிப்பு நீடித்தது. அதற்குள் சாஸ்திரிகளும், குருக்களும் சந்தியாவந்தனம் முடிந்து திரும்பி வந்தனர். உள்ளிருந்து மணக்க மணக்க காபியும் வந்தது. டபரா டம்பளரில் நுரை ததும்ப, ஆவிப்புகை நாட்டியப் பெண் போல நுரைக்குமேல் நடனமாட கமகமவென்று காபி. மகேஸ்வரிதான் நீட்டினாள். அவள் கண்களில் ஒருவித வாஞ்சை. அவள் நீட்டியபோது வளையல் போட்ட சப்தத்தில் ஒருவித இன்னிசை.

மகேஸ்வரனுக்கு மூடே மாறிவிட்டது. அவன் பிறந்திருப்பதே அவள் கையால் காபி சாப்பிடத்தான் என்பது போல அந்த நொடி அவனுக்குள் ஒரு எண்ணம். மலங்க மலங்க பார்த்தபடியே காபியைக் குடித்து முடித்தான். பின் அரைமனதாக விடைபெற்றுக் கொண்டான். முகத்தில் திடீரென்று ஒரு பொலிவு. போகும்போது சாஸ்திரிகளிடம், "சாஸ்திரிகளே... கூடிய சீக்கிரத்துல அந்த சிலை இருக்கற இடம் நிச்சயம் தெரிஞ்சிடும்கற நம்பிக்கை எனக்கு

வந்தாச்சு. சாரி... நான் உங்ககிட்ட தப்பா ஏதாவது பேசியிருந்தா, மன்னிச்சிடுங்க...” என்றான்.

சாஸ்திரியிடம் ஒரு சின்ன அதிர்ச்சி. உள்ளே மற்ற பெண்களிடம் கலகலவென்ற சிரிப்பொலி!

— 3 —

சப்தமாகிய மனம்தான் ஆன்மா! அந்த ஆன்மாவின் வண்ணங்களாக சப்த கன்னியர்கள் விளங்குகின்றனர் என்றும் கூறலாம்.

எண்ணம் என்பது பலவிதமான உணர்ச்சிகள் சார்ந்தது. சோகம், ஹாஸ்யம், கோபம், சாந்தம் என்று நம் மனமானது எண்ணங்களுக்கு ஏற்றாற் போல உணர்வு நிலையை அடைகிறது... இந்த உணர்வுகளுக்கு ஒரு வடிவம் கொடுத்தால், அது சப்த கன்னியர் வடிவமாகத்தான் வந்து சேரும்.

இந்த எண்ணங்களை எல்லாம் அடக்கி ஒரு புள்ளியில் மனதைக் குவிப்பது என்பதே தியானம் எனப்படுகிறது. தியானத்தில்தான், எண்ணங்கள் எவ்வளவு இருந்தாலும் அவை முற்றிலுமாய் அடக்கப்பட்ட ஒரு மௌனம் நிலவுகிறது. இந்த மௌனத்தை வடிவப்படுத்தினால் அதுதான் அமைதிமயமான மாதா ஆதிசக்தியாக இருக்கும்.

எப்படிப் பார்த்தாலும் மௌனத்தை அடைய பலவித உணர்வு நிலைகளைக் கொண்ட எண்ணங்கள் நமக்கு தேவைப்படுகின்றன. அந்த எண்ணங்களை ஒரு புள்ளியில் அடக்கினால்தான் மௌனம் மனதிடையே மலருகிறது.

இப்படிக்கூட கூறலாம்.

அதாவது மௌனத்தை அழுத்தமாக உணர சப்தம் என்பது தேவை. சப்தமான மனது அடங்கும்போதே மௌனம் தானாக உணரத் தொடங்கிவிடும்.

அதாவது மாதா ஆதி சக்தியை நாம் உணர வேண்டுமானால் உபசக்திகளான எண்ணங்களின் உதவி நிச்சயம் தேவை. அதாவது உபசக்திகளான கன்னிகளே மாதாவை அடைய துணை செய்கிறார்கள் என்கிறது சாக்தம்.

சரிதானே? சப்த மாதாக்களை உணர்ந்து அவர்களை அவர்களது அருளாலேயே நம்முள் அடக்கிட மௌனமாகிய அல்லது அமைதியாகிய பேரருள் நம்முள் துளிர்க்கும். மெல்ல அதுவே ஒரு பெரும் சக்தியாக உருவெடுக்கும். அந்த சக்திதான் பேரின்பம். அந்த பேரின்பத்தை அடைய முதலில் சப்த மாதாக்கள் யார் என்று நமக்கு புரியவேண்டும். பிறகு அவர்கள் நமக்குள் அடங்க வேண்டும். எப்படி அவர்களை அடக்குவது?

அந்த நிர்வாணச் சித்தரின் முன்னால் யோகி சிவத்தின் மாணவர்களான அந்த ஐந்து பேர். அருகில் பண்ணாடி. நிர்வாணச் சித்தர் விழித்தவராக தன் எதிரில் நிற்கும் பண்ணாடி உள்ளிட்ட ஆறு பேரையும் சாந்தமாக ஒரு பார்வை பார்த்தார்.

பண்ணாடியும் வாயைத் திறக்க ஆரம்பித்தார்.

"சாமி... இவங்க படிச்ச புள்ளைங்க... இந்த மலைக்கு யோகம் சொல்லிக் கொடுக்க வந்தவங்க. இவங்களோட வந்தவர்ல ஒரு வெள்ளைக்காரரும் அடக்கம். நல்லவேளை, காணாமப் போன அவர் திரும்ப வந்துட்டார். இவங்களுக்கு என் ஜோசியத்திறமையே ஒரு நம்ப முடியாத விஷயமா இருக்குது. உங்களைப் பத்தியும் கேள்விப்படவும், அப்படியே என் பின்னாடியே வந்துட்டாங்க... அவ்வளவுதான் விஷயம்."

பண்ணாடியின் அந்த சிம்பிலான அறிமுகம் சித்தர் முகத்தில் ஒரு சின்ன சிந்தனையைத் தோற்றுவிக்க, அதை முகத்தில் எதிரொலித்தார். அவர்களோ அவரது நிர்வாணம் உறுத்துவது போல சற்று முகத்தை சுளித்திருந்தனர்.

"என்னப்பா... என் நிர்வாண கோலம் உங்களுக்குள்ள ஏதோ செய்யுது போலத் தெரியுதே..." என்று அவரே பேச்சை ஆரம்பித்தார்.

"ஆமாங்க... இந்த நிர்வாணம் எதுக்கு? நிர்வாணமா நீங்க இருந்தாத்தான் உங்களை மத்தவங்க சாமியார்னு ஒத்துக்குவாங்களா?" கௌரிஷங்கர் ஏனோ படுவேகமாய் ஒன்றுக்கு இரண்டாகக் கேள்விகளை அடுக்கினான்.

"நிர்வாணம் எதுக்கு? இந்தக் கேள்வி நியாயம். ஆனா, அதைத் தொடர்ந்து எதுக்குத் தேவையில்லாத இன்னொரு கேள்வி...?"

"எது சாமி... உங்களை மத்தவங்க சாமியார்னு ஒத்துக்குவாங்களான்னு நான் கேட்டதா?"

"ஆமாம்... நான் யாருடைய ஒப்புதலையும் எதிர்பார்த்திருக்காத ஒரு சித்தன். இப்பக்கூட நான் உங்களை கூப்பிடலை. நீங்கதான் உங்க வேலையை எல்லாம் விட்டுட்டு என் முன்னால வந்து நின்னுகிட்டிருக்கீங்க..."

"சரி சாமி... எதுக்கு இந்த நிர்வாணம்?"

"உனக்கு எதுக்கு இப்ப இந்தக் கேள்வி...?"

"ஏன் சாமி, கேட்கக்கூடாதா?"

"கேள்வியின் நோக்கம் எப்பவும் வலுவான அர்த்தம் உள்ளதா இருக்கணும். சும்மா நினைச்சேன், அதனால் கேட்டேன்னு இருக்கக்கூடாது."

"என் கேள்வியிலயும் அர்த்தம் நிறைய இருக்கு சாமி."

"நீ என்னை பார்த்து இப்படி ஒரு கேள்வி கேட்டுத் தெளியத்தான் இந்த மலைக்கு வந்தியா?"

"அது..."

"சொல்... எதுக்கு வந்தே இந்த மலைக்கு?"

"நாங்க மேல்நாட்டுல இருந்து வந்திருக்கறவங்களுக்கு நம்ம நாட்டு அரிய விஷயமான யோகாசனங்கள் பற்றி பாடம் நடத்த வந்தோம்."

“வந்த வேலைக்கு நடுவுல இந்தக் காட்டுக்குள்ள என்னை எதுக்குப் பார்க்க வந்தீங்க?”

“உங்களைப்பற்றி கேள்விப்பட்டோம். இதோ இந்த பண்ணாடிதான் சொன்னார். இவர் இன்னிக்கு இப்படி இருக்கவேகூட நீங்கதான் காரணம்ன்னார். நம்ப முடியாத பல விஷயங்களைச் சொன்னார். அது எங்களைப் பாதிச்சது. அதனால இவர் சொன்னதுல எவ்வளவு தூரம் உண்மை இருக்குன்னு தெரிஞ்சுக்க நாங்க வந்தோம்.”

“அப்ப உங்களுக்கு உண்மை தெரியணும். நீங்க எதுக்கு வந்திருக்கீங்களோ அதுகூட இரண்டாம் பட்சம்தான். அப்படித்தானே?”

“ஆமாம்.”

“சரி... நான் உங்களுக்கு எதையும் சொல்லப் பிரியப்படலைன்னா?”

“நீங்க பொய்யானவர். இல்லேன்னா சமுதாயத்தைப் பார்த்து பயந்து போய், காட்டுக்குள்ள வந்து ஒளிஞ்சிகிட்டு இருக்கற ஒரு மனநோயாளின்னு நினைச்சுக்குவோம்.”

“ரொம்ப சந்தோஷம்... இப்ப சொன்ன மாதிரியே என்னை ஒரு மனநோயாளியாவே நினைச்சுகிட்டு வந்த வழியே திரும்பிப் போங்க. அப்புறம் இவர் சொன்னதுல எவ்வளவு தூரம் உண்மை இருக்குங்கற கேள்வி எதுக்கு? அவ்வளவுமே பொய்தான்... பொய்யாவே நினையுங்கள். அதனால இங்க எனக்கோ, இல்ல இவருக்கோ எதுதான் குறைஞ்சிடப் போகுது? அப்படியே குறைஞ்சாதான் இப்ப என்ன?”

“உங்களைப் பொருட்படுத்தி உங்களுக்கு விளக்கம் தந்து என் நிர்வாணத்துக்கு ஒரு அர்த்தத்தையும், இதோ இந்தப் பண்ணாடிக்கு ஒரு நல்ல பேரையும் வாங்கித் தந்து எதை காணப்போறோம்?”

“ஆகையால் நீங்க உங்க விருப்பப்படியே நினைச்சு ஒரு முடிவுக்கும் வந்து அதையே யாராவது கேட்டாலும் சொல்லுங்க.

இப்ப கிளம்பறீங்களா?”

சித்தர் அவர்கள் எதிரில், அவர்கள் முற்றிலும் எதிர்பார்த்திராத ஒரு பதிலைக் கூறியவராக கையைக் காட்டினார். ஐந்து பேருக்கும் காதைத் திருகி தலையில் குட்டு வைத்தது மாதிரி இருந்தது. நிர்வாண சித்தரும் பண்ணாடியைப் பார்த்து சிரித்தபடியே “இவங்க என்னவேணா சொல்லிட்டுப் போகட்டும். காதுலையே வாங்கிக்காதே...” என்று தாடியை நீவிவிட்டுச் சிரித்தார். பிறகு “சரி வா, நாம போவோம்,” என்று பண்ணாடியின் தோள்மேல் கையைப் போட்டவராக அவர்களுக்கு எதிர்த் திசையில் அந்தக் காட்டுக்குள் நடக்க ஆரம்பித்தார்.

ஐந்து பேரில் ஒருவனான விஷ்ணு அவரின் அந்த போக்கு புரிந்ததுபோல வாயை திறந்தான்.

“நண்பர்களே...”

“இவர் சித்தர்ங்கற வார்த்தைக்கு இலக்கணமா இருக்கற ஒருத்தர். அதை அவர் பேசின விதமே நமக்கு உணர்த்திடிச்சு. உண்மையான சித்தர்களுக்கு இந்த உலகமோ, உலகத்துல வாழற மனிதர்களோ, அவர்களாட எந்த ஒரு நினைப்புமோ ஒரு பொருட்டே இல்லை. இன்னும் சொல்லப்போனா யாராவது ஏதாவது சந்தேகம் கேட்டாலும், எனக்கு என்ன தெரியும். நானே ஒரு தற்குறின்னு தன்னைத் தாழ்த்திக்கிட்டு ஒதுங்கிப் போயிடுவாங்க.”

“பிறரோட பாராட்டோ, இல்லை அவமதிப்போ இரண்டுமே அவங்களுக்கு ஒரே மாதிரிதான். இவரும் அப்படித்தான்... இவருக்குள்ள நாம விளங்கிக்க வேண்டிய பல விஷயங்கள் இருக்கு. அதை இவர் வாயிலா நாம தெரிஞ்சுக்கணும்னா நாம இவர்கிட்ட உதவி கேட்கற ஒருவனைப்போலப் போய்தான் நிக்கணும்.”

“ஒரு மனிதன் கை ஏந்திப் பிச்சை கேட்கும்போது என்கிட்ட தர ஒண்ணுமே இல்லைன்னு ஒரு சித்தன் மட்டும் நிச்சயம் சொல்லமாட்டான். யார்கிட்டையாவது கேட்டு வாங்கியாவது நமக்கு தரத்தான் முயற்சி செய்வான். ஆகையால்...” விஷ்ணு முடிக்கவில்லை.

“சாமி ஈஈ...” என்று லக்ஷ்மிகாந்தன் காடே அதிரும்படி கத்தினான். அவரும் நின்று திரும்பினார். அடுத்த நொடி... “வாங்க ஓடிப்போய் கால்ல விழுவோம். ஞானப்பிச்சை போடுங்கன்னு கேட்போம். இந்தப் பணிவும் அடக்கமும்தான் சித்தர்களை வசப்படுத்த ஒரே வழி.” என்றவன் முதல் நபராக ஓடிச்சென்று அவர் காலடியில் சாஷ்டாங்கமாக விழுந்து வணங்கினான். அவரோ பதறிப் போய் ஒதுங்கினார்.

“என்னப்பா நீ... என்ன இது செய்கை... போ... போ... எனக்கு எதுவும் தெரியாது.” என்றார். பின் வேகமாக ஒரு சின்னப் பையன் போல குடுகுடுவென்று ஓடப் பார்த்தார். ஆனால் மற்றவர்கள் அவரை விடுவதாக இல்லை. அவருக்கும் முன்னதாக ஓடிப்போய் அவர் காலடியில் மரம் போல விழுந்தனர். திசைக்கு ஒருவர் என்று நாலு பக்கமும் நான்கு பேர் வழி முதலில் விழுந்து எழுந்திருந்தவன், எதிரில் கைகளை கட்டிக் கொண்டு அவரை பரிதாபமாகப் பார்த்தான். பண்ணாடி முகத்தில் ஒரு விஷமப் புன்னகை.

‘மடக்க வேண்டிய விதத்தில் சித்தரை அவர்கள் மடக்கி விட்டார்கள்,’ என்று எண்ணிக் கொண்டான். சித்தரும் அரைமனதாக அவர்கள் எதிரில் நின்றார். நெடுநேரம் ஒருவரை ஒருவர் பார்த்தபடி நின்றார். அந்த மௌனத்தில் பல மணி நேரம் பேசினாலும் புரியாத விஷயங்கள் விளங்கியது போல இருந்தது. பண்ணாடிதான், போதும் என்று அந்த மௌனத்தைக் கலைத்தான்.

“தம்பிகளா... இப்படியே மௌனமா எவ்வளவு நேரம் சாமியப் பார்த்துக்கிட்டு நிப்பீங்க. சாமிக்கு ஒண்ணுமில்ல... அவர் எவ்வளவு நேரம்னாலும் உங்களைப் பார்த்துகிட்டே நிப்பார்.

சோறு தண்ணின்னு எதுவும் அவருக்கு வேண்டாம். காத்து ஒண்ணு போதும். ஆனா நீங்க அப்படி கிடையாது." என்று ஞாபகமூட்டினான்.

அவர்களும் அமைதியிலிருந்து விடுபட்டனர்.

"ம்... ஆரம்பமாகட்டும் உங்க கேள்விங்க..." என்று பண்ணாடியே எடுத்துக் கொடுத்தான்.

"என்ன கேக்க... எதைக் கேக்க... இப்ப எங்களுக்குள்ள பயம் நுழைஞ்சிடிச்சு. இந்தச் சித்தரைத் தொடக்கத்துல ரொம்ப சாதாரணமா நினைச்சோம். ஆனா இவரோட பேச்சும் செயலும் எங்களை ரொம்பவே யோசிக்க வெச்சுடுச்சு.

உண்மைல இவர் ஒரு சித்தர்ங்கறத சில நிமிடங்கள்ல இவர் எங்களுக்குப் புரிய வெச்சுட்டார். இந்த மலைக்கு நாங்க வந்தபிறகு எங்களுக்குள்ள நிறைய புதுவித சிந்தனைகள். அந்த சிந்தனைகளுக்குக்கூட இந்தப் பண்ணாடிதான் காரணம்."

"நாங்க சாமி சிலைகளைப் பார்ப்போம்... அதை எங்க தோள்ல வெச்சுத் தூக்குவோம்னு இவர் குறி சொல்லியிருக்காரு... போற போக்குல ஏதோ சொல்றாருன்னுதான் முதல்ல நினைச்சோம். ஏன்னா இந்த ஜாதகம், ஜோதிடம் இதெல்லாம் எங்களால நம்பமுடியாத விஷயங்கள். ஆனா இப்ப எங்க எண்ணத்துக்கு மீறின, கணிப்புக்கு மீறின செயல்களை இங்கே பார்க்கறோம். இதை விளங்கிக்க முயற்சி செய்யறதுதான் இப்ப எங்க நோக்கம்."

அந்த ஐந்து பேரில் கௌரிஷங்கர் மூச்சுவிடாமல் பேசினான். மற்றவர்களும் அவன் கருத்தே எங்கள் கருத்தும் என்பது போல மௌனமாய் நின்றனர்.

அந்த நிர்வாண சித்தரோ அருகே உள்ள ஒரு பாறைமேல் போய் ஏறி அமர்ந்தவராக சப்பணமிட்டுக் கொண்டார்.

"சாமிக்கு ஒரே சந்தோஷம். அதான் அப்படிப் போய் உக்காந்துவிட்டார். இனி நீங்க எவ்வளவு கேள்வி வேணும்னாலும்

கேளுங்க... சாமி சொல்வார்..." என்று எடுத்துக் கொடுத்தான் பண்ணாடி.

கேள்வி நேரமும் அந்த வனாந்தரத்தில் ஆரம்பமாயிற்று. யோகி சிவத்தின் மாணவர்கள்... யோகக்கலையில் ஊறியவர்கள் உடம்பைக் கல் போல ஒரு நிலையில் வைத்திருப்பவர்கள். பித்தம், கபம், குன்மம், வாதம் என்று சுரப்பிகளிலெல்லாம் சமச்சீராக நீர் கூட்டி வைத்திருப்பவர்கள்... மனதில் மட்டும் இந்த விஞ்ஞான உலகம் மூட்டியிருக்கும், மனித சக்தியே மேலான சக்தி. அதற்கு மிஞ்சிய சக்தி உலகில் இல்லை என்கிற எண்ணம். அதெல்லாம் கேள்வியாக ஆரம்பித்தது.

"சாமி... முதல் முதலா நான் கேட்ட கேள்விக்கு நீங்க பதில் சொல்லுங்க. எதுக்கு நிர்வாணம்?"

"நிர்வாணத்துக்கு இன்னொரு பேர் என்ன தம்பி?"

"அம்மணம்!"

"மணம்னா என்ன தம்பி?"

"வாசனை."

"அம்மணம்னா?"

"வாசனையற்றவர்?"

"ஆமாம்... நானும் எந்தவித உலக வாசமும் அற்றவன்னு பொருள்."

"ஆடையோட இருக்கறவங்க அப்ப வாசமுள்ளவங்களா?"

"ஆமாம்... மானம்கற வாசம் இருக்கப் போய்தானே கோமணமாவது கட்ட மனது நினைக்குது?"

"அதுல எதாவது தப்பு இருக்கா?"

"தப்பு சரிங்கற வார்த்தையே முதல்ல தப்பு. இன்பம், துன்பம், தப்பு, சரி, பாவம், புண்ணியம் எல்லாமே ஒரு மனிதன் சில உணர்வு நிலைகளுக்கு வெச்சிருக்கற பேர். இந்தப் பேர்ல எதுவும் இல்லை."

“மானத்தோட இருக்க நினைக்கறது தப்பான்னுதான் கேட்டேன்.”

“அது எனக்குத் தெரியாது. ஆனா மானம்கறதுகூட ஒரு பற்று. பிறருக்காகதான் நாம் மானத்தை உருவாக்கினோம். இந்த உலகத்துல நான் ஒருத்தன்தான் இருக்கேன். மற்றபடி யாருமே இல்லைன்னு வெச்சுப்போம்... நான் உடை உடுத்துவேனா, தலை சீவிப்பேனா...”

“அப்ப ஆடை இல்லாத முழு நிர்வாணம்தான் பற்றே துளிகூட இல்லாத நிலைப்பாடா?”

“நிச்சயமா... அதுதான் துணிச்சலான தைரியமான நிலைப்பாடு கூட... மனசுக்குப் பேய் பிசாசுகூட பெரிய விஷயமில்லை. பிறரோட கேலிப்பார்வை, ஏளனம் இதெல்லாம் ரொம்பவே உறுத்தற விஷயங்கள். அதை ஜெயிக்கறது ஒண்ணும் லேசுப்பட்ட விஷயமில்லையே...”

“அப்ப ஒரு கோடி பேர் முன்னால நீங்க இப்படியே வருவீங்களா?”

“ஏன் வரணும்?”

“கேலிப்பார்வை, ஏளனம் இவற்றை ஜெயிச்சவர்னா எல்லார் முன்னாலயும் வரலாமே... அதுக்காக கேட்டோம்.”

“இப்படி கேட்கும்போதே உங்களால் முடியுமான்னு ஒரு உள் கேள்வியும், அப்படி முடிஞ்சிட்டா ஏதோ ஒரு பெரிய காரியத்தைச் சாதிச்சுட்ட வெற்றியும் அதுல ஒளிஞ்சிருக்கறதால, நான் யார் முன்னாலயும் வந்து எனது நிர்வாணத்தை நியாயப்படுத்தத் தயாராயில்ல. அப்படி நான் முன் வந்தா, நான் மகா நிர்வாணின்னு உலகம் சொல்லலாம். ஆனா என் உள்ளம் சொல்லாது. என்னா இந்த உலகம் மகா நிர்வாணின்னு சொல்லணும்கறதுக்காக அதுக்கு ஆசைப்பட்டு நீ முன்னால போய் நின்னியே... நீ எப்படி எல்லா விஷயத்தையும் துறந்தவனாவேன்னு ஒரு கேள்வியை என் மனசே என்னைப்

பார்த்து கேட்கும். ஆகையால யாருக்காகவும், எதற்காகவும் நான் என்னை நிரூபிக்கத் தேவையில்லை. தன்னெஞ்சறிவது பொய்யற்க... அது போதும்."

சித்தரின் விளக்கத்தில் அம்பு போல் ஒரு கூர்மை. சந்தனம் போல ஒரு வாசம், பன்னீர் போல ஒரு தெளிவு. ஐவரும் ஒரு வினாடி ஆடிப்போய்விட்டனர். அந்தப் பதிலின் காட்டத்தை மெல்ல ஜீரணித்தவர்களாக அடுத்த கட்டத்திற்குச் சென்றனர்.

"கடவுள் பற்றி இதுநாள் வரை யாரும் திட்டமான தீர்மானமான ஒரு பதிலைச் சொல்லவேயில்லை. அவர் நமக்குள்ளதான் இருக்கார்னு சிலரும், வெளிய இருக்கார்னு சிலரும் சொல்றதெல்லாம் என்ன... உங்க வரைல கடவுள் யார்?"

"நான்தான்..." பட்டென்று அந்த சித்தர் கூறவும், அவர்களிடம் சற்று திகைப்பு.

"நீங்க... நீங்கதான் கடவுளா?"

"ஏன்... நான் நம்பமாட்டேன்னு சொல்லப்போறியா? சொல்லிட்டு போ... நீ நம்பி எனக்கு என்ன ஆகணும்?"

"இல்ல... நாங்க நம்பறோம். நான் என் மனசுல எப்பல்லாம் கடவுளை நினைக்கறேனோ அப்பல்லாம் நான் கடவுள் ஆகறேன்கறதுதான் எங்க எண்ணமும். இந்தப் பதில்தான் சரியான பதிலும்கூட. ஆனா இந்த மக்கள் இந்த உண்மையை உணராம எதுக்கு சிவன், விஷ்ணு, முருகன், பார்வதி, பிள்ளையார்னு பல சாமிகளைக் கற்பனைல படைச்சு, அந்தக் கற்பனை உருவங்களுக்கு வடிவம் கொடுத்து அதன் கால்ல போய் விழறாங்க...?"

விஷ்ணு மிக புத்திபூர்வமாக ஒரு கேள்வியைக் கேட்டு விட்டவன் போல் சித்தரைப் பார்த்தான். அவர் ஆமோதித்துப் பேசுவார் என்றுதான் அவர்களுக்குள்ளும் எதிர்பார்ப்பிருந்தது. ஆனால் சித்தர் சிரித்தபடி, "முட்டாள்களடா... நீங்கள், அவ்வளவு பேரும் பெரிய முட்டாள்கள்..." என்று அவர்கள் எதிர்பார்க்காத ஒரு பதிலைக் கூறினார்.

“எப்படின்னு நிரூபிங்க சாமி... அப்ப நாங்க முட்டாள்கள்னு ஒத்துக்கறோம்.”

“நான் எதுக்கு நிரூபிக்கணும். என் வரைல நீங்க முட்டாளா இருந்தா என்ன, புத்திசாலியா இருந்தா என்ன... நீங்க இப்படித்தான் இருக்கணும்னு நான் விரும்பினாலே நான் ஒரு சித்தன் இல்லாம போயிடுவேனே. நீங்க எப்படிவேணும்னாலும் இருங்க. ஒரு மரம் இப்படித்தான் வளரணும், காற்று இப்படித்தான் வீசணும்னு யாராவது கட்டளையிட முடியுமா? இல்லை எதிர்பார்க்கத்தான் முடியுமா?”

“சாமி... எங்களை முட்டாள்னு நீங்க சொன்னீங்க. எதனால முட்டாள்னு சொன்னீங்கன்னு சொல்லக்கூடாதா?”

“இப்படி கேள்... நிரூபி, அப்பதான் ஒத்துப்பேன்னுல்லாம் பேசாதே. சரி, நான் விஷயத்துக்கு வரேன். நான் ஏன் உங்களை முட்டாள்னு சொன்னேன்னா விஷ்ணு, சிவன், பார்வதின்னு கற்பனை வடிவங்களைக் கும்புடறதா அவசரப்பட்டு ஒரு கருத்து சொன்னே பார், அதுக்காகத்தான்.”

“அப்ப அதெல்லாம் கற்பனை வடிவம் இல்லையா? அந்தப் போலல்லாம் சாமிங்க இருக்காங்களா?”

“இல்லைன்னு உனக்குத் தெரியுமா?”

“இருந்திருந்தா ஏன் எல்லோரும் அவங்கள கோயில்ல போய் தேடறாங்க?”

“கோயில்ல அவங்க இருக்கறதால கோயிலுக்குப் போய் நிக்கறாங்க. இதுல தவறென்ன...?”

“கோயில்ல அவங்க பேர்ல சிலைகள், அதுவும் மனிதன் செய்த சிலைகள்தானே இருக்கு. அவங்க எங்க இருக்காங்க...?”

“ஏன் சிவனும், விஷ்ணுவும், பார்வதியும், முருகனும் உன்னைப் போல மனித வடிவுலதான் இருக்கணுமா? கல்லா இருக்கக்கூடாதா?”

“சாமி... இது என்ன கேள்வி. அந்த சிலையைச் செய்தது ஒரு மனிதன். கல்லா சாமிங்க இருக்கலாம்னா அந்தக் கல் பேசணும், நடக்கணும், மனிதனைப் போல... இல்லையில்லை, மனிதனை விடவே அது பெரிய பெரிய காரியங்களை எல்லாம் செய்யணும். அப்படி செய்தாதான் அதை கடவுள்னு ஏத்துக்க முடியும்.”

“அது எப்படி எல்லாம் செய்யலைன்னு உனக்கு தெரியுமா?”

“என்ன சொல்றீங்க... கல் பேசுதா... நடக்குதா எங்க... நாங்க பாக்கலியே...”

“இப்பகூடதான் ஆகாயத்துல ஆயிரக்கணக்கான நட்சத்திரங்கள் இருக்கு. அதைக் கூடதான் உன்னால் பார்க்க முடியல. உன்னால பார்க்க முடியாததால அதெல்லாம் இல்லையா?”

“சாமி... நட்சத்திரங்கள் இருக்கறத ராத்திரியில பார்த்துருக்கோம். பகல்ல சூரிய வெளிச்சத்துக்கு நடுவுல அவற்றைப் பார்க்க முடியாதுங்கறதால பார்க்க முடியலை. பார்க்க முடியலைங்கறதால அவை இல்லைன்னு அர்த்தம் கிடையாது.”

“இதே பதில்தான் கற்சிலைகளுக்கான செயல்பாடுகளை உணரும் விதத்துல இருக்கு. இரவுல நட்சத்திரத்த பார்த்ததால் பகல்லயும் அது இருக்கறத நம்பறே... பகல்ல அதைப் பாக்கற சக்தி கண்களுக்கு இல்லேன்னும் ஒத்துக்கறே... அதே நிலைதான் கடவுளைப் புரிஞ்சுக்கற விஷயத்துலையும் இருக்கு.

ஒரு விஷயத்த தெளிவா தெரிஞ்சுக்குங்க... உடம்போட சக்திக்கு ஒரு எல்லை இருக்கு. அந்த எல்லைக்கு உட்பட்ட விஷயங்கள், எல்லைக்கு அப்பாற்பட்ட விஷயங்கள்னு இரண்டு இந்த உலகத்துல இருக்கு. எல்லைக்கு அப்பாற்பட்ட விஷயங்களைப் புரிஞ்சுக்கணும்னா எல்லைக்கு உட்பட்ட விஷயங்களை மட்டுமே உணரக்கூடிய சக்தி படைச்ச இந்த உடம்பால முடியாது.”

“ஒரு வாதத்துக்கு நீங்க சொல்றத ஒத்துக்கறோம். கற்சிலைகளுக்கும் சக்தி உண்டுன்னு சொல்ல வர்றீங்க. ஆனா

அவற்றை உணர எங்களைப் போன்ற மனுஷங்களுக்கு சக்தி போதாதுங்கறதுதானே உங்க பதில்."

"ஆமாம்... எதையும் சரியா எடையிடணும் திரவப் பொருளை லிட்டர் கணக்குல கொடுத்தாதான் எல்லார்க்கும் சரியான அளவுல கொடுக்க முடியும். அதேபோல துணியை மீட்டர்ல அளந்தாதான் சரியான அளவு வரும். உலகத்துல இருக்கற பொருட்களை எடையிடற அளவுகளிலேயே நிறைய மாறுபாடுங்க இருக்கும்போது ஞானம் சார்ந்த விஷயமான கடவுளைப் புரிஞ்சுக்கவோ, தெரிஞ்சுக்கவோ தேவையான விஷயத்துல மட்டும் கண்ணுக்குத் தெரிஞ்சாதான்கற ஒரே அளவுகோலைப் பயன்படுத்தறது எந்த வகைல சரி...?"

"சரி சாமி... நம்ம ஊர்ல நூத்துக்கணக்குல சாமிங்க. மற்ற மதங்கள்ல கடவுளுக்கு வடிவமே கிடையாது. வழிகாட்டிகளுக்கு மட்டும்தான் அங்க வடிவம். அவங்கெல்லாம் வடிவம் இல்லாத வழிபாட்டு முறைல கெட்டா போயிட்டாங்க?"

"எதையும் ஒப்பிட்டுப் பாக்கறதும், எப்பவும் புலனறிவை உபயோகிக்கறதுமே இந்தப் பூமியில இருக்கறவங்க வழக்கமா போயிடிச்சு.

ஒரு விஷயம் தெரிஞ்சுக்கோ... உலகத்துல பேச முடிஞ்ச பகுத்தறிவுள்ள ஒரே உயிரினம் மனிதன்தான். அதனாலதான் இவன் இவனைவிட நூறு பங்கு பெரிய சுறாமீனைக்கூட வலை வீசி பிடிச்சு அடக்கிடறான்.

இந்த மனிதன் தான் யார்னு கேட்கும்போது அதுக்கு கிடைக்கிற விடைலதான் கடவுள் இருக்கார். வடிவமே இல்லாம கடவுளை மனதுக்குள்ள நிரப்ப யாராலயும் முடியாது. ஏன்னா மனதோட இயல்பு அப்படிப்பட்டது."

"கடவுளுக்கு வடிவமில்லைன்னு சொல்றவங்ககூட தங்களுடைய தியானத்துல ஒரு தீபச் சுடரையோ, இல்லை தங்களுடைய கற்பனைல உருவாக்கப்பட்ட ஒரு அழகிய

உருவத்தையோதான் கடவுளா எண்ணுவாங்க. அதேபோல தன் தாய்மொழி பேசறவராத்தான் கடவுளையும் பார்ப்பாங்க. நம்மைப் போல பேசற தன்மைன்னு வந்துட்டாலே கடவுளும் மனிதர் வடிவத்துல உள்ளவர்னுதானே பொருள்..."

"அப்ப நம்ம உருவ வழிபாடு ரொம்ப பொருளுள்ள ஒண்ணுன்னு சொல்லவர்றீங்களா?"

"பொருளில்லாத, அர்த்தமில்லாத எந்த ஒரு விஷயமும் காலத்தை எதிர்த்து வாழமுடியாது. காலகாலமா ஒரு விஷயம் இருக்குன்னாலே அதுக்குள்ள அழிக்க முடியாத ஒரு பொருள் இருக்குன்னுதான் பொருள்."

"இந்தக் கருத்தை நான் மறுக்கறேன் சாமி... எல்லா காலத்துலயும் நல்லவன் கெட்டவன்னு இரண்டு பேர் பூமியில இருந்துகிட்டுதான் இருக்காங்க. அதேபோல் முட்டாள், அறிவாளின்னும் இரண்டு பேர் இருந்துகிட்டுதான் இருக்காங்க.

புத்திசாலிகள் காலத்தை எதிர்த்து வாழ்ந்தாங்க. அவங்க கருத்துக்கள் வாழ்ந்துகிட்டிருக்குங்கறதை ஒத்துக்கறேன். ஆனா முட்டாள்களும் இவங்களுக்குச் சமமா இருந்துகிட்டுதானே இருக்காங்க? காலகாலமா முட்டாள்களும் இருக்கறதால முட்டாள்தனத்துக்கு ஒரு அர்த்தம் இருக்குன்னு சொல்ல முடியுமா?"

எப்படித்தான் இப்படி ஒரு கேள்வியை சாமுண்டீஸ்வரன் கேட்டானோ தெரியாது. அந்தச் சித்தர் இந்தக் கேள்வி முன்னால் மட்டும் நெடுநேரம் மௌனம் சாதித்தார். அவர்களும் அந்த மௌனத்தில் ஒரு ஆழ்ந்த பொருள் இருப்பதாகக் கருதி அவரையே பார்த்தனர். பண்ணாடிக்கு ஏதோ ஒரு புதுவிதப் பிரசங்கம் கேட்பது போல இருந்தது. அப்படியே தான் படித்த கருட புராணமும், யட்ச பிரசன்னமும் ஞாபகம் வந்தது. இரண்டிலுமே கேள்விகளின் அணிவகுப்புதான். கருட புராணத்தில் கருடனின் கேள்விகளுக்கு விஷ்ணு பதில் தருவார். யட்ச பிரசன்னத்தில் யட்சனின் கேள்விகளுக்கு தர்மன் பதிலளிப்பார்.

அந்தக் கேள்வி பதில்களில்கூட இந்த அளவு ஒரு கூர்மையும் விளக்கமும் இருந்த மாதிரி தெரியவில்லை. சித்தரும் மௌனத்தைப் பிளந்து கொண்டு, பதிலுக்காக வாயைத் திறந்தார்.

"உண்மைதான் தம்பி... முட்டாள்தனத்துலயும் ஒரு அர்த்தம் இருக்கத்தான் இருக்கு. உடம்புன்னு இருந்தா நிழல்னு இருக்கற மாதிரி புத்திசாலித்தனம்னு ஒண்ணு இருந்தா முட்டாள்தனமும் இருந்தே தீரணும். ஒன்றோட மறுபக்கம்தான் இன்னொண்ணு.

ஆனா ஒண்ணு தம்பி. எல்லாரும் எல்லா காலங்கள்லயும் முட்டாளா இருப்பதில்லை. முட்டாள்தனமான போக்குங்கறது ஒரு நிலைப்பாடு. கொஞ்சம் முந்தி உங்களையே நான் பல விஷயங்கள்ல முட்டாளா பார்த்தேன். இப்ப கேள்விகளால் உங்களை வளர்த்துக்கற தன்மையைப் பார்த்து புத்திசாலித்தனத்துக்கு நீங்க மாறுவதை உணர்றேன்."

"அதேசமயம் முட்டாள்தனம்கறது விஷயத்துக்குத் தகுந்த மாதிரி மாறுபடுது. ஒரு விஷயத்துல தெளிவு பெற்றாலும், ஏதோ ஒரு விஷயத்துல முட்டாள்தனம்கற அறியாமை கூடவே இருக்கத்தான் செய்யும்."

வித்தியாசமான பதில் ஐவருமே அதற்கு ஒரு மறுப்பைச் சொல்ல முடியாமல் ஒருவரை ஒருவர் பார்த்துக் கொண்டனர்.

"போதும் தம்பிங்களா... இப்படியே பொதுப்படையா எவ்வளவுதான் பேசுவீங்க. வெட்டு ஒண்ணு துண்டு ரெண்டுன்னு ஒரு கேள்விகூட கேட்கல நீங்க..." என்றான் பண்ணாடி.

"கேக்கறோம் பண்ணாடி... இப்ப கேக்கறோம். கடவுள்தான் இந்த உலகத்தைப் படைச்சவர். உங்களை, எங்களை, இவரை, இந்தக் காடு, மலை, வானம்னு எல்லாத்தையும் படைச்சவரும் அவர்தான். அப்படிப்பட்டவர் எவ்வளவு சக்தி படைச்சவரா இருக்கணும்?"

"அதுக்கென்ன இப்போ?"

"இல்ல... அவரை ஒருத்தன் திருடறான். அதைக் கண்டுபிடிக்க முடியாத ஒரு அல்லாடல். வேடிக்கையா இல்லை?"

“நீ என்னப்பா சொல்றே... கடவுள் திருடப்பட முடியாதவரா இருக்கணும்கிறியா?”

“ஆமாம் சாமி... தன்னையேக் காப்பாத்திக்க முடியாத கடவுளா நம்மை காப்பாத்த போறாருன்ன ஒரு கேள்வி வருதா இல்லையா இங்க?”

“இல்லையேப்பா... எனக்கு அப்படி ஒண்ணும் தோணலையே...”

“என்ன சாமி சொல்றீங்க... எவ்வளவு கோயில்ல எவ்வளவு சாமிங்க திருட்டுபோயிருக்கு. திருடினவங்களும் கோடிக்கணக்கான ரூபாயை சம்பாதிச்சிட்டு, சும்மா ‘ஜம்’முன்னு இருக்காங்க. ஆனா அவரை நம்பி கோயில்ல மணியாட்ற ஐயருக்கே தட்டுல காசு விழுந்தாதான் ஜீவனம்னு இருக்கு...”

“கடவுளை கலை அழகுள்ள ஒரு பொருளா பார்த்து, அதை வித்துக் காசு பார்க்கறதுங்கறது ஒரு செயல். இதைக் கடவுள் தடுக்கணும்கிறியா?”

“இல்லையா பின்னே... சிலையைத் தொட்ட உடனே ஷாக் அடிக்க வேண்டாமா?”

“அப்படின்னா கோயில்ல குருக்கள் தொட்டாலும் ஷாக் அடிக்குமே...”

“கரெக்ட்... சக்தி இருந்தா இரண்டு பேருக்கும்தான் ஷாக் அடிக்கும். நாங்க அதை மறுக்கலை.”

“தப்பு தப்பா யோசிக்கறே... கடவுள் கோவில் கட்டச் சொல்லலை. மனிதன்தான் தனக்குக் கடவுள் வேணும்னு கோவில் கட்டறான். அதுல அவரை சர்வசக்தியோட வந்து உட்காரச் சொன்னான். அதுக்கு வழி வகைகளையும் கண்டுபிடிச்சு செய்தான். அவரும் வந்து உட்கார்ந்தார்.

ஒரு இடத்துல கிணறு தேவைன்னு கிணறு தோண்டறோம். நம்ம தண்ணீர்த் தேவைக்கு நாமதானே அது கிட்ட போய் எடுத்துக்கனும். கிணறா நடந்து நம்மகிட்ட வரும்? அதே மாதிரிதான் கோயிலுக்கும் நம்ம தேவைக்கு ஏற்ப போய் மனசுல

அவரை அவங்கவங்க சக்திக்கு ஏற்ப நிரப்பிகிட்டு வர்றோம். இதுல சிலர் தோண்டின கிணத்தையே மூடற முயற்சியும் செய்வாங்க. என்னை எப்படி மூடலாம்னு கிணறு அவங்ககிட்ட பதிலுக்கு மோதுமா?"

"கிணறும் கடவுளும் ஒண்ணா?"

"ஒண்ணுதான்... கடவுளுக்கு மனுஷ வடிவம் கொடுத்தது நீ. அதனால உன்னைப்போலவே அது பேசும்னு நினைச்ச அது எதிர்க்கும்னும் எதிர்பார்க்கறே... ஆனா கடவுள் வரைல அவர் எதிர்ல நடக்கற எல்லாமே சம்பவங்கள்... வெறும் சம்பவம் மட்டும்தான்..."

"இது என்ன சாமி புது விளக்கம்... அப்ப நல்லவன், கெட்டவன்னு கடவுளுக்கு பேதம் கிடையாதா?"

"கடவுளுக்குக் கிடையாது. ஆனா அவரைப் பயன்படுத்தற மனிதர்களுக்கு உண்டு."

"உங்க பதில் ரொம்ப முட்டாள்தனமா இருக்கு. கடவுளுக்கு நல்லவன் கிடையாது கெட்டவன் கிடையாதுன்னா இந்த பூமியில தர்மத்தை யார் வாழ வைக்கறது? ஒவ்வொரு சாமி கைலயும் எதுக்கு வேல், சூலாயுதம், சக்கரம்னு ஆயுதங்கள்?"

கொஞ்சம் ஆவேசப்படவே செய்தான் இந்திரன். சித்தரும் திரும்பச் சிரித்தார். பண்ணாடிக்கே இந்தக் கேள்விக்கு அவர் எந்த மாதிரி பதில் சொல்வார் என்பது தெரியாத குழப்பம்.

ஆனால் அவரோ மௌனத்தைத் தொடர்ந்தார்.

"சாமி... எங்க கேள்விக்குப் பதில் சொல்லுங்க... இப்படி மௌனமா இருந்தா எப்படி சாமி...?"

"என்ன பதில் சொல்ல முடியும். ராமாவதாரம், கிருஷ்ணாவதாரம்லாம் ஞாபகம் வந்திருக்கும். அதுல எல்லாம் சாமி அரக்கவதம் பண்ணி தர்ம ஸ்தாபிதம் செய்ததும் ஞாபகம் வந்திருக்கும்."

“அவ்வளவு ஏன்... சிவனும், பிரம்மாவும் சண்டை போட்டதா கதை உண்டே... பொய் சொன்னதால் பிரம்மாவுக்குக் கோயிலே இல்லைன்னு சாபம் கொடுத்ததெல்லாம் கோபத்தாலதானே?”

“சாமி நமக்குப் பெருசா எதாவது புரிய வைப்பார்னு நினைச்சேன். ஆனா நாமதான் அவருக்குப் புரியவைக்கப் போறோம் போல இருக்கு...”

“இவ்வளவு தூரம் வந்தது... இந்த வாக்குவாதம் எல்லாமே வேஸ்ட். என்வரைல இவர் ஒருவிதமான நோயாளி. அதனாலதான் இவர் உடைகூட உடுத்தலை. கேட்டா மகா நிர்வாணம், அதுஇதுன்னு அடிச்சு விடறார்... இவருக்கு எதுவும் தெரியாது... இனியும் இங்க நிக்கறது வேஸ்ட். கிளம்புங்க... கிளம்புங்க. அங்க நாம எங்கயோ காணாமப் போயிட்டோம்னு தேடிக்கிட்டு இருக்கப் போறாங்க.”

ஐந்து பேரும் ஐந்து விதமான பதில்களைக் கூறிவிட்டு, திரும்பத் தொடங்கினர். பண்ணாடிக்கு என்ன சொல்வது, எதைச் செய்வது என்றே தெரியவில்லை. பரிதாபமாகச் சித்தரைப் பார்த்தான்.

“சாமி... என்ன சாமி, இப்படி மௌனமா நின்னு அவங்களை இப்படி பேச வெச்சிட்டீங்களே...?”

அதற்கும் அவரிடம் மௌனம்.

“இதுக்கும் மௌனம்தானா? ஆலமரத்துக்குக் கீழ அந்த சிவன் தட்சிணாமூர்த்தியா மௌனமாதான் உட்கார்ந்தார். அவர் முன்னால் பிரம்மாவோட பசங்க நாலு பேரும் இவங்க கேட்ட மாதிரி கேள்வியா கேட்டாங்களாம். அவரோ எதுக்கும் வாயைத் திறக்கலையாம். அவங்க முதல்ல இந்தப் பசங்க மாதிரியே கோபிச்சாங்களாம்; குழம்பினாங்களாம்.

ஆனா, சாமி மௌனமா இருந்தா அதுல ஒரு அர்த்தம் இருக்கும்னு அவங்களுக்குள்ள அர்த்தத்தைத் தேடி ஒரு வழியாப் புரிய வேண்டியதைப் புரிஞ்சுகிட்டாங்களாம். அப்பதான்

பேசி புரிய வைக்க முடியாததை பேசாம புரிய வைக்கறது எப்படின்னே இந்த உலகத்துக்கும் தெரிய வந்துச்சாம். பேசுனா அந்த சப்தம் இன்னொரு சப்தத்தைக் கூட்டிகிட்டு வந்துடுது. பேச்சுக்கு பேச்சுன்னு வளர்ந்துகிட்டே போகுது. மௌனம்தான் உள்ளுக்குள்ள கேள்வி கேட்க வைக்குது.”

“கேள்வி கேக்கறவன் ஒருத்தன், கேட்டு பதில் சொல்றவன் ஒருத்தன்னு இரட்டை நிலையை ஒத்த நிலையாவே வெச்சிருக்கணும்னா மௌனமா இருந்துடறதுதான் ஒரே வழி. அதைத்தான் நீங்க இப்ப பண்ணியிருக்கணும்னு தோணுது. நானும் இதை அப்படியே எடுத்துக்கறேன். இனியும் இங்க நின்னு உங்களோட பேசி உங்க மௌனத்தை சப்தமாக்க நான் விரும்பலை. புறப்படறேன் சாமி.”

பண்ணாடியும் விடைபெற்றுக் கொண்டான். அவர் முகத்தில் அவன் பேச்சுக்கு மட்டும் ஒரு ஆச்சரிய எதிரொலி!

— 4 —

சுருக்கமாகச் சொல்வதானால் நமது ஆன்ம ரூபமாகிய எண்ணக்கூட்டம்தான் சப்த கன்னியர்! உடம்புக்கு முதுமை வரும். ஆனால் எண்ணத்தை எப்பொழுதும் இளமையாகவே நாம் வைத்துக் கொள்ள முடியும். முதுமைக்கு வழியற்ற, என்றும் இளமையான ஒன்றை கன்னிமை என்று குறிப்பிடுவதே வழக்கம்.

நமது எண்ணங்களும் வண்ணங்கள் போல ஏழுவித உணர்ச்சிகளில்தான் இருக்கும். கோபம், வீரம், மகிழ்ச்சி, சாந்தம், சிந்தனை, தைரியம், பயம் என்று இந்த ஏழு நிலைகளுக்குள் நமது எண்ணங்கள் அடங்கிவிடும். அவரவர் கர்மத்துக்கு ஏற்பவும், தசாபுத்திக்கு ஏற்பவும் இந்த ஏழு நிலைகளில் ஏதாவது ஒரு உணர்ச்சி நிலை கூடுதலாகவோ, இல்லை குறைவாகவோ இருக்கும்.

சப்த கன்னியர்களை அவர்களுக்கான தியான மந்திரங்களுடன் தினமும் உபாசித்து வர, இந்த உணர்ச்சி நிலைகள் எப்பொழுதும் சீராக இருக்கும். அதாவது நமது எண்ணக் கூட்டம் எப்பொழுதும் அமைதி, சாந்தம் என்று விளங்கி நிற்கும். அதே சமயம் எப்பொழுது வீரம் தேவையோ அப்போது வீரமும், எப்பொழுதெல்லாம் நற்சிந்தனை வெளிப்பட வேண்டுமோ அப்பொழுதெல்லாம் நற்சிந்தனையும் வெளிப்பட்டு, நமது ஆன்மா ஒளிமிக்கதாக இருக்கும்.

ஐந்து பேரும் அவர்கள் தங்கியிருந்த ஹோட்டலுக்கு வந்தபோது, அவர்களுக்காக வெளிநாட்டில் இருந்து வந்திருந்த அவ்வளவு பேரும் காத்துக் கொண்டிருந்தனர். முதல் நாள்

யோக வகுப்பின் போது ஜான்சன் காணாமல் போனதால் பாதிக்கப்பட்டு அனைவருடைய எண்ணமும் அவர் கிடைக்க வேண்டும் என்பதில் சென்றுவிட்டது. இப்பொழுதும் இவர்கள் காலையில் போய்விட்டு, ஆடி அசைந்து உச்சிப்பொழுதிற்கு வரவும், நிகழ்ச்சியை ஏற்பாடு செய்திருந்த ஆர்கனைசர் அவர்கள் முன்னால் கோபமாக வந்து நின்றார்.

“சாரி சார்... கொஞ்சம் லேட்டாயிடிச்சு.”

“கொஞ்சம் இல்லை; நிறையவே! நேத்துதான் நம்ம நாட்டைப் பற்றி, நம்ம கல்ச்சரைப் பற்றி அவ்வளவு பிரமாதமாப் பேசினீங்க... இன்னிக்கு நீங்களே அதுக்கு நேர் எதிரா நடந்துகிட்டிருக்கீங்க. இவங்கள்லாம் யோகா கிளாஸ் இருக்கா, இல்லையா...? மாஸ்டர்கள் எங்க போனார்கள்...? ஏன் போனாங்கன்னு என்னை எவ்வளவு கேள்வி கேட்டுட்டாங்க தெரியுமா?”

ஐந்து பேரும் ஆர்கனைசர் முன்னால் மௌனமாக நின்றனர். ஆர்கனைசர் ‘சட்’டென்று சட்டைப் பாக்கெட்டில் இருந்து ஒரு செல்போனைத் தட்டி யாருடனோ பேசிவிட்டு, “பேசுங்க... இந்தாங்க” என்று ஐவரில் முதலில் கையைக் கட்டிக் கொண்டு நின்றபடி இருந்த லட்சுமிகாந்தனிடம் தந்தார்.

“யாரு?”

“உங்க குரு சிவம் சார்...”

“இப்ப அவர்கூட எதுக்கு?”

“நீங்க வந்தா பேச சொன்னார்... அதான்.”

அவ்வளவு விளக்கங்களைக் கேட்டபிறகு செல்போன் லட்சுமிகாந்தன் காது மடலில் அடங்கியது. மறுமுனையில் சிவத்தின் குரல்.

“யாருப்பாது...?”

“ஐயா... நான் லட்சுமி பேசறேங்க.”

“லட்சுமிகாந்தனா... சந்தோஷம். ஆமா எங்க போயிட்டீங்க? போன இடத்துல யாரோ காணாம போயிட்டாராம். நீங்களும் தேடிகிட்டுப் போனீங்களாம் அங்க என்ன நடக்குது?”

“அதெல்லாம் சரியாயிடிச்சுங்களே... இன்னும் கொஞ்சநேரத்துல நம்ம வகுப்புங்களும் ஆரம்பமாகப் போகுதுங்களே...”

“வகுப்பு ஆரம்பிக்கற நேரமா இது?”

“அது...”

“எது... என் சிஷ்யப்பிள்ளைங்களுக்கு கால நேரம்தானே கடவுள். நீங்கள் என்ன பொதுக்கூட்டத்துல பேச வர்ற அரசியல்வாதிங்களா? நினைச்ச நேரம் வர்றதுக்கும் வகுப்பு எடுக்கறதுக்கும்...?”

“ஐயா...”

“இப்படி ஒருத்தர்கிட்ட கெஞ்சிப் பேசற ஒரு நிலையே உங்களுக்கு வரக்கூடாதுன்னுதானே நான் உங்களுக்கு எல்லா ஞானத்தையும் பிஞ்சு பிராயத்துல இருந்தே கொடுத்து வளர்த்திருக்கேன்...”

“மன்னிச்சுக்குங்கய்யா... இனி ஒரு வார்த்தை நீங்க கூப்பிட்டு பேசற ஒரு நிலையை உருவாக்க மாட்டோம். ஒரு பத்து நிமிஷத்துல வகுப்பு ஆரம்பமாயிடும். அப்புறமா உரிய காலத்துல அதை முடிச்சிட்டு நாங்களும் கிளம்பி வந்துடுவோம்.”

“எல்லார்கிட்டேயும் என் வருத்தத்தைச் சொல்லு லட்சுமி. கால நேரம்தான் உங்களுக்குக் கடவுள். அதுல பிழை வந்தா எல்லாமே பிழையாயிடும். கவனமா இருங்க.”

சிவம் பேச்சை முடித்துக் கொள்ள, செல்லை ஆஃப் செய்து ஆர்கனைசரிடம் நீட்டிய லட்சுமிகாந்தன் முகத்தில் ஒரு மெல்லிய இருள். மற்ற நால்வருக்கும் அவன் பேசிய விஷயத்தில் இருந்தே மறுமுனையில் எந்த மாதிரி கேள்விகள் இருந்திருக்கும் என்பது புரிந்துவிட்டது.

லட்சுமிகாந்தனை வெறித்தனர்.

"வாங்க... அடுத்து என்ன செய்யணுமோ செய்வோம்... இனி ஒரு நிமிஷம்கூட தாமதம் கூடாது," என்று நேராக விஷயத்திற்குச் சென்றுவிட்டான் லட்சுமிகாந்தன்.

அதன்பின் சூழ்நிலையே மாறத் தொடங்கியது. 'மளமள'வென்று குளித்து முடித்து ஜிப்பா உடுப்பில் பளிச்சென்று மாறி ஒரு ஆசிரியத் தோரணையோடு ஐவரும் ஹோட்டல் டாப் ரூஃபுக்கு வந்து நின்றனர்.

எதிரில் வெளிநாட்டவர்களின் அணிவகுப்பு.

அவ்வளவு பேரும் 'படபட'வென்று கை தட்டினார்கள்.

அவர்களுக்கு எதிராக ஒரு மேடை போடப்பட்டு அதில் அவர்கள் ஐந்துபேருக்கும் ஆசனங்கள் போடப்பட்டிருந்தன. வலப்பக்கமாகவும், இடப்பக்கமாகவும் வெள்ளைத் துணி மூடிய ஒரு மெத்தையால் அமைந்த மேடை... அதில் அங்கும், இங்குமாக சில திண்டுகள். அந்த மேடையை ஒட்டி அனைவரும் பார்க்கும்படியாக 'யோகம் யோகம் தரும்' எனும் ஸ்லோகம் எழுதப்பட்டிருந்தது.

ஆர்கனைசர் அடுத்து நடக்க இருப்பதை ஆங்கிலத்தில் விவரிக்க ஆரம்பித்தார்.

"லேடீஸ் அண்ட் ஜென்டில் மென்..."

"நேற்று இந்த கொடைக்கானல் மலையின் புல்வெளியில் நாம் பல குழுவாகப் பிரிந்து இந்திய நாடு பற்றி இங்குள்ள கலாச்சாரம் பற்றி கேள்விகளாய்க் கேட்டு அதற்குரிய பதிலையும் பெற்றிட்டோம். நேற்றைய பேச்சில் யோகம் எனப்படும் யோகாசனமாகிய உடற்பயிற்சி உடம்பு, மனது இரண்டுக்கும் எவ்வளவு பாதுகாப்பானது என்பதையும் ஓரளவு நமது ஆசிரியர்கள் விளக்கியிருந்தனர்."

"இன்று அந்த ஆசனங்களை உங்கள் முன் இந்த மேடையில் இவர்கள் ஐவருமே செய்து காட்ட உள்ளனர். அப்படி ஆசனம்

போடும் போதே எப்படி போட வேண்டும், அதனால் என்ன விளைவு ஏற்படும் என்றும் இன்னொருவர் உங்களுக்கு விளக்குவார். இது ஒரு அரிய தருணம். நீங்கள் வீடியோ எடுப்பதாக இருந்தால் எடுத்துக்கொள்ளலாம். நோட்டில் குறிப்பாக எழுதியும் கொள்ளலாம்," என்று அவர் பேசிக் கொண்டே போனார். கெடிகாரத்தில் மிகச்சரியாக மணி பன்னிரெண்டு!

அந்த உச்சி வேளையில் ஒரு பாறைமேல் நின்று கொண்டு சூரியனைப் பார்த்து ஏதோ வழிபாடு செய்து கொண்டிருந்தான் மாந்திரீகன் கார்த்திராஜா! சுற்றிலும் அடர்வான மரக்கூட்டம். அவன் நின்றபடி இருக்கும் பாறைக்குக் கீழே ஏதோ எஜமானனுக்குக் கட்டுப்பட்டு நிற்கும் எடுபிடிகளைப் போல ஒருபுறம் விஸ்வநாதன்; மறுபுறம் கோவிந்தன்.

கார்த்திராஜனும் வழிபாட்டை முடித்துவிட்டு, பாறைமேல் இருந்து அப்படியே குதித்தான். அவர்கள் அவன்முன் கட்டிய கையை விலக்கவில்லை. அது பணிவு போலவும் இருந்தது; பயமாகவும் இருந்தது.

அவனோ அவர்கள் இருவரையும் இமைகள் படபடக்க பார்த்தபடியே இப்படியும் அப்படியும் நடந்தான். கோவிந்தன் கிணற்றில் பாஷாணத்தைக் கலப்பதற்காக அனுப்பப்பட்டவன். ஆனால் அது தோல்வியில் முடிந்துவிட்டது. பலிக்காக என்று பாதுகாப்பாக வைக்கப்பட்டிருந்த ஜான்சனும் எப்படியோ தப்பிப் போய் விட்டார்.

எவ்வளவுதான் மந்திரப் பிரயாசைகள் கொண்டாலும் ஒருபக்கம் அது வீணாகிக் கொண்டே போவது அவனுக்குள் ஒரு கோபமாக உருவாகியிருந்தது.

"நீங்க இரண்டு பேருமே ஒண்ணுக்கும் லாயக்கில்லாதவங்க. உங்களை வெச்சு நான் எதையும் சாதிக்க முடியாது" என்று கோபமாக அவர்களைப் பார்த்து கார்த்திராஜன் பேசவும், அவர்கள் இருவரும் ஏதோ தப்பு செய்துவிட்டது போல தலையைத் தாழ்த்திக் கொண்டனர்.

தொடர்ந்து அவன் குட்டிப்போட்ட பூனைபோல நடந்து கொண்டே இருந்தான். பிறகு அவர்களிடம் எதுவும் சொல்லாமல் அங்கிருந்து 'விறுவிறு'வென்று நடந்தான். மலைச்சரிவு என்பதால் உதிர்ந்து கிடக்கும் சருகுகள் அவன் கால் பட்டு சப்தித்தன. விஸ்வநாதனும், கோவிந்தனும்கூட அவனைப் பின்தொடர்ந்தனர். அவன் எங்காவது நின்றால் அவர்களும் நின்றனர். அவன் நடந்தால் அவர்களும் நடந்தனர். ஒரு பெரிய மஞ்சள் கடம்ப மரம் முன் போய் நின்றவன் அண்ணாந்து பார்த்தான். அப்போது இடுப்பில் அவன் கை வைத்துக் கொண்டு நின்றவிதம் ஒரு அமானுஷ்யமாக இருந்தது.

அந்த மஞ்சள் கடம்ப மரக்கிளை ஒன்றில் அவன் ஏவியிருந்த க்ருதகி பொம்மை தூக்கில் தொங்கும் ஒரு மனிதன் போல ஆடியபடி இருந்தது.

கீழே எஜமான் வந்து நிற்கிறான் என்பது தெரிந்து சிறிய பொம்மை தலையை வளைத்து கீழே பார்த்து ஒரு மாதிரி குரலில் சிரித்தது. அந்தச் சிரிப்புச் சப்தத்தை விஸ்வநாதனோ, கோவிந்தனோ உணர முடியவில்லை. ஆனால் கார்த்திராஜன் உணர்ந்தான்.

"சிரிக்காதே க்ருதகி... நான் இப்ப கோபத்துல இருக்கேன்," என்று அவன் கத்தவும், விஸ்வநாதன் தலையை உயர்த்தி மரத்தைப் பார்த்தார். இவன் யாருடன் பேசுகிறான் என்றே அவருக்குப் புரியவில்லை.

"கார்த்திராஜா... உன்னைப் போல மனுஷனுக்கும் சரி, என்னைப் போல பூத கணங்களுக்கும் சரி, சிரிப்பு ஒரு செய்தியைச் சொல்ற ஆயுதமில்லையா?" அது கேட்டது.

"தெரியும்... நீ என்ன சேதி சொல்லப் போறேன்னு எனக்குத் தெரியும். அந்த சப்த கன்னியரை நான் நெருங்க முடியாதுன்னுதானே சொல்லப் போறே?"

"அவர்கள் மங்கலதேவிகள்... ஆதிசக்தியோட பிரதிநிதிகள். மந்திர ஸ்வரூபமாகவும் இருப்பதால் அவர்களை வசியப்படுத்த முடியும்னு நீ நினைச்சே பாரு... அங்கதான் இருக்கு உன் தப்பு."

“மந்திர ஸ்வரூபத்துக்கு உபாசனைதான் கணக்கு. யாரா இருந்தா என்ன... விடாமுயற்சியோட உபாசனை செய்தா வசப்பட்டுதானே தீரணும்.”

“முட்டாள் மாந்திரீகா... விடா முயற்சியோடன்னு இப்ப சொன்னியே அந்த முயற்சிக்குப் பின்னால உன் கர்மம் இருக்கறதை மறந்துட்டியா?”

“என்ன சொல்ற நீ... என் கர்மத்துக்கும் அதுக்கும் என்ன சம்பந்தம்?”

“கொஞ்சதூரத்துல நிர்வாணச் சித்தர் வந்துகிட்டிருக்கார். அவரை நீ பார்ப்பே. அவர்கிட்ட கேள். அவர் உனக்கு எல்லாம் சொல்வார். அவர் சப்த மாதா தரிசனம் செய்தவர். நான் பாவப்பட்ட பூதகணம். விமோசனத்துக்குக் காத்திருக்கற ஒரு துர் ஆத்மா. உன்னால தொடர்ந்து பாவமா செய்துகிட்டு இருக்கேன். அவர் வந்துட்டார். அவர்கிட்டேயே கேள்...” என்ற க்ரூதகி தன் பேச்சை நிறுத்திக்கொள்ள, அந்த சரிந்த மலைப் பிராந்தியத்தில் ஒரு கழியை ஊன்றியபடி தன் நிர்வாண உடம்புடன் மேலேறிக் கொண்டிருந்தார் - மலைப் பிராந்தியத்தையே தனது வீடாக கருதித் திரியும் அந்த சித்தர்.

எதிரில் கார்த்திராஜன் தெரியவும், அவரிடமும் ஒருவித திகைப்பு. கூடவே விஸ்வநாதனையும், கோவிந்தனையும் பார்க்கவும் இன்னும் கூடுதலான திகைப்பு.

கார்த்திராஜன் அவரிடம் ‘சட்’டென்று பேச்சைக் கொடுக்கவில்லை. ஒருவித அசூயையுடன் பார்த்தான். அவரோ அவனிடம் பேசுவதே பாவம் என்பது போல விலகி, வேறுபக்கம் போகப் பார்த்தார். மேலிருந்து க்ரூதகி அதைக் கவனித்துவிட்டு அலறியது.

“ஏ மாந்திரீகப் பிரபுவே... அந்தச் சித்தனை விடாதே, பேசு. அவரை சாதாரணமாக நினைத்துவிடாதே. இல்லாவிட்டால் உன்னால் எந்த காலத்திலயும் சப்த மாதாக்களை அடையவே முடியாது” என்றது.

க்ருதகியின் காற்றுக்குரல் சித்தர் புலனுக்கும் எட்டவே அண்ணாந்து மேலே பார்த்தார். ஒரு மர்மச் சிரிப்பு சிரித்தார்.

அப்படியே, "சப்த கன்னியருக்காக அலையறவனா நீ?" என்று அவனைப் பார்த்தார்.

"அலையல சித்தா... அலையல, தவம் இருக்கேன்."

"தவமா... நீயா?"

"என்ன... ஒரு இடத்துல அசையாம உட்கார்ந்து தியான மந்திரத்தைச் சொன்னாதான் தவமா - நான் எப்பவும் அவங்க ஏழுபேர் தியான மந்திரத்தைச் சொல்லிகிட்டே இருக்கேன். எந்த தேவ சக்தியா இருந்தாலும் மந்திர உபாசனைக்கு மதிப்பு கொடுத்து வந்துதானே தீரணும்?"

"அப்படியா?"

"என்ன என்கிட்டயே கேட்கறே... நான் சொல்றதுல என்ன தப்பு இருக்கு?"

"சரிதான்... ஒரு மாந்திரீகன் நீ... துர்ஆத்மாக்களை வசியம் பண்ணி ஏவல் செய்யத் தெரிஞ்ச நீ என்ன தப்பு இருக்குன்னு கேக்கறியா?"

"அது ஒரு கலை... துஷ்ட சக்தியைப் பயன்படுத்தி மனித வாழ்க்கையில் மாறுதல்களைக் கொண்டு வர்றதுல என்ன தப்பு இருக்கு?"

"நான் காசிக்குப் போறேன்... போய் வரும்வரையில் என் பணத்தைப் பத்திரமா வெச்சிருன்னு ஒருத்தன் இன்னொருத்தன்கிட்ட கொடுத்துட்டுப் போனானாம். அந்த ஒருத்தனும் இந்தப் பணத்தை வெச்சு வியாபாரம் செய்யலாமே, வீடு கட்டலாமேன்னு நினைச்சு அதைப் பயன்படுத்தத் தொடங்கினானாம். அதைப் பார்த்த இன்னொருத்தர் இது அடுத்தவர் பணமாச்சே இதை நீ இப்படி பயன்படுத்தலாமான்னு கேட்டதுக்கு, பணம் சும்மாதானே இருக்கு. அதை நான் பயன்படுத்தி அதை பல மடங்கு ஆக்கறதுல என்ன தப்பு இருக்குன்னு கேட்டானாம். சரி பல மடங்கு ஆகாம

முதலே போயிட்டா என்ன பண்ணுவேன்னு கேட்டதுக்கு அப்படியெல்லாம் ஆகவிட மாட்டேன்னு சொன்னானாம். ஆனா அந்தப் பணத்தை வியாபாரத்துல தொலைச்சிட்டு நின்னானாம். பணத்தைக் கொடுத்தவனும் காசியில் இருந்து திரும்பி வந்து கேட்டப்போ நீங்க எப்ப என்கிட்ட பணத்தைக் கொடுத்தீங்க... கொடுக்கவேயில்லையேன்னு அவன்கிட்ட சொல்ல அவனுக்கு அதிர்ச்சி..."

நிர்வாணச் சித்தர் சொன்ன கதை கார்த்திராஜனைக் குழப்பியது. அவனால் புரிந்து கொள்ள முடியவில்லை. ஆனால் மேலிருந்த க்ரூதகி இடிப்பது போல சிரித்தது.

விஸ்வநாதனும், கோவிந்தனும் ஏதோ துண்டித்து விடப்பட்டவர்கள் போல நின்றனர். இப்படி எல்லாம் காட்டுக்குள்ள ஒருவரைப் பார்த்தால் விஸ்வநாதன் எகிறும் விதமே ஒரு தினுசாக இருக்கும். அதில் வன இலாகாவின் அதிகாரம் கொடிகட்டிப் பறக்கும். ஆனால் இங்கே நிலைமையே தலைகீழ்.

"என்னப்பா, என் கதை உனக்குப் புரியலையா?" என்று நிர்வாணச் சித்தர் திரும்பவும் சீண்டவும், அவனும் "இதுல என்ன தத்துவம் இருக்குன்னு இவ்வளவு தூரம் நீட்டி முழக்கியிருக்கீங்க?" என்றான்.

"இப்படி ஒரு பதில் சொல்லும்போதே நீ எவ்வளவு பெரிய ஞானஸ்தன்னு எனக்குப் புரிஞ்சு போச்சு."

"என் ஞானத்துக்கு நீங்க ஒண்ணும் கிரீடம் சூட்ட வேண்டாம். சித்தரே... இந்தக் கதைக்கும் எனக்கும் என்ன சம்பந்தம்?"

"சொல்றேன்... காசிக்குப் போறவர் ஒப்படைச்ச பணம் போன்றதுதான் துர்ஆத்மாக்களோட சக்தி. அதை பயன்படுத்தி நீ மாந்திரீகன் ஆனே... காசிக்குப் போனவர்தான் கடவுள். அவர் படைப்புல துர்ஆத்மாக்களும் ஒருபக்கம் அடக்கம். அது ஒரு நிலைப்பாடு. கடவுள் வந்து பார்க்கும்போது அந்தப் பணம்,

அதாவது துர்ஆத்மாக்கள் அப்படியேதான் இருக்கணும். ஆனா நீ அவற்றைப் பயன்படுத்தி, அவற்றையும் பாவியாக்கி, நீயும் பாவியாகி நிக்கறே... இதைத்தான் நான் அப்படி சொன்னேன்."

"போதும் சாமி... எந்த ஒரு சக்தியும் பொதுவானது. அதைப் பயன்படுத்தத் தெரியற வழிவகை தெரிஞ்சவன்தான் பலவான். நான் அப்படி ஒரு பலவான்."

"அதான் சப்த கன்னிகளையும், துர்ஆத்மாக்களா கணிச்சுப் பயன்படுத்த நினைச்சுட்டே போல இருக்கு..."

"எனக்கு சக்திதான் கணக்கு. அதுக்கு நல்ல சக்தி, கெட்ட சக்தின்னு நீங்க பேர் வெச்சா, அதுக்கு நான் பொறுப்பில்ல. சப்த கன்னிகளை நெருங்க முடியாதுங்கற மாதிரி இருக்கு உங்க பேச்சு. ஆனா நான் அவங்களை நீர்ச் சிறையில் இருந்து மீட்டு ஒரு இடத்துல உக்காத்தி வெச்சிருக்கற ஒருத்தன், அதை மறந்துடாதீங்க..."

"பைத்தியக்காரா... நீ எங்க மீட்டே? அவங்கதான் உன்னைப் பயன்படுத்தி இந்த மலைல ஒரு புள்ளியில் உக்காந்துகிட்டிருக்காங்க..."

"இது நீங்க சொல்ற பொய்க் கணக்கு. அந்த நாள்லயே என்னைப் போல் மாந்திரீகர்களுக்குப் பலம் வந்துடக் கூடாதுன்னுதான் அவங்களைத் தூக்கித் தண்ணிக்குள்ளப் போட்டாங்க... கோயிலையும் இடிச்சாங்க. எங்களைப் போல மாந்திரீகர்களை அவங்க எவ்வளவு பலமா நினைச்சிருந்தா இப்படி செஞ்சிருப்பாங்கன்னு யோசிச்சுப் பாருங்க."

கார்த்திராஜன் ஏதோ ஒரு பிரமாதமான கேள்வியை கேட்டு அவரை மடக்கிவிட்டதைப் போல் பார்த்தான். சித்தர் அதைக் கேட்டு மிக கேலியாக ஒரு சிரிப்பு சிரித்தார்.

"பதில் சொல்ல முடியலைன்னா இப்படி சிரிக்கறது உங்களுக்கு ஒரு வழக்கமோ...?"

"பதில் சொல்ல முடியாமலா... அடப்பாவி! தண்ணிக்குள்ள தூக்கிப் போட்டது பிரதமைகளை. அது உங்களுக்குப்

பயந்துகிட்டுன்னு நீ நினைக்கறியா... சேத்துல புரண்டுட்டு வர்ற பன்னியைப் பார்த்து, ஒரு குளிச்சுட்டு வர்ற யானை ஒதுங்கிப் போனதாம். உடனே அதுக்குப் பன்னி, இந்த 'யானைக்கு என்மேலதான் எவ்வளவு பயம்'னு சொல்லிச்சாம். அப்படி இருக்கு உன் பேச்சு..."

"அப்ப அந்த சிலைகளைத் தூக்கிப் போடக் காரணம், கோயிலையும் இடிக்க காரணம்?"

"அருமை தெரியத்தான்..."

"எது அருமை... இது என்ன புது வியாக்யானம்?"

"அதுதான் தம்பி சரியான பதில், அதுக்குள்ளதான் எல்லாமே இருக்கு. இப்ப சொல்றேன் கேட்டுக்கோ... சக்தி பிரதமைல இல்ல... அதாவது சிலைல இல்ல. அதை மந்திரச் சித்தியோட பாக்கற கண்கள்லதான் இருக்கு. மின்சார பல்பு மாதிரிதான் சிலைங்கறது. கரண்ட் பாயும்போது அது எரியுது பாயாத போது அது எப்படி ஒரு சாதாரண பொருள் மாதிரி ஆயிடுதோ அப்படித்தான் பிரதமைகளும்."

"எல்லா கோயில்கள்ல உள்ள சிலைகளும் பல்பு மாதிரிதான். கரண்ட்டைக் கொடுத்து எரிச்சு ஒளியை உருவாக்கி அந்த ஒளியைக் கொண்டு இருளை விரட்டறது நம்ம கைலதான் இருக்கு."

"அப்படின்னா நான் ஒளிச்சு வெச்சிருக்கற சிலைகள் வெறும் கல் சிலைகள்தானா?"

"அதுல என்ன சந்தேகம். நீ ஒரு சத்யசந்தனா மாறாதவரை அதுக்கு சக்தி வராது. சக்தி வராதவரை நீ அருள் பெற முடியாது. எப்படிப் பார்த்தாலும் உனக்கு அருள் வேணும்னா அதுக்கு உனக்குப் பணிவும், பக்தியும் வேணும்.

தியான மந்திரங்களையும், காயத்ரியையும் சொன்னா, வான மண்டலத்துல இருந்து அவங்க பிரசன்னமாகலாம். ஆனா, அப்ப நீ கேட்க நினைச்சத கேட்கற புத்தி, தெளிவு ரொம்ப முக்கியம்.

கும்பகர்ணன் கதை உனக்குத் தெரியுமா?" சித்தர் இறுதியாக கும்பகர்ணனிடம் வந்து நின்றார்.

"என்ன சித்தரே, இன்னிக்கு கதையா சொல்லி என்னை மாற்ற எண்ணமா?"

"நான் இங்க ஒரு வழிப்போக்கன். உன்னைப் பார்த்ததால பேசிகிட்டிருக்கேன். அதுவும் உன்மேலுள்ள பரிதாபத்தால... நீ என் பேச்சைக் கேட்டு மாறணும்னு விதி இருந்தாத்தான் மாறுவே. இல்லேன்னா உன்னை என்ன செய்யணும்னு அந்த சப்த மாதாக்களுக்கு நல்லாவே தெரியும். நான் எதுக்கு கவலைப்பட்டுகிட்டு... கவலைப்பட்டா, நான் நல்ல சித்தனும் இல்லை..."

"சரி அது என்ன கும்பகர்ணன் கதை?"

"உன்னைப் போலவேதான் கும்பகர்ணனும் தவமா தவம் பண்ணினான். அதுவும் அவன் சகோதரன் ராவணனைப் பார்க்கவும் அவனுக்கு ஒரே பொறாமை. தன் சகோதரன் தவம் செய்து நிறைய வரங்களை வாங்கி தன்னை ஒரு பலவானா வெச்சுகிட்டு இருக்கற மாதிரி நானும் என்னை வெச்சுக்குவேன். என்னாலயும் தவம் செய்ய முடியும்னு நினைச்சான். அதாவது உன்னை மாதிரியே..."

சித்தர் கார்த்திராஜனை கும்பகர்ணனுக்கு ஒப்பிட்டுவிட்டு அப்படியே தொடர்ந்தார்.

"அவன் தவம் செய்யறத பார்த்துட்டு பூமியே நடுங்கிச்சு... ஏன் தெரியுமா?" மீண்டும் ஒரு இடைவெளி...

"எல்லோருக்கும் பயமா?"

"பயமேதான்... ஒரு ராவணனையே தாங்க முடியவில்லையே, எப்படி இந்த கும்பகர்ணனைத் தாங்கப் போறோம்னு தெரியலியேன்னு தேவர்கள்ல இருந்து மனுஷங்கவரை அவ்வளவு பேரும் பயந்தாங்க."

"நானா இருந்தா கும்பகர்ணன் பக்கம்தான் நின்னிருப்பேன். ஒரு மனிதன் எப்பவும் கும்பகர்ணன் மாதிரிதான் நினைக்கணும். உங்களால முடியும்னா என்னால முடியாதா? சொல்லப்போனா

நான் அந்த வரம் தர்ற கடவுளாவே ஆகறதுக்குக்கூட முயற்சி செய்வேன். சிவனும், விஷ்ணுவும்தான் கடவுளா இருக்கணுமா? இந்த உலகம் இவங்களதான் கும்புடணுமா?"

கார்த்திராஜன் கேட்ட விதத்தில் இருந்து அவன் எப்படிப்பட்டவன், எதற்காக சப்த கன்னியர்களை வசப்படுத்த அலையறான் என்பது 'பளிச்'சென்று வெளிவந்துவிட்டது.

எதாவது ஒரு வகையில் சிலர் பேர் எடுக்க வேண்டும் என்று ஆசைப்படுவார்கள். அது நல்லவிதமா, கெட்டவிதமா என்பது பற்றிய கவலையையெல்லாம் அப்படியே விட்டுவிடுவார்கள். அது ஒரு வெறி. வெறி தலைக்கேறிவிட்டால் நல்லது, கெட்டதைப் பிரித்துப் பார்க்கத் தெரியாது.

சித்தரும் அவனை வெறி உள்ளவனாகத்தான் பார்த்தார். கதையை முழுவதுமாய்க் கூறிவிடுவோமே என்று தொடர்ந்தார்.

"கும்பகர்ணனோட தவம் இந்த உலகத்தையே நடுங்க வெச்சது. அவ்வளவு ஏன் தன் சகோதரனோட தவத்தைப் பார்த்து ராவணனே மிரண்டு போனான். அப்பதான் அந்த அதிசயம் நடந்தது. அவனது கர்ம பலம் அவனுக்கு வரசித்திக்கு வழி இல்லாம பண்ண காத்திருந்தது. ராவணனுடைய கர்ம பலம் அவனுக்கு பல வரசித்திகளை வாங்கித்தர தயாரா இருந்தது. சீதையைத் தொட்டுப் பாவம் செய்யத் தொடங்கவும்தான், அவனோட கர்மபலம் பலவீனப்பட்டு, இறுதியில் ராம பாணத்தால் அவன் உயிரை இழக்கற ஒரு நிலை ஏற்பட்டது."

"கும்பகர்ணனுடைய கர்மம் சரஸ்வதி தேவிக்கு வசதியா போச்சு, தவத்தோட உச்சியில பிரம்மா கும்பகர்ணனுக்குக் காட்சி தந்து என்ன வரம் வேணும்னு கேட்டார். தான் நித்ய சிரஞ்சீவியாக, அதாவது எப்பொழும் காலத்தை வென்று பலசாலியாகத் திகழணும்னு ஆசைப்பட்டு, பிரபோ நான் நித்ய சிரஞ்சீவியா இருக்கணும்னு கேட்க நாக்கை அசைத்தவன், அந்த நாக்குல வாசம் செய்யற சரஸ்வதி தேவி உபயத்தால் நித்ர சிரஞ்சீவின்னு சொல்லிட்டான். அதாவது எப்பவும் தூங்கிக்கிட்டே

இருக்கணும்னு கேட்ட ஒரு வரமா அது மாறிப் போச்சு. சரஸ்வதி தேவிக்கு கும்பகர்ணன் கர்மம் இடம் கொடுத்தது. உனக்கும் இது ஒரு எச்சரிக்கை. தேவதைகளை வசியப்படுத்த நினைப்பதே தப்பு. அவர்களைத் துதிக்கலாம். அவர்கள் கால்ல விழுந்து சில விருப்பங்களை நிறைவேற்றச் சொல்லலாம். ஆனா அவர்களையே வசியப்படுத்தி ஆட்டி வைக்க நினைக்கறது பெரிய விபரீதத்துல முடியும்.

எனக்குத் தெரிஞ்சு உனக்குக் கர்ம பலம் இல்லை. ஆகையால என் பேச்சைக் கேட்டு அப்படியே போயிரு இல்லே..."

சித்தர் எச்சரிப்பது போல நீட்டிவிட்டுக் கிளம்ப ஆரம்பித்தார். சில அடிகள் போட்டவர் திரும்பி விஸ்வநாதனைப் பார்த்தார்.

“ஒரு கன்னியையே மணக்கப் போறவன் நீ. இப்படியா இங்க இவன் நேத்ர வசியத்துக்குக் கட்டுப்பட்டு உன்னை மறப்பே. என்ன கொடுமை இது...?" என்றவர் கார்த்திராஜனைத் திரும்பிப் பார்த்து, ஒருமுறை முறைத்துவிட்டு விஸ்வநாதனையும், கோவிந்தனையும் நெருங்கி அவர்கள் முகங்களில் பாடம் போடுபவர்கள் போல ஊதினார். அப்படி ஊதிவிட்டு கார்த்திராஜனைப் பார்த்தவர் “இப்படி அப்பாவிகளை வசியப்படுத்தி, பாவம் செய்ய வைக்காதே... இந்தப் பாவமெல்லாமும் உன் கணக்குலதான் வரவு வைக்கப்படும். இவர்களை நீ இனி எந்த காலத்துலயும் வசியப்படுத்த முடியாது. அதிகபட்சம் இன்னும் ஆறு மணி நேரம்தான் இவங்க உனக்குக் கட்டுப்பட்டிருப்பாங்க. அதுக்குப்பிறகு நீ எவ்வளவு முயன்றாலும் இவங்களை வசியப்படுத்த முடியாது. இவங்களே உனக்கு முதல் விரோதியாயிருவாங்க. எனக்கு தரிசனம் தந்து என் எண்ணங்களான சப்த ஞானத்துக்கு ஒளி கொடுத்த சப்த மாதாக்களுக்கு நான் இந்த விதத்துல அன்பைக் காட்ட விரும்பறேன்.

இப்பக்கூட கெட்டுப்போயிடலை... அந்தப் பிரதமைகளைக் கொண்டு போய் எடுத்த இடத்துலயே போட்டுடு. அப்படி செய்துட்டா உனக்கு நல்ல காலம் ஆரம்பம். இல்லே..."

நிர்வாணச் சித்தர் அவனை எச்சரித்து முடித்தவராக அங்கிருந்து கிளம்பினார். மேலே க்ரூதகி திரும்பவும் இடி இடிப்பது போல் சிரித்து, அவனுக்குள் எரிச்சலைக் கலந்தது.

"ஏ க்ரூதகி... என்ன இது? நீ என் ஏவல் பூதமா, இல்லை அந்தச் சித்தனுக்குக் கட்டுப்பட்டவனா?" கார்த்திராஜனும் பதில் எரிச்சலைக் காட்டினான்.

"கோபப்படாதே, பிரபுவே... நான் சிரித்தது அவர் உன்னை எச்சரித்தாரே அதை நினைத்து... அவர் ஒரு பெரிய மகா சித்தர். அப்படிப்பட்டவர் உன் எதிர்காலம் தெரியாமல் பேசிவிட்டுப் போவதை நினைத்தேன், சிரித்தேன்."

"என்ன சொல்கிறாய்? என் எதிர்காலம் பற்றியெல்லாம் எனக்குக் கவலையே இல்லை."

"உனக்கென்ன கவலை... ஏதாவது ஒன்று என்றால் என்னைத்தானே நீ கேட்பாய்... நான்தானே உனக்கு பதில் சொல்லியாகணும்."

"இப்பொழுது என்ன சொல்லப் போகிறாய்... அதைச் சொல்..."

"சொல்ல என்ன இருக்கு... இவர்கள் இன்னும் ஆறு மணி நேரம்தான் உன் பேச்சைக் கேட்பார்கள். அதற்குப்பிறகு இவன் தன் அதிகாரத்தால் உன்னைப் பாடாய்ப்படுத்த முனைந்தால் என்ன செய்வாய்?"

"நேத்ர வசியம் நீங்கினால் என்ன... மை வசியம், மூலிகை வசியம் இருக்கிறதே... அதில் ஒன்று கை கொடுத்துவிட்டுப் போகிறது."

"எந்த வசியமுமே இனி அவர்களிடம் எடுபடாது. அது மட்டுமல்ல, உன்னிடமிருந்து பலிப் பிரசாதமாகத் திகழ்ந்த மிலேச்சன் இப்போது அவர்கள் கூட்டத்தோடு போய்ச் சேர்ந்தது மட்டுமல்ல... அந்தக் கன்னிச் சிலைகளைப் புகைப்படமாய் எடுத்து, அதைப் போலீஸும் பார்த்துவிட்டது. இந்த மலைமேல்

ஒன்றுக்கு நூறு காவலர்கள் ஏறி வந்தால் அவ்வளவு பேரையுமா உன்னால் வசியப்படுத்தி, கட்டுப்படுத்த முடியும்?"

க்ருதகி தன் கடமையைக் கச்சிதமாக செய்தது. அது அவனிடம் கேள்வியாய்க் கேட்டு, அவனுக்குள் பீதியைக் கரைக்கப் பார்த்தது.

"இந்தச் சிக்கலில் இருந்து தப்பிக்க ஒரு வழியை நீயே சொல்லேன்."

"அனுபவிக்கப் போகிறவன் நீ. காரியம் செய்ய மட்டும் பூதகணம் நான் வேண்டுமா?"

"இதோ பார்... நான் கன்னிமார்களை வசப்படுத்த நினைப்பது சில சித்திகளுக்காக... அவை கிட்டிவிட்டால் உன்னை விடுதலை செய்துவிடுகிறேன். உன் விடுதலைக்காகவாவது நான் என் வசமுள்ள கன்னிகளை வசப்படுத்த வழியை கூறு..."

"ஒரே வழிதான்..."

"என்ன?"

"அவர்களிடம் சரண் புகுந்து விடு."

"இது என்ன பைத்தியக்காரத்தனம். சரண் புகுந்தவர்களிடம் எப்படி நான் வரம் கேட்க முடியும்?"

"அன்பாகக் கேட்கலாம். இஷ்டப்பட்டால் கொடுங்கள் என்று சொல்லலாம்."

"அவர்கள் கொடுப்பார்களா?"

"உனக்கு என்போன்ற பூத கணப்பழக்கத்தால் தேவதைகள் அன்பு பற்றி கருணை பற்றி தெரியாமலே போய்விட்டது. அன்புக்கும் பண்புக்கும் வசப்பட்டால்தான் அது தெய்வம், இல்லாவிட்டால் அது அரக்கம்."

"உன்னை நான் நம்பலாமா?"

"திரிசாலமும் எனக்குத் தெரிந்தாலும் நான் உன் அடிமை என்னும் கைதி. நீ விடுதலை பெற்றால்தான் எனக்கும் விடுதலை எனும்போது உனக்குத் தப்பான வழியைக் காட்டுவேனா?"

“சரி... இப்பொழுது நான் என்ன செய்யவேண்டும்?”

“போ... போய் பிரதமைகளை சித்தர் சொன்னது போல உன் மந்திர உபாசனையால் சக்தி உள்ளதாக மாற்று. அப்படியே காலில் விழு. களவாடிய குற்றத்துக்கு பதிலுக்கு கோவில் கட்டி காலமெல்லாம் வழிபாடு செய்வதாகச் சத்தியம் செய். அவர்கள் உன்னை மன்னித்து நிச்சயம் உனக்கு அனுக்ரஹம் செய்வார்கள்.”

“இவர்களை என்ன செய்ய?”

“இவர்களைத் திரும்பிப் போகச் சொல்... நீ போய் சொல்லும் நேரத்தில் பிரதமைகளை இடம் மாற்றி கிழக்கு நோக்கி வைத்து உன் குருதியாலேயே அந்தத் தேவதைகளின் பாதங்களைக் கழுவி, பின் தியானத்தில் அமரு. இடி இடித்தாலும், மழை பெய்தாலும் உன்மேலேயே தீப்பிடித்தாலும் தியானத்தில் இருந்து விலகாதே... அவர்கள் உன் உறுதியைப் பார்த்து, அப்படியே அதிசயித்துப் போகவேண்டும். அதன்பிறகு பார்...”

க்ருதகி சொல்லி முடிக்க, கார்த்திராஜன் விஸ்வநாதனையும், கோவிந்தனையும் பார்த்தான். ஆறு மணி நேரம் என்கிற கெடுவில் கிட்டதட்ட அரைமணி நேரம் விட்டிருந்தது. மீதம் இருப்பது ஐந்தரை மணி நேரம்தான். இந்த ஐந்தரை மணி நேரத்தில் இவர்களை இந்தக் காட்டுக்கு வெளியே வெகுதூரம் அனுப்பிவிட வேண்டும். பிரக்ஞை திரும்பி, தன்னைத் தேடி வந்தாலும் தான் யார் என்று தெரியக்கூடாது என்ற முடிவுக்கு வந்தவன் இருவரையும் பார்த்து, “என்னைவிட்டு எவ்வளவு தூரம் போக முடியுமோ அவ்வளவு தூரம் போங்கள்,” என்றான். அவர்களும் பொம்மை போல ஆயினர். புறப்பட்டனர். அடுத்த கட்டம், ‘அந்தக் குகையில் இருக்கும் சிலைகளை இடமாற்றம் செய்ய வேண்டும். அதற்கு தனக்கு சிலராவது உதவ வேண்டும். கிணற்றிலிருந்து எடுத்த போது ஊர்க்காரரர்களே உதவினார்கள். அவர்கள் உதவியது அவர்களுக்கே தெரியாது. இப்பொழுது அவர்களைப் போய் அழைத்து வரவும் முடியாது. என்ன செய்யலாம்?’

தீவிரமாக யோசிக்கத் தொடங்கிய கார்த்திராஜனின் எண்ணப் பரிமாணம் க்ரூதகிக்கு தெரிந்தது. "பிரபோ... பிரதமைகளை இடம் மாற்ற இப்பொழுது உனக்கு மனித சகாயம் வேண்டும், அவ்வளவுதானே?" என்று கேட்டது.

"ஆமாம் க்ரூதகி."

"இந்த மலைக்காட்டிற்கு ஐந்து இளைஞர்கள் வந்துள்ளனர். இவர்கள் சாதாரணமானவர்கள் அல்ல. இவர்களுக்கு பிரதமைகளைத் தூக்க வேண்டிய கடமையும் இவர்கள் விதியிலேயே இருக்கிறது."

"அப்படியா... அவர்கள் எங்குள்ளனர்?"

"இப்பொழுது யோகப் பயிற்சி செய்தபடி உள்ளனர். அதிலும் மனதை ஒருநிலைப்படுத்தும் யோகத்தில் அவர்கள் ஐவருமே புலிகள். அவர்களை நீ பயன்படுத்தினால் தப்பிக்கலாம்."

"அவர்களை நான் வசியப்படுத்த முடியுமா?"

"முடியாது. அவர்கள் யோகிகள். உடம்பை தங்கள் கட்டுக்குள் வைத்துள்ளவர்கள். அதனால் அவர்கள் குண்டலினி, மலப்பைக்குள் கிடக்காமல் எழும்பியே உள்ளது. எனவே உனது திருஷ்டாந்தம் அவர்களிடம் வேலை செய்யாது."

"இதையும் கூறுகிறாய்... அதையும் கூறுகிறாய். நான் எதைக் கேட்பது?"

"இரண்டையும்தான் நீ கேட்க வேண்டும். உனக்கு வேறு வழியே கிடையாது."

"இது என்ன உளறல்?"

"உளறவில்லை. அவர்களிடம் உன் மாய சக்தி எதுவுமே வேலை செய்யாது. புலனடக்கம் உள்ளவர்களை உன்போன்ற மாந்திரீகர்கள் மட்டுமல்ல, என்போன்ற பூதகணங்களாலும் எதுவும் செய்ய முடியாது. இது இன்று இல்லை. காலங்காலமாக இதுதான் உண்மை."

“சரி... அவர்களை வசப்படுத்தி வேலை வாங்க வழி கூறு.”

“ஒரே வழிதான்... நீ அப்படியே மாற வேண்டும்.”

“எப்படி?”

“எப்படி மாறுவாயோ தெரியாது. அவர்கள் குருவின் பெயர் யோகி சிவம். அவர் சொன்னால் அவர்கள் கிணற்றில்கூட குதித்து உயிரைவிடத் தயங்க மாட்டார்கள்.”

“அப்படியானால் நான் அவர்களது குருவைப் போலப் பேசி காரியம் சாதிக்கச் சொல்கிறாய்?”

“ஆமாம்... உன்னால் ஊருக்குள் நடமாடவும் முடியாது. என்னாலும் உனக்கு இவ்வளவுதான் வழிகாட்ட முடியும். இனி நடப்பது எல்லாம் உன்னைப் படைத்த - இந்த உலகைப் படைத்த அதில் ஒரு பூதகணமாய் என்னையும் படைத்த இறைவனின் விருப்பம் மட்டுமே.”

க்ரூதகி தத்துவம் பேசியது. சில ஏவல் பூதங்கள் இப்படித்தான். சில பூதங்கள் தங்கள் எஜமானர்களுடன் பல்லாங்குழி விளையாடும், அவர்களுக்குக் கால் அமுக்கிவிடும், அவர்களைப் பழித்துக்காட்டி, கேலிப் பேசி அடிவாங்கும், அப்படியே எஜமானனை மகிழ்வித்து விடுதலைக்கும் முயற்சி செய்யும்.

இந்த க்ரூதகியும் அப்படித்தான் முயன்றது.

— 5 —

காலகாலமாக சப்த கன்னிமார் வழிபாடு நடைபெற்று வருகிறது என்பது ஒரு ஆச்சரிய மூட்டும் செய்தி. குறிப்பாக கிராமப் புறங்களில் உடல் உழைப்பை நம்பி வாழும் வேளாண் மக்களுக்கு சப்த கன்னிமார்கள்தான் பெரும்பாலும் குல தெய்வங்களாகவே இருந்து வந்திருக்கிறார்கள்.

இதற்கு வலுவான காரணமும் உண்டு. வேளாண் மக்களுக்கு வேதமுறைப்படியோ, இல்லை வேறு வழிமுறைகளிலோ தெய்வ வணக்க முறைகள் தெரியாது. அவர்களிடம் இருப்பது பயபக்தி மட்டுமே. மனதை ஒருமுகப்படுத்தியோ இல்லை மந்திரம் சொல்லியோ தெய்வ சான்னியத்தை அவர்களுக்கு நெருங்கத் தெரியாது. எனவே அவர்களின் குறையைத் தகர்த்தெறிந்து, பக்தியின்மேல் நிலைக்கும், ஞானத்துக்கும் இட்டுச் செல்பவர்களாக கன்னிமார்கள் விளங்குவார்கள்.

கன்னிமார் வழிபாடு புரிபவர்கள் அவர்களால் கை தூக்கிவிடப்பட்டு மேலான இறையருளை சுலபமாகப் பெற்று விடுகின்றனர். அதிலும் தூய்மையுடனும் உற்சாகத்துடனும் இவர்களை வழிபட ஏற்ற இடமாக ஓடைப் பகுதி, ஆற்றுப் பகுதி, குளத்தங்கரை போன்ற நீர் சார்ந்த இடங்கள் அமைந்துவிடுகின்றன, அங்கே இவர்களை உட்கார வைத்து குளித்துவிட்டு உச்சந்தலையில் சகஸ்ராரம் குளிர்ந்திருக்கும் நிலையில் இவர்களை விழுந்து வணங்கிட, இவர்கள் மனதில் ஏழுபேரை, அதுவும் ஏழு கன்னி தெய்வங்களை வணங்கினோம் என்கிற பதிவு மட்டும் ஏற்படுகிறது. அந்தப் பதிவுதான் மெல்ல அவர்களுக்கான அருளாக மாற ஆரம்பிக்கிறது.

மாலையாகிவிட்டிருந்தது.

யோக வகுப்பு முடிந்து ஒரு சிறிய தேனீர் இடைவேளைக் காலம். அடுத்த கேள்வி நேரம்! சிவத்தின் மாணவர்கள் ஐவரும் தேனீர் அருந்தவில்லை. மேல்நாட்டவர்கள் மட்டும்தான் அருந்தினர். அப்படியே தேனீர் குடித்துக் கொண்டே ஐந்து பேரிடமும் அவர்கள் செய்து காட்டிய யோகாசனங்களுக்கான விளைவுகள் உடம்பில் எப்படி இருக்கும் என்று கேட்டபடி இருந்தனர். அப்பொழுதான் தொலைபேசி அழைப்பதாக ஒருவன் வந்து அழைத்தான். ஐவரில் சாமுண்டீஸ்வரன் அதைக் கேட்டு ஓடினான். மறுமுனையில் மர்மமாய் ஒரு குரல்.

“பேசறது யார்?”

“நான் சாமுண்டீஸ்வரன் பேசறேன். நீங்க யார்?”

“நான் உங்க குருவான யோகிசிவத்துக்கே குருவப்பா...”

“அவரோட குருவா... அப்படின்னா உங்க பேர்...?”

“ஏன் சிவன் உங்ககிட்ட சொல்லலையா?”

“சொல்லியிருக்கார்... ஆனா சட்டுன்னு ஞாபகத்துக்கு வரலை. சரி, நீங்க எங்க இருந்து பேசறீங்க? எதுக்கு கூப்பிட்டீங்க?”

“நானும் இந்த கொடைக்கானல் மலைதான் தம்பி. நீங்க இங்க வந்து வகுப்பு எடுக்கறதா கேள்விப்பட்டேன். அதான் உங்களை எல்லாம் பாக்கணும்னு... நேர்ல வரட்டுமா?”

“நீங்க நேர்ல வர்றதா... தப்புங்க... நாங்க வந்து பாக்கறோம். உங்க அட்ரஸ் சொல்லுங்க...”

“என்ன பெரிய அட்ரஸ்... குறிஞ்சி ஆண்டவர் கோயிலுக்குப் பின்பக்கமா வாங்க. காவி உடைல என் சிஷ்யன் கார்த்தி நின்னுகிட்டிருப்பான். அவன் என்கிட்ட கூட்டிகிட்டு வந்துடுவான்.”

“நல்லது... இப்ப எங்களுக்கு இன்னமும் வகுப்பு இருக்கு. அது முடியட்டும். பிறகு வர்றோம்.”

“இல்ல தம்பி. அப்புறமா இருட்டிடும். நான் இருக்கறது ஒரு மலையோட தோட்டப்பகுதி. உங்களால வந்துட்டுப் போகமுடியாது. இப்பவே கிளம்பி வாங்களேன்.”

“தப்பா எடுத்துக்காதீங்கய்யா... ஏற்கனவே இன்னிக்கு வகுப்பை ரொம்பத் தாமதமா துவக்கிட்டோம். மற்ற விஷயங்களையாவது நாங்க சரியான டயத்துக்கு செய்தாகணும். இது எங்க குருவோட உத்தரவு.”

“இதுகூட குருவோட உத்தரவுதான். ஒரு பத்து நிமிஷம் வந்துட்டுப் போங்க தம்பிகளா. என் சிஷ்யனுக்கும் உங்க மூலம் நான் சில பரிசுகளைக் கொடுத்துவிட விரும்பறேன்.”

அந்தக் குரல் விடாமல் வலை வீசியது. குரலின் கனிவே வசீகரித்தது. சாமுண்டீஸ்வரனுக்கும் தொடர்ச்சியாகப் பதில் கூறமுடியவில்லை.

“சரிங்க... நான் மத்தவங்க கிட்ட சொல்லி கூட்டிகிட்டு வரப்பாக்கறேன்.”

“அரை மணி நேரத்துல வந்து சேருங்க. தாமதம் வேண்டாம்.”

ஒரு கட்டளை போலவே அது கூறவும், சாமுண்டீஸ்வரனிடம் கலக்கம். திரும்பி வந்தான்.

மற்றவர்கள் அவனைச் சூழ்ந்து கொண்டு யாரிடம் இருந்து போன் என்று கேட்க ஆரம்பித்தனர். விவரத்தைக் கூறினான். அதற்குள் கேள்வி நேரத்துக்காக எல்லோரும் தயாராகி விட்டனர்.

ஒவ்வொரு வெளிநாட்டுக்காரரர் உள்ளத்திலும் ஏராளமான கேள்விகள். ஆர்கனைசர் மைக்கைத் தட்டி சரி செய்தபடி இருந்தார்.

விஷ்ணு அவரைக் கையசைத்து அருகில் அழைத்தான்.

“என்ன சார்...?”

“ஒரு ஒரு மணி நேரம் இந்த நிகழ்வைத் தள்ளிப் போட முடியுமா?”

“எதுக்கு சார்?”

“எங்க குருநாதரோட குருநாதர் இங்க இருக்காராம். அவர் எங்களைச் சந்திக்க விரும்பறார்.”

“என்ன சார் இது... இப்பதான் நிகழ்ச்சி களைகட்டத் தொடங்கியிருக்கு. இப்ப போய் இப்படி பண்றீங்களே... நிகழ்ச்சியை முடிச்சிட்டுப் போய்ப் பாருங்களேன்.”

“நாங்களும் அப்படிதான் செய்ய நினைச்சோம். அவரோ வந்துட்டு, போயிடுங்க என்கிறார்.”

“என்ன சார் இது, ரொம்ப தர்ம சங்கடத்துல விடறீங்க பாருங்க. ஒவ்வொருத்தரும் எவ்வளவு கேள்விகளோட இருக்காங்கங்கறத...”

“பாத்துகிட்டுதானே இருக்கோம். வேற யாரா இருந்தாலும் முடியாதுன்னு சொல்லிடுவோம். இவர் அப்படி இல்ல. எங்க குருவுக்கே குருவானவர்.”

ஆர்கனைசரிடம் அவர்கள் கெஞ்சியபடி இருக்கும் போது கரண்ட் கட் ஆனது.

“போச்சுடா... இருக்கறது போதாதுன்னு இது வேறயா?” என்று ஆர்கனைசர் தலையில் கை வைத்துக்கொள்ள ஹோட்டல் ரிசப்ஷனில் தொலைபேசி சுழன்றது. மறுமுனையில் கரண்ட் வர ஒரு மணி நேரம்வரை ஆகலாம் என்கிற தகவல். அந்த ஹோட்டலில் ஜெனரேட்டரும் ரிப்பேர். எல்லாமே ஐந்து பேருக்குமே சாதகமாக நின்றது.

“சரிங்க சார்... நீங்க ஐந்து பேரும் கரண்ட் வர்றதுக்குள்ள வந்துடுங்க,” என்றார் ஆர்கனைசர். அவர்களும் உற்சாகமாகப் புறப்பட்டனர். இயற்கையே சந்தர்ப்பம் கொடுப்பது போல உணர்ந்தனர். ஹோட்டல் வாசலில் ஜீப் ஒன்று காத்துக் கொண்டிருக்க, அதில் ஏறிக் கொண்டனர். ஜீப்பும் சாமுண்டீஸ்வரன் சொன்னதன் பேரில் குறிஞ்சி ஆண்டவர் கோயில் நோக்கி சென்றது.

ஆர்கனைசர் சோர்வாகப் பார்த்தபடி இருந்தார். போனவர்கள் நல்லபடியாகத் திரும்பி வர வேண்டுமே என்கிற கவலை அவர் முகத்தில். ஒரு வெள்ளைக்காரர் அவரிடம் வந்து "எங்கே போகிறார்கள்?" என்று கேட்டார்.

"ஜஸ்ட் கோ ஃபார் அவுட்..." என்று வழிந்தார்.

✦ ——— ✦

— 6 —

சப்த கன்னியர் வழிபாடு என்பது இன்றைய கலியுகத்தில் மட்டுமல்ல, மகாபாரத காலத்திலேயே பெரிய அளவில் இருந்திருக்கிறது. இதற்கான ஆதாரங்கள் வில்லி பாரதத்தில் நிறையவே உள்ளன. பாரத காலம் என்பது துவாபர யுககாலம்!

அக்காலத்தில் இறைவனே மானிட வடிவம் தாங்கி வந்து வாழ்வதும், மற்றையோர் மேலான தவ சக்தி கொண்டு விளங்குவதும் மிக சகஜமான ஒரு விஷயமாகும். சாபம் பெற்ற தேவர்கள், ரிஷிகள், முனிவர்கள் போன்றவர்கள்கூட பூமியில் வந்து மானுட வடிவம் பெற்று வாழ்ந்திருக்கிறார்கள். அப்போது மானுட இனமும் விசேஷ சக்தியைக் கொண்டிருந்த ஒரு காலம் அது.

அப்போதே சப்த மாதாக்கள் அனைவராலும் துதிக்கப்பட்டிருக்கிறார்கள் என்றால், அது எவ்வளவு பெரிய விஷயம்.

அன்று ஆன்ம சக்தி எல்லோரிடமுமே அதிகம் இருந்த காலம். நாத்திக சிந்தனையும் இன்று போல் இல்லாத ஒரு காலகட்டம் அது. இறை சக்தியைக் கொண்டு பெருமளவில் வரங்கள் பெற்று எல்லோரையும் ஆட்டி வைக்க நினைப்பது போன்ற எண்ணம்தான் பெருமளவில் இருந்தது.

கலியுகத்தில்தான் தர்மங்கள் தடுமாறும். மாற்றங்களும் வேகமாக நிகழும். ஏனென்றால் மாறிக் கொண்டே இருக்கும் மாற்றத்தில் கால மாற்றம் வெகுவேகமாக நிகழ்வது கலியில்தான். இன்றைய யுகத்தில் சப்த கன்னியர் பேரருள் ஒரு பெரிய

விஷயம். ஆனால் அன்றைய காலத்திலேயே அது மிகப்பெரிதாக இருந்திருக்கிறது.

யாருக்கு எதில் குறை இருக்கிறதோ அதற்கேற்ப சப்த மாதாக்களைத் தேர்வு செய்து வணங்கிச் சென்றனர். குறிப்பாக, பஞ்ச பாண்டவர்கள் சப்த கன்னியரை வணங்கித்தான் பல அரிய சக்திகளைப் பெற்று, கௌரவர்களுக்கும் பெரும் சவால் ஆயினர்.

மகாபாரதத்தையே ஒரு கற்பனைக் கதையாகக் கருதுபவர்கள்கூட அதில் உள்ள பாத்திரங்களை நமது வாழ்வுடன் பொருத்திப் பேசுவார்கள். பஞ்ச பாண்டவர்களைப் பஞ்ச பூதங்களாகவும், கௌரவர்களை நாம் வாழ்ந்து கழிக்க வேண்டிய நாட்களாகவும், துரௌபதியை ஆன்மாவாகவும், ஸ்ரீ கிருஷ்ணனை நம்மைப் படைத்த இறையாகவும், ஆட்டி வைக்கும் சக்தியாகவும் கொள்ள வேண்டும். இதுதான் உள் சூட்சுமம்.

இந்த சூட்சுமப்படி பார்க்கும்போது பாண்டவர் ஐவர் சப்த மாதர்களை வணங்குவது என்பது பஞ்ச பூதங்கள் அடங்கிய நமது உடல் உள்ளமாகிய ஆன்மாவைக் கொண்டு அதன் வடிவாகிய சப்த மாதர்களைத் துதிப்பது போன்றதாகும்.

இதமான பருவச்சூழல்!

மாலை நேரங்களில் பெரும்பாலும் கொடைக்கானல் உள்ளடங்கிவிடுகிறது. இரவுப்பொழுதிலோ அது அமைதிக்குள் புதைந்து போய்விடுகிறது. காரணம் அங்கு நிலவும் குளிர்.

ஐந்து பேரும் குறிஞ்சி ஆண்டவர் கோயிலை எட்டியபோது அவ்வளவாக கூட்டமில்லை. உள்ளே குருக்கள்கூட - இருட்டிவிட்டால் அடைத்துவிட்டுக் கிளம்ப வேண்டியதுதான் என்கிற மாதிரி கெடிகாரத்தைப் பார்த்துக் கொண்டிருந்தார்.

ஐந்து பேரும் இறங்கி டிரைவரிடம் சொல்லிவிட்டு கோயிலுக்குள் நுழையாமல் பின்பக்கம் சென்றனர். பின்னால் காவி உடையில் ஒரு இடத்தில் தலையைக் குனிந்தபடி தவம் செய்வது போல் அமர்ந்திருந்தான் கார்த்திராஜன்.

ஐவர் வரவும் நிமிர்ந்து பார்த்தான். அவனைப் போன்ற மாந்திரீகர்களுக்கு இந்த மாதிரி தருணங்களில் குறளிகள் பெரிய அளவில் வழிகள் காட்டும், அவை காதோரம் பேசுவதை அவர்களால் மட்டும்தான் கேட்க முடியும்.

அவன் காதிலும் குறளி சொல்லிற்று.

"யஜமானே... நீ யாருக்காகக் காத்திருக்கிறாயோ அவர்கள் வந்துவிட்டனர்."

ஒரு பாம்பு போல சட்டென்று நிமிர்ந்த கார்த்திராஜன் அவர்களையே வெறித்துப் பார்த்தான். ஐவரையும் அப்படியே கட்டி அடக்கும் வசியப்பார்வை.

இப்படி பார்ப்பதில் உடம்பில் சேமிக்கப்பட்ட தவசக்தி எல்லாம் பெரிய அளவில் போய்விடும். ஒருமுறை ஒருவரை வசியம் செய்தால், அதன்பின் அந்த சக்தியைப் பெற லட்சம் தடவைகளுக்குமேல் உபாசிக்க வேண்டி இருக்கும். விஸ்வநாதனையும், கோவிந்தனையும் வசியப்படுத்த வேண்டி அதில் பெருமளவு சக்தி போய் விட்டதால், இவர்கள் வரையில் எந்த அளவு கட்டுப்படுவார்கள் என்கிற ஒரு சந்தேகம் இருந்து கொண்டே இருந்தது.

நல்லவேளை...

அவர்கள் அவனை சரியாக இனம் கண்டுகொண்டு கை குவித்தபடி வந்து நின்றனர்.

"நீங்கதானே எங்க குருவுக்கு குரு அனுப்பிக் காத்திருக்கும் நபர்?"

"நானேதான்... நானேதான்..."

"ரொம்ப நெருக்கடியான காலகட்டம். நாங்க குருநாதரை தரிசனம் செய்துவிட்டு உடனே புறப்படணும். ரொம்ப அவசரம்."

"பாதகமில்லை. உடனே திரும்பிடலாம். என்கூட வாங்க."

கார்த்திராஜன் அவர்களுடன் அப்படியே பக்கவாட்டுச் சரிவில் இறங்கினான். ஒரு பண்ணை வீடு ஒன்று அந்தச் சரிவில்

இருந்தது. அங்கேதான் குருநாதர் இருக்க வேண்டும் போல அவர்களுக்கும் தோன்றவே, ஐவரும் பின்தொடர்ந்தனர்.

அதே சரிவில் இருந்து ஏழு பெண்கள் - ஜான்சனுக்குக் காட்டில் வழிகாட்டிய அதே பெண்கள் உற்சாகமாக அந்தச் சரிவின்மேல் ஏறி, ஆலயப் பின்பாகத்தில் ஒன்றுபட்டு நின்று ஒருவரை ஒருவர் பார்த்துக் கொண்டு சிரித்தனர்!

டிரைவர் ஜீப் முன்னால் கெடிகாரத்தை அடிக்கடி பார்த்தபடி இருக்க, அவனுக்கு செல்போனில் அழைப்பு. ஆர்கனைசர்தான் கூப்பிட்டுக் கேட்டார்.

"கரண்ட் வந்துடிச்சு... அவங்க சாமி கும்பிட்டுட்டாங்களா?"

"அவங்க எங்க சார்... கோயிலுக்குள்ள போனாங்க. பின்பக்கமால்ல போயிருக்காங்க."

"எங்க போனா என்ன? பத்து நிமிஷத்துல இங்க இருக்கணும்."

"வந்தாதானே கூட்டிகிட்டு வரமுடியும்?"

"அட... எப்படியாவது கூட்டிகிட்டு வாப்பா..." ஆர்கனைசர் அலறினார். 'அவனுக்கும் என்ன பொழப்புடா இது?' என்று ஒரு சலிப்பு தோன்றிய அந்த நொடி, கோயிலுக்குள் இருந்து அந்த ஐந்து பேருடன் யோகி சிவமும், அவர் குருநாதரான முத்துச்சாமி என்பவரும், ஆக மொத்தம் ஏழுபேர் வந்தபடி இருந்தனர். டிரைவர் தெம்பானான்.

அவர்களைக் கண்கள் சிமிட்ட பார்த்தான். அவர்களும் சமீபித்து 'விறுவிறு'வென்று ஜீப்பில் ஏறிக் கொண்டனர். இந்திரன் டிரைவரைப் பார்த்து, "சீக்கிரம் போப்பா..." என்றான் டிரைவரும் விரட்டினான்.

கொடைக்கானல் மலைப்பாதைக்குப் பாம்புத்தனம் அதிகம். பாதைகளில் அப்படி ஒரு வளைவு. அவன் ஜீப்பை ஓட்டும் போது அவர்களிடம் ஒரு அசாத்ய அமைதியையும், வாசத்தையும் உணர்ந்து, திரும்பித் திரும்பிப் பார்த்தான். அவன் பார்ப்பதன் பொருள் தெரிந்தது போல விஷ்ணு பதில் கூறினான்.

“என்னப்பா பாக்கறே... ஐந்து பேர் போனோம். ஏழுபேரா வந்திருக்கோமேன்னா... இவங்க எங்க குருநாதருங்க. இவங்களும் நிகழ்ச்சியில் கலந்துக்க ஆசைப்படவே கூட்டிகிட்டு வந்துட்டோம்,” என்றான்.

அதற்குள் ஹோட்டலும் வந்துவிட ஏழு பேரும் இறங்கினர்.

ஆர்கனைசர் வாசலிலேயே குட்டி போட்ட பூனை போல சாலையைப் பார்த்தபடி இருக்க, ஏழு பேரும் வரவும் அப்பாடா என்று பெருமூச்சு விட்டார். அவருக்கும் குருநாதர்களைப் பார்க்க ஒரு இன்ப அதிர்ச்சி.

ஆர்கனைசர் யோகி சிவத்தை ஏற்கனவே அறிந்தவர். கை கூப்பியபடியே வந்து அவர் கையைப் பற்றிக் கொண்டார்.

“நானேதான்... யோகிசிவம். இவர் என் குருநாதர் முத்துச்சாமி தம்பிரான்.”

“ரொம்ப சந்தோஷம். இந்தத் தடவை டூர் வந்திருக்கறவங்க ரொம்ப கொடுத்து வெச்சிருக்காங்கன்னுதான் நினைக்கிறேன்.”

பேசியபடியே மேடை நோக்கி சென்றார். ஐந்து நாற்காலிகளை படுவேகமாக ஏழு ஆக்கி அவற்றில் ஏழுபேரையும் உட்காரச் சொல்ல, சிஷ்யப் பிள்ளைகள் ஐந்து பேரும் மிக வேகமாக இரண்டு நாற்காலிகளை மட்டும் போட்டுவிட்டு, மீதி ஐந்தை எடுத்து முன் வரிசையில் போட்டு, கீழே அமர்ந்து கொண்டு தங்கள் குரு பக்தியைக் காட்டினர்.

வெளிநாட்டவர்க்கு ஒரே ஆச்சரியம்.

அந்த ஆச்சரியமே முதல் கேள்வியாகிறது.

“டியர் மாஸ்டர்ஸ்... என்ன இது? ஏன் நீங்க மேடைல உட்காரலை?”

“சாரி... உட்காரக்கூடாது. அது மரியாதை கிடையாது.”

“எப்படி?”

"இவங்க எங்க குருநாதருங்க... இண்டியாவுல முதல்ல மதர்... அவ சொல்லித்தான் அப்பாவே நமக்குத் தெரியும். அந்த அப்பா சொல்லித்தான் குருவைத் தெரிஞ்சுக்கறோம். குருதான் கடவுளையே நமக்கு காட்றவர். அது மட்டுமில்ல; எப்படி வாழணும்னு, வாழக்கூடாதுன்னு சொல்றவரும் குருநாதர்தான். அதனாலதான் இந்த மண்ணுல மாதா, பிதா, குரு, தெய்வம்கற ஆர்டர் வழக்கத்துல இருக்கு."

"அது சரி... அதுக்காக அவங்களுக்கு சமமாக உட்கார்றது எப்படி தப்பாகும்? இப்படி கீழ் உட்கார்ந்துதான் உங்க மரியாதையைக் காட்டணுமா?"

"நிச்சயமா... வேற எப்படி நாம் மரியாதையைக் காட்ட முடியும்?"

"எவ்வளவோ வழி இருக்கே?"

"மறுக்கலை. எல்லாரையும் இங்க மரியாதையாகவும், அன்பாவும்தான் அழைக்கறோம், பழகறோம். ஆக, அதுல இவங்களுக்கு ஒரு வித்தியாசத்தை உணர்த்த முடியாது. இப்படிப்பட்ட சந்தர்ப்பங்கள்ல இப்படித்தான் நடந்துக்க வேண்டியிருக்கு."

"இது ஒருவித அடிமைத்தனமில்லையா?"

"அடிமைத்தனம்தான், அவங்க எங்களைக் கீழ உட்காரச் சொல்லியிருந்தா. நாங்களாதானே உக்காந்தோம். அப்ப அதுவே பக்தியா மாறிடுது. நீங்களும் இவ்வளவு கேள்வி கேட்க காரணமாயிடிச்சு. உங்க ஊர்ல போய் இந்த சம்பவத்தைச் சொல்லுங்க. ஆசிரியர்களை மதிக்கணும். அவங்க எது சொன்னாலும் கேக்கணும். அந்த மனோபாவம்தான் நம்மை கடைத்தேற்றும்."

கீழே உட்கார்ந்ததே இத்தனை கேள்விகளுக்கு இடம் கொடுக்கறது என்றால் மற்ற விஷயங்கள் எவ்வளவு கேள்விகளுக்கு இடம் கொடுக்குமோ என்று ஆர்கனைசரை குடைய, அப்படியே கெடிகாரத்தை பார்த்தார். மாலை ஆறுமணி!

அதே ஆறு மணிக்கு ஐந்து பேரும் கார்த்திராஜனின் அந்தக் குகைக்குள் இருந்தனர். அவர்கள் அவன் என்ன சொன்னாலும் கேட்கத் தயாராகிவிட்ட மாதிரிதான் இருந்தது. அவர்கள் எதிரில் ஆறு கன்னியர் சிலைகள். அவற்றை கலைப் பொருட்களைப் போலத்தான் பார்த்தனர். கார்த்திராஜன் அவர்களுக்குள் தன் பார்வை சக்தியால் அவர்களையே மறக்கடித்திருந்தான். அவர்களும் கிட்டதட்ட ஒரு உயிருள்ள சிலை போலத்தான் தெரிந்தனர்.

“நீங்க ஒரு வகைல ரொம்ப கொடுத்து வெச்சவங்க. சப்த மாதாக்களைத் தொட்டுத் தூக்கப் போறீங்க. இந்த சிலைகளை ஆளுக்கொண்ணா தூக்கிக்கிட்டு இங்க இருந்து நாம கிளம்பணும். இதே மலைல ஒரு சுனையும், அதன் கரைல அம்பாளுக்கு ஒரு சன்னதியும் இருக்கு. அங்கதான் இப்ப போகப் போறோம். அந்த சுனையோட கரைலதான் நான் ஒரு பெரிய பூஜையை செய்யப் போறேன். முதல்ல சிலைகளை ஆளுக்கொண்ணா தூக்கிக்குங்க. அங்க போனபிறகு, நான் மற்ற விஷயங்களைச் சொல்றேன்,” என்ற கார்த்திராஜன் வராஹி சிலையை முதல் காரியமாகத் தொட்டுத் தூக்கி தலைமேல் வைத்துக் கொண்டான்.

மூன்றடி உயர கற்சிலை. அது அவன் கழுத்தை அழுத்தினாலும் பார்க்க கருடன் கழுத்தின்மேல் அமர்ந்திருக்கும் ஸ்ரீமன் நாராயணன் போல வராஹி தெரிந்தாள். அவனைத் தொடர்ந்து அவர்களும் ஆளுக்கொன்று எடுத்து தங்கள் தலையின்மேல் வைத்து சுமந்தனர். மாபெரும் ஊர்வலத்தில் சாமி சிலைகளை இப்படி தலைமேல் வைத்துத் தூக்கி வருவது என்பது கிராமப் புறங்களில் நடக்கும் விஷயம். ஊரே வாசலில் நின்று பார்த்துக் கன்னத்தில் போட்டுக் கொள்ளும்.

ஆனால், அந்த மலைத்தலத்தில் பார்க்க அப்படி யாரும் இல்லாவிட்டாலும், மரத்துப் பட்சிகள் உற்சாகமாகக் கூவி இன்னிசை எழுப்பின. மெல்லிய பன்னீர்த்துளிகளாய் மழை மேகங்களும் சாரலை உதிர்த்தன. ஒருவர்பின் ஒருவராக

அவர்கள் வரிசையாக நடந்த கோலம் பார்க்க கண்கொள்ளாக் காட்சியாக இருந்தது. மரக்கிளை ஒன்றில் உடம்பை வளைத்துப் போட்டு தொங்கியபடி இருந்த மலைப்பாம்பு முதல், கிளைகளில் ஒடுங்கிக் கிடக்கும் சில குட்டிக் கரடிகள்வரை அந்த காட்சியை ஒரு கிடைத்தற்கரிய காட்சியாகத்தான் பார்த்தன.

அவர்களும் அவன் பின்னே ஒரு சுமைத் தூக்கித் தொழிலாளி பெட்டியைத் தூக்கிச் செல்கிற மாதிரி சென்றபடியே இருந்தனர். அவர்கள் சென்று சேர வேண்டிய அந்த சுனைப் பகுதியும் வந்தது. ஏற்கனவே ஜான்சன் வந்துவிட்டுப் போன அடையாளங்கள் ஷூ கால் தடயங்களாகக் காட்சியளிக்க - அதையும் கார்த்திராஜன் கவனித்தான்.

சுனையின் கரையில் கம்பீரமாக அம்பாளின் விக்ரஹம். அவள் வழிபடப்பட்டிருப்பதை அவள் கழுத்தில் கிடக்கும் மாலைகள் முதல் எல்லாமே உறுதி செய்தன. அதுவே கார்த்திராஜன் வரையில் ஒரு சிறு சலனத்தைத் தரத்தான் செய்தது.

யட்சியை ஜெபித்து அந்தச் சூழல் தனக்குச் சாதகமானதுதானா? என்று கேட்டான். யட்சியும் உற்சாகமாகப் பதிலினைக் கூறியது.

"இதைவிட நீ சப்த மாதாக்களை சரண் புக ஒரு சரியான இடம் கிடைக்கவே கிடைக்காது."

"இங்கே யாரும் வர முடியாது என்று கருதியிருந்தேன். இங்கேகூட யாரோ வந்திருப்பதுபோலத் தெரிகிறதே..."

"நீ யாரை வழிபட விரும்பி, யாரிடம் வரங்கள் கேட்க ஆசை கொண்டிருக்கிறாயோ அவர்கள்தான் இங்கே வந்துள்ளனர்."

"சப்த கன்னி மாதாக்களா?"

"ஆம்... அவர்கள்தான். ஆதிசக்தியை இங்கே வணங்கியுள்ளனர். அவர்கள் நீராடிய சுனை இது. இதில் எவர் ஒருவர் நீராடினாலும் அவர்களைப் பற்றியிருக்கும் 'நான்' எனும் அகங்காரம் விலகிவிடும். அவர்கள் மனது சுத்த ஞானம் எது என்பதைத் துல்லியமாக உணர்ந்து கொள்ளும்."

“அப்படியா?”

“ஆம்... நீ இப்படி இங்கே வருவாய் என்று தெரிந்தே அந்த தேவிகள் முன்னேற்பாடாக தங்கள் அருள் அலைகளை இக்குளத்தில் நீராடியதன் மூலம் விட்டுச் சென்றுள்ளனர். குளத்தில் நீ நீராடும் போது உன்னால் வசியம் செய்யப்பட்டு உனக்கு ஏவல் செய்து காலம் தள்ளும் என்போன்ற பூத பைசாசங்களை ஒரு வினாடி எண்ணிக் கொள். அதனால் நாங்களும் பிறப்புக்கும் முக்திக்கும் நடுவில் கர்மத்தால் அகப்பட்டுக் கொண்டுவிட்ட இரண்டும் கெட்ட சூழ்நிலையில் இருந்து விடுதலை பெறுவோம். எங்களுக்கு நீ விடுதலையளித்த புண்ணியம் ஒன்று போதும். அது உன்னை மாதாக்களுக்கு மிக சமீபத்தில் அழைத்துச் சென்றுவிடும்.”

யட்சி சொல்லச் சொல்ல கார்த்திராஜன் ஒரு மாதிரி கலக்கம் மற்றும் பரவசம் என்கிற கலவையானான். அவன் அழைத்து வந்திருந்த ஐவரும் தலையை விட்டு சிலைகளை இறக்காமல் அப்படியே பொம்மை போல நின்றபடி இருந்தனர்.

“யஜமானே... என்ன யோசனை!”

“அற்ப மந்திர சித்திகளை வைத்துக் கொண்டு மனிதக் கூட்டத்தை ஆட்டி வைப்பதா பெரிது. அற்புதமான சக்தி அம்சங்களின் துணையோடு ஆத்ம நிம்மதிக்கு வழி பார்ப்பதுதானே உசிதம். இதை எல்லாம் எடுத்துக் கூறும் யட்சியான நான்கூட மனிதப் பிறப்பெடுத்த ஒரு சந்தர்ப்பத்தில் உன் போல மறை சக்திகளைக் கண்டு மயங்கி, இவற்றைப் பயன்படுத்தி வாழ்வதையே ஒரு பெரிய விஷயமாக நினைத்திருந்தேன்.”

“ஒவ்வொரு ஒலிக்கும் ஒரு எதிரொலி இருக்கிற மாதிரி என் செயல்களின் விளைவுகள் என்னிடமே திரும்பி வந்தன. இன்று நான் மனிதனாகவும் இல்லாமல் யட்சனாகவும் இல்லாமல் தேவ நிலையையும் எய்த முடியாமல் ஒரு ஊனப்பட்ட சக்தியாக உள்ளேன். என் சக்தியால் எனக்கு ஒரு பலனும் இல்லை. உன் போன்றவர்களுக்குத்தான் என் போன்றவர்கள் பயன்பட

முடியும். பயன்பட்டபடி இருக்கிறோம். இதிலிருந்து விலகி, நான் உனக்குப் புத்தி சொல்வதுகூட ஒரு நல்வினைதான் காரணம்."

"போதும் உன் மாந்திரீக வேட்டை, மாந்திரீகம் ஒரு அற்புத ஆற்றல். அது சரியாகப் பயன்படும்வரை மனிதர்களின் கோணலான ஆசாபாசங்களுக்கு அதைப் பயன்படுத்தி அவர்கள் வாழ்விலும் அவர்கள் பெரிதும் ஏமாற்றமடைய நீ ஏதோ ஒரு விதத்தில் காரணமாகிவிடுகிறாய். எல்லாவற்றையும் விட்டு, குளத்தில் இறங்கு. இதோ இந்தப் பிரதமைகளை சுமந்தபடி நிற்கும் இவர்களும் கொடுத்து வைத்தவர்கள்."

"பஞ்ச பூதங்கள் அடங்கிய வீடான உடம்பைப் பேண யோக மார்க்கத்தில் பல ஆயிரம் பேருக்கு வழிகாட்டியவர்கள். அந்தப் புண்ணியம்தான் இவர்களையும் இங்கே உன் மூலம் அழைத்து வந்துள்ளது. இவர்களும் இந்தச் சுனையில் குளித்து எழுந்தால் பெரிதும் மாறி விடுவார்கள். விதையில் நீர் சேர்ந்தால் விருட்சமாகும். சிதையில் நீர் சேர்ந்தால் சிதைக்குள் உள்ள ஜீவ அணுக்களில் மாற்றம் நிகழும். இந்த மாற்றம் எல்லாம் ஒரு வகையில் காலம் ஏற்கனவே தீர்மானித்து வைத்திருந்தது. அதுதான் இப்பொழுது நடக்கப் போகிறது."

யட்சி தான் சொல்ல வேண்டிய அவ்வளவையும் சொல்லி முடித்தது. கார்த்திராஜன் அதற்குமேல் எந்தத் தயக்கமும் கொள்ளவில்லை. ஐவரையும் பார்த்து, பிரதமைகளை வரிசையாக, கீழே இறக்கி வைக்கச் சொன்னான்.

பிறகு தன் மேலாடையை அவிழ்த்து, அருகில் உள்ள மரக்கிளை ஒன்றின்மேல் ஏறிந்தவன் சுனையைப் பார்த்தான். மலைச்சுனை ஊற்று பெருகி மெல்லிய அளவில் வழிந்தபடி இருந்தது. ஸ்படிகம் போல் தண்ணீர். அது ஓடும்போது மட்டும் சங்கீதம் போல 'சலசல' சப்தம்.

அந்த நீரிடை மீன் கூட்டமும் தெரிந்தது. புண்ணியம் செய்த மீன்கள். இப்படி ஒரு மீன் கூட்டத்து மீன்தான் சிவ பார்வதி உரையாடலை கரைமேல் அவர்கள் இருவரும் பேசக்

கேட்டு அதன்மூலம் முக்தி பெற்று மச்சேந்திரனாகி, பின்னாளில் மச்சமுனி என்கிற சித்தர்பிரானாக மாறியது.

இந்த மீன்கள்கூட அப்படி ஒரு புண்ணியத்தை செய்தவைதான். கார்த்திராஜன் கரைவெளியில் சப்த மாதாக்களுக்கான பூஜையைப் புரிய போகின்றானே.

கார்த்திராஜன் கை கூப்பியபடியே சுனையில் இறங்கி மூழ்கினான். மூழ்கிய நொடி, அவன் உடல் முழுக்க அப்படி ஒரு சிலிர்ப்பு. ரோமக்கால்கள் அவ்வளவும் ஈட்டி போல் சிலிர்த்து நிமிர்ந்தன.

தண்ணீருக்குள்கூட ஒரு ஜோதியை அவன் பார்த்தான். தண்ணீருக்குள் ஜோதியைப் பார்ப்பது என்பது மிகப்பெரிய விஷயம். எல்லோருக்கும் அது தெரியாது. ஜோதி தரிசனத்துடன் மேலே வந்தவன் ஐவரையும் பார்த்து அவர்களையும் இறங்கிக் குளிக்கச் சொல்ல, அவர்கள் அப்படியே வரிசையாகக் குளத்துக்குள் இறங்கினர்.

தண்ணீருக்குள் இறங்கி மூழ்கிய நொடி அவர்கள் காதுக்குள் சப்த மாதாக்களில் ஒருத்தியான இந்திராணிக்கு உரிய தியான ஸ்லோகமும், காயத்ரியும் அவர்களின் காதுகளில் எதிரொலிக்கத் தொடங்கியது.

'அங்குசம் தோமரம் வித்யுத்
குலசம் பிப்ரதீகரை
இந்திர நில நிபேந்த்ராணி
த்யேயா ஸர்வஸம் ருத்திகர...
ஓம் ஈம் இந்த்ராண்யை நம:
ஓம் ஐம் இந்திராணி கன்ய காயை நம:'

என்கிற மந்திரமும், கூடவே காயத்ரியும் ஒலிக்க ஆரம்பித்தது.

'ச்யாம வர்ணாயை வித்மஹே...
வஜ்ர ஹஸ்தாயை தீமஹி
தன்னோ ஐந்த்ரீ ப்ரசோதயாத்'

அவர்கள் காதுகளில் இந்திராணியின் தியான ஸ்லோகமும், காயத்ரியும் ஒலித்துக் கொண்டே இருந்தது. அதற்கு ஒரு முக்கிய காரணமும் இருந்தது.

✦ ——— ✦

ஏழாம் கன்னி

— 1 —

சப்த கன்னிகள் என்பவர்கள் பிராம்ஹி, இந்திராணி, மகேஸ்வரி, கௌமாரி, வைஷ்ணவி, வராஹி இவர்கள் ஷன்மாதாக்கள் எனப்படுவர். ஏழாமவள்தான் சாமுண்டி. இவர்கள் ஸ்ரீ யந்திரத்தில் நாற்கோணங்கள் உடைய த்ரைலோக்ய மோகன சக்கரத்தில் முதல் ஆவரணத்தில் இரண்டாவது நாற்கோணங்களில் நின்று பூஜிக்கும் வரம் பெற்று, லலிதாம்பிகைக்கு ஆவரண தேவதைகளாய் உள்ளனர்.

இவர்களில் பிராம்ஹி அக்கமாலையும் கமண்டலமும் ஏந்தியிருப்பவள். இவளது வாகனம் ஹம்சம் (அன்னம்). மான்தோலை ஆடையாக கொண்டவள். இவளது திசை மேற்காகும். அந்த திக்கில் உள்ள அனைத்தையும் காத்து ரட்சிப்பவள். இவளை சரஸ்வதி தேவியின் அம்சமாகவும் கொள்ளலாம். ஞானம் தந்து அஞ்ஞானம் நீக்குவது இவள் அருளாகும். ருத்ர ரூபத்தில் இவள் வசம் ஆயுதங்கள் இருக்கும். இவளே சாந்தமாக திகழ்ந்திடும் போது வீணையும், ஏடுகளுமே இவள் கரத்தில் இருக்கக் காணலாம்.

இவளுக்கான தியான ஸ்லோகம்

தண்டம் கமண்டலும் சச்சாத் அஷஸீத்ரமதா பயம்
பிப்ரதி கனகச்யா ப்ராஹீ க்ருஷ்ணா ஜினோஜ்வலா

இவளுக்கான மந்திரம்

ஓம் ப்ராம் ப்ராம்ஹ்யை நம:
ஓம் ஆம் க்ஷாம் ப்ராம்ஹீ கன்யகாயை நம:

இவளுக்கான காயத்ரி

ஓம் ப்ரம்ஹ சக்தியை வித்மஹே
பீதவர்ணாயை தீமஹி
தன்னோ ப்ராம்ஹி ப்ரசோதயாத்

அந்த சுனை நீரில் மூழ்கி எழுந்த கார்த்திராஜனின் காதுகளில் சப்த மாதாக்களில் ஐந்தாமாவளான இந்திராணியின் தியான மந்திரமும், காயத்ரியும் ஒலித்ததோடல்லாமல் நீருக்குள் ஒரு ஒளிப்பிழம்பையும் அவன் பார்த்துவிட, அவனுக்குள் மளமளவென்று ஏராளமான மாற்றங்கள். அது உச்சி முதல் பாதம் வரை வேலை செய்தது. அதே நிலைதான் அந்த ஐந்து பேர்களிடமும்.

இந்திராணி மந்திரத்துக்கு பாவ தோஷங்களை மன்னிக்கும் கருணையும், வேண்டுவதை வேகமாய் தரும் சக்தியும் உண்டு. இந்திராணியின் கணவனான இந்திரன் தேவர்களின் தலைவன். அதேசமயம் அதிகாரம், மோகம், அகங்காரம் என்று ராட்சஸ குணங்களால் தவறிழைத்துவிட்டு பின் பாவ மன்னிப்பை காலத்தால் பெறுபவன்.

இந்திரனால்தான் பூலோகத்தில் சிவாலய வழிபாடு ஒரு பெரும் பாதையை பெற்றது என்றால் ஆச்சரியமாக இருக்கும்.

பூலோகத்தில் இறைவனின் ஆலயங்களில் இந்திரன் கட்டிய கோயில்தான் மதுரை மீனாட்சி சுந்தரேஸ்வரர் ஆலயம். சுந்தரேஸ்வரப் பெருமானை அனுதினமும் இந்திரன் பூஜித்து வருகிறான் என்கிறது புராணச் செய்தி.

இந்திரனின் வம்சாவழியினர்தான் பாண்டியர்கள். இவர்கள்தான் இச்சிவாலயத்தை மேம்படுத்தி போற்றி வந்தனர். தனது பெரும்பாவம் ஒன்றுக்கு பரிகாரமாக உலகம் உள்ளளவும் சிவாலய வழிபாடு செய்வதை இந்திரன் கடமையாகக் கொண்டு, இன்றும் நள்ளிரவில் சுந்தரேஸ்வரரை அவன் வழிபாடு செய்து வருகிறான் என்பர்.

அப்படிப்பட்ட இந்திரன் மனைவி இந்திராணி முப்பெரும் தேவிகளின் சக்தி அம்சம் கொண்டவள். இவளே திரௌபதியாக அவதரித்தாள் என்றும் கூறுவர். எனவே, தேவிகளையே களவாடிய பாவியான மாந்திரீகன் கார்த்திராஜனுக்கு மன்னிப்பும், அருளும் அளிக்கும் திறம் இந்திராணியிடமே இருந்தது. இதே நிலைப்பாடுதான் யோகி சிவத்தின் மாணவர்கள் ஐவரிடமும். இவர்கள் யோகத்தை மதித்த அளவு அந்த யோகத்துக்கே காரணமான தேவியர்களை ஒப்புக் கொள்ளவில்லை. இதனால் அறியாமையும், அதனால் பிழைகளும், நிறைய உடையவர்களாய் இருந்தனர்.

இவர்களது பிழைகளையெல்லாம் நீக்கினால்தானே அருட்செயல்களில் இவர்களால் ஈடுபட முடியும்?

எனவேதான் அந்த சுனை நீராடல் ஒரு கங்கை நீராட்டு போல அமைந்து அவர்களைப் புனிதப்படுத்திவிட்டிருந்தது.

உடம்பு என்பது பஞ்ச பூதங்கள் நெய்த ஒரு வஸ்துதானே? அது நீருக்குள் மூழ்கும் போது நாடிப் பிடிப்பு விடுபட்டு, சுரப்பிகள் எல்லாம்கூட செயல்பட ஆரம்பித்து உச்சந்தலையான சஹஸ்ராரத்தில் ஒரு பரவச நிலை உருவாகிறது.

இதனால்தான் நல்ல காரியங்களில் பூரணமாய் ஈடுபடுமுன் குளிக்கச் சொல்வது ஒரு வழக்கமாய் இருந்தது. இப்படி குளிப்பதில் ஆற்றில் குளிப்பதற்கும், குளத்தில் குளிப்பதற்கும் வேற்றுமை உண்டு.

ஆற்றில் ஒரு முறை குளித்த நீரில் நாம் மறுமுறை குளிப்பதில்லை. குளத்திலோ அப்படியில்லை. ஆறு கொண்டு செல்லும், குளமோ கொண்டு தரும். ஆறில் பாவம் கரையும், குளத்தில் புண்ணியம் நிறையும்.

அதிலும் அந்த மலைப் பிராந்தியத்தில் ஆதி சக்தியும் தேவதைகளும் வந்து குளித்துவிட்டு அம்பிகைக்கு பூஜை நடத்திவிட்டு செல்லும் அந்த குளம் அவர்களின் திருமேனி

பட்டதால் அருள் ததும்பி வழியும் ஒரு புனிதக் குளமாகும். அந்த புனிதமுடன் இவர்களின் சரீரமும் சேரவும் இவர்களையும் புனிதம் தொற்றிக் கொள்ள இவர்கள் தங்களது பழைய சங்கதிகள் அவ்வளவையும் மறந்தவர்களாகவே ஆயினர்.

கார்த்திராஜனும் நான் என்கிற அகந்தையே துளிகூட இல்லாமல் அந்த தேவிகளைப் பார்த்தான். ஷண்மாதாக்களாய் ஆறு பேரும் அவன் கண்ணில்பட்டனர். பரிபூரணமான விக்ரஹ சொரூபம். நல்ல ஜாதிக்கல்லில் பார்த்து பார்த்து செதுக்கப்பட்ட ரூபங்கள். எங்கும் துளிகூட ஒச்சமோ, பின்னமோ அவர்களிடம் இல்லை.

அதிக ரூபங்களைப் பார்க்கும்போது ஷண்மாதாக்களாகவே அந்த ஆறு பேரும் உயிர் கொண்டு நேரில் அமர்ந்திருப்பது போலத்தான் இருந்தது. அவர்களை ஆழ்ந்து நோக்கிய கார்த்திராஜன் இந்த ஐவரையும் பார்த்து இவர்களை அடுத்து என்ன செய்வது என்று ஒரு வினாடி யோசித்தான்.

பூத தேவதையாக இருந்தாலும் அவனுக்கு சரியான விதத்தில் வழிகாட்டிவரும் க்ருதகி அவன் யோசிப்பதைப் பார்த்து, "என்ன யோசனை... இவர்களை அனுப்பிவிடு. இவர்கள் சகாயம் இனி உனக்குத் தேவையில்லை. அதேசமயம் இவர்களுக்காக சப்த மாதாக்கள் இவர்கள் வடிவில் இவர்கள் இருக்க வேண்டிய இடத்துக்கு சென்றுவிட்டனர். இவர்கள் போய் அவர்களது விஜயத்தை உணரும் போது ஒரு பெரிய மாற்றம் இவர்களுக்கு ஏற்படப்போகிறது," என்றது க்ருதகி.

கார்த்திராஜன் அதைக்கேட்டு. "க்ருதகி... சப்த மாதாக்கள் வந்து விட்டார்களா?" என்று மிக வேகமாக கேட்டான்.

"வந்து விட்டார்களாவா... என்ன கேள்வி இது? அவர்கள் எப்போது போனார்கள் - இப்போது வர..."

"அப்படியானால்...?"

"அவர்கள் நடத்தும் நாடகத்தில் நீ, நான், இந்த ஐவர் உட்பட எவ்வளவோ பேர் பாத்திரங்கள்தான், புரிந்து கொள்."

"க்ருதகி... இவர்களுக்காக அவர்கள் வருமளவு இவர்கள் அவ்வளவு சிறப்பு படைத்தவர்களா என்ன?"

"அதிலென்ன சந்தேகம்? நீ மந்திரம், தந்திரம், யந்திரம் - என்று மூன்றையும் நம்பியவன். ஆனால் இவர்கள் யோகத்துக்குள் இம்மூன்றையும் கண்டவர்கள். நீ இறையருளை வசப்படுத்தி பெரிய வில்லாளன் ஆக ஆசைப்பட்டவன். இவர்களோ உடம்பு வசப்பட்டாலோ வில்லாளன் ஆகிவிடலாம் என்று ஊருக்கே போதித்தவர்கள்.

உன்னால் எவர்க்கும் பெரிதாக எதுவும் கிடைத்துவிடவில்லை. ஆனால் இவர்களால் ஆயிரக்கணக்கானோர் புத்தியும் உடலும் தெளிந்தனர். இவர்களிடம் தர்ம பலம் மிகுதி, உன்னிடம் தந்திர பலம்தான் அதிகம். தர்மமா, தந்திரமா என்றால் தர்மம்தானே என்றும் வென்றாக வேண்டும்."

க்ருதகி உபதேசம் செய்தது. கார்த்திராஜன் மௌனமாகிவிட்டான். அந்த மௌனத்தையும் க்ருதகியே உடைத்தது.

"போதும் யஜமானனே... காலம் தாழ்த்தி சிந்திக்கிறாய். நீ இவர்களை முதலில் அனுப்பு. உனது பணிவான ஆத்மார்த்த பூஜையைத் தொடங்கு. இன்னும் சில மணி நேரத்தில் உன்னால் வசியப்படுத்தப்பட்ட இருவர் விடுபெற உள்ளனர். அவர்கள் விடுபெற்றால் எல்லாமே தலைகீழாக மாறிவிடும்."

க்ருதகியின் தூண்டுதலைத் தொடர்ந்து ஐவரைப் பார்த்த கார்த்திராஜன், அவர்களைப் பார்த்து கை கூப்பி நமஸ்கரித்தான்.

"நீங்கள் புறப்படுங்கள். உங்கள் உதவிக்கு நன்றி. அதேசமயம் இந்த வன எல்லையை தாண்டும்போது உங்களுக்கு என் பொருட்டு நீங்கள் செய்த உதவி அவ்வளவும் மறந்து போகட்டும்," என்றான்.

அவர்களும் மகுடிக்கு கட்டுப்பட்ட நாகம் போல் அவனை வணங்கிவிட்டு புறப்பட்டனர். பொம்மைகள் நடந்து செல்வது

போல தங்களை மறந்த நடை! பார்க்கவே வேடிக்கையாக இருந்தது.

கார்த்திராஜனும் அவர்கள் நீங்கவும், சப்த மாதாக்களில் ஆறு பேரை மட்டும் பார்த்தான். மீண்டும் அவனுக்கு பக்திப் பரவசம்.

"பரவசப்பட்டது போதும்... உன் குருதியையே அபிஷேக நீராக்கு..." என்று க்ருதகி உத்தரவிட்டது. சப்தமாதாக்கள் சார்ந்த தேவிகளுக்கு பலிபூர்வ பூசனைகள் ஆகாது. இருப்பினும் தன்னை பெரிய பலியாக உணர்ந்த கார்த்திராஜன் மளுக்கென்று கை மணிக்கட்டை கீறிக்கொண்டு ரத்தம் பெருக்கினான். சிகப்பு உடம்புடன் பாம்பு ஒன்று நெளிந்து நெளிந்து ஓடுவது போல, அங்கே அவன் கையில் இருந்து ரத்தம் பீறிட்டு, அந்த சிலை ரூபங்களின் பீடங்களில் பட்டு ரத்த சகதியாகத் தொடங்கியது.

"மாந்திரீகனே... உலகிலேயே நில்லாமல் ஓடுவது இரண்டுதான். ஒன்று காலம்... அடுத்து ரத்தம். ஜீவநதிகள்கூட கடலில் கலந்தபின் ஓடுவதை நிறுத்திவிடுகின்றன. இப்படி ஓடும் ரத்தத்துக்குள்தான் உயிர் இருக்கிறது. இந்த ரத்தம் நின்று உறைந்துவிட்டால் அங்கே உயிர் இருப்பதில்லை. எனவேதான் உயிரை அர்ப்பணிக்க வேண்டிய இடங்களில் ரத்தத்தை உயிருக்கு இணையானதாக கருதி அர்ப்பணிப்பது என்பது வழக்கமானது.

எல்லாவற்றுக்கும் மேலாக நீ எவ்வளவு ரத்தத்தை இழக்கிறாயோ அதற்கு இணையான கால அளவையே நீ காலில் சமர்ப்பிக்கிறாய் என்பது உள்ளே ஒளிந்திருக்கும் உண்மையாகும். அதனால்தான் உனது குருதியை சிந்தச் சொன்னேன். இது தேவிகளுக்கு மிகவும் மகிழ்வு தரும்," என்றது க்ருதகி.

க்ருதகியின் விளக்கம் கார்த்திராஜனையே சிலிர்க்க வைத்துவிட்டது.

"க்ருதகி... இப்படிப்பட்ட அரிய செய்தியை இவ்வளவு நாளாக ஏன் கூறவில்லை?" என்று அதன்மேல் கோபம் கொள்ளப் பார்த்தான் கார்த்திராஜன்.

"இவ்வளவு நாளில் இப்பொழுதுதானே நீயே மனிதனாக மாறியிருக்கிறாய்..." என்று அது பதிலுக்கு கூறவும் வாயை மூடிக்கொண்டான்.

"வாயை மூடிக்கொண்டால் போதாது. பொதுவாகவே நமது இறை அம்சங்களில் பெண் தெய்வங்கள் பெரும் கருணை உடையவை. உயிரினங்களில் தாய்மை எப்படி தனித்துவம் உடையதோ அப்படித்தான். இதுவும், குறுதியை அர்ப்பணித்த நீ அடுத்து எழுவருக்கான தியான மந்திரங்களையும், அவர்களுக்கான காயத்ரிகளையும் கூறி அவர்களின் தரிசனத்துக்காக மன்றாடு... ம்... சீக்கிரம்..."

க்ருதகியின் தூண்டுதல் கார்த்திராஜனை அப்படியே தியான கோலத்தில் அமர்த்திவிட்டது. ஒருபுறம் மணிக்கட்டில் இருந்து குருதி வழிந்தபடி இருக்க, மனதுக்குள் எழுவருக்குமான தியான மந்திரங்களையும், காயத்ரியையும் ஜெபிக்க தொடங்கினான் கார்த்திராஜன்.

ஐந்து பேரும் அந்த மலைச்சரிவில் இருந்து மெல்ல மேலேறி குறிஞ்சி ஆண்டவர் கோயில் கோபுரத்தை பார்த்த நொடி, ஈரக்கோழி போல உடம்பை ஒரு உதறு உதறிக் கொண்டனர். அவர்களுக்கு அதுவரை வந்தது மட்டும் ஞாபகத்தில் இருந்தது. அதன்பின் நடந்த எதுவும் ஞாபகத்திற்கு வர மறுத்தது. ஒருவரை ஒருவர் திருதிருவென்று பார்த்துக் கொண்டனர்.

"விஷ்ணு... என்ன இது நாம எங்க போனோம்? இங்கே இருக்கோம்..."

"அதானே... உடம்பெல்லாம் வேற ஈரமா இருக்கு. மழைல நனைஞ்சோமா... மழை பெய்த மாதிரியே தெரியலியே..."

"அதானே... இப்ப நேரம் என்னாச்சு பார்..."

நேரத்தை பார்த்தனர். கிட்டதட்ட ஹோட்டலைவிட்டு புறப்பட்டு மூணு மணி நேரம் ஆகிவிட்டது தெரிந்தது. இருள் கூடி இரவுக் காலம் அவர்களை வரவேற்க பகீர் என்றது.

“ஐய்யோடா... நமக்காக எல்லாரும் காத்துகிட்டு இருப்பாங்களே...”

“ஆங்... எனக்கு ஞாபகம் வந்துடுச்சு. நாம நம்ம குருவைப் பார்க்க வந்தோம். இந்த பக்கமாதான் போனோம். ஆனா அதுக்குப் பிறகு நடந்ததுதான் ஞாபகமில்லை.”

“அது எப்படி? ஞாபகமில்லாம போற அளவுக்கு அப்படி என்ன நடந்திருக்கும்?”

“எப்ப நாம இந்த கொடைக்கானல் மலைக்கு யோக வகுப்பு எடுக்க வந்தோமோ அப்போதிலிருந்தே நமக்கு விபரீத அனுபவங்களாவே நடந்துக்கிட்டு வருது.”

“இப்படி பேசிக்கிட்டே இருந்தா எப்படி? ஆர்கனைசர் இந்நேரம் ஆகாசத்துக்கும், பூமிக்கும் குதிச்சுகிட்டு இருப்பாரு... சீக்கிரத்தில் வாங்க.”

அவர்கள் தங்களுக்குள் பேசிக் கொண்டபடியே மையிருட்டில் குறிஞ்சி ஆண்டவர் கோவில் முன்னால் போய் நின்றனர். கோயில் அடைக்கப்பட்டிருந்தது. பனிப்பொழிவில் அந்த பகுதியே சரியாக தெரியவில்லை.

லக்ஷ்மிகாந்தன் தன் ரிஸ்ட்வாட்சை பார்த்தான். மணி எட்டு!

“கிட்டதட்ட இரண்டு மணி நேரம் கூடுதலா ஆகியிருக்கு. நமக்கு வந்த தகவல்படி நம்ம குருவோட குருவையும் நாம பாக்கல. எங்க போனோம், என்ன பண்ணினோம்னும் தெரியல...” என்று படபடத்தான்.

“வாங்க... வழியை கேட்டு தெரிஞ்சிகிட்டு அப்படியே வேகமா ஹோட்டலுக்கு போவோம்... அங்க நிச்சயம் நமக்கு ஒரு மோசமான வரவேற்பு இருக்கு...” என்ற புலம்பலோடு பனிப்பொழிவுக்குள் ஐவரும் வேகமாக நடக்கத் தொடங்கினார்கள்!

— 2 —

சப்த கன்னியர்களில் இரண்டாவதாக கருதப்படுபவள் மஹேஸ்வரி. இவள் ஈஸ்வர அம்சம் கொண்டவள்.

ஈஸ்வரன் இவள் சக்தியால்தான் சம்காரங்களை செய்கிறான் என்றும் கூறலாம்.

வெள்ளை நிறமுடைய இவளிடம் சூலாயுதம், பரசு ஆகியவை வலக்கரத்திலும், கபாலம், டமருகம் ஆகியவை கீழே உள்ள வல இட கரங்களிலும் இருக்கும்.

இவளது வாகனம் ரிஷபம்!

ஐந்து முகங்ளை உடைய இவள் சந்திரனை பிறையாய் தலையில் அணிந்தவளும் கூட. வடகிழக்காக உள்ள ஈசான்யம் இவள் திசையாகும். கோபத்தைப் போக்கி சாந்தி அளிப்பவள்!

இவளுக்கான தியான ஸ்லோகம்,

சூலம் பரச்வதம் க்ஷீத்ர துந்தபிம் ந்ருகரோடிகாம்
வஹிந்தீ ஹிம ஸங்காசா த்யேயா மஹேச்வரி சுபா.

இவளுக்கான மந்திரம்,

ஓம் மாம் மாஹேச்வர்யை நம:
ஓம் ஈளாம் மாஹேச்வரி கன்யகாயை நம:

இவளுக்கான காயத்ரி,

ஓம் ச்வேத வர்ணாயை வித்மஹே
சூல ஹஸ்தாயை தீமஹி
தன்னோ மஹேஸ்வரி ப்ரசோதயாத்.

ஹோட்டலின் கான்ஃப்ரன்ஸ் ஹாலில் ஏழுபேரும் மேடையில் அமர்ந்திருக்க, எதிரில் வைத்தகண் வாங்காதபடி அந்த மேல்நாட்டவர்கள். யோகி சிவம் பேசியபடி இருந்தார்.

“எங்கள் நாட்டில் எவ்வளவோ அதிசயங்கள். நாங்கள் அதிசயங்களாக கட்டிடங்களையோ இல்லை தங்கம், வைரம் என்கிற பொருட்களையோ நினைப்பவர்கள் இல்லை. இங்கே அதிசயம் என்றால், அது முதலில் சித்த புருஷர்களைத்தான் குறிக்கும். இந்த நாட்டில், காடுகளில் அமைதியாக தவம் செய்தபடி வாழ்ந்து கொண்டிருக்கும் ஒவ்வொரு சித்த புருஷருமே ஒரு அதிசயம்தான்!”

“இந்த உலகில் ஒவ்வொரு உயிருக்குமே பிறப்பு என்று ஒன்று இருப்பதுபோல, இறப்பு என்றும் ஒன்று உண்டு. எந்த ஒரு உயிரும் இறவாத நிலையை இதுவரை அடைந்தது இல்லை.

தலைக்குமேல் உள்ள ஆகாயத்தில் மினுக்மினுக் என்று ஒளிர்ந்தபடி காட்சி தரும் நட்சத்திர மண்டலங்களைக்கூட இன்று விஞ்ஞானிகள் கண்டுபிடித்துவிட்டனர். ஆனால் உயிரின் ரகசியத்தை அவர்களால் கண்டுபிடிக்க முடியவில்லை. ஒரு உயிர் எப்பொழுது பிரியும் என்று இதுநாள்வரையில் ஒருவர்கூட சொன்னதில்லை.”

“ஆனால் இந்த மண்ணில் உள்ள பல யோகிகளுக்கு அவர்கள் உயிர் பிரியும் நேரமும் முன்னதாகவே தெரியும். அதுமட்டுமல்ல... அப்படி பிரியும் உயிரை இன்னொரு உடம்புக்குள் புகுத்தி அதனுள் இருந்து வாழ்வது எப்படி என்றும் தெரியும். இதெல்லாம் அவர்களுக்கு ஒரு விஷயமே கிடையாது.

வெறும் காற்றை சுவாசித்தபடியே உயிர் வாழ்வது அவர்களுக்கு சாதாரணம். அது மட்டுமல்ல... இந்த உடம்பில் நிலையில்லாதது இளமை. ஆனால் அதையே நிலைக்க வைக்கவும் அவர்களுக்கு வழி தெரியும்."

"இவ்வளவு தெரிந்தும் அவர்கள் கொஞ்சமும் கர்வம் இல்லாமல் ஒரு பக்கிரி போல, பிச்சைக்காரன் போல எளிமையாகத்தான் இருப்பார்கள். யாரையும் எதற்காகவும் கவர்வது, தான் புகழப்பட வேண்டும் என்று எதிர்பார்ப்பது இதெல்லாம் துளியும் அவர்களிடம் கிடையாது. அவர்கள் சொன்னதெல்லாம்தான் யோக ரகசியங்களாகும். அதைதான் இங்கே நாங்கள் உங்களுக்கு போதித்துள்ளோம்.

உடம்பு, உள்ளம் இரண்டு ஆரோக்கியமாக திகழ யோகம் புரிபவர்களால் மட்டுமே முடியும்."

"எங்கள் தேசத்தின் ஈடு இணையற்ற சொத்து யோகம்.

இந்த யோகத்தை எங்களது ஆன்மீக நெறிதான் காப்பாற்றி வருகிறது. எனவே, இந்த மண்ணின் அரிய பெரிய விஷயமாக ஆன்மீகத்தையும் கூறலாம்.

இனி உங்களில் யாருக்கு என்ன சந்தேகமோ அதை கேள்விகளாகக் கேட்கலாம்."

யோகி சிவம் பேசி முடித்துவிட்டு தன் ஆசனத்தில் போய் அமர்ந்தார். ஆர்கனைசர் ஒரு கார்ட்லெஸ் மைக்கை ஹாலில் அமர்ந்திருப்பவர்களுக்கு நடுவில் ரவுண்டில் விட்டார். கேள்விகளும் ஆரம்பமாயின.

"யோகம், ஆன்மீகம் இவற்றில் உங்கள் நாடு சிறப்பாக இருப்பதாக கூறுகிறீர்கள். அப்படியானால் இங்கே பாலும், தேனும் ஓட வேண்டும். எங்கும் அமைதியும், அன்பும் திகழவேண்டும். ஆனால் அப்படி இல்லையே... ஒரு சாலைகூட மேடு பள்ளம் இல்லாமல் இல்லை. எங்கு பார் சாக்கடை. அதில்

பன்றி, கொசு என்று ஒரே அசிங்கம். கோயில்கள் முன்னர் பிச்சைக்காரர்களுக்குப் பஞ்சமில்லை. இதெல்லாம் எதனால்?"

ஒருவர் எழுந்து நியாயமாக தனக்குள் தோன்றியதைத்தான் கேட்டார். யோகி சிவமும் பதில் கூற தயாரானார்.

"நீங்கள் சொல்வதெல்லாம் உண்மைதான். இந்த நாடு பல விஷயங்களில் பின்தங்கி இருக்கிறது. குறிப்பாக சுகாதாரத்தில் மிக மோசமான நிலையே நிலவுகிறது. இது இப்படி இருப்பதற்கும், ஆன்மீக யோகத்திற்கும் சம்பந்தம் இருப்பதாக நான் நினைக்கவில்லை. இது இப்படி இருக்க இந்த நாட்டின் பூகோள அமைப்பாகிய தட்ப வெப்ப சூழல்தான் பிரதான காரணம்."

"இங்கே மழை பெய்வதற்கென்று ஒரு காலம் இருக்கிறது. அதே போல் வெய்யிலுக்கு ஒரு காலம், வசந்தத்துக்கு ஒரு காலம் என்று காலங்கள் பிரிந்து கிடக்கின்றன. அந்தந்த காலங்களில் சரியாக என்ன மாற்றங்கள் ஏற்பட வேண்டுமோ அவை ஏற்பட்டுவிடுகின்றன."

"அண்டார்ட்டிகா போன்ற பனிக்காட்டில் வசிப்பவர்கள் காய்கறிகளை பயிர் செய்து அதை உண்டு வாழ முடியாது. அங்கே மீனும், மிருகங்களும்தான் அவர்களுக்கு உணவாக முடியும். குளிருக்கு எதிராக வாழ அவர்கள் உடம்பு பக்குவப்பட்டிருக்கும். அங்கே இயற்கையை எதிர்த்துக் கொண்டு ஒரு மணி நேரம் யாராலும் உயிர் வாழ முடியாது."

"இதிலிருந்து வாழும் நாட்டின் தட்ப வெப்பத்துக்கு ஒரு பெரிய பங்கு இருப்பதை மறந்துவிடக்கூடாது. இங்கேயும் சுகாதாரமற்ற நிலைக்கு பூகோள ரீதியான காரணங்களும் நிறையவே உள்ளன."

"நல்ல மழை பெய்தால் நிறைய நதிகள் தோன்றியிருக்கும். நிறைய நதிகள் இருந்திருந்தால் தரிசு நிலமே இந்த மண்ணில் இருக்க வழியில்லை. எங்கும் பசுமையாக ஒரு பூமி இருக்குமானால் அங்கே குப்பை கூளத்திற்கும், புழுதிக்கும் ஏது இடம்? அடுத்து எல்லா கழிவையும் ஆறுகளே சுத்திகரித்துவிடும். எனவே,

சுகாதார கேடுகளுக்கும் இடமில்லை. வேலையின்மைக்கும் வழியிருக்காது."

"ஆனால் அப்படியா நிலை உள்ளது?"

"இந்த தமிழ்நாட்டில் ஒரே ஒரு ஜீவநதிதான் ஓடியபடி உள்ளது. அதற்குக்கூட அவ்வப்போது ஆபத்து வந்துவிடுகிறது. வற்றாமல் ஓடிக் கொண்டிருந்த காவிரி வறண்டுவிட்டது. தண்ணீர் இல்லாததால் விவசாயம் இல்லை. விவசாயம் இல்லாததால் பஞ்சம் பிழைக்க கிராம மக்கள் பட்டினம் பக்கம் போகவேண்டிய கட்டாயம். இதனால் பட்டினத்தில் இட நெருக்கடி. இட நெருக்கடி ஏற்பட்டாலே குப்பைக்கூளம் தானாக வந்துவிடும்."

"ஆக, இந்த மண்ணின் சீர்கேடுகளுக்கு பூகோள அமைப்புதான் முதற்காரணம். இருப்பினும் இதற்கு நடுவிலும் இங்கே ஒற்றுமை நிலவுகிறது. பாவ புண்ணியங்களுக்கு பயந்தவர்களாக மக்களில் தொண்ணூறு பேர் உள்ளனர்."

"இந்த ஊரின் மக்கள் தொகை சுமார் மூன்று லட்சம். ஆனால், இங்குள்ள போலீசின் எண்ணிக்கை பதினைந்து பேர்கூட இல்லை. இந்த பதினைந்து போலீஸாலா மக்கள் இங்கே அமைதியாக இருக்கிறார்கள்?"

யோகி சிவம் கேள்வி கேட்ட மனிதர் முன்வைத்த கேள்விக்கு அவரிடம் பிரமிப்புதான் பதிலாக நின்றது.

"எக்ஸ்க்யூஸ் மீ..." என்று எழுந்தார் ஒருவர்.

"யெஸ்..."

"உங்கள் பதிலை ஒப்புக் கொள்கிறேன். இந்த இந்தியாவைப் போல மூன்று மடங்குக்கும்மேல் பெரியது எங்கள் நாடு. மழை வளத்துக்கும் பஞ்சமில்லை. தண்ணீர் பிரச்சினை, மின் தட்டுப்பாடு எல்லாம் எங்களுக்கு என்னவென்றே தெரியாது."

"நாங்கள் எல்லோரும் ஆங்கிலம் என்று ஒரே ஒரு மொழிதான் பேசுகிறோம். அதிலும் இருபத்தி ஆறு எழுத்துக்கள்தான்.

மூன்று பங்கு பெரிய நாடு... அதேசமயம் உங்கள் நாட்டு மக்கள் தொகையைவிட மூன்று மடங்கு குறைந்த மக்கள் தொகை."

"எப்படிப் பார்த்தாலும் எங்களுக்கு நீங்கள் சொன்னது போல பூலோக அமைப்பு அளித்திருக்கும் சலுகை மிகமிக அதிகம்தான். இருந்தும் எங்கள் நாட்டில் பெரிதாக அமைதியில்லை. ஆனால் இங்கே ஏகப்பட்ட மொழிகள், ஜாதிகள், நெருக்கடியான இட அமைப்பு இருந்தும் இங்கே நிலவும் ஒற்றுமைதான் உண்மையில் பெரியது."

"வேற்றுமைக்குள் ஒற்றுமை என்பது என்னால் நினைத்துப் பார்க்க முடியாத ஒரு அதிசயமாகத்தான் உள்ளது. எல்லாம் சரி... இவ்வளவு அற்புதமான யோகக் கலையும், ஆன்மீக பலமும் உடைய உங்கள் சித்தர்களால் இந்த நாட்டு பூகோளத்தை மாற்ற முடியாதா?"

"அதாவது, தவறாமல் மழை பெய்ய வைப்பது;

ஆறுகளில் எல்லா காலத்திலும் நீர் ஓடச் செய்வது;

விவசாயம் தழைக்க உதவுவது என்று அவர்கள் உதவி செய்தால் நீங்கள் சொன்னதுபோல் எல்லாமே மாறிவிடுமே..."

"அவர்கள் ஏன் இப்படி சமுதாய உதவிகளை செய்யாமல் காட்டுக்குள் ஒதுங்கி தனிமையில் வாழ வேண்டும்?"

இப்படி ஒருவர் கேட்கவும், யோகி சிவம் சற்று திணறுவது போலத்தான் தோன்றியது. தனது குருநாதரை பார்த்தார். அதாவது, உருமாறி வந்திருக்கும் சப்த கன்னிகளில் ஒருத்தி இன்னொரு கன்னியை பார்த்தாள் என்றும் கூறலாம். அவர்கள்தானே இங்கே இப்போது அமர்ந்து கொண்டிருப்பது?

சிவத்தின் வயதான குருநாதரும் பதில் சொல்லத் தொடங்கினார்.

"எப்பவும் பசிச்சபிறகு சாப்பிட்டாதான் அந்த சாப்பாட்டை உடம்பு ஏத்துக்கும். அது செரிக்கவும் செய்யும். பசிக்காத நிலையில் அமுதமே அருகில் இருந்தாலும் சும்மா ருசி பார்க்கவேணா சொல்லும். பெருசா சாப்பிட மனசு வராது."

"சித்தர்கள் இந்த பூமியை ரட்சிக்கணும்னா இந்த மண்ணைச் சேர்ந்த மக்கள் எல்லாரும் ஒரு புள்ளியில் ஒண்ணா திரண்டு அவங்களை மனசுல நினைச்சு பிரார்த்தனை செய்யணும். அப்படி செய்து அதன் பயனாக சித்த புருஷர்களும் இந்த மண்ணை வளப்படுத்தினால்தான் அந்த வளம் நிலைக்கும். இல்லாத பட்சத்துல எவ்வளவு மழை பெய்து என்னதான் வளம் இருந்தாலும் அது மனித சமுதாயத்துக்கு முழு அளவுல பயன்படாது."

"அப்ப கேட்டாதான் கிடைக்குமா?"

"ஆமாம்."

"உங்க குழந்தைக்கு நீங்க சாப்பாட்டை கேட்டபிறகா கொடுக்கறீங்க?"

"நிச்சயமா... பசிச்சா அந்த குழந்தை அழும். அந்த அழுகை போதுமே..."

"அப்படின்னா இப்ப யாரும் இந்த தேச நலனுக்காக சித்தர்கள்கிட்ட பிரார்த்தனைகள் செய்யலையா?"

"நிறையவே செய்யறாங்க. அவங்க தேவைகளை இயற்கையும் பூர்த்தி செய்துகிட்டுதான் இருக்கு."

"பார்த்தா அப்படி தெரியலியே... ஒரு லிட்டர் தண்ணீர் பத்து ரூபா விக்குதே."

"வாங்க முடியாத ஒண்ணை விக்க முடியுமா?"

"அப்படின்னா."

"வாங்கற சக்தி இருக்கு இல்லியா?"

"எல்லாருக்கும் இல்லையே."

"எல்லார்க்கிட்டயும் இருந்து கோரிக்கை வரலையே..."

"உங்க பதிலை நான் சாமர்த்தியமான ஒரு பதிலா நினைக்கறேன். இந்த தேசத்தோட ஏழ்மையை உங்க நாட்டு சித்தர்கள், ஞானிகள் வேடிக்கை பாக்கறாங்கன்னு சொல்றேன். அரசியல்வாதிகள்,

ரவுடிகள் ஊழல் செய்து வளர்ந்துகிட்டு வர்றதை தடுக்க திராணியில்லாதவங்களா அவங்க இருக்காங்கன்னும் சொல்றேன்."

"சரி... இந்த நாட்டைப்பற்றி உங்களுக்கு வேற என்னல்லாம் தெரியும்?"

"இப்ப எதுக்கு இந்த கேள்வி..."

"இல்லை... சர்வ சக்தி படைச்ச சித்த புருஷர்கள், ஞானிகள் இந்த நாட்டை சொர்க்கமாக்காம இருக்கற மாதிரியும், இந்த தேசத்துல எங்க பார் ஒரே பிரச்சினைன்னும் நீங்க நினைக்கற மாதிரி தெரியுது... அதான் அப்படி கேட்டேன்."

"அதுதானே உண்மை..."

"அது ஒரு அப்பட்டமான பொய்..."

"பொய்யா...?"

"ஆமாம்... அது பொய்யின்னு இப்பவே இங்கையே நான் நிரூபிக்கிறேன்."

"எப்படி?"

"இந்த உலகத்தை படைச்சது யார்?"

"கடவுள்."

"நம்மை எல்லாம் படைச்சதும் அவர்தானே?"

"பின்ன?"

"மரம், செடி, கொடி, புழு, பூச்சி, மிருகம்னு ஜீவராசிகளைப் படைச்சதும் அவர்தானே?"

"நிச்சயமா?"

"அவற்றுக்கு சோறு இல்லைன்னா அவை இந்த பூமியில வளர முடியுமா?"

"நிச்சயமா முடியாது."

"அதே போல மனிதனுக்கும் அவன் தேவைக்கும் அவர் படியளந்துருக்காரா இல்லையா?"

“இல்லையே... பலர் பிச்சையில்ல எடுக்கறாங்க.”

“அது நாளையபொழுது வாழணும்கறதுக்காக மனிதன் எடுத்துவெச்சதால வந்த வினை... வீட்டுக்கு ஒருத்தருக்கு சோறு போடறதுன்னு தீர்மானிச்சா இந்த நாட்டுல யாருக்காவது பசி இருக்குமா?”

“போட்டா இருக்காதுதான். ஆனா போடணுமே...”

“ஏன் போடமாட்டேங்கறாங்க?”

“நாளைக்கு நமக்கு இல்லாம போயிட்டா என்ன பண்றதுங்கற பயம்தான்...”

“அப்ப இன்றைய தினத்துக்கு தேவையானதை அவன் எல்லாருக்கும் கொடுத்துருக்கான்தானே?”

“நிச்சயமா.”

“நாளைய தினம் எதிர்கால வாழ்க்கைன்னு நிகழ்காலத்துல பலர் சரியாவும், முறையாவும் வாழறதே இல்லை. அதுதான் எல்லா பிரச்சினைகளுக்கும் காரணம். இதுக்கு கடவுளோ, சித்த புருஷர்களோ என்ன செய்ய முடியும்?”

“நாளைன்னு ஒண்ணு இல்ல... இன்றைக்கு வாழுங்கன்னு அவங்க சொல்லலாமே?”

“அவங்க சொல்லலைன்னு உங்களுக்கு யார் சொன்னது? திருக்குறளும், திருவாசகமும், பெரிய புராணமும், நாலாயிர திவ்விய பிரபந்தமும், சித்தர் பாடல்களும், ஆத்திச்சூடியும், புறநானூறும், அகநானூறும் சொல்றதெல்லாம் என்ன?”

“ஓ... உங்ககிட்ட இவ்வளவு நூல்கள் இருக்கா?”

“எங்ககிட்ட மட்டும்தான் இருக்கு... திருக்குறள் ஒண்ணு போதும். இனிவரும் காலத்துலயும் திருவள்ளுவர் போல் ஒருத்தர் பிறக்கவோ, அவரை மிஞ்சும்படி எழுதவோ முடியாது.”

“இவ்வளவு இருந்துமா இங்க இவ்வளவு ஏற்றத்தாழ்வு?”

“ஏற்றத்தாழ்வுக்கு காரணம் அறியாமையும், சுயநலமும். அதேசமயம் அதுக்கு நடுவுலயும் பெரிய பாதிப்பு ஏற்படாதபடி இந்த சமுதாயம் போய்கிட்டுதான் இருக்கு. இல்லேன்னா நான் இப்படி பதில் சொல்ற உயரத்துலயும், நீங்க இப்படி கேள்வி கேட்கற நிலைலயும் இருப்பீங்களா?”

யோகி சிவத்தின் குருநாதரும் பதில்களில் பிளந்து கட்டினார். அதன்பிறகு நெடுநேரம் ஒருவரிடமும் பெரிய அளவில் கேள்விகள் இல்லை.

ஒருவர் முகத்தை ஒருவர் பார்த்துக் கொண்டனர்.

“ம்... இன்னும் ஏதாவது கேள்விகள்...?”

“ஒரு கேள்விதான்...”

“கேட்கலாம்.”

“கடவுள் ஒருவரா... பல பேரா...”

“தண்ணீர் ஒன்றுதான். ஆனா ஆறு, குளம், குட்டைங்கற அதன் வடிவம் பலவா இருக்கிற மாதிரி கடவுள் ஒருவராதான் இருக்க முடியும். ஆனா அவர் எங்க மண்ணுல பலவித பிரத்யேக சக்தி உள்ளவரா பல பெயர்கள்ள விளங்கறார்.”

“இதனால குழப்பம் வராதா... பேதம் ஏற்படாதா?”

“தெளிவு, ஏற்படத்தான் இத்தனை வடிவங்கள். பல ஜாதி, பல மொழி இருந்தும் இங்க ஒற்றுமைங்கறது நாம் இந்தியன்கற ஒரு உணர்வால சாத்தியப்பட்ட மாதிரி, பல கடவுள்கள், பல தேவதைகள் இருந்தாலும் ஆதிசக்தி ஒண்ணுங்கற தெளிவு இங்க எல்லாருக்கும் உண்டு.”

“இல்லையே... இங்கயும் சைவம்தான் பெருசு. வைணவம்தான் பெருசு. அதுலயும் தென்கலை பெருசு. வடகலை பெருசுன்னு சண்டைகள் நடக்கறதா கேள்விப்படறோமே.”

"சாதம் கொதிக்கும்போது சப்தம் கேட்கும். அரிசிமேலயும் கீழயும் போய்ப் போய் வரும். பிறகு கொஞ்சம் கொஞ்சமாக வெந்து ஒரு அமைதி ஏற்படும்.

இங்கயும் அப்படித்தான். இதுலயும் அப்படித்தான். ஒரு விதத்துல இப்படிப்பட்ட மோதல்கள் நல்லதுக்குதான். இதை பாக்கற பலர் எந்த மோதலும் நிகழ்த்தாம தங்களுக்குள்ள கேள்விகளால தெளிய இது ஒரு வாய்ப்பா அமையுது."

"எதுக்கு இப்படி கடவுள் பேரால அடிச்சுக்கணும். ஒன்றே குலம், ஒருவனே தேவன்னு இருந்துட்டா பிரச்சினை இல்லைதானே?"

"அப்ப ஒரு கடவுள் சித்தாந்தம் கொண்ட மதத்துல எந்த குழப்பமும் இல்லை. எந்த சண்டை சச்சரவுகளும் இல்லைங்கறது உங்க முடிவா?"

"இருக்கு... ஆனா அதுக்கு வேற காரணங்கள் இருக்கு."

"ஏதோ ஒரு காரணத்தால உலகம் முழுக்க மனிதன். ஒரு சண்டையை போட்டுக்கிட்டுதானே இருக்கான்?"

"ஆமாம்..."

"இங்கையும் இப்படி ஒரு வாய்ப்பு இல்லேன்னா வேற காரணத்துக்காக இது நிகழும்தானே?"

"அது... அது."

"எது...? மனிதகுலம் தோன்றிய நாளில் இருந்தே இதுதான் நிலை. யுத்தம் இல்லாத இடமோ, ஆண்டுகளோ இந்த பூமியில் இல்லவே இல்லை. இனிவரும் காலமும் அப்படித்தான் செல்லும். நல்லதுக்கு காலம் இல்லேங்கற புலம்பல் சேர, சோழ, பாண்டியர் காலத்துலயும் இருந்தது; இப்பவும் இருக்கு; நாளைக்கும் இருக்கும்.

கடல்னு இருந்தா அலைன்னு இருக்கற மாதிரி இது ஒரு தவிர்க்க முடியாத விஷயம். உடம்புன்னு இருந்தா வியர்வை இருக்கும். வாய்னு இருந்தா எச்சில் இருக்கும். இது இயற்கை."

“அப்ப முழுமையான அமைதியோட ஒரு நல்ல சமுதாயத்துக்கு வாய்ப்பே இல்லையா?”

“கடலோரத்துலதான் அலை இருக்கும். கடலே அலைகளால் ஆனது கிடையாது. ஓரம் கடந்துட்டா அமைதிதான். சமுதாயத்துலயும் எப்பவும் இரண்டு பக்கம் இருக்கும். தீயதை குறைச்சு, நல்லதை அதிகரிக்கற பணியை செய்யறதுதான் என் போன்றோர் செயல். முழுமையான அமைதியுள்ள ஒரு சமுதாயம் இப்பவும் காட்டுக்குள்ள இருக்கு. அதனாலதான் யோகிகள், சித்தர்கள் அங்கு போயிருக்காங்க.

எனக்கு பங்களா வேணும், கார் வேணும், காசு, பணம் வேணும், உறவுகள் வேணும், அவர்களுக்கு நடுவுல நான் பெருமையா பார்க்கப்படணும்னா அதற்கேற்ற விலை கொடுக்கத்தான் வேணும்.”

இந்த பதிலுக்கு பிறகு வேறு கேள்வியை எழுப்ப யாருக்கும் தோன்றவில்லை. எல்லாமே திடமான பதில்கள். திவ்யமான, மனதை நிறைக்கும் பதில்கள். இப்படி ஒரு வாழ்க்கைத் தெளிவையே அவர்கள் இப்போதுதான் பார்ப்பது போலகூட இருந்தது. அனைவரும் இதற்குமேல் நாங்கள் கேட்க ஒன்றுமில்லை என்பது போல் எழுந்து நின்றனர்.

கோரஸாக கை தட்டினர். இதமான கை தட்டல். ஆர்கனைசர் முகத்தில் ஒரு ஒளி தெரிந்தது.

இறுதியாக நன்றி கூறுவதற்காக மைக் முன்னால் வந்தார்.

“இந்த நிகழ்ச்சி இவ்வளவு சிறப்பாக நடக்கும்னு நான்கூட எதிர்பார்க்கலை. இந்த நாட்டை சேர்ந்தவனா இருந்தும், எனக்கே பல விஷயங்கள் புதுசு. நீங்கள் கேட்ட கேள்விகள், அதுக்கு இவங்க சொன்ன பதில்கள் எல்லாமே அற்புதம். நானும் இனி தினமும் யோகாசனம் கத்துக்கிட்டு அதை செய்யப் போறேன்.”

“கைல வெண்ணெயை வெச்சுகிட்டு நெய்க்கு அலைஞ்ச கதையா அற்புதமான விஷயங்களை வெச்சுகிட்டு நாங்கள்ளாம்

வாழத் தெரியாம வாழ்ந்துகிட்டிருக்கோம். இவங்க மாதிரி எடுத்துச் சொல்றவங்க நிறைய பேர் வரணும். அப்பதான் மன இருட்டு நீங்கி வெளிச்சம் பரவும்."

"ரொம்பவும் சந்தோஷத்தோட, ஐயா யோகி சிவம் அவர்களுக்கும், அவரது மாணவர்களுக்கும், அவரது குருநாதருக்கும் நான் என் நன்றிகளை தெரிவிச்சுக்கறேன். உங்களுக்கும் என் நன்றி. இன்றைய இரவு இந்த ஹோட்டல் ரூஃப் டாப்ல உங்களுக்கு எங்க பாரம்பரிய உணவான கேழ்வரகு கஞ்சி, பணியாரம், இட்லி, இடியாப்பம், கூழ்னு ஐட்டங்கள் காத்திருக்கு. நீங்க நல்லா சுவைச்சு சாப்பிடலாம்."

"நாளைக்கு நீங்க அவ்வளவு பேரும் சென்னைக்கு புறப்படறீங்க. அதுக்கான எல்லா ஏற்பாடுகளும் செய்யப்பட்டிருக்கு..." என்று ஆர்கனைசர் பேசி முடிக்க, ஜான்சன் முதல் ஆளாக மேடை ஏறி, ஏழு பேரையும் தன் டிஜிட்டல் கேமராவில் புகைப்படம் எடுத்துக் கொண்டார்.

அப்போது அவர்களிடம் ஒருவித வாசத்தை உணர்ந்தவர், அவர்களைப் பார்த்து, "நான் நேற்றைய தினம் சில பெண்களால் காப்பாற்றப்பட்டேன். அப்ப அவங்ககூட இருந்தப்ப ஒரு குட் ஸ்மெல் இருந்துகிட்டிருந்தது. இப்ப உங்கமேலையும் அது இருக்கு," என்றபோது அவர்களிடம் ஒருவித மர்மச் சிரிப்பு.

உள்ளே இப்படி ரசமாய் விஷயங்கள் சென்றபடி இருக்க, ஹோட்டல் வாசலுக்கு சிவத்தின் மாணவர்கள் ஐந்து பேரும் ஒரு வழியாக நடந்தே வந்து சேர்ந்திருக்க, வாசலில் ரிசப்ஷனில் உள்ள நபர் அவர்களைப் பார்த்து கொஞ்சம் சிரித்தான்.

ஐவருமே ரிஷப்சனிஸ்டை ஒரு மாதிரி பார்க்க, "சார் புரோக்ராம் பிரமாதம் சார். பிச்சு உதறிட்டீங்க... ஆமா எங்க சார் உங்க குருநாதர்...?"

"குருநாதரா?"

"ஆமாம்... இப்பகூட உங்களோட இருந்தாரே."

"என்னப்பா சொல்றே...?"

"அதான் சார் யோகி சிவம்தானே உங்க குரு?"

"ஆமாம்."

"நீங்க, அவர்... அப்புறம் உங்க குருவோட குருன்னு ஒருத்தர் மொத்தமும் ஏழு பேர் பிரமாதமா புரொக்ராமை நடத்தி முடிச்சிட்டீங்களே சார்."

"அப்படியா?"

அவர்கள் ஒன்றும் புரியாதபடி கேட்டுக் கொள்ள, லிப்ட் கதவைத் திறந்து கொண்டு வெளியே வந்த ஆர்கனைசர் அவர்களை அங்கே பார்த்து, "என்ன சார் மாயமா இருக்கு... நான் லிப்ட் வழியா வரதுக்குள்ள படியில வேகமா இறங்கி கீழ வந்துட்டீங்களா நீங்க?" என்று வியப்பை முகத்தில் காட்டினார்.

ஐந்து பேரிடமும் ஸ்தம்பிப்பு. அப்போது மாடிப்படி வழியாக ஏழு பெண்கள் பாவாடை தாவணியில் மங்கலகரமாக கடந்து வெளியே செல்ல, ரிசப்ஷனிஸ்ட் முகத்தில் ஏராளமான அதிர்ச்சி.

'இவங்க எப்ப உள்ள வந்தாங்க... நான் பார்க்கவே இல்லையே...!' அவர் உதடுகளில் முணுமுணுப்பு.

— 3 —

சப்த கன்னியர்களில் மூன்றாமவள் கௌமாரி. இவள் முருகனின் அம்சமாக கருதப்படுபவள். இவளுக்கு சஷ்டி, தேவசேனா என்றும் பெயர்கள் உண்டு. வேல் இவளது பிரதான ஆயுதம். செம்பருத்திப் பூவின் நிறம் கொண்டவள். இவளது வாகனம் மயில். ஒரு வகையில் அஷ்டதிக்குக்கும் இவள் உரியவள் எனலாம். இவளை தியானித்து வழிபடுபவர்க்கு பிள்ளைச் செல்வம் உறுதியாக கிட்டும்.

இவளுக்கான தியான ஸ்லோகம்,

அங்குசம் தண்ட கட்வாங்கௌ பாசாம்ச தததீகரை
பந்தூக புஷ்ப ஸங்காசா கௌமாரீ காமதாயினி
பந்தூக வர்ணாம் கரிஜாம் சிவாயா
மயூர வாஹாம்து குஹஸ்ய சக்திம்

ஸம் பிப்ரதீம் அங்குச சண்ட தண்டௌ
கட்வாங்கரா சௌ சரணம் ப்ரபத்யே!

இவளுக்கான மந்திரம்,

ஓம் கௌம் கௌமார்யை நம:
ஓம் ஊம் ஹாம் கௌமாரீ கன்யகாயை நம:

இவளுக்கான காயத்ரி,

ஓம் சிகி வாஹனாயை வித்மஹே
சக்தி ஹஸ்தாயை தீமஹி
தன்னோ: கௌமாரி ப்ரசோதயாத்.

அந்த இருண்ட நேரத்தில் எவ்வளவு தூரம் நடந்திருப்போம் என்று விஸ்வநாதனுக்கும் சரி, கோவிந்தனுக்கும் சரி கொஞ்சம்கூட தெரியவில்லை.

மெல்ல மெல்ல அவர்களுக்குள் தாங்கள் எங்கே போகிறோம், எதற்கு போகிறோம் என்பது போல கசங்கலான கேள்விகள்!

தார்ச்சாலையின் இருபுறமும் புளிய மரங்கள்! கீ கொடுத்தது போல நடக்கும் அவர்களை, சாலையில் செல்லும் வாகனங்களும் கடந்து கொண்டிருந்தன. வாகன ஓட்டிகள் இருவரையும் ஆச்சரியத்துடன் பார்த்தபடிதான் சென்றனர்.

நடுநிசி வேளையில் இப்படி இரண்டு பேர் ஒரு பிரதான ஹைவேஸ் சாலையில் செல்வது என்பது அவர்கள்வரையில் வேறுவித எண்ணங்களை ஏற்படுத்தும் போல் இருந்தது.

ஒரு லாரிக்காரன் இருவரையும் வழிப்பறிக்காரனாகவே நினைத்துக் கொண்டுவிட்டான். அதிலும் விஸ்வநாதனின் வாட்டசாட்டம், கோவிந்தனின் வீச்சலான நடை அப்படித்தான் அவனை நினைக்கவைத்தது.

சிறிது தூரத்திலேயே இரவு நேரத்துக்கு வரும் போலீஸ் ஜீப் ஒன்று வரவும் லாரியை தேக்கி நிறுத்தி அவர்களுக்கும் தகவல் தரத் தொடங்கினான்.

“சார்... யார்னு தெரியல சார், இரண்டு பேர் இந்த நடுராத்திரியில கைய வீசி வந்துகிட்டிருக்காங்க...”

“ஆள் பார்க்க எப்படிய்யா இருக்காங்க?”

“கிராமத்துக்காரங்களா இருந்தா வேட்டி துண்டுன்னு இருப்பாங்க. ஆனா இவங்கள பார்த்தா அப்படி தெரியல சார்... பேண்ட், சட்டை, போட்டுக்கிட்டிருக்காங்க. எனக்கென்னவோ வடநாட்டு வண்டிங்க வந்தா பார்த்து மடக்கறவங்க மாதிரிதான் தெரியுது...”

லாரிக்காரன் சொன்னது போலீஸிடம் நன்றாகவே பற்றிக் கொண்டது. அடுத்த நொடியே அவர்களின் ஜீப் எதிர் திசையில் சீற ஆரம்பித்துவிட்டது.

ஹெட்லைட் வெளிச்சம் சாலையை இரண்டு கூறாக பிரிக்க, புளிய மரங்கள் நொடிக்கும் குறைவான காலகதியில் நழுவிச் செல்ல, ஒரு மஞ்சள் சாரைப்பாம்பு ஒன்றுகூட சாலையை கடந்து கொண்டிருந்தது.

சற்றுதூரத்தில் விஸ்வநாதனும், கோவிந்தனும் கண்ணில்பட்டனர்.

க்ரீச்ச்ச்...!

அவர்களை உரசிக் கொண்டு ஜீப் நிற்கவும் எகிறிக் குதித்தபடி இறங்கினர் போலீஸார்கள். விஸ்வநாதனும் அவர்களை ஒரு பார்வை பார்த்தார். அவர்களைப் போலவே கிராப்வெட்டு, காக்கி பேண்ட், மேலே மட்டும் கோடு போட்ட பாலியஸ்டர் சட்டை.

“நீங்க... நீ...” அவரது தோற்றம் போலீஸ்காரர்களை சற்று தடுமாறவிட்டது. கச்சிதமாக அந்த நொடி சித்தர் சொன்னபடி கால அவகாசமும் முடிய விஸ்வநாதனுக்குள்ளும் தன்னைப் பற்றிய பிரக்ஞை!

“நான்... நான் எங்க இருக்கேன்?”

“சரிதான்... கோயமுத்தூர் போற மெயின் ரோடுல நின்னுகிட்டு... என்னய்யா இது கேள்வி.”

“நீங்க ஹைவேஸ் பேட்ரோலா?”

“பார்த்தா வேற எப்படி தெரியுது!”

“நீங்க எஸ்.ஐ. இளங்கோவன்தானே...?”

“நேம் பேட்ஜை பார்த்து சொல்றீங்களோ?”

“சார் நான் ஃபாரெஸ்ட் ஆபீசர். பெரியகுளம் தாண்டி கொடைக்கானல் டிவிஷன்ல இருக்கேன்.”

“பேர்?”

“விஸ்வநாதன்...”

“என்னமோ தூக்கத்துல இருந்து முழிச்சவர் மாதிரி நான் எங்க இருக்கேன்னு என்கிட்ட கேட்டா என்ன அர்த்தம் மிஸ்டர் விஸ்வநாதன்... ஆமாம் இது யாரு?”

“இவன் வாட்சர் கோவிந்தன்... கோவிந்தா... எங்கய்யா நம்ம ஜீப்...?”

“தெரியலியே சார்... எல்லாம் ஒரே கண்கட்டாலல்ல இருக்கு.”

கோவிந்தன் அப்படிச் சொன்ன நொடி விஸ்வநாதனுக்குள் ஒரு பொறி.

“எக்ஸாக்ட்லி... கண்கட்டுதான்... கண்கட்டேதான்,” என்றார் பலமாக...

“என்ன சார் கண்கட்டு, கால்கட்டுன்னுகிட்டு... உங்க டிவிஷனுக்கும் இப்ப நீங்க இருக்கற இடத்துக்கும் கிட்டதட்ட ஐம்பது கிலோமீட்டர் தூரம் இருக்கு. ஆமா எங்க உங்க ஐடென்டிஃபிகேஷன் கார்ட்...?”

“இருக்கு சார்... எல்லாமே இருக்கு! ப்ளீஸ் போய்கிட்டே பேசலாமா?”

“போய்கிட்டேன்னா... எங்க?”

“நான் இம்மிடியட்டா என் ஆபீசுக்கு போகணும். என்னை ஒரு மாந்திரீகன் வசியப்படுத்தி தன் பிடியில வெச்சிருந்துருக்கான். இப்பதான் எனக்கு கொஞ்சம் கொஞ்சமா ஞாபகத்துக்கு வருது.”

“என்ன சார்... என்னென்னமோ சொல்றீங்க - மாந்திரீகன், வசியம், அதுஇதுன்னு... உங்களை பார்த்தா சந்தேகமா இருக்கு எங்களுக்கு...”

“இருக்கும். டெஃபனட்டா இருக்கும். எப்பவும் அனுபவம்கறது வேற, நடைமுறை வேற... நான் அனுபவிச்சவன்... ப்ளீஸ் என்கூட என் ஆபீசுக்கு வந்தா உங்களுக்கு எல்லாம் தெரியவரும். எனக்கும் இம்மிடியட்டா சில கடமைகள் இருக்கு... விஸ்வநாதன்

கெஞ்சினார். அவர்களும் கொஞ்சம் சந்தேகமாய் பார்த்துவிட்டு ஜீப்பில் அவர்களை ஏற்றிக் கொண்டு புறப்பட்டனர்.

விடிந்துவிட்டது! கன்னிப்பட்டிமேல் சாம்பிராணிப் புகைபோல மலைப்பனி. பஞ்சாபகேச சாஸ்திரிகள் அதற்கு நடுவிலும் திறந்த மார்புடன் கொல்லையில் நின்று கொண்டு கிழக்கு நோக்கி பார்த்து சந்தியாவந்தனம் செய்தபடி இருந்தார்.

குருக்கள் அப்பொழுதுதான் குளிப்பதற்கு தயாராகிக் கொண்டிருந்தார். தண்ணீரில் கை வைக்கவே அவருக்கு தயக்கமாக இருந்தது. அங்கவஸ்திரத்தை தலைப்பாகை போல கட்டி காதை மூடியிருந்தார்.

சமையல் கட்டில் ரம்யா ஈரத்தலையுடன் காபி போட்டுக் கொண்டிருந்தாள். சற்று தள்ளி கும்முட்டி அடுப்பில் சாஸ்திரிகள் தன் பொருட்டு ஒரு பாத்திரத்தில் பாலை விட்டு மாவை போட்டு கொதிக்கவிட்டிருந்தார். அவருடைய காலை உணவு அது.

வானப்ரஸ்தரான அவர் ரம்யாவுக்கு சமமாக சமைத்துக் கொண்டிருப்பது அந்த வீட்டில் நடக்கும் ஒரு அதிசயம்.

ரம்யாவின் மற்ற சகோதரிகளும் எழுந்து ஆளுக்கொரு காரியமாக இருந்தனர். சூரியன் உதிப்பதற்கு முன் கண் திறந்துவிட வேண்டும். சூரியன் உதித்த பிறகும் அவன் கதிர்கள் மேனிமேல் பட தூங்கிக் கொண்டிருப்பவர்கள் அவர்களுக்கான நிம்மதியான கால நேரங்களைச் சாதாரண தூக்கத்திற்கு பலி கொடுத்து விடுகிறார்கள் என்பது சாஸ்திரிகளின் தீர்மானமான அபிப்ராயம்.

“அது எப்படி மாமா... இன்னிக்கெல்லாம் ராத்திரி படுக்கப் போகவே மணி பன்னெண்டு, ஒண்ணு ஆயிடறது. உடம்பும் அடிச்சுப் போட்ட மாதிரி இருக்கச்சே எப்படி காத்தால ஒருத்தரால் எழுந்திரிக்க முடியும்?”

“அதுலையும் காலைலதான் சூடெல்லாம் அடங்கி நன்னா குளிரும். தூக்கமும் ஆழமா சூடு பிடிக்கற நாழி, அப்பபோய்

தூக்கத்தை விலக்கிண்டு எழுந்திருக்க முதல்ல மனசு வருமா?" என்று ஒருநாள் சாமிநாத குருக்களும் சாஸ்திரிகளிடம் கேட்டிருந்தார்.

"மனசு வரணும்... நல்ல ஞானமும் தெளிவுமுள்ள மனது அதிகாலை தூக்கத்தை உடம்புக்கு கெடுதல் பண்ற சக்கரை மிட்டாயாகத்தான் நினைக்கும். சக்கரை மிட்டாய் அந்த நேரத்துக்கு தித்திப்பா இருக்கும். ஆனா அது மெல்ல இருமல், வாய்ப்புண்ணுன்னு பல வியாதிகளுக்கு காரணமாகும். காலைத் தூக்கமும் அப்படித்தான்.

எல்லாவற்றையும்விட சூட்சுமமான ஒரு விஷயம் காலை சூரிய உதயத்துக்கு முந்தைய பொழுதுங்கறது ஒரு பிரம்ம முகூர்த்த காலம். இந்த காலத்துல தொடங்கற செயல்கள் சரளமாவும், சீராவும் அருள் பலத்துல இயங்கும்."

"இன்னும் சொல்லப்போனா ஒரு நீண்ட ரயில் வண்டியில் அதிகாலைப் பொழுதுங்கறது ஏசி கோச் மாதிரி. அதுல ஏறிட்டா எப்படி சௌகர்யமான பயணம் உறுதியோ அந்த மாதிரி அதிகாலை எழுந்து தங்களுடைய பணிகளைச் செய்யறவங்களுக்கு வெற்றிகளும் உறுதியாகும்."

"உடனே குதர்க்கமா நாலு மணிக்கு தினமும் எழுந்திருக்கற பேப்பர் போடற பசங்கள்ளாம் முன்னுக்கு வந்துட்டாங்களான்னு கேட்கக்கூடாது. கட்டாயம் அவங்க முன்னுக்கு வர மற்றவங்களவிட, வாய்ப்பு அதிகம்கறதை புரிஞ்சுக்கணும்..." என்று ஒரு நீண்ட விளக்கம் கொடுத்திருந்தார்.

அன்றிலிருந்து குருக்களும், சாஸ்திரிகளும் கருத்துக்கு மாறுபட்டு நடப்பதில்லை. அவரது பெண்களுக்கும் அதை பழக்கிவிட்டுவிட்டார்.

எழுவரில் கடைக்குட்டியான சாமுண்டீஸ்வரி பூக்களை பறிப்பதற்காக ஒரு குடலையுடன் வெளியேறிக் கொண்டிருந்தாள். கன்னிப்பட்டியில் ஜோதிலிங்க மரம் உள்ள மலைச் சரிவான சூழலில் ஏராளமான பூச்செடிகள் உள்ளன.

மனோரஞ்சிதமும் அவற்றுக்கு நடுவில் வளர்ந்திருந்ததுதான் ஆச்சரியம். விளையாட்டாக அந்தப் பக்கம் வந்தபோது அந்த பூச்செடிகள் கண்ணில் பட்டு அவளுக்குள் ஆச்சரியத்தை உருவாக்கியிருந்தன. ஏன் என்றால் மகிழம்பூவும், மனோரஞ்சிதமும் அவ்வளவு சுலபத்தில் வளர்ந்துவிடாது. பார்த்துப் பார்த்து அதை வளர்க்க வேண்டும். தீட்டுப் பெண்கள் கைபட்டால் துளசியைப் போல அப்படியே கருகிவிடும்.

எப்பொழுது அந்த பகுதியில் பூச்செடிகளை பார்த்தார்களோ அப்போதே விடக்கூடாது என்கிற முடிவுக்கு ஏழு பெண்களுமே வந்துவிட்டனர்.

தினமும் ஒரு வீட்டில் பூஜை செய்வது என்பதே ஒரு நல்ல விஷயம். அந்த பூஜைக்கு அந்த வீட்டிலேயே பூக்கள் கிடைப்பது என்பது அதைவிட சிறந்த ஒரு விஷயம். பூ பூக்கும் ஒரு நிலப்பரப்பு நல்ல வாஸ்து பலத்துடன் இருக்கும். அங்கே திசைக்கும் அதன் பாகத்திற்கும் ஏற்ப பலன் இருக்கும்.

இதெல்லாம் ஒரு பிராம்மண வீட்டு பெண்ணுக்கு தெரிந்தே இருக்கும் என்பதால், சாமுண்டீஸ்வரியும் பூக்குடலையுடன் தனியே கிளம்பிவிட்டாள். மற்றவர்களுக்கு ஆளுக்கு ஒரு வேலை இருந்தது.

போகும்போது பெரியவளான ரம்யா காதில் விழும்படி, “அக்கா... நான் போய் பூ பறிச்சுண்டு வந்துடறேன். சாஸ்திரி மாமா சந்தி முடிஞ்சு வந்தப்புறம் சொல்லு நீ...” என்றபடி பனிப்புகைக்குள் ஒரு தேவதை போல புகுந்து மறைந்தும் போனாள்.

அந்த கிராமத்து தெருவில் அந்த காலை வேளையில் லட்சணமாய் ஒரு பெண் போவதைப் பார்க்கின்றவர்களுக்கு கண்களில் தேன் ஊறுவதுபோல இருந்தது. மணியக்காரரும், நாட்டாமையும் ஒன்றாக நடந்து வந்தபடி இருந்தனர். அவர்கள் கைகளில் வேலங்குச்சி. அது வாயில் வதைபட்டு டூத்

பிரஷ்ஷாகியிருந்தது. இருவரும் சாமுண்டீஸ்வரியைப் பார்த்து எச்சிலை உமிழ்ந்தபடியே பேசினர்.

“எங்க தாயி போய்கிட்டிருக்கே?”

“பூ பறிக்க...”

“எங்க... அடிவாரத் தோட்டத்துக்கா?”

“ஆமாம்...”

“பாத்து தாயி... அங்க மனோரஞ்சித மரத்துல நல்ல பாம்புங்க நிறைய இருக்கும்.”

“நான் பார்த்துக்கறேன்...” என்று அவர்களுக்கொரு பதிலைச் சொல்லிவிட்டு நடந்தாள் சாமுண்டீஸ்வரி.

“நாட்டாமை... இப்படி கால நேரத்துல அந்த ஆத்தாளைப் போலவே ஒரு பொண்ணு நடந்து போறது பார்க்கறதுக்கே ஒரே அழகுதான்... என்ன சொல்றீர்?”

“என்னத்த சொல்ல... எல்லாம் ஒரே கண்ணாமூச்சியால்ல இருக்கு...”

“என்னய்யா அலுத்துக்கறே?”

“பின்ன... இவங்களும் வந்து பல நாள் ஆயிடிச்சு. என்னென்னவோ நடக்குது. ஆனா காணாபோன சிலைங்கள பத்தி மட்டும் ஒரு தகவலும் இல்லை. அதுங்க எப்ப கிடைக்கும்? எப்ப கோயில் கட்டப் போறோம்? ஒரு கேள்விக்கும் பதில் தெரியலியே...”

“எனக்கென்னவோ எல்லாம் சரியான திசைல போயிகிட்டு இருக்கற மாதிரிதான் தெரியுது.”

“எதை வெச்சு அப்படி சொல்றீர்?”

“இந்த பொண்ணுங்க, அப்புறம் இவங்க அப்பாவும் சாஸ்திரிகளும் இந்த ஊருக்கு வந்தது, அதை தொடர்ந்து சாமுண்டீஸ்வரி சிலையை என் வீட்டு கிணத்துல இருந்து வெளிய எடுத்தது, இந்த கந்தன் பயலுக்கு பேச்சு வந்தது.

அவனுக்கும் உன் மகள் மலருக்கும் கல்யாணம் பண்ணி வைக்க நீ அதனால முன்வந்ததுன்னு எவ்வளவு நல்ல காரியம் நடந்திருக்கு... யோசிச்சு பார்..."

"ஹைவேஸ்ல நிறைய பிரச்சினைகளைப் பார்த்துருக்கோம். இது எங்கவரைல ஒரு பெக்கூலியர் கேஸ்... நான் தெரியாமதான் கேக்கறேன். இந்த பில்லி, சூன்யம், மாந்திரீகம் இதெல்லாம் நிஜமாவே இருக்கா?"

ஹைவேஸ் ஆபீசர் கேட்ட கேள்விக்கு நாட்டாமைக்கும், மணியக்காரருக்கும் பளிச்சென்று பதில் சொல்லத் தெரியவில்லை. ஆனால் விஸ்வநாதன் சொல்ல ஆரம்பித்தார்.

"இந்த கேள்வியை நீங்க போன மாசம் கேட்டிருந்தா நான் எல்லாம் சுத்த ஹம்பக்னு சொல்லியிருப்பேன்... ஆனா நான் இப்ப அந்த விஷயத்துல பாதிக்கப்பட்ட ஒரு காட்டிலாகா அதிகாரி. நான் யாரை கைது செய்யணுமோ அவனுக்கே நான் சேவை செய்துட்டு வந்துருக்கேன். என் மைண்டே சேஞ்சானது எப்படிங்கறது எனக்கு இந்த வினாடிவரை புரியலை. எப்படி அவன் பிடியில் இருந்துட்டு விடுபட்டேன்கறது எனக்கு தெரியல..."

"ஐ திங்க்... உங்க அனுபவம் ஏன் மெஸ்மரிசமாவோ இல்ல ஹிப்னாடிசம் மாதிரி சைன்டிஃபிக்கான ஒண்ணா இருக்கக்கூடாது?"

"தெரியாது... இருக்கலாம். பைதபை இப்ப இதை பத்தி பேசறது ஒரு வகைல தப்பு. ஏன்னா எனக்கு என் ஆபீஸ் என்ன கதில இருக்குங்கறது தெரியணும். என்னோட சுபீரியர்ஸ் ஆபீசுக்கு வந்திருந்தா ரிமார்க் எழுதி வெச்சிருப்பாங்க.

ப்ளீஸ் என்னை என் ஆபீஸ்ல ட்ராப் பண்ணிட்டு நீங்க புறப்படுங்களேன்..."

விஸ்வநாதன் அவர்களுக்கு சொன்ன பதிலிலேயே நாட்டாமைக்கும் மணியக்காரருக்கும் பதில் வந்து சேர்ந்துவிட்டது.

“தம்பி... அப்ப உங்களையும் அந்த மாந்திரீகன் பிடிச்சுகிட்டு போய் ஒரு வழி பண்ணிட்டானா?”

“ஆமாய்யா... நான் எல்லா விஷயங்களையும் வந்து பேசறேன்யா.”

விஸ்வநாதன் ஜீப்பில் தாவி ஏறிட, ஜீப்பும் சீறிக் கொண்டு மலைப்பாதை நோக்கி உருள ஆரம்பித்தது!

✦ ——— ✦

— 4 —

கன்னிகளில் நான்காமவள் வைஷ்ணவி!

இவள் விஷ்ணு அம்சமாக கருதப்படுபவள்.

இவள் பொன்போன்ற நிறத்தினள். இவளை வழிபடுபவர்களுக்கு எல்லாவித செல்வங்களையும் அளிப்பவள். குறிப்பாக பொன்னை வாரி வழங்குபவளாவாள்.

இவளது வாகனம் கருடன்.

சங்கம், சார்ங்கம், கதை, கத்தி, சக்ரம், பாணம் ஆகியவற்றைக் கைகளில் ஏந்தியிருப்பவள். ச்ருங்கார ரூபமுடையவள். திசைகளில் வடகிழக்கு உடையவள்.

இவளுக்கான தியானம் ஸ்லோகம்,

சக்ரம் கண்டாம் கபாலம்ச சங்கம்ச தத்திகண:
தமால ச்யாமளா த்யேயோ வைஷ்ணவி

– விப்ரமோஜ்வகை

இவளுக்கான மந்திரம்,

ஓம் வை வைஷ்ணவ்யை நம:
ஓம் ரூம் ஸாம் வைஷ்ணவீ கன்யகாவை நம:

இவளுக்கான காயத்ரி,

ச்யாம வர்ணாயை வித்மஹே
சக்ர ஹஸ்தாயை தீமஹி
தன்னோ வைஷ்ணவீ ப்ரசோதயாத்!

அடிவார பூந்தோட்டத்தில் சாமுண்டீஸ்வரி பூப்பறித்துக் கொண்டிருந்தபோது கலகலவென்று சிரிப்பு சப்தம் கேட்டது. திரும்பிப் பார்த்தாள்... அன்று அவர்கள் இருக்குமிடம் தேடி வந்த அதே ஏழு பெண்கள்... கையில் ஒரு கூடையுடன் சந்தைக்கு போகிறவர்கள் போல தோற்றம்.

சாமுண்டீஸ்வரியை பார்த்து அவர்கள் சிரிக்க, பதிலுக்கு சாமுண்டீஸ்வரியும் சிரித்தாள். அந்த சிரிப்பு அவளை என்னவோ செய்தது.

“என்ன தாயி... சாமி பூஜைக்கு பூ பறிக்கிறியா?” ஒருத்தி கேட்டாள்.

“ஆமா... நீங்க?”

“நாங்களும்தான்...”

“நீங்களுமா... உங்க வீட்லயும் பூஜை அறையெல்லாம் இருக்கா?”

“எங்களுக்கு இந்த மலைதான் வீடு... இந்த மலைல ஒரு சுனை இருக்கு. அங்க எங்க ஆத்தா இருக்கா. அதுதான் எங்க பூஜையறை...”

“ஹை... இந்த மலைல அப்புறம் கோயில்லாம் இருக்கா?”

“பின்ன... அங்கதான் இப்ப நாங்க போய்கிட்டிருக்கோம்.”

“ரொம்ப தூரமா?”

“அதெல்லாம் ஒண்ணுமில்லை... கூப்பிடும் தூரம்தான். வர்றீயா... அங்க ஆத்தாளைக் கும்புடு. அவ யார் எதைக் கேட்டாலும் கொடுக்கறவ.”

“ஐயோ... இப்ப முடியாதே... ஆத்துல அப்பா, சாஸ்திரி மாமா இரண்டு பேரும் பூவுக்காக காத்திண்டிருப்பா...”

“அப்ப ஒண்ணு பண்ணு... போய் பூவை கொடுத்துட்டு உங்க அக்காக்களையும் கூட்டிகிட்டு வா.”

“எங்க ஏழுபேரையுமா கூப்புடறீங்க?”

“ஆமாம்... அந்த சாமியைப் பார்த்தா விடமாட்டீங்க.”

“ஐயோ அக்காளுக்கெல்லாம் ஆளுக்கொரு வேலை இருக்கே... சமைக்கணும், துணி துவைக்கணும்.”

“நீங்க இந்த ஊருக்கு வந்துருக்கற வேலை எதுவோ அதை செய்யாம இதை எல்லாம் செய்தா எப்படி?”

“நாங்க வந்த வேலைய பார்க்கணும்னா அதுக்கு என்னென்னவோ நடக்கணும்.”

“எங்க சப்த மாதாக்களைக் கண்டுபிடிச்சு கோயில் கட்டி அவாளுக்கு பூஜை செய்தா எங்களுக்கு மாப்ளை வருவாளாம்... இதை நான் சொல்லலை... நாடி ஜோசியத்துல வந்தது. அதான் எங்கப்பாவும் எங்களை கூட்டிண்டு இந்த ஊருக்கு வந்தார். வந்ததுல இருந்து நாட்கள்தான் ஓடிண்டு இருக்கு. பெருசா ஒண்ணும் நடக்கற மாதிரி தெரியல...”

“எல்லாம் நடக்கும். ஆத்தாளைப் பார்த்து கும்புடு. அப்புறம் சொல்லு...”

“எல்லாம் சரி... ஆனா இப்ப வர முடியாது... வேணும்னா ஒரு பத்து மணி வாக்குல நான் அக்காக்களைக் கூட்டிண்டு வரட்டுமா?”

“அப்ப அதுவரை நாங்க இங்க காத்துக்கிடக்கவா?”

“உங்க சௌகர்யம்.”

“சரி... உனக்காக காத்துருக்கோம் சரியா?”

அவர்கள் அவளுக்காக வளைந்து கொடுத்துவிட்டு ஒருவரைப் பார்த்து ஒருவர் சிரித்துக் கொண்டனர். சாமுண்டீஸ்வரியும் கூடை நிறைய பூவுடன் அங்கிருந்து கிளம்பினாள்.

“நாம அதுக்குள்ள சிவயோகிகளைப் பார்த்துட்டு வந்துடலாமா?” அவர்களில் ஒருத்தி கேட்க, மற்றவர்கள் ஒன்று போல் தலையை அசைத்தனர்.

“புறப்படலாம்...” என்றபடி அங்கிருந்து மலை ஏறத் தொடங்கினர். பாம்பு நெளிவது போன்ற பாதை. ஒருவர் பின் ஒருவராக மேலேறினர்.

மெல்லிசாக அவர்கள் கால் தண்டைகளிடம் சிணுங்கல். காட்டுப்பட்சிகளின் கனிவான சப்தத்துக்கு நடுவில் அந்த சிணுங்கல் ஒரு இசை நயத்தோடு எதிரொலித்தது.

சிறிது தூரத்திலேயே ஜோதி கர்ப மரத்தடியில் நிஷ்டையில் உட்கார்ந்திருந்தார் அந்த சித்தர். எழுவரின் தண்டைச் சப்தம் அவர் கண்களைத் திறக்கச் செய்தது. முகத்திலும் ஒருவித பரவசம். மெல்ல கைகளை கூப்பியவராக ஏழுபேரையும் பார்த்தார்.

ஏழுபேரும் அவர்களுக்கான வரிசையில் நின்றனர். முதலில் பிராம்ஹி, அடுத்து மகேஸ்வரி, மூன்றாமவளாக கௌமாரி, நான்காமவளாக வைஷ்ணவி, ஐந்தாமவளாக வராஹி, ஆறாமவள் இந்திராணி, ஏழாமவள் சாமுண்டீஸ்வரி என்று கோயில்களில் வரிசையில் அமர்ந்திருக்கும் அதே விதத்தில் அவர்களைப் பார்க்கவும் அவர்களும் அந்த யோகியை பார்த்து பதிலுக்கு வணங்கினர்.

“கன்னிகளே... நலமா?” அவரிடம் நலம் விசாரிப்பு.

“எங்களைப் பார்த்தால் எப்படி தெரிகிறது?”

“மோகம் மிகுந்த மனித வடிவில் அதிலும் எளிய கானகப் பெண்களைப் போல இது என்ன தோற்றம்?”

“என்ன செய்வது... ஒருவன் தன் குருதியையே நைவேத்யம் செய்து எங்களுக்கான மந்திரங்களால் எங்களை கட்டி இழுக்கத் தொடங்கிவிட்டான். நாங்களும் வந்துவிட்டோம்.”

“உங்கள் மானுட அம்சத்தில் ஏழு பிராம்மண கன்னிகளும் கடைத்தேறுவதற்காக வந்திருப்பது தெரியுமா?”

“ஏன் தெரியாமல்... அவர்களுக்கு அனுக்கிரகம் செய்யவும், எங்களை அடக்கி வசப்படுத்த நினைப்பவனுக்கு நல்ல வழிகாட்டவும்தானே சுற்றிச் சுற்றி வரவேண்டியுள்ளது.”

“பேசாமல் தண்ணீருக்குள் சிலையாகவே இருந்து விட்டிருக்கலாம் என்று தோன்றுகிறதா?”

“நீங்களா இப்படி கேட்பது... இது மனித சிந்தனை, எங்கே எப்படி இருந்தாலும் அது எங்களுக்கு ஒன்றுதானே?”

“உங்களுக்கு ஒன்றுதான். ஆனால் மானுட மாயையில் இருந்து விடுதலை பெற நினைப்பவர்களுக்கும், அந்த ஆதி சக்தியை, அவளது திருவடிகளை அடையத் துடிப்பவர்களுக்கும் உங்கள் அனுக்கிரகம் வேண்டாமா?”

“விதை தான் நிலத்தில் விழுந்தபின் செடியாகிறது. பின் மரமாகிறது. மரத்தில் மெல்ல பூக்கள் தோன்றிட, பிஞ்சு தோன்றுகிறது. பிஞ்சுதான் காயாகி, அதன்பின் கனியாகிறது. கனியாவதற்கு முன்புவரை அது அந்த மரத்தை விட்டு அதுவாக விலக முடியாது. பழுத்தால் தானே உதிர்ந்து கீழே விழுந்து விடவேண்டும்.”

“இவை அத்தனைக்கும் ஒரு கால கதி இருப்பது போல, எங்கள் பிரவேசத்துக்கும் நாங்கள் கோயில் கொள்வதற்கும், எங்களை மானுட வர்க்கம் தெளிவாக அறிந்து எங்களால் அந்த ஆதிசக்தியை அடையவும் ஒரு கால கதி உருவாகி, இப்பொழுது மரத்தில் பூக்கள் பூப்பது போன்ற ஒரு சம்பவமாக நாங்கள் தோன்றியுள்ளோம். அடுத்து கோயில் கொள்வது என்பது அந்த பூக்கள் காய்ப்பதைப் போன்றது.”

“பின் எங்களின் பக்தி அலை பழம் பழுப்பது போல ஒரு காலகதி வரை செல்லும். பின் பழுத்த பழம் உதிர்வது போல நாங்கள் மீண்டும் எங்காவது குளம், குட்டைக்குள் தூக்கி எறியப்படலாம். திரும்ப ஒரு காலகட்டத்தில் வெளிவர நேரலாம்.

இது ஒரு வட்ட சுழற்சி... இது உங்களுக்கு தெரியாதா?”

“காலங்காலமாக நடப்பதைச் சுருக்கமாக கூறி விட்டீர்கள். நல்லது. நான் என்ன செய்ய வேண்டும்? சொல்லுங்கள்.”

“நாங்கள் சக்தி அம்சம். நீங்கள் சிவரூபம். எங்களுக்கு உங்கள் ஆசிகள் தேவை...”

“இது என்ன சோதனை... ஆதிசக்தியால்தான் சிவம், அவள்தான் விஷ்ணு, பிரம்மத்துக்கே சக்தியளித்தாள். விஷ்ணுவுக்கு வழங்கப்பட்ட சக்திதான் வைஷ்ணவி. மகேஸ்வரனுக்கு வழங்கப்பட்ட சக்தி மகேஸ்வரி. பிரம்மனுக்கு பிராம்ஹி. முருகனுக்கு கௌமாரி. இந்திரனுக்கு இந்திராணி, வராஹியும், சாமுண்டியும் ஆதிசக்தியே வலது இடது அம்சமான சக்திகள்.

உங்களால்தான் உலகமே இயங்குகிறது. காற்று, மழை, நெருப்பு, நிலம், வானம் என்று எல்லாம் உங்களாலே, நீங்களா என்னிடம் ஆசி கேட்பது?”

“சக்தி தனியே இருந்து என்ன பயன்? பற்றி வெளிப்பட ஆண் ரூபம் வேண்டாமா? அந்த ரூபத்துக்குள் அடங்குவதுதானே அழகும் சிறப்பும்.”

“உண்மைதான்... ஆயினும் மாதாக்களான உங்களை ஆசீர்வதிக்க எனக்கு தகுதியில்லை தாய்மார்களே...”

“நாங்கள் இப்போது கன்னிகள்... ஒரு தேவ நாடக காட்சியில் நடித்தபடி இருப்பவர்கள். இன்னும் சில நூறு காலத்துக்கு மனித சமூகத்தில் பலருக்கு நாங்கள் காவலாக திகழ வேண்டிய கடமை இருக்கிறது. அதனால்தான் பரந்த இந்த உலகில் பசுமையான மஞ்சளாற்றங்கரையில் ஒருபுறம் புதன் ஆதிக்கமும். மறுபுறம் குரு ஆதிக்கமும் கொண்ட நிலத்தில் பஞ்ச பூதங்களும் வலிவாக உள்ள கன்னிப்பட்டி கிராமத்தில் பிறருக்கு சக்தியை வாரி வழங்க கோயில் கொள்ள உள்ளோம்...”

“அறுபது ஆண்டுக்கு முன்னே வந்த எங்களை சில அதர்ம கோட்பாடுகள் கட்டிப்போட்டிருந்தன. இன்று அந்த கட்டுகள் அவிழ்ந்து அருளாட்சி புரியப் போகிறோம். எங்களது நாடகத்தில் நீங்களும் ஒரு பாத்திரம். உங்களால் பங்கு கொள்ள

போகும் ஏழு சிவசொரூபங்களான ஏழு ஆடவர்களும் மற்ற பாத்திரங்கள். எனவே இதை ஒரு தேவ நாடகமாக பார்த்து அதற்கேற்ப நடந்து கொள்ளுங்கள்."

அவர்கள் அவரிடம் சொன்னதன் எதிரொலியாக அவரும் அவர்களை ஆசீர்வதிக்க, அவர்கள் அவரை பிரதட்சணமாக வலம் வந்தனர். பின் அவர் காலடியில் விழுந்து எழுந்தவர்கள் அவரிடம், "இன்று உச்சிக்கால பூஜையைப் பிராம்மண கன்னிகள் ஆதிசக்திக்கு புரியப் போகிறார்கள். அப்போது அவர்கள் பிறவியின் மர்மக் கணக்கு அதனால் நேராகும். பின் அவர்களது அம்சமே அப்படியே கற்சிலைகளில் ஊடுருவி கன்னி சக்தி நிலைபெறும். ஒரு கன்னிசக்திதான் இருக்கலாம்.

எனவே அப்படி கன்னிசக்தி நிலைபெற்ற சில மணிகளில் அவர்களுக்கு மணம் நிகழ்ந்து அவர்களை சிவஸ்பரிசம் தீண்டிவிட, அவர்கள் கிரஹஸ்த ஸ்தீரிகளாக வேண்டும். இப்படி நடந்தால் இனிவரும் அறுபது ஆண்டுகளுக்கு எங்கள் கன்னி சக்தி நிலைபெற்று எங்கள் வழி ஆதிசக்தியை அடையத் துடித்தபடி இருக்கும்."

"பல ஆயிரக்கணக்கான பக்தர்களுக்கு நாங்கள் அருளி வழிகாட்ட முடியும். இதற்கு என்ன செய்ய வேண்டுமோ அதை செய்யுங்கள்" என்ற அவர்களை பார்த்த அந்த சித்த யோகிக்கு அப்பொழுதுதான் பண்ணாடி அழைத்து வந்த அந்த ஐந்து பேரின் நினைவும் வந்தது. வரிசையாக அவர்கள் கேட்ட கேள்விகள் எல்லாமும்கூட அவர் நினைவில் சுழன்றடித்தது. அந்த நினைவில் மூழ்கியவர் உதடுகளில் ஒரு சின்ன புன்முறுவல். இடையிட்டது பண்ணாடி அந்த காட்டுக்குள் வரும் சப்தம்.

ஏழு கன்னிகளும் இனி தங்களுக்கு அங்கே வேலையில்லை என்பதைப் போல ஒதுங்கிக் கொள்ள முயல, அவரும் திரும்பிப் பார்த்தார். வழக்கம்போல பண்ணாடி சங்கு செகண்டி சப்தத்துடன் வந்தபடி இருக்க, கூடவே அந்த ஐந்து பேரான யோகி சிவத்தின் மாணவர்கள், சித்தருக்குள் ஒரு சின்ன ஆச்சரிய ஓட்டம்.

அவர்களை அதிகம் தேட விடாமல் அவரும் அவர்களை நோக்கி நடந்தார்.

அந்த காட்டிலும் ஒரு ஜோதி விருட்ச மரம்.

அதன்கீழ் ஒருபுறம் சித்த யோகியும், எதிர்புறத்தில் பண்ணாடியோடு அவர்களுமாய் முதலில் பார்வைகள் மோதிக் கொண்டன. பண்ணாடி முதற்காரியமாய் கீழே விழுந்து மண்டியிட்டு வணங்கினான். பின் அவர்களைப் பார்த்துவிட்டு அவரை பார்த்து பேச வாயைத் திறந்தான்.

"சாமி ஈ..."

அவரிடம் அங்கீகாரமாக தலையசைப்பு.

"இந்த புள்ளைங்க என்னடா திரும்ப வந்திருக்காங்கன்னு பார்க்கறீங்களா?"

அவரிடம் மௌனம்.

"நேத்து இவங்க உங்களை பார்த்துட்டு போனபிறகு இவங்களுக்கு பலவிதமான அனுபவங்கள் ஏற்பட்டிருக்கு. காலங்காத்தால என்கிட்ட வந்து அதை எல்லாம் சொன்னாங்க... எனக்கு அதுக்கெல்லாம் எதுக்குமே விடை தெரியல சாமி... என் மனசுக்கும் உங்களாலதான் பதில் சொல்ல முடியும்னு தோணிச்சு. அதான் கூட்டிகிட்டு வந்தேன்..."

சித்தர் பார்வை திரும்ப அவர்கள்மேல் சென்றது.

நேற்றும் அவர் இப்படி பலமுறை பார்த்திருக்கிறார். அப்போதெல்லாம் அவர்கள் முகத்தில் ஒருவித ஆச்சரியமும், ஆர்வத் துடிப்பும்தான் தெரிந்தது. ஆனால், அவர்களிடம் இப்பொழுது ஒருவித பரிதாப பார்வை கண்ணிரண்டிலும் ஒருவித பணிவும் தெரிந்தது.

"பண்ணாடி... எனக்கென்ன தெரியும். உடை உடுத்திக்ககூட வக்கில்லாத ஒரு நிர்வாண சன்யாசி நான். ஆதி மனுஷனோட சேர்ந்த நாகரீகமில்லாத ஜந்து. என்கிட்ட பேச என்ன இருக்கு?"

சித்தர்களின் கேள்வி கேள்வியா, இல்லை அவர்களை சோதிக்கச் சொன்ன பதிலா என்று தெரியவில்லை.

பண்ணாடி அதைக் கேட்டு அப்படியே ஆடிப் போனான்.

"சாமி... அப்படி எல்லாம் சொல்லாதீங்க... இவங்க வயசைப் பாருங்க, இந்த வயசுக்கு எதை பெருசா தெரிஞ்சுக்க முடியும். இளவயசு... ஓடற பாம்பை பிடிக்கிற தைரியமும், உடம்புல இருக்கற தினவும் பெரிய விஷயங்ககிட்ட நெருங்க விடுமா... உங்களுக்கு தெரியாததா? பெரிய மனசு பண்ணுங்க..."

பண்ணாடி அவர்களுக்காக கச்சிதமாக வக்காலத்து வாங்கின அந்த நொடியில், அந்த பரந்த மலைக் காட்டின் வனசரக ஆபீசுக்கு விஸ்வநாதனும் நுழைந்திருந்தார்.

போட்டது போட்டபடி கிடந்தது. ஆபீசின் மினிட் நோட்டில் ஒரு காகிதம் வைத்து அடையாளம் காட்டப்பட்டிருக்க, அதைத் திறந்தவருக்கு தூக்கிவாரிப்போட்டது.

கன்சர்வேடரின் விசிட்டை அந்த பக்கம் உறுதி செய்து கொண்டிருந்தது. அவருடைய மேலதிகாரிகள் அலுவலகத்துக்கு வந்து ஏமாந்து திரும்பியிருப்பதை அது கூறியது. பக்கத்தில் தொலைபேசி. அதன் வயர்களை குரங்குகள் பிடுங்கிப் போட்டிருந்தன.

கோவிந்தன் பதறத் தொடங்கினான்.

"சார்... என்ன சார் எழுதியிருக்காரு நம்ம ஹெட்... நல்லா பாருங்க சார். சஸ்பெண்ட் பண்ணி வெச்சிருக்க போறாங்க..." என்று சற்று குமைந்தான்.

"இருப்பா... நீ வேற! நாம என்ன குடிச்சிட்டு படுத்துகிடந்தோமா, இல்ல எனக்கென்னன்னு ஓடிப் போயிட்டோமா? நடந்ததை சொல்வோம். அதுக்கு முந்தி நம்மை இப்படி தவிக்கவிட்ட அந்த போலி சாமியாரை வளைச்சு பிடிக்கணும். அப்பதான் நமக்கு வேலையும் தங்கும். மானமும் மிஞ்சும்."

“ஐய்யோ சார்... நாம இப்ப தப்பி வந்ததே பெருசு. இதுல திரும்ப அந்த ஆள்கிட்ட போய் உழுவச் சொல்றீங்களா?”

“இப்படி பயந்தா இந்த வேலைக்கே நாம லாயக்கில்லாம போயிடுவோம். இந்த விஷயத்துல உதவி செய்ய நமக்கு ஒருத்தர் இருக்கார்.”

“யார் சார் அவர்?”

“கன்னிப்பட்டில இருக்கற சாஸ்திரிகள்தான். அவர் பூஜை செய்யப் போய் வராஹம் ஒண்ணு வந்து வழிகாட்டுனதுலதான் இந்த போலிச் சாமியே நம்ம கைக்கு அகப்பட்டான். அவரே இப்பவும் ஏதாவது உதவக்கூடும். கிளம்பு...”

இருவரும் கன்னிப்பட்டிக்கு புறப்பட்டனர்.

— 5 —

சப்த கன்னியர்களில் ஐந்தாமவள் வராஹி!

இவள் ஆதிசக்தியான ராஜராஜேஸ்வரியின் மந்திரியாக விளங்குபவள். அந்த ஆதிசக்தியின் பின்புறத்திலிருந்து தோற்றுவிக்கப்பட்டவள். அங்குசம் என்பது அடக்க வல்லது. இவளும் எதையும் அடக்கவல்லவள்.

சங்கம், சக்ரம், அபயஹஸ்தம், ஏறு, உலக்கை ஆகியவை இவளது ஆயுதங்கள்.

பொன்னிறமும், செந்நிறமும் கலந்தவள்.

மனோபயத்தை நீக்கி, வெற்றியை பரிசாக தருபவள். வராஹ முகம் காரணமாக விஷ்ணு அம்சம். முக்கண் காரணமாக சிவ அம்சம். ஆதிசக்தியே ஜனித்த காரணத்தால் சக்தி அம்சம் என்று மூன்று சக்திகளின் கலவை இவள்.

இவளது வராஹி என்பது போக, பன்னிரெண்டு நாமங்கள் உண்டு. சப்த கன்னிகளில் பெரிதும் வேறுபட்டவள். காளிக்கும், சண்டிக்கும், லலிதாவுக்கும் யுத்த வேளையில் துணையாக இருந்து வெற்றிக்கு உதவியவள்.

இவளுக்கான தியான ஸ்லோகம்,

முசலம் கரவாளம்ச கேடகம் தத்தீஹலம்
கனரர் சதுர்பிர் வாராஹி த்யேயாகா லக்னச்சவி:

இவளுக்கான மந்திரம்,

ஓம் வாம் வாராஹியை நம:
ஓம் வ்ரூம் ஸாம் வாராஹி கன்யகாயை நம:

இவளுக்கான காயத்ரி,

ஓம் ச்யாமளாயை வித்மஹே
ஹல ஹஸ்தாயை தீமஹி தன்னோ வாராஹி ப்ரசோதயாத்:

சித்தர் எதிரில் அந்த ஐந்து பேரும் மிகப் பணிவாக தங்கள் கேள்விகளை துவங்கியிருந்தனர்.

"சாமி... நேற்று நாங்க பல கேள்விகளை கேட்டோம். பதில் சொல்லாம மௌனமாகவே இருந்திட்டீங்க. உங்களுக்கு பேச விருப்பமில்லைன்னு முதல்ல நினைச்சோம். பிறகு உங்களால எங்களுக்கு பதில் சொல்ல முடியலைன்னு நினைச்சோம். ஆனா இப்ப நாங்க அப்படி நினைக்கல. ரொம்ப பணிவா கேட்டுக்கறோம். சில விஷயங்களை எங்களால புரிஞ்சுக்க முடியலை. நீங்கதான் புரிஞ்சுக்க உதவி செய்யணும்."

"எந்த விஷயத்தை உங்களால புரிஞ்சுக்க முடியலை?"

"சொல்றேன் சாமி... எல்லார் சார்பாவும் நான் இப்ப பேசப் போறேன். என் பேர் விஷ்ணு... அஞ்சு பேரும் கேள்வி கேட்டு குழப்பிக்கறதுக்கு நான் ஒருத்தன் கேட்டுடறேன்," என்ற விஷ்ணு தன் கேள்வியை தொடங்கினான்.

"சாமி... நேத்து எங்க குருநாதர் எங்களை கூப்பிடறதா எங்களுக்கொரு போன் கால் வந்தது. நாங்களும் யோக வகுப்பை விட்டுவிட்டு குருநாதரைப் பார்க்க புறப்பட்டோம். குறிஞ்சி ஆண்டவர் கோயில்வரை போனதுதான் ஞாபகம் இருக்கு. ஆனா அதன்பிறகு என்ன நடந்தது, ஏது நடந்ததுன்னு தெரியலை.

ஒரு சில மணி நேரம் கழிச்சு திரும்ப அதே இடத்துல எங்களுக்கு சுயநினைவு வந்தது. அப்ப உடம்பெல்லாமும் கட்டுகட்டா வலிச்சது. எங்க சட்டை உடுப்பெல்லாம் நாங்க ஏதோ ஒரு சுனைல குளிச்சது மாதிரி ஈரமா இருந்தது."

"இதுல நான் சொல்ல என்ன இருக்கு தம்பி?"

"சாமி... எங்களுக்குள்ள எங்களை மீறி எதுவும் நடந்துடாதுங்கற எண்ணம்தான் எப்பவும் மேலோங்கி இருந்தது. இந்த சம்பவம் அந்த விஷயத்துல எங்களை அப்படியே தரைமட்டமாக்கிடிச்சு. எங்களை யாரோ ஆட்டி வெச்சமாதிரி உணர்றோம். அதுமட்டுமில்ல... அந்த இடைப்பட்ட நேரத்துல எங்க வடிவத்துலையும், எங்க குருநாதர் வடிவங்கள்ளையும், ஏழு பேர் ஹோட்டலுக்கு போய் நாங்க எடுக்க வேண்டிய வகுப்பை எடுத்துருக்காங்க. வெள்ளைக்காரங்க கேட்ட கேள்விக்கெல்லாமும் ரொம்பத் தெளிவா பதில் சொல்லியிருக்காங்க. இதை நாங்க அவங்க படம் பிடிச்ச வீடியோவுல பார்த்தோம். இதெல்லாமே நாங்க கற்பனைகூட செய்து பார்க்க முடியாத அதிசயங்க சாமி..."

"அப்படியா?"

"என்ன சாமி, அப்படியான்னு எங்களை கேட்கறீங்க. இது அதிசயம் இல்லையா?"

"உன்னைப் போன்ற விஞ்ஞானத்தை மட்டுமே நம்ப முடிஞ்ச மனசுக்கு இது அதிசயமாவும் ஆச்சரியமாகவும்தான் இருக்கும்."

"அதுதான் சாமி இப்ப என் கேள்வி. இந்த விஷயத்தை கனவுன்னு எடுத்துக்கறதா... இல்ல நிஜமா... இதை எப்படி விளங்கிக்கறது?"

"ஒரு விஷயத்தைப் புரிஞ்சுக்க முடியலைன்னா அதை கனவுன்னோ, கற்பனைன்னோ சொல்லி தப்பிச்சுக்க எல்லோருக்கும் ஒரு வழி இருக்கறதை நினைச்சா சிரிப்புதான் வருது."

“நாங்க தப்பிச்சுக்கல... விளங்கிக்க வந்துருக்கோம். நீங்க இந்த காட்டுலையே இருக்கறவர். உங்களுக்கு தெரியாம எதுவும் நடக்க வாய்ப்பு இல்லை. எங்களுக்கு மறைமுகமா எதையாவது உணர்த்த நீங்கதான் எதாவது நாடகம் ஆடினீங்களா?”

விஷ்ணுவின் கேள்வி பண்ணாடிக்கே கோபத்தை உண்டு பண்ணியது.

“தம்பி... என்ன இது? சாமிகிட்ட விளக்கம் கேட்கறேன்னு சொல்லிட்டு வந்து அவரையே குற்றவாளியாக்கறீங்க?”

“நீ சும்மா இருப்பா... நான் பதில் சொல்லிக்கறேன். தம்பிங்களா உங்களுக்கு ஏற்பட்ட அனுபவத்துக்கு உங்க பூர்வ ஜென்ம கர்மம்தான் காரணம்; நானில்லை. போதுமா?”

“எப்படி சாமி... விளக்குங்க.”

“எல்லா விஷயங்களையும் விளக்க முடியாது. சித்த தத்துவத்துல பிரதானமான ஒரு தத்துவம் எது தெரியுமா?”

“எது சாமி?”

“கண்டவர் விண்டிலர்... விண்டவர் கண்டிலர்.”

“அதாவது பார்த்தவர்கள் பேசுவதில்லை அல்லது அவர்களால் பேச முடியவில்லை. பேசுகின்றவர்களோ பார்த்தவர்களில்லைன்னு இதுக்கு பொருள்.”

“அதாவது எல்லா விஷயங்களையும் வார்த்தைகளால் கூற முடியாதுன்னு எடுத்துக்கலாமா?”

“அதேதான்... அதுமட்டுமல்ல... எனக்கு ஒரு அனுபவம் ஏற்படுது. அதை நான் உனக்கு எடுத்துச் சொல்லும்போது என் சிந்தனா சக்திக்கு ஏற்ப வார்த்தைகளைப் பயன்படுத்திச் சொல்வேன். உனக்குள்ள அது போய் சேரும்போது எனக்கேற்பட்ட அனுபவம் அப்படியே அதே அளவு உனக்குள்ளேயும் போய் சேர்ந்ததா, இல்ல கூடினதா, குறைஞ்சதாங்கறது உன் சிந்தனா சக்தி, யோசிக்கற சக்தியையும் பொறுத்ததுதானே?”

"நிச்சயமா."

"பேசாம நான் எனக்கேற்பட்ட அனுபவத்துக்கே உங்களையும் உட்படுத்திட்டா, நீயே அப்படியே புரிஞ்சுக்குவியே. வார்த்தைகள் இடைல எதுக்கு?"

"சாரி சாமி... எங்களுக்கு ஏற்பட்ட அனுபவங்களுக்கு பூர்வ ஜென்ம கர்மம்தான் காரணம்னு சொன்னீங்க. உங்கமேல நம்பிக்கை வெச்சு அதை ஏத்துக்கறோம். நாங்க எங்களை மறந்திருந்த அந்த நேரத்துல என்ன நடந்ததுன்னு உங்களுக்கு தெரியுமா?"

"உங்க அனுபவம் உங்களுக்குத்தான் சொந்தம். அது எனக்கு எப்படி தெரிய முடியும்?"

"சாமி... இப்படி சொன்னா எப்படி சாமி... உங்களுக்கு ஞான திருஷ்டி இருக்குன்னு சொல்றாங்களே... அதுல பார்த்து என்ன நடந்ததுன்னு சொல்லக்கூடாதா?"

"ஞான திருஷ்டியா... அப்படின்னா... அப்படியெல்லாம் ஒண்ணு இருக்க முடியுமா... நீங்களா இப்படி கேக்கறீங்க?"

"எங்க சூழ்நிலை எங்களுக்கேற்பட்ட அனுபவம் இப்படி உங்ககிட்ட கேட்க வைக்குது... தயவு செய்து எங்களை ஆழம் பார்க்காதீங்க. என்ன நடந்ததுன்னு புரிய வையுங்க..."

விஷ்ணுவின் குரலில் கெஞ்சல் தொனித்தது. மற்ற நால்வரும்கூட சித்தரை பரிதாபமாகப் பார்த்தனர். அவரும் அதற்குமேல் அவர்களைத் தவிக்க விட விரும்பவில்லை. கண்களை சில வினாடிகள் மூடிக் கொண்டவர் அப்படியே மரத்தடியில் அமர்ந்தார். நடந்தவற்றை அப்படியே கூறத் தொடங்கினார்.

மாந்திரீகன் கார்த்திராஜனின் வேலைதான் இது என்பதில் ஆரம்பித்து, சப்த மாதா சிலைகளுடன் அவர்கள் சுனைவரை சென்றதும், பின் அங்கே சுனை நீரில் நீராடிய பின் அவன் அவர்களை திரும்ப அனுப்பியதும், அந்த நேரத்தில் சப்த

கன்னிகள் ஏழுபேருமே அவர்கள் வடிவில் யோகப்பயிற்சி வகுப்பு எடுப்பதற்காக ஹோட்டலுக்கு சென்றதும் என்று அவர் சொல்லச் சொல்ல ஐந்து பேருமே வாயைப் பிளந்துவிட்டனர்.

அடுத்த நொடியே, "சப்த கன்னியர்கள் என்பவர்கள் யார்? அவர்கள் எதற்கு எங்கள் வடிவில் செல்ல வேண்டும்?" என்றுதான் கேட்டான் விஷ்ணு. சித்தர் தொடர்ந்தார்.

"சப்த கன்னியர்கள் அந்த ஆதிசக்தியின் அம்சம். நீயும் உன் மனைவியும் கூடி ஏழு பெண்களை பெறுகிறீர்கள். அவர்கள் ஏழுபேரிடம் ஏழுவித சக்தி இருப்பதாக வைத்துக் கொள். இருந்தாலும் அந்த ஏழு சக்தியான பெண்களும் உன்னுள் இருந்து உன் மகள்களாக வந்ததை போலவே ஆதி சக்தியும் தன்னுள்ளிருந்து ஏழு சக்திகளை வெளியே எடுத்து ஏழு பெண்களாக்கினாள். அவர்கள் கன்னியர்களே... ஆனாலும் அவர்களது அருளம்சம், கருணை, இதன் காரணமாக அவர்களை மாதர்கள் என்றும் உயர்த்தி கூறலாம்."

"அம்பிகை இப்படி ஏழு கன்னிகளைப் படைக்க காரணம்?"

"நல்ல கேள்வி. ஏழு சக்தி கொண்டதுதான் சப்தம். அதாவது உன் பேச்சு என் பேச்சு என்கிற எல்லாமே இந்த சப்தத்துக்குள்! கோபம், சாந்தம், கருணை, அச்சம் என்று பல உணர்வு நிலைகளைத்தான் ஆதிசக்தியான மாதா ராஜேஸ்வரி சப்த கன்னியர்களாக்கினாள். பேச்சு நமக்கு உணர்ச்சிகளைக் கடத்த பயன்படுவது போல, இவர்கள் நமக்கு பயன்படுபவர்கள். அதாவது வாழ்க்கையில் துன்பம் வரும்போதும், ஆதிசக்தியை நாம் அடைய நினைக்கும்போதும் இவர்கள் ஓடிவந்து உதவி செய்வார்கள். ஆறறிவுள்ள மனிதன் ஏழாகிய பேச்சில் செயல்படுவதால் ஏழு என்கிற அளவிற்குள் இவர்கள் அடங்கினர். அதுமட்டுமல்ல... ஒருவர் உடம்புக்கு முதுமை வரும். பெரும்பாலும் குரலுக்கு அது வராது. குரலை வைத்து ஒருவர் முதியவரா, இளையவரா என்று கண்டறிவது சிரமம்."

"முயன்றால் ஒருவர் தன் குரலை காலமெல்லாம் இனிமையாக, இளமையாக வைத்துக் கொள்ளலாம்.

அதுமட்டுமல்ல... கரடுமுரடான குரல்வளம் உடையவர்கள்கூட நல்ல விஷயங்களையும், வெற்றிச் செய்திகளையும் கூறும் போது அதனால் கேட்பவர்களுக்கு மகிழ்ச்சி ஏற்படும். அப்போது குரல்வளம் ஒரு பெரிய தடையாக இருக்காது.

ஒரு அழகிய பெண்ணைக்கூட பார்த்தால்தான் மயக்கம் ஏற்படும். ஆனால் இனிய குரலை கேட்டாலே மனம் மயங்கிவிடும்.

சப்தத்துக்கு அப்படி ஒரு சக்தி!

இதை உணர்த்தத்தான் அந்த சப்தமாகிய ஏழு என்கிற அளவில் சக்திகளை ஆதிசக்தி படைத்து தனது ஸ்ரீபுரக் கோட்டையில் அவர்களைக் காவலாகவும் வைத்தாள்."

"இவர்கள் உதவி இல்லாமல் ஆதிசக்தியை நாம் நெருங்க முடியாதா? மற்ற மதங்களில் எல்லாம் இப்படி இல்லையே. இறைவன் ஒருவன் என்றும், அவன் நமக்குள்ளே இருக்கிறான் என்றும் கூறுகிறார்களே...?"

"இது குழப்பமான சிந்தனை... இறைவனே தேவையில்லை. ஆசையை அடக்கு என்று கூறும் பௌத்தம், இறைவனுக்கு வடிவம் கொடுத்திடாத இஸ்லாமியம், இறைவனின் தூதரான ஏசுவே ரட்சிப்பவர் என்று கூறும் கிறித்தவம், இது தவிர பஹாமியம், சௌமியம் என்று பல மத வழிபாட்டு முறைகள் இருக்கத்தான் செய்கின்றன.

கூர்ந்து கவனித்தால் அவர்கள் அனைவரிடமும் ஒரு விஷயம் தவறாமல் இருக்கும். அது பிரார்த்தனை என்னும் சப்தம். இறை வழிபாடு என்பதே மன அமைதிக்காகத்தான். அமைதி என்றால் சப்தமற்ற ஒரு மனநிலை சந்தோஷ உணர்வு மட்டுமே இருக்கும் ஒரு மனநிலை. சப்தமற்ற அமைதிக்கு சப்தமான வழிபாட்டு முறை என்பதுதான் வழிகாட்டுகிறது."

"எல்லா மதத்தவர்களும் மந்திரம் என்றும், போதனை என்றும், இறை நாமம் என்றும் ஜெபிக்காமல் வழிபாடு செய்வதே இல்லை. அதே போல சிலுவை, மசூதி, புத்த விக்ரகம் என்று

ஒரு உருவ பிடிமானம் இல்லாமலும் அவர்கள் வழிபடுவது இல்லை. இது ஒருமுறை... இதே முறையை ஒரு வடிவத்துக்கு உட்படுத்தும்போது வருகின்ற ரூபங்கள்தான் நமது இறை ரூபங்கள்."

"சப்த கன்னியர்களை இதனால்தான் நான் நமது சப்த உணர்ச்சிகளோடு தொடர்புபடுத்தி சொன்னேன். இதை நீ விளங்கிக் கொண்டாலும், விளங்கிக் கொள்ளாவிட்டாலும் உன்னுள் இவர்கள் இருக்கிறார்கள். உன்னுள் மட்டுமல்ல; மற்ற மதத்தவர்கள் என்று நீ குறிப்பிடும் மாந்தர்களிடமும் இவர்களே உள்ளனர்.

நீ ஒருவன்தான்... ஆனால் உன் செயல்பாடு பலவாக இருப்பது போல இறை ஒன்றே... அதன் வடிவங்களே இவை எல்லாம்."

"எல்லாம் சரி. பரந்த இந்த உலகில் இவர்கள் ஏன் இங்கே வரவேண்டும்? ஏன் எங்கள் வடிவம் எடுக்க வேண்டும்?"

"காரணமில்லாமல் காரியமில்லை. நோயாளிகளுக்குதான் மருத்துவன் தேவை. சிற்பக்கூடம் எழுப்ப வேண்டும் என்று எண்ணுபவர்கள் சிற்பியைதான் தேடுவார்கள். அதேபோல பரந்த இந்த உலகில், இந்த மலைத்தலத்தில் என்போல திரியும் சித்த சன்யாசிகள் வருங்கால மனித உய்விற்கு வழிகாட்ட ஆதிசக்தியை வேண்டிக் கொண்டோம். உன்னிடத்தில் உன் பிள்ளை உன் பாதுகாப்பில் வளர்வது எப்படி ஒரு இயற்கையான தன்மை கொண்ட செயலோ, அப்படி என் போன்றவர்களின் தவம், பிரார்த்தனை காரணமாக அந்த ஆதிசக்தியின் ஏழு சக்திகள் எங்களுக்குள் இருந்தே இங்கே வெளிப்பட்டனர்."

"உனக்கான பிள்ளையை மருத்துவமனையில் மருத்துவர் கருப்பையில் இருந்து எடுத்து உன் வசம் தருவது போல, நாங்கள் மருத்துவர்கள் போல இருந்து அவர்களைப் பெற்று இங்கே ஸ்தாபித்தோம்.

நாங்கள் இங்கே இருந்து அழைத்ததால் அவர்கள் இங்கு வந்தனர். இங்கேயே இருக்கச் சொன்னதால் இங்கே கோயில் கொண்டனர். அமெரிக்காவில் ஒருவர் எங்களைப் போல செயல்பட்டாலும் அங்கேயும் இந்த அதிசயம் நிகழும்.

உலகில் எல்லா இடத்திலும் காற்று, நீர், நெருப்பு, ஆகாயம், நிலம் எப்படி வேறுபடாமல் பொதுவானதோ அப்படியே இதுவும் பொதுவான ஒன்றே."

"எங்கள் வடிவம் அவர்கள் எடுக்க காரணம்?"

"அவர்கள் வடிவமற்றவர்கள். நாம்தான் வடிவங்களை அவர்களுக்கு அளிக்கிறோம். இந்த சிந்தனையோடுதான் விநாயகர், ஆஞ்சனேயர், நந்தீஸ்வரர், நரசிம்மர் என்கிற சொரூபங்களைப் பார்க்க வேண்டும். இப்படி நாம் அளிக்கும் வடிவம் ஒரு பொருளும், தத்துவமும் உடையது.

இங்கே சப்த சக்திகள் உங்கள் வடிவம் எடுக்க காரணம் நீங்கள் அவர்களது சிலையோடு உங்களை மறந்து கிடந்தீர்கள். அவர்களோடு நீங்கள் இருந்ததால் உங்களோடு அவர்கள் இருந்து உங்கள் செயலை அவர்கள் செய்தனர். இதனால்தான் இங்கே நீ கேள்வி கேட்கிறாய். நான் பதிலைச் சொல்கிறேன். இதிலிருந்து அவர்கள் வேறு, நீங்கள் வேறல்ல என்பதை உணர்த்துவதும் ஒரு உள்நோக்கம்."

"அவர்கள் வேறு, நாங்கள் வேறு அல்ல என்றால் எங்களுக்கு எப்படி இது தெரியாமல் போனது?"

"அது தெரியாமல் போகவில்லை. நீ எப்போது கவனிக்கிறாயோ அப்போதுதான் அது தெரியவரும். இதுதான் சூட்சுமம்."

"இது சாமர்த்தியமான ஒரு பதிலாக எனக்குத் தெரிகிறது."

"சாமர்த்தியமான பதிலாக உனக்கு தோன்றுகிறது என்று சொல். இதுதான் உண்மையான பதில். இதை உனக்கு உணர்த்த ஒரு உபகேள்வியை நான் கேட்கலாமா?"

"கேளுங்கள்."

“உன் வீட்டில் வாசற்படிகள் உள்ளதா?”

“உள்ளது.”

“அது எத்தனை படி என்று உன்னால் துல்லியமாக கூற முடியுமா?”

“ஞாபகமில்லை.”

“இது தவறான பதில். தெரியவில்லை என்பதுதான் உண்மையான பதில். தினமும் அதன்மேல் ஏறி இறங்கித்தான் வீட்டுக்குள் செல்கிறாய். ஒரு நாள், இரு நாள் அல்ல, பல வருடங்கள்... ஆனாலும் எத்தனை படிகள் என்பது உன் மனதில் இல்லை. ஜன்னல் கம்பிகள் எவ்வளவு என்று கேட்டாலும் இதே பதிலைத்தான் சொல்வாய். காரணம்? நம் கவனம் அதன்மேல் இல்லை.

மனமானது அதாவது சப்தமான மனமானது எதை நினைவில் கொள்ள வேண்டுமோ அதைத்தான் கொள்ளும். மற்றவை நம்முடனேயே இருந்தாலும் நமக்கு அது தெரியாத ஒன்றாகவே இருக்கும்.”

“இப்போது புரிந்தது... இறுதியாக ஒரு கேள்வி. நாங்கள் அவர்களது சிலையோடு கிடந்ததால், அவர்கள் எங்களைப் போலாகி எங்கள் செயலைச் செய்ததாக கூறினீர்கள். நாங்கள் அவர்களது கற்களைச் சுமந்தது எங்கள் நினைவில் ஏன் இல்லாமல் போனது?”

“சப்தங்களின் சக்தி பற்றி உங்களுக்கு தெரியாததால்தான்... அதை தெரிந்தவன் ஒருவன் உங்களுக்குள் அந்த வேளையில் நடந்த எதுவும் பதிவாகாமல் செய்துவிட்டான். இப்படி செய்வதை மனோவசியம் என்பார்கள்...

நான் சப்த சக்தியை உணர்ந்த ஒருவன், எனவே, அவன் என்னை ஏதும் செய்ய முடியவில்லை. என் மனம் ஆகிய சப்தம் எப்பொழுதும் விழிப்புடனேயே இருப்பதால் என் அருகில் அவன் போன்றவர்களால் வரமுடியாது. உங்களைப்

போன்றவர்களை அவனைப் போன்றவர்கள் நெருங்குவது சுலபம்."

"உங்கள் பதில் புதிராக உள்ளது. எப்படி எங்களுக்கு தெரியாமல் எங்களுக்குள் ஒருவர் புகுந்து எங்கள் எண்ணங்களை பதிவு செய்யாமல் செய்ய முடியும்?"

"இப்படி நீ கேட்பதைப் பார்த்தால், உனக்கு தெரியாமல் ஒன்றுகூட உன்னுள் நடக்க முடியாது என்கிற தொனி தெரிகிறது. உன் உடல் இயக்கம் எப்படிப்பட்டது என்றே உனக்கு தெரியாது. எந்த உணவு எந்த சக்தியாக மாறுகிறது, எது வலியை தரும், எது வலிமை தரும் என்பதும் உனக்கு தெரியாது.

வலி ஏற்பட்ட பிறகுதான் சாப்பிட்டது ஒத்துக் கொள்ளவில்லை என்பதே தெரியும். எப்போது எந்த வியாதி வரும்... எப்போது தலைமுடி உதிரும் அல்லது எப்போது தலைமுடி வளர்ந்து நீளும்... இப்படி உனக்கு தெரியாத உன்னால் நேரடியாக தெரிந்து கொள்ள முடியாத விஷயங்கள் ஆயிரமாயிரம் உன்னிடம் இருக்கும் போது இப்படி ஒரு கேள்வி எதற்கு?"

"கேட்டால்தானே பதில் கிடைக்கும். கேட்பது எப்படி தவறாகும்?"

"கேட்பதில் தவறில்லை. அதன் தொனியில்தான் பிழை உள்ளது. ஆதி சிவனாகிய தட்சிணாமூர்த்தி முன் பிரம்ம குமாரர்கள் நீங்கள் கேட்ட மாதிரிதான் கேள்வி கேட்டார்கள். அவர்கள் தொனியில் அவ நம்பிக்கை, கர்வம் என்ற கோளாறான சப்த கலவைகள் இருந்தது. அந்த தட்சிணாமூர்த்தி அவர்களைப் பாடாய்படுத்தியது."

"ஏன் மௌனமாகிவிட்டார் என்று ஒரு கேள்வி. பின் அதற்கு ஒரு கிளைக் கேள்வி என்று உள்ளுக்குள் சப்தங்களால் ஆன கேள்விகளால் ஒரு வேள்வியை செய்தனர் பிரம்ம குமாரர்கள். பிறகுதான் அவர்களுக்கு ஆதிமூர்த்தியின் மௌனம் - சப்தமற்ற மௌனம்தான் எல்லா கேள்விகளுக்கும் மூல விடை என்பது புரிந்தது.

நீங்களும் விளங்கிக் கொள்ள வேண்டும் என்கிற வேட்கையுடன் எதை வேண்டுமானால் கேளுங்கள். இதெல்லாம் பம்மாத்து, முட்டாள்தனம் என்று முடிவு செய்து கொண்டு கேட்காதீர்கள். ஏன் என்றால் எதைக் கேட்டாலும் அதன் ஆரம்பம் எது என்பது முக்கியம்."

"ஐயா உங்களை எப்படி அழைப்பது என்று எனக்கு இப்போது தெரியவில்லை. நாங்கள் எங்கள் குருவான யோகி சிவத்தை தவிர மற்றவர்களை குருவாக ஏற்றதில்லை. எனவே குருவாக அழைக்க தயக்கம் உள்ளது. ஸ்வாமிகளே, சித்தர் பிரானே என்று அழைப்பதுகூட எங்களுக்கு செயற்கையான ஒன்றுதான். எனவே உங்களை ஐயா என்றே அழைக்கிறேன்."

நீங்கள் எங்களுக்கு சொன்ன அவ்வளவு பதில்களும் அற்புதம். கிளிப்பிள்ளைக்கு சொல்வதைப் போன்றது. இருப்பினும் ஒரே ஒரு சந்தேகம்.

"என்ன தயக்கம்... அதையும் கேள்வியாக்கிவிடு."

"உலகில் கோடி கோடி பேர் இருக்க, சப்த கன்னியர் பற்றி எந்த சிந்தனையும் இல்லாத எங்களை எதற்கு அந்த கன்னியர்கள் அவர்களை சுமக்க வைக்க வேண்டும்? எங்கள் வடிவில் அவர்கள் ஏன் செல்ல வேண்டும்? உங்களைப் போல அவர்களை நம்பும் எவ்வளவோ பேரில் சிலரை அவர்கள் தேர்வு செய்திருக்கலாம் அல்லவா?"

விஷ்ணுவின் கேள்வி முன் சித்தரும் சற்று ஆச்சரியமாய் புருவத்தை வளைத்தார். பிறகு அந்த புன்னகை மாறாமல் திருவாய் மலரத் தொடங்கினர்.

"அப்பனே... நான் முன்பே காரணமில்லாமல் காரியமில்லை என்றேன். நான் சொன்னது தத்துவமான பதில் அல்ல. அது ஒரு விஞ்ஞான உண்மையும் கூட. ஒரு இடத்தில் ஒரு காகிதம் கிடக்கிறது என்றால் அதை ஒருவர் அங்கே போட்டிருக்க வேண்டும். அதற்குமுன் ஒருவர் அதை விற்றிருக்க வேண்டும்.

அதற்கும் முன் அது மரப்பட்டையாகவோ, இல்லை காகிதத்தின் ஏதோ ஒரு மூலப்பொருளாகவோ இருந்திருக்க வேண்டும். அதற்கும் முன் அது ஒரு மரத்தில் இருந்திருக்க வேண்டும். அந்த மரம் அதற்கும் முன் செடியாகியிருக்க வேண்டும். அந்த செடி விதையாக இருந்திருக்க வேண்டும். அது மண்ணில் விழ ஒருவர் காரணமாக இருக்க வேண்டும் என்று ஒரு வரிசை உள்ளது."

"இப்படி ஒரு வரிசை இல்லாமல் எந்த ஒரு விஷயமும் இந்த உலகத்தில் இல்லை... உங்களை சப்த கன்னியர் தேர்வு செய்யவும் ஒரு சரியான காரணம் உண்டு. இன்னும் சொல்லப்போனால் உங்களை அவர்கள் தேர்வு செய்யவில்லை. நீங்கள்தான் அவர்களை தேர்வு செய்கிறீர்கள் என்றும் சொல்லலாம்."

சித்தரின் பதில் ஐவரையும் வெகுவாகப் பாதித்தது. முதுகுத்தண்டில் ஊசி ஏறியது போல் நிமிர்ந்தவர்கள் ஒருவரை ஒருவர் பார்த்துக் கொண்டனர்.

"சாமி... அவங்கள பத்தி எங்களுக்கு ஆனா, ஆவன்னா தெரியாது சாமி... எப்படி சாமி நாங்க அவங்கள தேர்வு செய்திருக்க முடியும். இன்னும் சொல்லப்போனா எங்களுக்கு கடவுள் நம்பிக்கையே கிடையாது. அப்படியே இந்த உலகத்தை படைச்சவர் கடவுள்தான்னாலும் அவர் நம்பள போல மனித வடிவத்துலதான் இருக்கணும்னு ஒண்ணும் கட்டாயம் கிடையாதுன்னு யோசிக்கறவங்க நாங்க..." என்றான் சாமுண்டீஸ்வரன்.

"உண்மைதான் தம்பி... கடவுள், மனிதர்கள் வரையில் மனித வடிவானவர். ஒரு எறும்பைப் பொறுத்தவரையில் இன்னொரு எறும்பு வடிவில்தான் அவருக்கு இருக்க முடியும். எப்படி பார்க்கிறோமோ அப்படித் தெரிபவர்தான் கடவுள். அப்படித் தெரிந்தால்தான் அவர் கடவுளும்கூட..."

"இங்கே எங்க கேள்விக்கு பதில் சொல்ற நீங்க. எப்படி சாமி நாங்கதான் சப்த கன்னிகளை தேர்வு செய்தோம்னு சொல்றீங்க?"

“தம்பி... ஒரு கண்ணாடிப் பாத்திரத்தை கை தவறி கீழே போட்டாலும் உடையும், உடைக்க வேண்டும் என்று போட்டாலும் அது உடையும். நோக்கம் இங்கே முக்கியமில்லை. அதன்மேல் ஒன்று மோதினால் அது நொறுங்கிவிடும். இவ்வளவுதான் விஷயம். இப்படி இந்த உலகில் பல விஷயங்கள் இருக்கின்றன. இதை அறிவால் விளங்கிக் கொள்ள முடியாது. ஞானத்தால் மட்டுமே இதை விளங்கிக் கொள்ள முடியும்.”

“கண்ணாடிப் பாத்திரம் போலவே ஒரு மருந்தை ஒருவர் அதில் என்ன இருக்கிறது என்று தெரிந்து உட்கொண்டாலும் அது அவருக்குள் வேலை செய்யும் தெரியாவிட்டாலும் அது வேலை செய்யும்.

அப்படித்தான் செயல்களும். ஒவ்வொரு செயலுக்கும் ஒரு எதிர்விளைவு உண்டு. சாதாரணமாக மூச்சு விடுகிறோம். அதுவே சற்று பருமனாகி பெருமூச்சாகிறது என்று வைத்துக் கொள்... அதனால் பெருமூச்சு விடுபவரின் மூச்சு, காற்று மண்டலத்தில் அவரால் உணர முடியாத அளவு ஒரு அழுத்தம் ஏற்பட்டு அது உலகம் முழுக்க நிலவும் காற்றழுத்த தாழ்வு மண்டலத்தை பாதித்து, அதனால் மழை பெய்யும் போது அந்த மழையின் அளவில் ஒரு கையளவு கூடவோ அல்லது குறையோ காரணமாகிவிடுகிறது.”

“இதை நான் உனக்கு வேறுவிதமாகவும் உணர்த்தலாம். ஒரு பொருளில் இருந்தும் நாம் நமக்கு தேவையான அளவு பொருளை வெளியே எடுக்கும் போது முன்பு உள்ளே பொருளின் அளவு குறையத்தானே செய்யும்?”

“நிச்சயமாக.”

“இதில் மாறுபட்ட கருத்துக்கு இடம் இல்லையே?”

“இல்லவே இல்லை... இந்த கருத்தை இந்த உலகின் தலை சிறந்த நாத்திகர்கள்கூட மறுக்க மாட்டார்கள்.”

“நல்லது. கடற்கரைக்கு செல்வோம். கடலில் இருந்து நீ குடமளவு தண்ணீரை வெளியே எடுத்துவிடு. அதனால் கடல் மட்டும் குறையுமா? அதனை நாம் காண முடியுமா?”

"காண முடியாது; ஆனால் நீர் குறைந்துவிட்டது என்பது சத்தியம்."

"இப்படித்தான் நீங்கள் செய்யும் பல செயல்களுக்கான எதிர் விளைவுகளும் ஏற்படப்போவது உண்மை. ஆனால், அதை உணருவது கஷ்டம். அதை உணரும் ஒரு உடம்போ, உணர்வு நிலைகளோ நமக்கு கிடையாது."

"இப்படி நீங்க சொல்வதற்கும், எங்களுக்கும், சப்த கன்னிகளுக்குமான தொடர்புகளுக்கும் சம்பந்தம் உள்ளதா?"

"ஆமாம்... சப்த கன்னியர்கள் என்பது ஏழுவித சக்தியை குறிக்கும் ஒரு வார்த்தை. ஒவ்வொரு சக்தியும் ஒரு கன்னியாக அதற்குரிய தத்துவப்படி மனித வடிவம் எடுத்து நமக்கு மனித வடிவாக காட்சி தருகிறது. அந்த ஏழுவித சக்தி இல்லாமல் நீ இல்லை, நான் இல்லை; இந்த உலகில் யாருமே இல்லை. அந்த சக்தி உணர்வு நிலையாக நமது உடலில் பரவிக்கிடக்கிறது."

"நாம் பல விஷயங்களை எண்ணிப் பார்க்க கற்பனா சக்தி, சிந்தனா சக்தி தேவைப்படுகிறது. இதன் மானுட வடிவம் பிராம்ஹி... உடலில் வலுவுடன் வீரம் மிகக் கொண்டு திகழ்ந்தால் அதன் வடிவம் கௌமாரி... இப்படி உணர்வு நிலைக்கும் ஒரு சக்தி நம் உடலிலேயே உள்ளது. இதில் எந்த ஒன்றாவது குறைந்திருக்கும் போது அதை பெருக்கிக் கொள்ள அதற்குரிய தேவையை - அதாவது அதற்குரிய கன்னியை நாம் அவர்களுக்கான மூல மந்திரத்துடன் ஜெபிக்க, அந்த சக்தி நமக்குள் அதிகமாகிறது."

"நீங்களும் உங்கள் யோகச் செயல்பாடுகளால் சப்த சக்தியையும், உங்களுக்குள் நிறையவே சேர்த்துள்ளீர்கள். அப்படியே பிறக்கும் அந்த சக்தியை உருவாக்கும் வழிமுறைகளை கூறியுள்ளீர்கள். இதுவே புறத்தில் அந்த சக்தி வடிவாய் உள்ள கன்னிகள் உங்களை நாடவும், அவர்களை நீங்கள் நாடவும் காரணமானது. இதை இப்படியும் கூறலாம். ஒருவன் ஒரு குறிப்பிட்ட இடத்தை நடந்தே அடைய வேண்டும். அவனுக்கோ வழி தெரியாது. இருப்பினும் தெரிந்த வழியில் நடக்கிறான்.

ஆனால் அதுதான் அவன் சரியாக நடந்து செல்ல வேண்டிய வழியும்கூட. இறுதியில் அவன் இடத்தை அடைந்துவிடுகிறான். நீங்களும் அப்படித்தான்."

"உங்கள் செயல்கள் உன்னதமானவை. அது உங்களை தெய்வத்தோடும், தெய்வத்தை உங்களோடும் காலப் போக்கில் சேர்த்துவிட்டது."

"அப்படியானால் நாத்திகனாயிருந்தாலும் அவன் செயலால் நல்ல விளைவுகள் ஏற்படுமானால் அதுதான் கணக்கா?"

"மிகச் சரியாக கேட்டாய். பரம ஆத்திகர்கள் பலவித வியாதிகளில் உழல்வதற்கும், பரம நாத்திகனாக இருந்தாலும் ஆரோக்கியமாக பல்லாண்டு வாழ்வதற்கும் அவர்கள் உருவாக்கும் விளைவுதான் காரணம். விளைவு என்பது நோக்கத்தை அடிப்படையாகக் கொண்டது. நோக்கம் அறிவின் துணையோடு இயங்குவது. விளைவு சிறப்பானதாக இருந்தால் வினையும் சிறப்பாகத்தான் இருக்க முடியும்."

"சாமி... உங்களுக்கு மிக்க நன்றி. இதைவிட தெளிவாக ஒரு கேள்விக்கு பதில் கூறிவிட முடியாது. நீங்கள் கூறிவிட்டீர்கள். எங்களுக்குள் இனி எந்த குழப்பங்களும் இல்லை. எல்லாமே தெளிவாகிவிட்டது. எங்கள் செயல்கள் கன்னியர்களையே எங்களை நோக்கி வரவழைத்து, அவர்களை நாங்கள் சுமக்கவே காரணமாகிவிட்டது. இவ்வளவையும் நாங்கள் எங்களை அறியாத நிலையில் செய்துள்ளோம். அது ஏன்?"

"அறிந்து செய்தால் என்ன... அறியாமல் செய்தால் என்ன... விளைவே முக்கியம். உங்களுக்கான விளைவுகளும் இனி நல்லதாகவே இருக்கும். அறியாமல் அவர்களைச் சுமந்த நீங்கள் இன்னும் சிறிது நேரத்தில் அறிந்து சுமக்கப் போகிறீர்கள். அதற்கு என்ன செய்வது?"

"என்ன சாமி சொல்றீங்க... அறிந்து சுமக்கப் போகிறோமோ?"

“ஆமாம் தம்பிகளா... எப்பொழுதும் நாம் இயங்குவதேயில்லை. இயக்கப்படுகிறவர்கள்தான் நாம். உங்கள் வரையில்கூட நீங்கள் இயக்கப்படப் போகிறீர்கள். உங்களுக்கு நீங்கள் சுமந்த சிலைகளை எல்லாம் காண வேண்டுமா?”

“ஆமாம் சாமி... அப்படியே எங்களை சுமக்க வைத்தவனையும் காண வேண்டும். அது யார் என்று தெரியவேண்டும்.”

“அப்படியானால் இப்படியே நடந்து செல்லுங்கள். இந்த திசையில் இந்த ஒத்தையடிப்பாதையின் முடிவில் ஒரு அருள் சுனை வரும். அங்கே போய் பாருங்கள். மற்றதெல்லாம் தானாக புரியும்.”

சித்தர் அவர்களுக்கு கையைக் காட்டினார். அவர்களும் அந்த திசையில் விறுவிறுவென்று நடக்கத் தொடங்கினார்கள். அப்படி புறப்படும் முன் சித்தர் காலில் விழுந்து வணங்கவும் செய்தனர்.

அதுவே அவர்கள் தங்களுக்குள் நான் என்கிற எண்ணத்தையும், கர்வத்தையும் விட்டுவிட்டதை அவருக்கு உணர்த்தியது.

— 6 —

கன்னிகளில் ஆறாமவள் இந்திராணி. சக்திகளில் இருவகை உண்டு. ஒன்று தேவசக்தி. இன்னொன்று அசுர சக்தி. இதில் தேவ சக்திகளுக்கெல்லாம், அதாவது முப்பத்து முக்கோடி தேவர்கள், அஷ்டதிக்கு பாலகர்கள், சூரிய சந்திரர் முதலான நவநாயகர்கள் உட்பட அவ்வளவு தேவர்களுக்கும் இந்திரனே தலைவன். இந்திரனுக்கான சக்தியின் பெயர்தான் இந்திராணி. ஐராவதம் இவள் வாகனம். வஜ்ராயுதம் இவளது பெரும் ஆயுதம். இந்திர நீல நிறத்தில் இவள் இருப்பாள். இவளை வணங்கித் தொழுபவர்களுக்கு ஆணாகயிருந்தால் நல்ல மனைவியும், பெண்ணாகயிருந்தால் நல்ல கணவனையும் தருபவள். எப்பொழுதும் சிவ பூஜை செய்தபடி இருக்கும் இந்திராணி சௌபாக்கியங்களையும் தருபவள்.

இவளுக்கான தியான ஸ்லோகம்,

> அங்குஸம் தோமரம் வித்யுத் குலசம் பிப்ரதீசரை
> இந்திர நீல நிபேந்திராணி த்யேயா ஸர்வஸம் ருத்திதா:

இவளுக்கான மந்திரம்,

> ஓம் ஈம் இந்திராண்யை நம:
> ஓம் ஐம் சாம் இந்திராணி கன்யகாயை நம:

இவளுக்கான காயத்ரி,

> ச்யாம வர்ணாயை வித்மஹே
> வஜ்ர ஹஸ்தாயை தீமஹி
> தன்னோ ஐந்திரீ ப்ரசோதயாத்

சரியாக மணி பத்தாகியிருந்தது! வீட்டு வேலைகள் அவ்வளவும் முடிந்துவிட்டது. சாப்பிட்டு முடித்தால் மதிய வெய்யிலுக்கு நல்ல தூக்கம் வரும். பல பிராம்மண வீடுகளில் இன்று இதுதான் வழக்கம். தூங்குவதற்கு பதில் டி.வி. பார்ப்பது என்பது வாடிக்கையாகிவிட்டது. அவ்வளவும் அழுகைத் தொடர்கள்! பெண்களே பெண்களுக்கு பெரிய எதிரிகள் என்று சொல்லும் தொடர்கள்.

ஒரு மாமியார், மருமகளை எப்படி எல்லாம் கொடுமைப்படுத்தலாம் என்று ஒரு அரைமணி நேரம். அடுத்து ஒரு மருமகள் மாமியாரை எப்படி பாடாய்படுத்தலாம் என்று ஒரு அரை மணி நேரம். அதற்கும் அடுத்து மருமகளும் மாமியாரும் சேர்ந்து கொண்டு மகனையும், கணவனையும் எப்படி படுத்தலாம் என்று ஒரு அரை மணி நேரம். மொத்தத்தில் நல்ல விஷயங்களே கிடையாது.

இதை எல்லாம் சந்திக்கும் மனது மட்டும் எப்படி இருக்கும்? அதுவும் அதற்குண்டான குப்பை கூளத்துடன்தானே இருக்கும்?

அந்தக் காலத்தில் குழாயடியும், சினிமா தியேட்டர் க்யூ வரிசையும் பெண்கள் தங்களுக்கான கூடிக் கலக்கும் இடங்களாக கொண்டு அங்கே தங்களுக்கான வடிகால்களைத் தேடிக் கொண்டனர். இன்று அது முற்றாக அப்படியே டி.விக்கு இடம் மாறிவிட்டது. நல்லவேளை குருக்கள் இதை உத்தேசித்தே டி.வியை வாங்கிப் போடவில்லை. ஆனாலும் பக்கத்து வீட்டுப் பெட்டிகள் சுண்டி இழுத்தால் ஏழு பேரும் போய் விடுவார்கள்.

இங்கே கன்னிப்பட்டியில் அதற்கும் வழி இல்லாத நிலையில் ஆடுபுலி ஆட்டம், தாயம் என்றுதான் பொழுதை கழிக்க வேண்டும்.

இன்று அதற்கெல்லாம் அவசியமில்லை. வாருங்கள் எல்லோரும் அடிவாரப் பூந்தோட்டத்துக்கு போவோம். அங்கே இருந்து ஒரு அம்பாள் கோயிலுக்கு போகப் போகிறோம் என்று

சாமுண்டீஸ்வரி சொன்னதில், ஏழு பேருமே ஓசைப்படாமல் கிளம்பி அடிவார பூந்தோட்டத்திற்கு புறப்பட்டுவிட்டிருந்தனர்.

அங்கே அந்த ஏழு கன்னிகளும் அவர்களுக்காக காத்திருக்க, ஏழேழு பதினாலு கன்னிப் பெண்களும் சுனைக்கரை நோக்கி ஒத்தையடிப் பாதையில் நடைபோடத் தொடங்கினர். அது என்னவோ தெரியவில்லை, அவர்களை நெருங்கிய நொடி மனதில் சலன சஞ்சலங்களோ இல்லை. வேறுவிதமான கேள்விகளோ துளிகூட அவர்களுக்குள் எழவில்லை.

மிகவும் நம்பகமான ஒரு இடத்துக்கு மிகமிக பாதுகாப்பாக செல்வது போலத்தான் அவர்களது உள்ளுணர்வுகளும் இருந்தன.

மலைமேல் தார்ச்சாலையில் ஜீப்பில் கன்னிப்பட்டி நோக்கி வந்தபடி இருந்தார் விஸ்வநாதன். பழைய உடுப்பை எல்லாம் கழட்டிப் போட்டுவிட்டு, புது யூனிஃபார்முக்கு மாறியிருந்த விஸ்வநாதனிடம் ஒரு புது மிடுக்கு. கழுத்தில் பைனாகுலர் தொங்கிக் கொண்டிருந்தது.

அங்கே ஜீப்பை நிறுத்திவிட்டு அருகாமைப் பாறைகள்மேல் ஏறி நின்று பைனாகுலர் வழியாக அந்த மலைச்சரிவை அப்படியே ஒரு தேடல் பார்வை பார்த்தார். அப்படி பார்க்கும் போது தலை வகிடு போன்ற மண் பாதைமேல் வரிசையாக பதினாலு பெண்களும் செல்வதை பார்க்கவும் காலிரண்டையும் எதுவோ கவ்வினது போலத்தான் இருந்தது.

ஜூம் செய்து பார்க்கவும் அவர்கள் ஏழு பேரும் குருக்களின் பெண்கள் என்பது துல்லியமாகிவிட்டது. அதிலும் அக்கறையாக விசுவின் பார்வை ரம்யாவைத்தான் அதிகம் பார்த்தது. கோவிந்தன் ஜீப்பில் இருந்தபடியே ஏதோ விபரீதம் என்பதை புரிந்து கொண்டுவிட்டான்.

“என்ன சார்... அந்த மாந்திரீகன் கண்ணுல பட்டுட்டானா?”

“இல்ல கோவிந்தா... இது வேற காட்சி. நம்ம குருக்களோட ஏழு பெண்களும் ஒரு மலைப்பாதைல எங்கேயோ போய்கிட்டிருக்காங்க. கூடவே இன்னும் சில பெண்கள்.”

"நல்லா பாருங்க சார்."

"அட நீ வேற... நல்லா பார்த்துட்டுதான் சொல்றேன். அந்த பக்கம் டென்ஃபாரெஸ்ட் ஏரியா வேற. மிருகங்கள் சாதாரணமா நடமாடற இடம். இவங்க போற வேகத்தப் பார்த்தா பயமா இருக்கு..."

"பேசிகிட்டு இருந்தா எப்படி. வாங்க சார் போவோம். எங்க போறாங்கன்னு பாத்துடுவோம்."

"அதுக்கு எப்படியும் அரைமணி ஆகும். சுத்திதான் அந்த இடத்துக்கு வரணும்." பைனாகுலரை விட்டு பார்வையை விலக்காமல் விஸ்வநாதன் சொல்லும் போதே அவர்கள் பார்வையை விட்டு மறைந்தும் போயினர்.

"அடக்கடவுளே... அவங்கள இப்ப காணோம்யா..."

"மரங்கள் மறைச்சிருக்கும்."

"இனியும் சும்மா பேசிகிட்டிருக்கறது வேஸ்ட்... ஜீப்பை கன்னிப்பட்டிக்கு விடு..."

விஸ்வநாதன் தாவி ஏறினார். ஜீப்பும் மலைப் பாதையில் சீற ஆரம்பித்தது. கச்சிதமாக குருக்கள் வீட்டு வாசலில்தான் தேங்கி நின்றது. புலிபோல பாய்ந்து இறங்கியவர் வேகமாக உள் நுழைந்தார்.

சாஸ்திரிகள் மாத்யானிகம் என்னும் சந்தியாவந்தன கர்மாவில் இருந்தார். சப்பணமிட்டு அமர்ந்த நிலையில் துண்டை மூடிக்கொண்டு காயத்ரி ஜெபித்தபடி இருக்க, விஸ்வநாதனின் ஷூ சப்தம் கேட்டு கண் திறந்தார்.

ஒரு ஓரமாக மண் தரைமேல் படுத்துவிட்ட குருக்களும் சப்தம் கேட்டு எழுந்திருக்க,

"குருக்களே... உங்க பொண்ணுங்க ஏழு பேரும் எங்க இப்ப?"

"இங்கதான் நாட்டாமை வீடுவரை போய், அங்க இருக்கற சாமுண்டி மாதாவை சேவிச்சுட்டு வரோம்ன்னு போயிருக்கா... ஏன், என்ன விஷயம்?"

“நிஜமா தெரியுமா... அவங்க அங்கதான் போயிருக்காங்களா?”

“அப்படித்தான் சொல்லிட்டு போனா... இதே அழகியநல்லூரா இருந்தா டி.வி. சீரியல் பார்க்க பக்கத்தாத்துக்கு போயிருப்பா... இங்க வேற எங்க போக முடியும்?”

“ஔறாதீங்க... பவர்ல இருக்கற நானே சுவாதினம் இல்லாம போய் இப்பதான் மீண்டு வந்துருக்கேன். உங்க பெண்களை நான் மலைல ஒரு ஒத்தையடிப் பாதைல பார்த்தேன். கூடவே சில மலைசாதி பெண்கள் வேற...”

“அப்படியா...?” குருக்களிடம் வியப்பு. சாஸ்திரிகளோ உணர்ச்சிவசப்படாதே என்று பாவனை காட்டியவர் ஜெபித்தவரை போதும் என்று சந்தியாவந்தனத்தை முடித்தார்.

நிதானமாக எழுந்தவர் அவரது மரப்பெட்டியில் இருக்கும் கடிகாரத்தை போய் பார்த்தார். பிறகு புருவம் சுருங்க யோசித்தவர் முகத்தில் ஒரு சிரிப்பு.

“மாமா... என்ன மாமா இது? இவ்வளவு நிதானமா யோசிச்சா எப்படி? இவர் சொல்றதை கேட்டேளா...? என் பொண்ணுகளுக்கு எதுனா ஆயிடப்போறது மாமா...” குருக்கள் பதறினார்.

“போடா பைத்தியக்காரா... மணி இப்ப பதினொண்ணரை... நட்சத்திரம் மாறிடுத்து. இந்த நிமிஷம் துவாதசி திதி வேற... திதில துவாதசி சாதாரணமில்ல... இந்த திதில விஷமெல்லாம் அமிர்தமாகும். தப்பா எதுவும் நடந்துடாது. பயப்படாம வா...” என்று ஒரு புதுக்கணக்கை கூறியவராக புறப்பட்டார்.

“இப்ப எங்க போறோம்?”

“நாட்டாமை வீட்டுக்கு... அங்க போனா உண்மை தெரிஞ்சுடப் போறது.”

“அதுவும் சரிதான்... கிளம்புங்கோ...”

குருக்களும் அவரும் வீதிக்கு வர விஸ்வநாதன் ஜீப்பில் ஏறிக் கொண்டு அவர்களையும் ஏற்றிக் கொள்ளும் போது

ஒருவன் ஓடி வந்தான். அவன் முகத்தில் ஒரே சந்தோஷப் பதட்டம்.

"என்னப்பா... என்ன விஷயம்?"

"சாமி... ஈசான பாகத்தில் இருக்கற வேப்ப மரத்துல பால் பெருக்கெடுத்து கொட்டுதுங்க. பிடிச்சு குடிச்சா ஒரே தித்திப்புங்க..."

"என்னது வேம்புல பாலா?"

"ஆமாம் சாமி. அதான் நாட்டாமைகிட்டையும் மணியக்காரர்கிட்டையும் சொல்ல ஓடிக்கிட்டிருக்கேன்," என்றபடி அவன் நடையை தொடர்ந்தான்.

விஸ்வநாதனும் ஜீப்பை கிளப்ப அது கன்னிப்பட்டியின் மண் சாலைமேல் ஒரு மாதிரி திணறலுடன் ஓடத் தொடங்க வழியிலேயே திபுதிபுவென்று இன்னும் சிலர். அவர்களிடமும் ஒரே உற்சாகம்.

"என்னய்யா விஷயம்?"

"ஐயா மலட்டு கிணத்துல ஊத்து உடைச்சிக்கிச்சுங்க... தண்ணி சும்மா தென்னமர உயரத்துக்கு அடிக்குதுங்க..."

"அப்படியா... என்ன இது... காதுல விழறதெல்லாம் ஒரே அதிசய தகவலாவே இருக்கு..." என்ற பஞ்சாபகேச சாஸ்திரிகள், அவர்கள் விலகவும் கன்னிப்பட்டி வீடுகளின்மேல் கவனமானார். ஒரு கூரைமேல் செம்போத்து ஒன்று அமர்ந்து கத்தியபடி இருந்தது.

அவர்வரையில் அது ஒரு மூன்றாவது அதிசயம்!

ஜீப் நாட்டாமை வீட்டை எட்டியபோது அங்கே ஒரே கூட்டம். நாட்டாமையும் ஜீப்பை பார்த்துவிட்டு ஓடி வந்தார். வந்தவர் சாஸ்திரிகளைப் பார்த்து, "வாங்க சாமி, நானே உங்களை பார்க்கத்தான் புறப்பட்டுகிட்டிருந்தேன்" என்றார்.

"அதெல்லாம் இருக்கட்டும். என் பொண்கள் இங்க வந்தாளா?" என்று குறுக்கிட்டார் குருக்கள்.

"இல்லீங்களே."

"ஈஸ்வரா... இது என்ன சோதனை...? மாமா, என்ன மாமா இது? விஸ்வநாதன் சார் நீங்க சொன்னது ரொம்ப சரி..." என்று குருக்கள் படபடவென்று தந்தி அடிக்கத் தொடங்கிவிட்டார்.

"பதட்டப்படாம இரு சுவாமிநாதா. வழியெல்லாம் நல்ல சேதி. போதாகுறைக்கு செம்போத்து வேற கண்ணுல பார்த்தேன். இப்படி ஒரு சூழல்ல தப்பா எதுவும் நடந்துட வாய்ப்பே இல்லை," என்று குருக்களை அடக்கிய சாஸ்திரிகள் அடுத்து நாட்டாமையிடம் "என்ன இவ்வளவு கூட்டம்" என்று கேட்க, "இங்கையும் இரண்டு அதிசயங்க நடந்துருக்குதுங்க சாமி. முத அதிசயம் நாப்பத்தஞ்சு வயசுல எங்க ஊர்ல மலடின்னு நாங்க ஒதுக்கி வெச்சுட்ட ஒருத்தி கரு உண்டாயிருக்கா... அடுத்து முப்பது வயசாகியும் வயசுக்கு வராம ஒரு புதிராவே இருந்த பொண்ணு ஒருத்தி வயசுக்கு வந்துருக்கா. அதான் மாஞ்சு போய் பேசிகிட்டிருக்கோம்."

"எப்ப இந்த ஆத்தா கிணத்துல இருந்து வந்து உக்காந்துகிட்டு பூஜையை ஏத்துக்க ஆரம்பிச்சுட்டாளோ அப்பவே ஊருக்கு நல்ல காலம் ஆரம்பமாயிடிச்சுன்னுதான் எனக்குப் படுது."

"உண்மைதான்... வேம்புல பால், வற்றின கிணத்துல தண்ணீர், மலடி வயித்துல புள்ள, புஷ்பவதியான ஒரு பொண்ணுன்னு எத்தனை நல்ல விஷயங்கள்..." என்று சாஸ்திரி மாய்ந்து போகும்போது கந்தன் ஓடி வந்து மூச்சிறைக்க நின்றான்.

"என்ன கந்தா?"

"சாமி... ஒரு வேங்கைப்புலி ஒண்ணு ஆத்தங்கரைல ஒரு மரத்தடியில வந்து படுத்துருக்கு... மனுஷங்கள பார்த்து பாயவும் மாட்டேங்குது. பயந்துகிட்டு போகவும் மாட்டேங்குது."

"அப்படியா?"

"பக்கத்துலயே ஒரு நல்ல பாம்பும் படம் விரிச்சுக்கிட்டு நிக்குதுங்க... எனக்கு ஒண்ணுமே புரியலீங்க."

கந்தன் படபடப்புடன் கூறி முடிக்க சாஸ்திரிகள் முகத்தில் ஒரு பரவசம்.

"என்ன சாமி...?"

"ஒண்ணுமில்லப்பா... துவாதசி திதி பிறந்த உடனேயே நினைச்சேன். வழில காதுல விழுந்த விஷயங்கள், இங்க இப்ப நீ சொன்னதுன்னு மொத்தம் ஏழு அதிசயங்கள். சப்த மாதாக்களும் ஏழுபேர்... அவா இங்க கோயில் கொள்ள தயாராயிட்டதை இந்த சம்பவங்கள் உணர்த்தறது."

"மாமா... நம்ம பொண்கள்!"

"துளியும்... கவலைப்படாதே... அவா நல்லபடியா வருவா... எனக்கென்னவோ அவ வெறும் கையோட வரமாட்டான்னு தோன்றது."

"என்ன சொல்றேள்?"

"எல்லோரும் ஆத்தங்கரைக்கு வாங்க. அந்த அதிசயக் காட்சியைப் பார்ப்போம். புலி படுத்த இடமும், பாம்பு படம் விரிச்ச இடமும் அனேகமா கோயிலுக்கான இடங்களா இருக்கலாம்," என்ற சாஸ்திரிகள் தெருவில் இறங்கினார். எதிரில் போலீஸ் ஜீப்பில் மகேஸ்வரனும் வந்து இறங்கிட, "வாங்கோ, வாங்கோ... நீங்களும் வாங்கோ..." என்று அவ்வளவு பேரும் ஆற்றங்கரை நோக்கி வீறுநடை போடத் தொடங்கினர்.

ஒரு ஊரே அணிதிரண்டு நடப்பதை பார்க்கப் பார்க்க அதுவே கண்கொள்ளாக் காட்சியாக இருந்தது. நடக்கும்போதே மகேஸ்வரன் விஸ்வநாதனைப் பார்த்து, "என்ன ஃபாரெஸ்டர் சார்... எங்கய்யா போனீங்க?" என்று கேட்க, "அது ஒரு கதை... இப்பகூட நடக்கறதெல்லாம் ஒரே அதிசயம்தான். வந்து பாருங்க தெரியும்," என்று மகேஸ்வரனையும் இழுத்துக் கொண்டு ஓடினார் விஸ்வநாதன்.

"அது சரி... இந்த கூட்டத்துல எங்க குருக்களோட பொண்ணுங்க?"

"ஏழுபேரையும் கேக்கறீரா இல்ல, அதுல உங்க ஆளை மட்டுமா?"

"அடப்பாவி மனுஷா... எனக்கு ஒருத்திமேல கண்ணுங்கறது உங்களுக்கு தெரியுமா?"

"எனக்கும் ஒருத்திமேல கண்ணு. அது தெரியுமா உங்களுக்கு?"

"அது யார்?"

"மூத்தவ ரம்யா"

"அப்ப அடுத்தவ மகேஸ்வரிதான் என் ஆள்..."

"இப்ப இரண்டு பேரும் மலைல சில காட்டுவாசிப் பெண்களோட போய்கிட்டிருக்காங்க. அந்த தகவலை சொல்ல வந்த என்னை சாஸ்திரிகள் அதுக்குமேல பேச விடலை. ஆத்தங்கரைல புலியும், பாம்பும் படுத்திருக்குன்னு தகவல் வர, அதைப் பார்க்க இழுத்துகிட்டுப் போய்கிட்டிருக்கார்."

"புலியும், பாம்பும் படுத்திருக்கா...? என்ன இது உடான்ஸ்."

"அவசரப்பட்டு இப்படி எல்லாம் சொல்லிடக்கூடாது. இன்னிக்கு ஊர்ல ஒரே அதிசயங்கள்தான். அதுவும் ஒண்ணுல்ல, இரண்டுல்ல... ஏழு அதிசயங்கள்..."

விஸ்வநாதன் உணர்ச்சிகரமாய் சொன்னபோது வானிலிருந்து, வானவில் விழுந்து ஆற்று நீரில் அதன் ஒரு பக்கம் இறங்கிச் சுரைந்து விட்ட மாதிரி தோன்றியது.

ஆற்றங்கரையில் தடிமனான வேப்பமரம் ஒன்றின்கீழ் அந்த புலியும் படுத்திருந்தது. சற்று தள்ளி பாம்பு படம் விரித்தபடி... சில அடி தொலைவே கூட்டம் நின்றுவிட அவ்வளவு பேரும் அந்த அதிசய காட்சியை பார்க்க, சாஸ்திரிகள் துணிவாக கை கூப்பியபடி புலியை நோக்கி முன்னால் சென்றார்.

அவர் உதடுகளில் லலிதா த்ரிசதி ஸ்தோத்ர பாராயணம். "மாமா... பார்த்து மாமா. நேக்கு பயமா இருக்கு..." என்று குருக்களும், "சாமி... வேணாம் சாமி..." என்று நாட்டாமை

கத்தியும், சாஸ்திரிகள் காதில் வாங்கவில்லை. அந்த இரண்டு ஜீவன்களுக்கும் நடுவில் உள்ள இடைவெளியில் சாஷ்டாங்கமாக விழுந்தார். கூட்டம் வைத்தகண் வாங்காமல் பார்த்தது.

புலியும், பாம்பும் ஏதோ ஒருவரை ஒருவர் அறிந்தது போல பார்த்துக் கொண்டன. பின் அங்கிருந்து அப்படியே விலகிச் செல்ல ஆரம்பித்தன. பாம்பு ஆற்று நீரில் இறங்கி நீந்தியபடியே நீரோடு நீராக செல்ல, புலியும் இறங்கி ஆற்றோடு செல்லத் தொடங்கியது.

சாஸ்திரிகள் எழுந்தார். தொலைவில் புதர் ஒன்றில் காட்டுப் பன்றி ஒன்று. முன்பு வழிகாட்டிய அதே பன்றி நேராக பார்த்தபடி நின்றிருந்தது. சாஸ்திரிகள் பார்க்கவும் துளியும் பயமின்றி முன்னால் வந்து புலி படுத்துக் கிடந்த இடத்துக்கு அருகில் படுத்து காலால் பள்ளம் பறித்தது. பின் அதுவும் வந்த வழியே திரும்பிச் செல்ல ஆரம்பித்தது.

“புரிஞ்சுடுத்து... இந்த இடத்துல வராஹியை ஸ்தாபிக்க சொல்றே... அந்த வராஹி சிலை அகப்பட்ட நொடி, அதுதான் என் முதல் வேலை. அதேசமயம் இப்ப எனக்கு அவாளோட வரிசை புலப்பட்டாச்சு. புலியும், பாம்பும் கிடந்த இடம் ராஜேஸ்வரிக்கு... எதிர்ச்சாரியில பன்றி பள்ளம் தோண்டிய இடம் வராஹிக்கு... வராஹிக்கு இடது பக்கமா இந்திராணி, சாமுண்டி... வலது பக்கத்தில் வைஷ்ணவி, கௌமாரி, மகேஸ்வரி, பிராம்ஹி...” என்ற சாஸ்திரிகள் ஓடிப்போய் ஆற்றில் விழுந்தார்.

ஆற்றுக்குள் இருந்து ஏழு கூழாங்கற்களை எடுத்து வந்தவர் அவர் சொன்னது போலவே வரிசையாக வைத்துவிட்டு ஈர உடம்புடன் குருக்களை அருகில் அழைத்து சந்தன குங்குமம், பூக்கள் வேண்டும் என்றார்.

“மாமா... எனக்கு என் பொண்கள் என்ன ஆனாளோன்னு மனசு கிடந்து தவிக்கறது. நீங்க இங்க சன்னதி ஸ்தாபிதம் பண்றேளே...” என்று மெல்லிய பெருமூச்சுடன் கேவினவரை ஒருவித கோபத்துடன் பார்த்தார்.

"மாமா..."

"சொல்றபடி கேள்... உன் பொண்கள் இப்ப உன் பொண்கள் இல்ல... அவா இப்ப சப்த கன்னி. அவாளை நாம போய் காப்பாத்த வேண்டாம். அவாதான் நம்மளை காப்பாத்தணும்... போய் சொன்னதை செய்..." என்று அதட்டவும் குருக்களால் அதற்குமேல் வாதிக்க முடியவில்லை.

ஆனால் மகேஸ்வரனும், விஸ்வநாதனும் அங்கிருந்து நைஸாக நழுவிவிட்டிருந்தனர்.

✦ ——— ✦

— 7 —

சப்த மாதாக்களில் ஏழாமவள் சாமுண்டி. ஆனால் இவளே முதலானவள் என்பது புராணக் கணக்கு. ஈஸ்வரனின் நெற்றிக் கண்ணில் இருந்து பத்ரகாளியாக முதலில் தோன்றிய இவள், அந்த கோர உருவை மாற்றிக் கொண்டு சாமுண்டியாய் ஆனாள்.

சாமுண்டியாய் ஆன இவளோடு மற்ற ஆறு கன்னிகளும் சேர்ந்து தாருகன் என்ற அசுரனோடு மோதி அவனை அழித்தனர்.

தாருகன் விசித்திர வரம் பெற்றவன்.

அவனது குருதி சிந்தும் இடத்தில் எல்லாம் அவனைப் போன்ற அசுரர்கள் தோன்றிய வண்ணம் இருக்க, அவனது ரத்தத்தை அப்படியே குடித்து செந்நிறமாய் திகழ்ந்தவள் இவள்.

பதினாறு கைககள்... பதினாறு வித ஆயுதங்கள்... மூன்று கண்கள், செந்நிறம், யானைத்தோலால் ஆடை என்பது இவளது தோற்றமாகும்.

இனி வேறு வழியே இல்லை என்று ஆகிவிட்ட இடங்களில் சாமுண்டியை அழைத்தால் அங்கே தோன்றி புது வழியை காட்டுவதோடு முடியாததையும் முடித்து வைப்பாள்.

சப்த மாதாக்களில் அதீத பலம் உடையவள் இவள். இவளுக்கான ஹோமம் சண்டி ஹோமம் எனப்படும். இது எதிரிகளிடம் இருந்து காப்பாற்றி எல்லா நலங்களையும் தந்திடும்.

இவளுக்கான தியான ஸ்லோகம்

சூலம் க்ருபாணம் ந்ருசிர; கபாலம் ததத்கரை
முண்ட ஸ்ரங் மண்டி தாத்யேய சாமுண்டா ரக்த விக்ரஹா
சூலம் சாததீம் கபால ந்ருசிர: கட்கான்ஸ்வ ஹஸ்தாம்புஜை
நிர்மாம் ஸாபிமனோ ஹராக்ருதிதரா ப்ரேதே நிஷண்ணாசுவா!
ரக்தாபா கலசண்ட முண்ட தமணீ தேவிலலா போத்பவா
சாமுண்டா விஜயம் ததாது நமதாம் பீதிப்ரணா சோத்யதா

இவளுக்கான மந்திரம்,

ஓம் சாம் சாமுண்டாயை நம:
ஓம் ஔம் வாம் சாமுண்டா கண்யகாயை நம:

இவளுக்கான காயத்ரி,

ஓம் க்ருஷ்ண வர்ணாஹை வித்மஹே
சூலஹஸ்தாயை தீமஹி
தன்னோ சாமுண்டாப்ர சோதயாத்.

சுனைக்கரையில் வரிசையாக ஆறு சிலைகளும் அமர்ந்த நிலையில் இருக்க, நேர் எதிரில் ராஜராஜேஸ்வரியாக கையில் கரும்புடன் ஆதிசக்தியின் ரூபம்.

நடுவில் கண்களை மூடி சப்த மாதாக்களுக்கான காயத்ரியை இடைவிடாது ஜெபித்தபடி இருந்தான் கார்த்திராஜன். அவன் கண்களில் தாரைதாரையாக கண்ணீர். சுனையில் நீராடியதில் அவனுக்குள் ஏகப்பட்ட மாற்றங்கள். ஏற்கனவே அவனது அடிமையான யட்சி அவனை வெள்ளையடித்து கடைத்தேற்றியிருந்தது. இப்பொழுது அந்த புனித நீர் கபாலத்தில் படவும், அவனை தவறான நெறியில் இழுத்துச் சென்று கொண்டிருந்த தீய சக்திகள் விடுபெற்றுவிட, அவனுக்குள் மிச்சமிருந்த புண்ய சக்தி அவனை தூண்டியபடியே இருந்தது.

அது வீண் போகவில்லை.

அவன் யாருக்காக ஜெபித்தானோ, எவருடைய தரிசனம் - தன்னை கடைத்தேற்றும் என்று கருதினானோ, அவர்கள் அந்த சுனைக்கரையை நெருங்கிவிட்டிருந்தனர்.

முதலாக மலைசாதி பெண்களின் வடிவில் இருந்த எழுவரும் வந்தபடி இருக்க, பின்னாலேயே குருக்களின் - ஏழு பெண்களும் மானுட சப்த கன்னி அம்சங்களாய் வந்தபடி இருந்தனர். மிகச்சரியாக அந்த பாதையின் ஆரம்ப கட்டத்தில் விஸ்வநாதனும், மகேஸ்வரனும் கால் வைத்திருந்தனர்.

அந்த சுனைக்கரைக்கு இரண்டு பாதைகள். ஒன்று கீழிருந்து மேல் நோக்கியது. இன்னொன்று மேலிருந்து கீழ் நோக்கி வருவது. கீழ் பாதையில் மகேஸ்வரனும், விஸ்வநாதனும் நடப்பதைப் போலவே, மேலிருந்து வரும் பாதையில் யோகி சிவத்தின் மாணவர்களான அந்த ஐந்து பேரும் கிட்டதட்ட சுனைக்கரையை நெருங்கி விட்டிருந்தனர்.

சப்த கன்னியர்களின் சமீபம் கார்த்திராஜனை சற்று சிரிக்க வைத்தது. அவனது காயத்ரி மந்திரம் புறத்தில் பரவாமல் ஒரு பேரொலியாக அவனுக்குள் எதிரொலிக்கத் தொடங்கவும் அதிர்வுடன் கண்களை திறந்தான்.

அவன் எதிரில் பதினான்கு கன்னிகள் ஒருசேர... அதில் மலைசாதி பெண்களின் வடிவில் இருந்த ஏழுபேரும் அவர்களுக்குண்டான தோற்றத்திலும், நிறத்திலும், கைகளிலும் ஆயுதங்களுடன், அவர்களுக்கான வாகனங்களுடன் கார்த்திராஜனுக்கு காட்சி தர, அவனுக்கு உடம்பெல்லாம் சிலிர்த்துப் போனது.

"சப்த மாதாக்களே..." என்று மலையே அதிரும்படி குரலெடுத்தவன், அப்படியே சாஷ்டாங்கமாக அவர்கள் முன் விழுந்தான். குருக்களின் பெண்களுக்கு அவன் செய்கை கொஞ்சம் வினோதமாக இருந்தது.

"இவன் யார்?" என்பது போல தங்களை அழைத்து வந்த பெண்களைப் பார்த்தனர்.

“இவர் பெயர் கார்த்திராஜன். மிகப்பெரிய அம்பாள் உபாசகர். இடையில் கொஞ்சம் ஆசை வயப்பட்டு மாந்தரீக வேலைகளில் ஈடுபட்டாலும், இப்போது அதிலிருந்து மீண்டு திரும்பவும் உபாசகராகவே ஆகிவிட்டார்,” என்று மரியாதையாக அவர்கள் பேசவும் கார்த்திராஜனுக்கு கண்களில் நீர் பெருக்கெடுத்தது.

“அம்மா... நான் உங்களைத் திருடியவன். அடிமைப்படுத்தி உங்கள் சக்தியை வசப்படுத்தி இந்த உலகை ஆட்டி வைக்க ஆசைப்பட்டவன். என்னையா உங்களின் உத்தம உபாசகன் என்கிறீர்கள்?” என்று கேட்டு திரும்பவும் காலில் விழுந்தான்.

“எல்லோருக்குள்ளும் நாங்கள் இருக்கிறோம். எங்களை திருடத் தேவையே இல்லை. உங்கள் அன்புக்கு நாங்கள் என்றும் அடிமை. தனியாக அடிமை கொள்ளும் அவசியம் இல்லை” என்ற அவர்கள், குருக்களின் பெண்களுக்கும், தங்களின் சுயம்பிரகாச ரூபத்தை காட்டவும் ஏழுபேரும் விக்கித்து போய்விட்டனர்.

அப்படியே மண்டியிட்டனர். பெரியவள் ரம்யா பிரம்மாஹிக்குண்டான தியான மந்திரத்தை காயத்ரி ராகத்துடன் சொல்லி முடிக்க, அடுத்தவள் மகேஸ்வரி தனக்கானதை கூறத் தொடங்கினாள். அருகாமையில் பூ பூத்த மரங்கள் பலவும் காத்திருந்தது போல காற்றிலாடி மலர்களை உதிர்க்கத் தொடங்கின.

கச்சிதமாக அங்கு அந்த நேரம் பார்த்து வந்து சேர்ந்த யோகி சிவத்தின் மாணவர்கள் ஐவருடன் மகேஸ்வரனும், விஸ்வநாதனும்கூட புயல் வேகத்தில் வந்து சேர்ந்து, சப்த மாதாக்களுக்கான மந்திரங்களை செவி வழியாகவும், அவர்களின் தரிசனத்தை கண்வழியாகவும் ஏற்றபடி ஸ்தம்பித்து போயிருந்தனர்.

அங்கே ஒருவரிடமும் பேச்சு மூச்சு இல்லை. கார்த்திராஜன் காணக்கிடைக்காத காட்சி கிட்டிய பரவசத்தில் கைகளைக் கூப்பியபடி தன்னை மறந்திருந்தான்.

அங்கே வந்து சேர்ந்த சிவத்தின் மாணவர்களும், விஸ்வநாதனும், மகேஸ்வரனும்கூட மெல்ல தங்களை மறந்து கை கூப்பி வணங்கத் தொடங்கியிருந்தனர்.

மரங்களில் அங்கங்கே செம்போத்தும், கிளிக் கூட்டமும், மயில்களும் கூட பறந்து வந்து அமர்ந்து ஒரு அரிய தரிசனத்தை கண்டபடி இருந்தன.

சாமுண்டிக்கான காயத்ரியை சாமுண்டீஸ்வரி சொல்லி முடித்துவிட்டு கண்களைத் திறந்தாள். எதிரில் சப்த மாதாக்களின் சிலா ரூபங்களும், குருக்களின் பெண்களும்தான் இருந்தனர். மலைசாதி பெண் ரூபத்தில் வந்து தரிசனமளித்த அவர்களைக் காணவில்லை.

அதேவேளை விஸ்வநாதன் கார்த்திராஜனை இனம் கண்டுகொண்டு வேகமாக கிட்டே நெருங்கவும் கார்த்திராஜன் இணக்கமாக சிரித்தான்.

“சார்… நானே சரணடைஞ்சிடறேன். நான் இப்ப சுயநலம் மட்டுமே கொண்ட பழைய கார்த்திராஜனில்ல… என்னை நம்புங்க…” என்றான். அப்படியே யோகி சிவத்தின் மாணவர்களைப் பார்த்தவனுக்குள் மேலும் ஆச்சரியம்.

ஆனால் அவர்களுக்கு கார்த்திராஜனை அடையாளமே தெரியவில்லை. அவர்களுக்கு தங்களையே அந்த வேளையில் தெரிந்திருக்கவில்லை.

“இந்த பக்கம் அஞ்சுபேர்… இந்த பக்கம் இரண்டுபேர் மொத்தம் சொல்லி வெச்ச மாதிரி ஏழுபேர். இங்க இருக்கறது ஏழு சிலைகள். சப்த மாதாக்களான சாமுண்டி நீங்கலா ஷண்மாதாக்கள் ஆறு பேரும் அம்பாள் ராஜேஸ்வரியுமா ஏழுபேர் இங்க இருக்க, இவர்களை எடுத்துகிட்டு போறதுக்குன்னே வந்த மாதிரி நீங்க வந்துருக்கீங்க. என்னோட யாகத்துக்கும், பூஜைக்கும் மகிழ்ந்து போய் அவங்க தரிசனம் தந்ததை நீங்களும் பார்த்தீங்க. நமக்கு கிடைச்ச இந்த பாக்கியம் இனி சப்த மாதாக்களை சரணடையற எல்லாருக்கும் கிடைக்கணும். பழசை எல்லாம் மறப்போம்… ஒரு புது பாதைல நம்ம பயணம் இருக்கட்டும். எந்தவித குழப்பத்துக்கும் கேள்விக்கும் இடம் கொடுக்காம இந்த விக்கிரஹங்களை ஆளுக்கு ஒண்ணா தொட்டு தூக்குங்க…

அப்படியே அடிவாரத்துல இருக்கற கன்னிப்பட்டி கிராமத்துக்கு போவோம்" என்ற கார்த்திராஜன், அந்த ஏழு பெண்களையும் சுனையில் இறங்கி மூழ்கச் சொன்னான். மூழ்கி எழுந்த அவர்கள் கைகளில் ஆளுக்கொரு குடத்தை கொடுத்து அதில் அந்த சுனைநீரை எடுத்துக் கொள்ளச் செய்தான்.

பின்னர் யோகி சிவத்தின் மாணவர்களுடன், மகேஸ்வரனும், விஸ்வநாதனும் மூழ்கி எழுந்திட அவர்கள் விக்ரஹங்களை நெருங்கி நின்றனர்.

கார்த்திராஜன் அவர்கள் அத்தனை பேரையும் ஒரு பார்வை பார்த்தான். சில மணி நேரங்களுக்கு முன்வரை அவன் வாழ்க்கை அப்படியே வேறாக இருந்தது. என்ன நடக்கும், ஏது நடக்கும், அது எப்படி நடக்கும்? என்பதில் எல்லாம் அவனுக்கே விளங்காத புதிராக இருந்தது. ஆனால் இப்போது அவன் ஒரு மாபெரும் செயலுக்கு தலைமை தாங்கி நிற்பதை உணர்ந்தான்.

வாழ்க்கையில் திருப்பம் ஏற்பட சொல்ப நொடிகள் போதுமானது என்று கேள்விப்பட்டிருக்கிறான். அதை இப்போது பார்த்தான்.

அடர்ந்த காட்டுப்பகுதி!

என்ன வேண்டுமானால் செய்யலாம். கேட்பார் ஒருவர்கூட கிடையாது. அப்படி ஒரு காட்டுப்பகுதியில் ஒருவருக்கு பதினாலுபேர் அவன் எதிரில்... அதுவும் நல்ல வாலிபத்தில் திடகாத்திரமாக... எங்கோ பிறந்து, எப்படியோ வளர்ந்தவர்கள் அந்த மலைத்தளத்தில் சப்த மாதாக்கள் முன் அவளை சுமக்கத் தயாராக வந்து நின்று கொண்டிருப்பதை பார்த்தபோது கார்த்திராஜனுக்கு ஒரு சிறு ஞானம்.

'வாழ்க்கையில் பல விஷயங்கள் ஏற்கனவே தீர்மானிக்கப்பட்டுள்ளன. அதன்படியே எல்லாமும் நடக்கிறது. அதை மாற்ற எவருக்கும் இந்த பூமியில் திராணியில்லை', என்பதுதான் அது!

அப்படியே அவர்களைப் பார்த்து சிந்தித்தவன் அண்ணாந்து உச்சி வானத்தைப் பார்த்தான். நடுப்பகல் சூரியன் தலைக்கு மேலே... அவனது வெம்மையான கிரணங்கள் தாக்கும் போது இந்த கற்சிலைகளை எப்படி தூக்கிச் செல்ல முடியும் என்று ஒரு சிறு சஞ்சலம் ஏற்படவும், அதை அறிந்தது போல அங்கும் இங்குமாக கிடந்த மேகங்கள் திபுதிபுவென்று நீந்தி சூரியனை மறைத்து பந்தல் போடத் தொடங்கின.

'இதை தற்செயல் என்பதா... சப்த மாதாக்களின் கருணை என்பதா?' உள்ளம் பூரித்த கார்த்திராஜன் எழுவரையும் சிலைகளை சுமக்க ஆயத்தப்படுத்தினான்.

"இந்த சிலைகளை ஒருத்தரால எப்படி தூக்க முடியும்?" என்று கேட்டான் விஷ்ணு.

"நீங்க ஐந்து பேரும் ஏற்கனவே சுமந்த சிலைகள்தான் இவை. அந்தந்த சிலைக்கு உரிய தேவியை மனசுல நினைச்சுக்குங்க. அவங்க உங்களுக்கு சக்தி தருவாங்க..." என்று கார்த்திராஜன் கூறிட, அவர்களை அந்த தேவிக்குரிய பெண்கள் பார்க்கவும், அவர்கள் பார்வை வழியாகவே ஒரு புது சக்தி பாய்ந்தது போல ஒரு புத்துணர்வு. சட்டென்று இரு கரங்களால் தூக்கி அப்படியே தனக்குமேல் வைத்துக் கொண்டு நின்றனர்.

ஏழுபேர் சிரங்களிலும் ஏழு தேவிகள்.

ஏழு பெண்கள் சிரங்களிலும் சுனை தீர்த்தம்.

முதலில் தீர்த்தத்துடன் குருக்களின் பெண்கள் அணிவகுத்து நடக்க, பின்னால் சிலைகளுடன் ஏழுபேரும் நடக்க, அது ஒரு அதிசய காட்சியாக இருந்தது. சுனைக்கரையில் கிடந்த பூக்களை எல்லாம் தன் மேல்துண்டில் வாரிக் கட்டிக் கொண்ட கார்த்திராஜன் பூக்களை தூவியபடியே முன்னால் நடந்தான்.

சரிவுகளில் பாதை வளையும் போது சிரமமாக இருந்தது. ஆனால், அப்போது ஒவ்வொரு பெண்ணும் ஓடி வந்து குடத்து நீரை அவர்கள் குடிக்க தந்து தாகம் தீர்த்து, தங்கள்

தாவணி முந்தானையில் அவர்கள் முகத்தை ஒத்திவிடும்போது அந்த ஆடவர்களின் மனங்களின் ஒரு புது சிலிர்ப்பு. அந்த பெண்களிடமும் ஒருவித வெட்கம். வார்த்தைகளே இல்லாமல் கண்களாலேயே அவர்கள் தங்களுக்குள் அன்புப் பரிவர்த்தனை நிகழ்த்திக் கொண்டனர்.

சாதாரணமாகவே கன்னியரின் பார்வைக்கு ஒரு மலையையே புரட்டிப் போடும் சக்தி உண்டு. இவர்களோ தேவ கன்னிகள். இவர்களுக்காகவே அவதரித்தது போல தெரியும் அந்த ஆடவர்களிடமும் ஒரு ஆழ்ந்த அமைதி, அரிய செயலை செய்து கொண்டிருக்கும் மெல்லிய கர்வம். இடையிட்டது - தொம்... தொம்... என்னும் பண்ணாடியின் விஜயம்.

பண்ணாடி ஒரு விநாடி சிலையோடு அவர்களையும், நீர்க்குடத்தோடு பெண்களையும் பார்த்து ஆடிப்போய்விட்டான்.

அப்படியே நின்ற இடத்தில் கை கூப்பியவன் அவர்களைத் தொடரத் தொடங்கினான்.

சாதாரணமாக கோயில் கொண்ட திருஉருவங்களைத்தான் திருநாளில் சப்பரத்தில் ஏற்றி இப்படி வீதியில் அழைத்து வருவார்கள்.

ஆனால் கோயில் கொள்ளப்போகும் தெய்வங்கள் உலா வருவது என்பது பண்ணாடி தன் வாழ்நாளில் பார்த்திராத காட்சி.

அந்த நொடி யோகி சிவத்தின் மாணவர்களுக்கு அவன் சொல்லியிருந்த அருள்வாக்குதான் ஞாபகம் வந்தது. நீங்கள் அம்பிகையை சுமப்பீர்கள் என்றது இங்கே இப்படி பலித்துக் கொண்டிருப்பதாக எண்ணினான்.

நாதஸ்வர முழக்கத்துடன் வீதி உலாவரும் ஸ்வாமி விக்ரஹம்போல பண்ணாடியின் மேள சப்தமும், ஜெகண்டி சப்தமும் சேர்ந்து கொள்ள கார்த்திராஜன் பூத்தூவிட, வானில் மேகம் குடை பிடிக்க, அந்த இடைவெளியில் மிக மிக மெல்லிய மழைச்சாரலும் வாழ்த்துவது போல தூறிடத் தொடங்க,

அவர்களுக்கு மிக உற்சாகமாக இருந்தது. மலையின் ஒரு பாறைமேல் நின்றபடி நிர்வாண சாமியாரும் அந்த காட்சியை பார்த்தபடி இருந்தார்.

வளைத்து வளைத்து கேள்வி கேட்ட சிவத்தின் மாணவர்கள் சிலை தூக்கிகளாய் நடப்பதைப் பார்த்து சிரித்தார். மகிழ்ந்தார். ஆட்டி வைக்கப்பட்டால் ஆடித்தானே தீர வேண்டும்?

ஆற்றங்கரையில் சாஸ்திரிகள் ஏழு கற்களுக்கும் பிராண பிரதிஷ்டை செய்வதுபோல மந்திரங்களை கூறி, அவற்றையே, கன்னிகளாக எண்ணி அதற்குரிய மந்திர உபாசனையும் செய்யத் தொடங்கி விட்டார்.

சுற்றிலும் கன்னிப்பட்டியே சூழ்ந்திருந்தது.

நாட்டாமையும், மணியக்காரரும் கைகட்டி சகலத்தையும் பார்த்தபடி இருக்கையில், அவர்கள் காதுகளில் முதலில் பண்ணாடியின் வாத்ய சப்தம் கேட்டது. அவ்வளவு பேரும் திரும்பினார்கள்.

வெகுதூரத்தில் தலையில் நீர் கலசத்துடன் குருக்களின் பெண்களும், பின்னாலேயே ஏழு சிலைகளுடன் ஏழுபேரும் தெரியவும் அப்படியே விதிர்த்துப் போனது கூட்டம்.

கார்த்திராஜன் பூத்தூவியபடி முன்னால் வரவும் அந்த காட்சி மேலும் இன்ப அதிர்ச்சியாக இருந்தது. குருக்களும் பார்த்தார்.

"மாமாய்ய்ய்...!" என்று முதல் காரியமாக சாஸ்திரிகளைத்தான் அழைத்தார். சாஸ்திரிகளும் மெல்ல கண் திறந்தார். கூட்டம் கலைந்து அவர்களை நோக்கி ஓடியது.

"மாமா... சிலைகளோட எல்லாரும் வரா... நம்ம பொண்கள் கலசம் தூக்கிண்டு வரா..." என்றார். சாஸ்திரிகளும் எழுந்து அந்த அரிய காட்சியை பார்த்தார்.

ஒரு சமயத்தில் ஒரு விக்ரஹம் வந்து பார்த்திருக்கிறார். விழாக்காலங்களில் இரண்டு, மூன்று என்று பார்த்திருக்கிறார். ஒரு சேர ஏழு விக்கிரகங்களை இப்போதுதான் பார்க்கிறார்.

நாட்டாமை வீட்டு வாசலில் ஏதோ பேசி வைத்துக் கொண்டது போல கார்த்திராஜன் போய் ராஜராஜேஸ்வரி விக்ரகத்தை தன் தலைக்கு மாற்றிக் கொண்டு, அதை அதுவரை சுமந்து வந்த சாமுண்டீஸ்வரனைப் பார்த்து... "தம்பி, நீ இனி சுமக்க வேண்டிய விக்ரஹம் இந்த வீட்டு கொல்லையில் இருக்கு," என்றான். சாமுண்டீஸ்வரனும் உள் ஓடினான்.

அன்றைய பூஜை முடிந்தவளாக அங்கே சாமுண்டீஸ்வரி. அதை அப்படியே தூக்கி தலைமேல் வைத்துக் கொண்டான். நாட்டாமை மனைவிக்கு முதலில் பகீரென்றது. பிறகு ஊருக்கு பொதுவாக ஒரு அதிசயம் நடந்தபடி இருப்பதை அனுமானித்தவள் விலகி வழிபட்டாள்.

வாசல் நிலைகால் தட்டிய இடத்தில் சிலையை இறக்கி மார்போடு பிடித்துக் கொண்டான். அப்போது உதவிக்கு ஓடி வந்த கந்தன் ஒரு பக்கமாக விக்ரகத்தை பிடிக்க, அதன் பளு அப்படியே அவன் கையை ஒடித்தது. ஆனால் சாமுண்டீஸ்வரனோ ஒரு சாதாரண பஞ்சு மூட்டையை சுமப்பது போல சுமந்து, வீட்டு வாசல் கடந்து தலைமேல் சாமுண்டீயை வைத்துக் கொள்ளவும் அயர்ந்து போனான்.

"பத்து பேராலகூட தூக்க முடியாத பளு உள்ள சிலைங்க. ஆனா, இதை இவர் சாதாரணமா தூக்கறார்னா இவர் பெரிய ஆள்தான்," என்று முணுமுணுத்தபடியே பின்னாலேயே ஓடினான்.

ஆற்றங்கரையில் ஏழுபேரும் ஏழு கன்னிச் சிலைகளுடன் நின்றபடி இருக்க, அவர்களுக்கு முன்னால் குருக்களின் பெண்கள்.

கார்த்திராஜன் தன்வசம் உள்ள ராஜேஸ்வரி விக்ரகமுடன் போய் சாஸ்திரிகள் காட்டிய, புலி படுத்திருந்த இடத்தில் நின்றான்.

கூட்டத்திடம் ஒரே ஆச்சரிய சலசலப்பு.

நாட்டாமை அதை அமைதிப்படுத்துவதை போல அவ்வளவு பேரையும் பார்த்தார்.

“எல்லாரும் அமைதியா இருங்க... பெரியவர் இப்ப பேசப் போறார்,” என்றார். கூட்டமும் அமைதியானது!

எள் போட்டால் எடுக்க முடியாது. அப்படி ஒரு கூட்டம் அதேசமயம் அசாதாரண அமைதி.

சாஸ்திரிகள் அந்த அமைதிக்கு நடுவில் பேசத் தொடங்கினார்.

“இன்னிக்கு இந்த ஊரைப் பொறுத்தவரை விசேஷமான நாள். இந்த ஊர்ல ஏற்கனவே கோயில் கொண்டிருந்த சப்த மாதர்கள் திரும்பவும் கோவில் கொள்ள தோதா இப்ப இங்க வந்துருக்கா.”

“இவாளை நாமெல்லாம் முயற்சி செய்திருந்தாலும் தேடிக் கண்டுபிடிச்சு இப்படி ஒரு அற்புதமான நாளில் கொண்டு வந்து சேர்ந்திருக்க முடியாது. ஆனா, இதோ இங்க இருக்கற இந்த மாந்தரீகர் செய்துருக்கார்.

இவர் எதுக்கோ வந்தார். எதுவாவோ மாறிட்டார்.

இவரை இப்படி மாற்றினது அம்பாளாதான் இருக்கணும். அவ மனசு வெச்சா நெருஞ்சி முள்கூட குறிஞ்சிப்பூவா மாறிடும். இப்பவும் அப்படித்தான் நடந்துருக்கு.”

சாஸ்திரிகள் சொல்லச் சொல்ல கார்த்திராஜன் தானும் பேச ஆசைப்பட்டவன் போல ராஜேஸ்வரி தேவி சிலையை சாஸ்திரிகள் சொன்ன இடத்தில் இறக்கிவிட்டு, “நானும் சில வார்த்தை பேச விரும்பறேன்...” என்று முன்னால் வந்தான். நாட்டாமையும் மணியக்காரரும் கொஞ்சம் கடுகடுவென்று இருந்த போதிலும் சாஸ்திரிகளின் சமிக்ஞை அவனை பேச வைத்தது.

“முதல்ல இந்த கன்னிப்பட்டி ஊர் மக்கள்கிட்ட நான் மனசார மன்னிப்பு கேட்டுக்கறேன். நான் இந்த ஊருக்கு சாமியையே திருட வந்த ஒருத்தன். ஆனா என்னை அந்த தாய் தலைகீழா மாற்றிட்டா. அது மட்டுமில்ல... சப்த மாதாக்களும் எங்களுக்கு தரிசனமே தந்தாங்க. இனி வாழ்க்கைல எனக்கு எதுவும் தேவையில்லை. என் தப்புக்கு பரிகாரமா இந்த சிலைகளை பிரதிஷ்டை பண்ணி நானே கோயில் கட்டித்தர விரும்பறேன்.

அதன்பிறகு இந்த கோயில் இந்த ஊரோட சொத்து. சட்டமும் என்னை என்ன வேண்டுமானாலும் செய்யலாம்,” என்று சொல்லி நிறுத்தினான்.

ஆனால் மகேஸ்வரனும், விஸ்வநாதனும் தங்கள் தலைமேல் உள்ள விக்கிரகங்களை கீழே இறக்கி வைத்துவிட்டு கையை முறித்துக் கொண்டு கூட்டத்தைப் பார்த்து, “இவர் தப்பு செய்தது வாஸ்தவம்... அதேசமயம் அந்த தப்பை நல்லவிதமா சரி செய்யவும் செய்துவிட்டார். இவரால எங்களுக்கும் சாமிங்க தரிசனம் கிடைச்சிருக்கு. அது கனவா இல்ல நனவான்னு இப்பகூட எங்களுக்கு திகைப்பாதான் இருக்கு. இந்த சிலைகளை நாங்கதான் சுமந்துகிட்டு வந்தோமான்னு பிரமிப்பாவும் இருக்கு. ஆகையால இவரை சட்டத்தின் பேரால சங்கடப்படுத்தாம உங்களோட பொறுப்புல அதாவது ஊரோட கைல இவரை நாங்க விட்டுடறோம். ஊர் பார்த்து எந்த முடிவு எடுத்தாலும் சரி,” என்று சொல்லி முடித்தனர்.

நாட்டாமையும், மணியக்காரரும் சாஸ்திரிகளைத்தான் அடுத்து பார்த்தனர்.

சாஸ்திரிகள் புன்சிரிப்புடன் “சூரபத்மன் அசுரன்தான். அவனை வதம் செய்து அழிச்ச முருகன் தன் கொடியில் அவனுக்கு இடம் கொடுத்தான். கம்சனும் அசுரன்தான். அவன் மரணத்தைத்தான் தீபாவளியா கொண்டாடறோம். எப்பவும் ரொம்பவும் அதிக கஷ்டத்தை நமக்கு தர்றவா, பின்னால காலத்துக்கும் சந்தோஷத்தை தர்றவாளா மாறிட்றதைத்தான் இந்த கதைகள் மூலமா நாம் புரிஞ்சுக்கணும். இங்க இவராலயும் அப்படி ஒரு நல்லது நடந்துருக்கு. இவருக்கு தண்டனை என்னன்னா, காலம் பூரா இந்த கன்னிகளுக்கு பூஜை செய்துண்டு இவர் இங்கேயே இருக்கறதுதான். இதுதான் எனக்கு தோன்றின கருத்து” என்றார்.

கூட்டம் கைதட்டி அதை ஆமோதித்து வரவேற்றது. கார்த்திராஜனும் அப்படியே சாஸ்திரிகள் காலில் விழுந்து வணங்கி தன் கண்ணீரால் அவர் காலை நனைத்தான்.

அதன்பின் மளமளவென்று காரியங்கள் தொடங்கின. ஆற்றங்கரையில் சப்த மாதாக்களுக்கும் அந்த ஆதிசக்தி ராஜேஸ்வரிக்கும் அற்புதமான கோயில் வெகுவேகமாக எழும்பியது. கும்பாபிஷேக நாளும் குறிக்கப்பட்டுவிட்டது.

குருக்களின் பெண்கள்கூட கூடமாட எல்லா வேலையையும் செய்தனர். யோகி சிவமும் வந்து நடக்கும் நல்ல காரியத்தை பார்த்தார். அவர் மாணவர்கள் பெயரில் ஒரு ஒற்றுமையைப் பார்த்தவர் சப்த மாதாக்களிடமும் அவர்களின் அம்சமான குருக்களின் பெண்களிடமும் பார்த்தவர், எல்லாமே ஏற்கெனவே தீர்மானிக்கப்பட்டது என்பதை உணர்ந்து கொண்டு குருக்களிடம் அவர்களின் திருமணம் பற்றி பேசினார்.

“கோயில் கட்டி முடிஞ்சதும் அவாளுக்கு கல்யாணம் ஆகிடும்னு நாடியில வந்தது. நடக்கறதையெல்லாம் பார்த்தா அப்படித்தான் தெரியறது...” என்றார்.

“ஏழு பெண்களுக்கும், ஏழு மாப்பிள்ளைகள் தயாரா இருக்காங்க சாமி. இது நம்ம ஏற்பாடு இல்ல... அவங்க ஏற்பாடு” என்று கோயிலைக் காட்டினார்.

சாஸ்திரிகள் ஆமோதித்தார்.

“சாதாரணமாகவே சப்த மாதாக்கள் கன்னிகளுக்கான தெய்வங்கள் அவாளோட ஆசையை பூர்த்தி செய்ய ஓடிவர்றா. இங்கயும் அதுதான் நடந்திருக்கு. இனியும் நடக்கப் போறது...” என்றார். அப்படியே அவர் பார்வை கோயில் பக்கம் போயிற்று.

ஏழு பெண்கள் தங்களுக்கான இணையுடன் கூடி தோரணம் கட்டுவது, பூமாலை கட்டுவது, கோலம் போடுவது, நாற்காலிகளைத் தூக்கிப்போடுவது என்று ஆளுக்கொரு காரியத்தை செய்தபடி இருந்தனர்.

கார்த்திராஜன் கையில் சாம்பிராணி தூபமுடன் மணியாட்டியபடி நடந்து கொண்டிருந்தான்.

ராஜேஸ்வரி கோயில் கருவறை கோபுரம் மட்டும் அனைத்திலும் பெரிதாக இருக்க, அதை சுற்றி சாரங்கள் மறைத்துக் கொண்டிருந்தன.

நடுவில் தர்பையும், மாவிலையும் கட்டப்பட்ட தங்க கலசம் கண்ணில்பட்டது. அந்த கலசத்துக்கும் நேர் மேலான, வானில் சொல்லி வைத்த மாதிரி ஏழு பட்சிகள்.

கீழே நடப்பதை மேற்பார்வை இடுகின்ற மாதிரி.

சாஸ்திரிகள் அதை பார்த்தபடி கன்னத்தில் போட்டுக் கொண்டார். கன்னிப்பட்டி ஊருக்குள்ளும் எங்கு பார் தோரணங்கள். வீட்டு வாசல்களில் பெரிய கோலங்கள்.

நாட்டாமையும், மணியக்காரரும் நடப்பதை எல்லாம் பார்த்து பூரித்து போயிருந்தனர். அவர் மகள் மலர்விழியும், கந்தனும்தான் தெருவில் தோரணங்கள் கட்டிக் கொண்டிருந்தவர்கள்.

அதை பார்த்தபடியே வந்த சாஸ்திரிகள் கந்தனையும், மலர்விழியையும் கையை அசைத்து அருகில் அழைத்தார். இருவரும் ஓடிவந்து அவர்கள் எதிரில் நின்றனர்.

“நீங்களும் உள்ள போய் அவாளோட சேர்ந்து காரியம் பாருங்கோ. ஏழு ஜோடிங்கறது எட்டு ஜோடியாகட்டும். ஒன்பதாவது ஜோடியாக அந்த பார்வதி பரமேஸ்வரனே இருக்க, அவாளுக்கும் ஒரு திருக்கல்யாணத்தை பண்ணிட்டா நவ சக்தியும் இங்க வந்த மாதிரியாகிவிடும்” என்று அவர்களையும் புதிய அந்த கோயிலுக்குள் அனுப்பி வைத்தார். பார்த்துக் கொண்டேயிருந்த நாட்டாமை மனைவி கண்கலங்க எதிரில் வந்து நின்றார்.

“சாமி... எங்க வீட்டுக்கு வந்து ஒருவாய் காபி குடிச்சிட்டு போங்க சாமி...” என்றாள்.

“இல்லம்மா... நான் வானப்ரஸ்தம் வாங்கியவன். என் மனைவியில்லாத யார் கையாலயும் எதையும் சாப்பிட மாட்டேன்”

எனவும், அவள் முகம் வாடிற்று. நாட்டாமையும் பார்த்தபடி அருகில் வந்தார்.

"சாமி... உங்ககிட்ட எவ்வளவோ நல்ல விஷயங்க. ஆனா, இந்த தீண்டாமையும் இல்லேன்னா ரொம்ப நல்லா இருக்குமே..." என்று எப்படியோ சொல்லிவிட்டார். சாஸ்திரிகளுக்கு அதனால் கோபமெல்லாம் வரவில்லை.

"இது தீண்டாமை இல்ல... இது ஒரு வகை விரதம். இது ஒரு வகை ஆசாரம். எதையும் சரியா புரிஞ்சுண்டு பேசுங்கோ. நான் எங்க பிராம்மணர்கள் வீடுகள்ளகூட ஆசாரபங்கம் வராம சில விஷயங்கள் தவிர்த்து நடக்கறவன். பிராம்மணன்னா என்னவோ நினைச்சிண்டிருக்கீங்க... மணம்னா வாசனை... அம்மணம்னா வாசனையற்றதுன்னு பொருள்."

"பிராம்மணம்னா பெரிய அளவில் உலக வாசனையற்ற தவ வாழ்க்கை வாழ்றவன்னு பொருள். அப்படி ஒரு வாழ்க்கை உங்களால வாழ முடிஞ்சா நீங்களும் பிராம்மணர்தான். சாதி சிந்தனையோட இதை நான் செய்யல. என் செயல் ஒருவித வழிமுறை இதுக்கு உதவுங்க. உதவறதுதான் உங்களுக்கும் பெருமை," என்று சாஸ்திரிகள் கூறவும், மணியக்காரரும், நாட்டாமையும் அப்படியே காலில் விழுந்துவிட்டனர்.

"எழுந்திருங்கோ... கும்பாபிஷேகம், கல்யாணம்னு எவ்வளவு காரியம் இருக்கு..." என்றபடி வீடு நோக்கி நடந்தார் சாஸ்திரிகள்.

கன்னிப்பட்டியே அவரை பிரமிப்போடு பார்த்தது.

— முற்றும் —

www.ingramcontent.com/pod-product-compliance
Lightning Source LLC
LaVergne TN
LVHW100413051026
849518LV00004B/1256
* 9 7 8 9 3 5 6 9 5 6 4 9 0 *